# KISWAHILI
# KWA KITENDO

MW00576556

**Katika Tanzania Serikali huwafikia watu vijijini. Hapa ofisa aliyehusiana na Mpango wa Maendeleo anazungumza na wakazi wa vijijini:** *In Tanzania, government reaches down to the villages: community development officer talks to the villagers in Bagamoyo.*

# KISWAHILI KWA KITENDO

## An Introductory Course

BY

## SHARIFA ZAWAWI

THE CITY COLLEGE OF THE
CITY UNIVERSITY OF NEW YORK

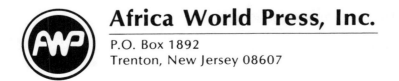

**Africa World Press, Inc.**

P.O. Box 1892
Trenton, New Jersey 08607

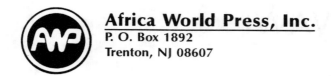

**Africa World Press, Inc.**
P. O. Box 1892
Trenton, NJ 08607

First Africa World Press, Inc. Edition 1988

Second Printing, 1993

Third Printing, 1995

Copyright © Sharifa Zawawi

Cover design: Deanne Bauber

All rights reserved.  No part of this
publication may be reproduced, stored in
a retrieval system or transmitted in any
form or by any means electronic,
mechanical, photocopying, recording or
otherwise without the prior written
permission of the publisher.

Library of Congress Catalog Card Number: 88-70605

ISBN: 0-86543-089-6    Paper

kidanu - necklace

*TO MY MOTHER*
**BIBI JOKHA AMOR**

kidanu - necklace

TO MY MOTHER
GIBI JORBA APICE

# Fahrisi: *Contents*

# Dibaji: *Preface*

This book provides an intensive Swahili (Kiswahili) course for first year students in colleges and universities which, with a few modifications, would also be useful in high schools. The selection of material, the order in which it is presented, and the suggestions for the instructor were worked out during six years of teaching at Columbia University, New York University, and the City College of the City University of New York.

*Kiswahili kwa Kitendo* contains forty units, followed by twelve supplementary readings. The units use simple, familiar situations to illustrate the linguistic patterns and features that are essential for an early grasp of the Swahili language. The rules are mainly contained within the actual content of the lesson without going into much grammatical detail. A quiz is provided after every few lessons so that the students may measure their competence and achievement. The answers to these quizzes are placed in the appendix. The second part of the book provides twelve simple passages of Swahili prose, each followed by a set of exercises. These readings make use of the grammatical rules that have been learned in the lessons and add to the accumulated vocabulary.

A set of forty tapes accompanies the book, but it has been so designed that it can be used without them by those who wish. The tapes, however, add an audiolingual dimension to the course that will aid both comprehension and speaking ability. My aim throughout has been to write a book that could be used by both students studying alone and by a teacher with his class. Since language is communication, ideally this book is envisaged in the hands of a practical teacher who is willing to experiment with the teaching of situational Swahili and to share with his students the joys of learning a new language. Ajifunzaye haachi kujua—no learning is a waste of effort.

I would like to thank my students, past and present, for their long suffering as these pages evolved. I would like to acknowledge my debt to Professor Erica Garcia and other members of the Department of Linguistics at Columbia University between 1964 and 1967, and also to thank Mr. Ahmed Abdulla and Professor James Brain. I must express gratitude to the Kenya and Tanzania Missions to the United Nations for the use of photographs from their files and to Mr. Kiti and Mrs. Halima Magoma for assistance in selecting them. Mrs. Joan Bacchus is responsible for the line drawings in this edition, and I would like to thank her for her enthusiasm and skill. Finally, a debt must be expressed to Dr. Elsa Meader of the Teachers Education for East Africa Program held at Teachers College, Columbia University in 1963 at whose persistence this task of capturing *Kiswahili kwa Kitendo* was finally attempted.

# KISWAHILI
# KWA KITENDO

MI. Kilimanjaro, Tanzania

# Utangulizi: *Introduction*

## A WORD OR TWO ABOUT SWAHILI

The Swahili language is spoken by an estimated forty-five million people living in eastern and central Africa. For the majority of the people of the coastal region of East Africa it is the first language. This region consists of Zanzibar and Pemba, two islands off the coast; the Kenya coast from Lamu in the north to Mombasa and Vanga in the south; and part of the Tanzanian coast including the Tanzanian capital city of Daressalaam. Swahili is the national language of Tanzania, Kenya, and of the province of Katanga in the Congo.

### MAJOR LINGUISTIC REGIONS OF AFRICA

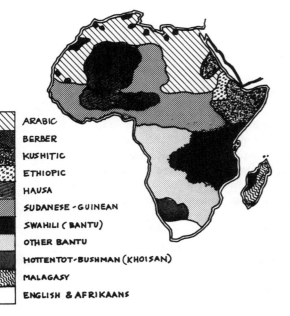

ARABIC
BERBER
KUSHITIC
ETHIOPIC
HAUSA
SUDANESE - GUINEAN
SWAHILI (BANTU)
OTHER BANTU
HOTTENTOT-BUSHMAN (KHOISAN)
MALAGASY
ENGLISH & AFRIKAANS

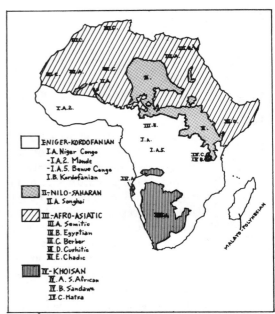

I.NIGER-KORDOFANIAN
I.A. Niger Congo
-I.A.2. Mande
-I.A.5. Benue Congo
I.B. Kordofanian

II.-NILO-SAHARAN
II.A. Songhai

III.-AFRO-ASIATIC
III.A. Semitic
III.B. Egyptian
III.C. Berber
III.D. Cushitic
III.E. Chadic

IV.-KHOISAN
IV.A. S.African
IV.B. Sandawe
IV.C. Hatsa

ADAPTED FROM THE LANGUAGES OF AFRICA, JOSEPH GREENBERG -1963

The area in which Swahili is spoken is much wider than the region where it is the first language, and it extends from the eastern part of the Congo to as far north as Somali Republic and as far south as Madagascar and Mozambique. This includes the countries of Tanzania, Kenya, Uganda, Rwanda, Burundi, and in the Congo the provinces of Katanga, Kivu, and Kinshasa, northern Malawi, northern Zambia, Mozambique, the northern and western part of the Malagasy Republic, and the Comoro Islands.

The word **Swahili** may be a modified form of the Arabic word **Sāḥil** which means "coast" and S-wāḥil a coastal man in the 'Umāni dialect. The prefix **ki** — in Kiswahili indicates that Kiswahili is the *language* of the coastal man. People in East Africa spoke Swahili as early as the thirteenth century and possibly before. It grew up as a trading language mainly through contact between Bantu-speaking people and Arabs, Persians, and Indians, and its vocabulary reflects the type of contribution each language made.

Swahili is basically a Bantu language. Other Bantu languages include Kiganda, Kikamba, Kikikuyu, Kinyanja (Chinyanja), Kichaga, Kisukuma, Kiluba, Kishona, Kizulu, Kikongo, and Kiduala. All of these languages are spoken south of the Sahara, and they all have common features in their grammar and lexicon. The structure of Swahili is similar to that of all Bantu languages, but Swahili has borrowed to a greater extent from other languages, especially Arabic, Persian, Gujerati, Hindi, Portuguese, and English. The chief contributor has been Arabic. The extent of borrowing reflects the flexibility and adaptability of Swahili to the changing needs of its speakers over the centuries.

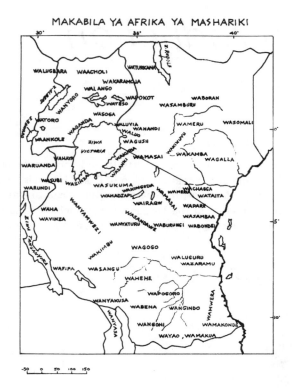

Swahili has several dialects, as you might expect, since it is spoken over such a wide area. Among them are Kiunguja (the dialect of Zanzibar); Kimvita (the dialect of Mombasa); Kiamu (the dialect of Lamu); Kipate (the dialect of Pate); Kivumba (the dialect of Wasini Island and Vanga); Kingazija (the dialect of Grand Comoro); Kipemba (the dialect of Pemba Island); Kimtang'ata (a dialect spoken in Mtang'ata, the region between Pangani and Tanga in Tanzania); and Kitumbatu (the dialect of Tumbatu Island, northwest of Zanzibar Island). However, a man from Zanzibar Island can easily understand a Mombasa or Lamu speaker and vice versa.

There are three categories of Swahili speakers. First, there are those of the coast and islands, for whom Swahili is their mother tongue. Then, there are those of the interior of the East African mainland, chiefly men, for whom a great many social activities outside the home involve the use of Swahili. Finally, there are those who have learned Swahili at school, speaking it as a third language, their first being another Bantu language or a Nilotic language, with English as their second language.

## SWAHILI CUSTOMS

Many Swahili customs and traditions are based on age and sex distinctions. Men and older people command greater respect than women and young people. This respect is manifested in day-to-day relationships and activities. A man or older person walks in front, is given the best seat, and is placed in the front row at functions and ceremonies. A younger person will not sit on a chair while his elders are sitting on the ground and he will never be the first to commence a meal. A young person is expected to stand to greet an older person and to converse with him while standing. He listens to his elders with great humility and does not talk back to them even when he disagrees with their views.

The pressure on a woman to respect herself is greater than that on a man. She is expected to be gentle, feminine, and subdued. She often wears her kanga well over her head and bosom. Her voice should be low and her words delicate. A man on his part should respect a woman and when talking to her should not use tabooed words such as certain terms which refer to parts of the body, items of clothing, and particular personal expressions. A man and woman should not show their feelings toward each other in public; even in front of close relatives a husband and wife should not show their affection for each other.

Many traditional social functions are attended separately by men and women, although this custom is slowly changing. On the other hand, a custom which is universally adhered to is the use of the right hand only for certain activities, which range from eating food to accepting and giving. It is considered extremely bad manners to use the left hand when passing anything to someone. Men shake hands with the right hand or with both hands, but it is not the custom for women to shake hands at all. Some women will kiss the hand of an older person in greeting. The older person responds by kissing the hand of the younger in return.

To attract the attention of someone at a distance, asking that person to join you, it is the Swahili custom to signal with the hand, bending and flicking the four fingers downwards against the palm. It is considered rude to gesture with one finger. Pointing is abhorred and is only done to the side, never at the person to whom one is talking. Staring is not considered rude or offensive, and children will often stare at a stranger without meaning any discourtesy.

When a stranger moves into a neighborhood it is customary either for him to visit his neighbors or for them to visit him. People often call on neighbors and friends without waiting for an invitation and without warning. Social visiting is highly valued and everyone is expected to be hospitable even when the visit is, in fact, inconvenient. Reciprocity is esteemed in Swahili culture and anyone who receives any form of courtesy, generosity, or kindness should reciprocate. This may not be done immediately but eventually a reciprocal gesture is always made.

Sharing is another custom that is highly valued, and a Swahili man is secure in the privilege of being able to borrow his friends' belongings without specific permission. However, this occurs today only among close friends.

These are a few of the customs in East Africa which may strike you as different from those of your own country.

## Naming children in Swahili

Immediately after birth a child is given his **jina la utotoni** or "childhood name." Seven or even forty days later he is given a **jina la ukubwani** or "adult name," which is usually of Islamic or Biblical origin. Although this period of waiting before naming a child is now less common than in the past, since births have to be registered quickly, where babies are born at home the old custom may still apply. While the **jina la utotoni** is chosen by a senior relative or even by the midwife, the **jina la ukubwani** is always given by the parents or grandparents of the child's father. If the eldest child in the family is a boy, he is given his paternal grandfather's name; if a girl, she is given her paternal grandmother's name. The second child is often named after the maternal grandparents.

A **jina la utotoni** or "childhood name" is rather like a nickname. It may refer to something that was happening at the time when the child came into the world or it may describe the baby's appearance at birth. Children born under difficult circumstances or those born in poor health may be called Shida, "stress," Tabu, "difficulty" or Mwatabu, "child of difficulty."

Sometimes a child is named after a particular event or after the day of the week or month of the year in which he was born. Such names include:

Masika — *a girl born during the rainy season*
Mwaka — *a boy or girl born during the opening of the farming year* (**Nairuz**)
Maulidi — *a boy or girl born during the month of* **Maulidi** *on the birthday of the Prophet Muḥammad*
Arusi/Harusi — *a girl born during a wedding*
Ramadhani — *a boy born during the fasting month of* **Ramadhan**
Idi — *a boy born during the* **Idd** *festival*
Mwanaidi — *a girl born during the* **Idd** *festival*
Haji — *a boy born during the month of pilgrimage to Mecca*
Ashur — *a boy born during* **Ashur**, *the tenth month of the Islamic calendar, or during the first ten days of* **Muharram**, *the mourning period for Hussein, grandson of the Prophet Muhammad.*
Ashura — *a girl born during this period.*

Children may also be given Swahili names which tell of the financial position or well-being of their parents at the time of their birth. These include:

Rehema — *compassion (girl)*
Faraji — *consolation (boy)*
Maskini — *poor (boy and girl)*
Hadiya — *gift (girl)*

Zawadi — *gift (girl)*
Bahati — *luck (girl)*
Saada — *help (girl)*
Sudi — *luck (boy)*
Afiya — *health (girl)*
Salama — *peace (girl)*
Salim — *peace (boy)*
Shukura/Shukuru — *be grateful (girl)*

Sometimes the **jina la utotoni** may describe the social relations of the baby's parents, how they get on with the neighbors around them, or the general tone of things when the child is born. Such names include:

Siwatu — *They are not people. (They are not behaving like good neighbors.)*
Siwazuri — *They are not good.*
Chuki — *Hatred*
Haoniyao — *He doesn't see his own faults.*
Sikudhani — *I could not imagine (such a thing).*
Subira — *Patience*

Childhood names referring to the day on which a child is born include:

Jumaane — *Tuesday (boy)*
Khamisi — *Thursday (boy)*
Mwanakhamisi — *Thursday (girl)*
Juma — *Friday (boy)*
Mwajuma or Mwanajuma — *Friday (girl)*

Whether the baby is born during the day or night may be told by the names:

Chausiku — *a girl born at night*
Nuru — *a boy or girl born in the daylight*

The name of the baby may refer to his or her chronological position in the family:

Mosi — *the first born (girl or boy)*
Pili — *the second born (girl or boy)*
Tatu — *the third born (girl only)*

Names which refer to the baby's appearance include:

Panya — *mouse (a tiny baby)*
Kifimbo — *stick (a very thin baby)*
Sanura — *cat (a baby who looks like a kitten)*
Mashavu — *cheeks (a baby with chubby cheeks)*

Beauty or bravery may also be recognized by a child's **jina la utotoni**:

Kamaria — *like a moon*
Jamila — *beautiful*
Lulu — *a pearl*
Marjani — *coral*
Zahra — *flower*
Simba — *lion*
Mwinyi — *king*
Sultan — *ruler*
BiMkubwa — *a great lady*
Bwana Mkubwa — *great master*
Siti — *lady*

Some children may be called **Babu** "grandfather," **Bwana Mkubwa** or **Mwinyi**. This will happen when the child has been given the **jina la ukubwani** or "adult name" of these elders since the use of the grandfather's name while the grandfather is alive would be disrespectful.

## Majina ya Kiswahili: *Swahili Names*

### WASICHANA: *GIRLS*

| | | | | | |
|---|---|---|---|---|---|
| Afiya | Fatuma | Lulu | Mwamini | Raziya | Siwazuri |
| Arusi | Halima | Maimuna | Mwasaa | Rukiya | Taabu |
| Asha | Hasanati | Mariamu | Mwatabu | Saada | Tabia |
| Ashura | Hasina | Maryamu | Mwanatabu | Safiya | Tabita |
| Asya | Hawa | Maulidi | Nuru | Salha | Zainabu |
| Aziza | Jokha | Maymuna | Pili | Salma | Zakiya |
| Bahati | Kamaria | Maskini | Rahma | Salama | Zalika |
| Chausiku | Khadija | Mosi | Ramla | Sauda | Zuwena |
| Chiku | Kibibi | Moza | Rashida | Shani | Zawadi |
| Chuki | Kijakazi | Mtumwa | Rehema | Sharifa | Zahra |
| Dalila | Layla | Mwajuma | Radhiya | Siwatu | |
| Eshe | Lela | Mwaka | | | |

### WAVULANA: *BOYS*

| | | | | | |
|---|---|---|---|---|---|
| Abasi | Badilini | Ibrahim | Kitwana | Musa | Saidi |
| Abdalla | Badru | Idi | Kondo | Mwinyi | Sefu |
| Abdi | Bakari | Issa | Masud | Mwinyimadi | Saleh |
| Abdu | Darweshi | Jafari | Maulidi | Mwinyimkuu | Salim |
| Abubakar | Daudi | Jaha | Mbita | Mwita | Shaabani |
| Abudu | Fogo | Jahi | Mbwana | Nassor | Shomari |
| Adam | Haji | Jelani | Mhina | Omari | Sudi |
| Ahmed | Hamadi | Juma | Msamaki | Rajabu | Vuai |
| Ali | Hamidi | Jumanne | Mtumwa | Ramadhani | Yahya |
| Athmani | Hamisi | Khalfani | Muhammed | Rashidi | Yusuf |
| Ayubu | Hasani | Khamisi | | Sadiki | Zuberi |
| Azizi | Huseni | | | | |

## PRONUNCIATION

The rules for the pronunciation of Swahili are not difficult to learn, especially for speakers of Spanish, Portuguese, or Italian. The letters of the alphabet are given their phonetic sounds. The section that follows illustrates the value of each sound in the Swahili alphabet and then gives its English equivalent.

### The Sound System of Swahili

The sound system of Swahili is made up of twenty-six consonants and five vowels. For correct pronunciation of these listen to the tapes.

#### SWAHILI CONSONANTS

Voiced stops, **b, d, j, g** when not preceded by a nasal n— are implosives. The learner can best produce them by lowering the jaw and gulping the sound, holding it briefly before releasing it.

Since the letter *x* does not appear in the Swahili alphabet, words such as "taxi" are written *teksi* /or *taksi* with /**ks**/.

Swahili letter **s** is always pronounced /s/ as in "silk" and **never** as in "rise."

**F** is always /**f**/ as in "fifth" and never as in "of."

There is no voiced /ž/ in Swahili and a word such as "television" is written with an /š/ **televisheni**.

Although no distinction is made in the Swahili writing system between implosive and the explosive stops, a distinction is made grammatically and in speech, thus:

mbuni   *coffee plant* < m + buni (implosive **b**)
mbuni   *ostrich* < n + buni (explosive **b**)

In Swahili, unlike some Bantu languages, the sounds /r/ and /l/ are two different phonemes and therefore distinguish meaning as in

| | |
|---|---|
| **Kalamu** — *pen* | **karamu** — *party* |
| **mahali** — *place* | **mahari** — *bridewealth* |
| **linda** — *to guard* | **rinda** — *skirt* |

| LETTER | SOUND | EXAMPLE IN SWAHILI | MEANING | EXAMPLE IN ENGLISH |
|--------|-------|--------------------|---------|--------------------|
| p | p | paka | cat | pat |
| t | t | tatu | three | tin |
| ch | č(ts) | chakula | food | church |
| k | k | kikombe | cup | key |
| kh | x | khatibu | speaker in Parliament | Bach |
| b | b | baba | father | |
| d | d | duka | store | |
| j | dj | jina | name | No English equivalents |
| g | g | gololi | marbles | |
| gh | γ | ghali | expensive | |
| h | h | habari | news | head |
| f | f | fanya | do | far |
| v | v | vaa | wear, put on | visit |
| s | s | sita | six | sit |
| z | z | zawadi | gift | zoo |
| sh | š | shahada | certificate | sheep |
| th | θ | thelathini | thirty | thin |
| dh | ð | dhahabu | gold | that |
| m | m | mama | mother | man |
| n | n | nchi | country | noon |
| ny | ɲ | nyoka | snake | new (when pronounced like "few") |
| ng' | ŋ | ng'ombe | cow | singer |
| r | r | rafiki | friend | read |
| l | l | kalamu | pen | look |
| w | w | watoto | children | with |
| y | y | yai | egg | you |

Today, however, some mainland speakers use the two sounds interchangeably.

Perhaps the most difficult Swahili sound for speakers of English is the nasalized velar /ŋ/ written in Swahili as **ng'**. This sound occurs in English at the end of a word, in Swahili it occurs in the initial position eg., **ng'ombe** "cow," **ng'aa** "shine," **ng'oa** "uproot." It is the sound that is heard in words like "singer," "hanger."

Aspiration is the breath of air that accompanies the release of voiceless stops **p, t, č,** and **k** when they occur in a stressed position. In both **paka** "cat" and **paka** "apply liquid" the sound /p/ is slightly aspirated. Further examples include **taka** "want" and **taka** "dirt," **chupa** "jump" and **chupa** "bottle," **kaa** "sit" and **kaa** "crab/charcoal."

The following chart shows the place and manner of articulation of the Swahili consonant system:

| | | LABIAL (lips) | DENTAL (tip of tongue & upper teeth) | ALVEOLAR (tip of tongue & upper gums) | PALATAL (palate) | VELAR (back of tongue & soft palate) | GLOTTAL (vocal cords) |
|--|--|--|--|--|--|--|--|
| Stops | voiceless | p | | t | ch | k | |
| | voiced | b | | d | j | g | |
| Spirants | voiceless | f | th | s | sh | kh | h |
| | voiced | v | dh | z | | gh | |
| Nasals | | m | | n | ny | ng' | |
| Liquids | | | | l | | | |
| | | | | r | | | |
| Semiconsonants | | w | | y | | | |

**SWAHILI VOWELS**

The five Swahili vowel phonemes are:

|  | FRONT | BACK |
|---|---|---|
| High | i | u |
| Mid | e | o |
| Low | a | |

The pronunciation of these vowels is compared with English below.

| ORTHOGRAPHY | SOUND VALUE | SWAHILI EXAMPLE | ENGLISH MEANING | ENGLISH SOUND |
|---|---|---|---|---|
| i | i ~ I | kiti | chair | beat/bit |
| e | ε ~ e | pete | ring | bet/bait |
| a | ɑ ~ a | dada | sister | father/but |
| o | ɔ ~ o | mtoto | child | bought/boat |
| u | u ~ ʊ | kuku | hen | foot/full |

Swahili vowels differ from English vowels in quality. They have open and closed variants conditioned by stress or lack of stress.

Closed (tense) vowels are: a, ε, i, ɔ, u.

These occur mostly in stressed positions. In the above examples this is the next to the last syllable of each word.

Open vowels (lax) are: a, e, i, o, u

These occur mostly in nonstressed positions and before nasal clusters, that is, when they are followed by -n and another consonant. The vowels in stressed positions or identical vowels in final positions tend to be long:

kabati > kaba:ti          kabatini > kabati:ni

juu    > ju:      njoo > njo:      kaa > ka:

A final -i or -u after a voiceless consonant or after a nasal m- is sometimes dropped or whispered, especially when these words appear in nonfinal positions:

fahamu > faham$^u$ > faham

bahati > bahat$^i$ > bahat

Two sequences of different vowels produce a glide between the two vowels:

kua > kuwa

toa > towa

jua > juwa

tia > tiya

bandia > bandiya

**STRESS:**

The main stress falls on the next to the last syllable:

kikómbe but kikombéni

kiátu but kiatúni

For correct pronunciation of the sound system of Swahili listen to the tapes that accompany these units and pay great attention to your teacher's pronunciation.

## THE STRUCTURE OF SWAHILI

Most Swahili words are made up of a root that does not change attached to a number of prefixes or to prefixes and suffixes. Each of these prefixes or suffixes adds its own meaning and appears in its own fixed position. A word may take more than one prefix or suffix but has only one root unless it is a compound noun or a phrase.

```
PREFIXES      ROOT      SUFFIXES      VOWEL

1  2  3  4              1  2  3  4  5
```

There are three types of roots; five types of prefixes, and ten types of suffixes.

## Roots

The root appears after the prefixes and before the suffixes. There are:

**NOMINAL ROOTS**

| | | | | |
|---|---|---|---|---|
| Nouns | m-<u>toto</u> | *child* | ki-<u>kombe</u> | *cup* |
| Descriptive | -<u>zuri</u> | *good* | -<u>baya</u> | *ugly* |
| Numerals | -<u>wili</u> | *two* | -<u>ingi</u> | *many* |
| | | | -<u>chache</u> | *few* |

**VERBAL ROOTS**

-<u>sema</u>   *speak*   -<u>enda</u>   *go*   -<u>la</u>   *eat*

Any verbal root can occur with any prefix or suffix. There are those roots that begin with a consonant and those that begin with a vowel. This accounts for the sound change in the subject or object prefix. Also, a distinction may be made between roots of one syllable (monosyllabic) and those of more than one syllable (polysyllabic). The monosyllabic roots require a retention of **ku-** in certain conjugations while the polysyllabic root does not require **ku-**. (See notes on verb summary in the Appendix.)

**PRONOMINAL ROOTS**

Demonstratives:  **h-** this near speaker and listener
 **-le** that away from speaker and listener

Possessives:  -ngu  my  -ko  your (sg.)  -ke  his/her/its
 -itu  our  -inu  your (pl.)  -o  their

Connectors:  -a.  -na  e.g., **Habari <u>za</u> ulimwengu** — *News of the world.*
 **Ali <u>na</u> Asha** — *Ali <u>and</u> Asha.*

Referentials:  -ye (animate singular)  -o others  **Mtalii ali<u>ye</u>ondoka** — *The tourist <u>who</u> left.*
 -enye  having  **Nchi <u>yenye</u> watu wengi** — *The country <u>with</u> many people.*

Quantifiers:  -ote  whole, all, totality  **Watalii <u>wote</u> wameondoka** — *<u>All</u> the tourists have left.*
 -o, -ote  any  **Watalii <u>wowote</u>** — *<u>Any</u> tourists.*

## Prefixes

The five types of prefixes indicate: class gender, number, person, tense or aspect and negative marker. No more than four prefixes can occur with one word at the same time. Examples of these prefixes are:

a.    Class gender (animate and inanimate):

| | | | |
|---|---|---|---|
| <u>m</u>ti | *tree* | <u>ki</u>ti | *chair* |
| <u>m</u>toto | *child* | <u>ki</u>-toto | *little child* |
| <u>m</u>tu | *person* | <u>ji</u>-tu | *huge person* |

The change of class prefix changes the meaning of the root or adds a new connotation. A full list of classes is given in a chart of concordial agreement on page 251.

b.    Number singular and plural:

| | | | |
|---|---|---|---|
| <u>m</u>ti | *tree* | <u>mi</u>-ti | *trees* |
| <u>m</u>-toto | *child* | <u>wa</u>-toto | *children* |
| <u>ny</u>umba | *house* | <u>ny</u>-umba | *houses* |

8

c.  Person, first, second, and third; singular and plural; subject and object:

**ni — napenda**  *I like.*

**u — napenda**  *You like.*

**a — napenda**  *He/she likes.*

For the rest of the subject prefixes as well as the object prefixes see Unit 23.

d.  Negative construction:

**ninapenda** > **sipendi**

**unapenda** > **hupendi**

**anapenda** > **hapendi**

e.  Tense or aspect:

**ni-na-penda**  *I like*

**ni-li-penda**  *I liked.*

**ni-ta-penda**  *I will like.*

The affirmative verb consists of a subject prefix, a tense or aspect marker; an optional relative marker, an optional object marker, one verbal root followed by a number of optional suffixes, followed by a final vowel. All these components are joined together to make Swahili what has been called an agglutinative language.

**a  - li -cho-ni- nunu - li -      a**

subject-tense-rel-obj-verb root-prep.-affirmative vowel

which he bought for me

A summary of the construction of the Swahili verb is given on page 249 indicating both the affirmative as well as the negative constructions.

## Suffixes

Two of the ten suffixes occur after the final vowel. These are the interrogative -**je** and the reciprocal -**na**. (See Units 3 and 38.) The other eight suffixes occur after the verb root and before the final vowel. These are:

| | | |
|---|---|---|
| Prepositional (Extension) suffix -i- /-e- | | **Alisema.** — *He spoke.* **Alinisemea.** — *He spoke for me.* |
| Stative | '' -k- | **Kikombe Kimevunjika.** — *The cup is broken.* |
| Causative | '' -sh- /-z- /-y | **Alimsemesha.** — *He caused him to speak.* |
| | | **Alimliza.** — *He made him cry.* |
| Passive | '' -w- | **Mlango umefungwa.** — *The door is closed.* |

Not more than five suffixes can occur with any one verb at the same time. Each suffix contributes a new meaning to the whole verb. In order to understand the meaning of these suffixes, refer to the units that illustrate their functions. In this book we have introduced only those suffixes that are productive in their function and that are used frequently. The others may be learned later.

## Word Order

The word order of a Swahili sentence is the same as that in English whereby the subject precedes the verb and the object follows the verb. A difference, however, lies in the position of the adjective, which in Swahili always occurs after the noun it qualifies instead of preceding it. This applies whether the qualifier is a predicative or an attribute of the sentence:

**kitabu kizuri** — a *good book*

**kitabu ni kizuri.** — *The book is good.*

**Ni kitabu kizuri.** — *It is a good book.*

The same applies when the qualifier is a possessive pronoun or a numeral adjective:

**kitabu chake**

*book his*

**vitabu viwili**

*books two*

If there is more than one qualifier, a possessive follows immediately after the noun and the numeral adjective comes last:

**vitabu vyangu vyote viwili**

*books mine all two*

*both my books*

but if the emphasis is on mine the emphasized word comes last:

**Vitabu vyote viwili vyangu**
*books all two mine*
*Both books are mine.*

or: **Vitabu vyangu vile**
*books mine those*
*My books are those.*
**Vitabu vile vyangu**
*books those mine*
*Those books are mine.*

If a sentence has a locative noun and no emphasis is indicated, that locative noun comes last:

**Askari wameingia dukani**
*Policemen have entered store.*
*The policemen have entered the store.*

But if the emphasis is on the place, the adverbial noun comes first:

**Dukani mmeingia askari**
*Inside the store the policemen have entered.*

Swahili differs from English in not changing the word order of a sentence to indicate a question. In Swahili the order remains the same, a question being expressed through intonation or by the use of interrogative words, which are attached to the beginning or end of the sentence depending on the emphasis:

**Unakwenda wapi?**
*You are going where?*
**Wapi unakwenda?**
*Where are you going?*

## Gender Agreement:

The subject of the sentence governs the agreement of all the words associated with it. This agreement is shown in person, class, and number and is indicated by a concord prefix. Concord prefixes are of two kinds:

1. Adjectival concords which appear with Nominal roots. These are listed as Group I under the section on *Roots.*

2. Pronominal concords which appear with roots of Group II and Group III are labeled above as *Verbal* and *Pronominal roots.*

The following sentences illustrate the concordial agreement of three of the noun classes:

ki + vi- **Vitabu vyangu vyote viwili vimepotea**
*Books mine all two have got lost*
*Both my books are lost.*

n- + n- **Nazi zangu zote mbili zimepotea**
*Coconuts mine all two have got lost*

m- + mi- **Mifuko yangu yote miwili imepotea**
*Bags mine all two have got lost*

This kind of agreement has been labeled alliterative concord. For the rest of the classes and numbers see chart on concordial agreement on page 251.

Nouns referring to the animate, whatever class they belong in, take the concordial agreement of the animate class nouns — m- and wa- — except when a grammatical clarification is necessary, when a different connotation is meant, or when there is a shift from the original meaning.

Grammatical clarification is necessary in the following cases:

**mtoto wangu** *my child*
**watoto wangu** *my children*
**rafiki yangu** *my friend*
**rafiki zangu** *my friends*

Since the n- class noun **rafiki** does not distinguish number, the distinction is made by using y- and z- concordial agreement of the n- class instead of using the animate possessive agreement w- for both singular and plural. This is done to make the number distinction clear. If the number distinction is indicated by anything else before the appearance of the possessive, the rule does not apply and the regular animate agreement is used. Unit 15 provides further examples and explanation.

When an animate noun has a different connotation, such as referring to a diminutive noun, as in **kitoto**, "a little child," or **kibuzi**, "a little goat," or to an augmentative noun such as in **toto**, "huge child," or **jitu**, "huge man," the concordial agreement which then appears with such a noun is not of the animate class but of the class to which the noun has been transferred:

> **kibuzi kichafu** (normal: **mbuzi mchafu**)
> *a dirty little goat (a dirty goat)*
> **toto vivu** (normal: **mtoto mvivu**)
> *a huge lazy child (a lazy child)*

Some nouns shift their meanings from referring to animate to referring to inanimate objects:

| | | | |
|---|---|---|---|
| **kiboko** | *hippopotamus* | **kiboko** | *whip* |
| **ndege** | *bird* | **ndege** | *airplane* |
| **ng'ombe** | *cow* | **ng'ombe** | *value* |
| **kifaru** | *rhinoceros* | **kifaru** | *war tank* |

When these nouns appear as animates they take the animate agreement; when they appear as inanimate they follow the inanimate agreement of the appropriate class. The rest of the inanimate nouns take the prefixes of the classes to which they belong or of the class to which they have been transferred:

> **kikapu kile** *that basket*
> **kapu lile** *that huge basket*
> **mkapu ule** *that huge basket* (possibly *ugly*)

## Sound change:

The form of prefixes and suffixes may undergo sound changes. Prefixes are conditioned by whether they occur before a vowel or a consonant. Suffix sound changes are governed by a rule of vowel harmony. We discuss those changes in the appropriate units.

The structure of the language has been set out as it is spoken by native speakers and this is how they would like to hear their language spoken. While there are many people in East Africa who speak Swahili without observing strict rules of concordial agreement, relying heavily instead on the agreement of one class, the n- and n- class, it should be realized that for these speakers Swahili is probably a second or third language.

## THE SELF-TAUGHT STUDENT

If you have the tapes that accompany these lessons, listen to them and follow the instructions. If not, do the following:

Read the section on the sound system of Swahili to familiarize yourself with the quality of the consonants and vowels in the language. When you know these, read the instructions in the chart below, then start the first unit.

# HOW TO TEACH YOURSELF SWAHILI

**SOMO:**
*UNIT*

## MAZUNGUMZO: *CONVERSATION*

1. Say aloud each question or statement three times with its response.
2. Go through the first part of the dialogue until you are completely familiar with it.
3. Learn the second part of the dialogue in the same way.
4. Repeat the whole dialogue at least three times.
5. Read the question or clue statement, giving your own response.
6. Look at the responses to check whether you have been giving the correct answers.
7. Look at the responses, and try to give your own questions or clue statements.
8. Look at the questions and responses to check if your questions or statements have been appropriate to the responses.
9. Write down the whole dialogue without referring to the text.
10. If you are not certain about the meaning of any word or phrase look up its meaning in the vocabulary list.
11. Check your own dialogue with the one in the text. If you have made any mistakes go back to the text and start the procedure all over again. If you have made no mistakes you are ready to start **MAZOEZI:** *EXERCISE.*

## MAZOEZI: *EXERCISE*

1. Say aloud the sentence patterns given for each question or clue statement and its response.
2. If possible, cover the right-hand column, which has the complete sentences, but leave uncovered the left-hand column containing the words or phrases for substituting.
3. Say aloud the clue sentence three times.
4. Say the word that is to be substituted twice.
5. Give the new sentence incorporating the word you have been given.
6. Go over the whole exercise orally.
7. Still covering the right-hand column write down your answers.
8. Check your written answers with those given in the right-hand column.
9. Follow the same procedure when working with the other exercises.
10. When you have completed all the exercises correctly start working on **MANENO MAPYA:** *VOCABULARY.*

## MANENO MAPYA: *VOCABULARY*

1. Say each Swahili word three times.
2. Cover the English column and see if you know the English equivalents of those words given in Swahili. Check when you are not sure.
3. Cover the Swahili column, look at the English column, and see if you can give the Swahili equivalents. Check when you are not sure.
4. If there are words that present some difficulty put them on flash cards. Make these out of pieces of cardboard two by three inches in size. Write the Swahili word on one side with its English equivalent on the other side.
5. If a word has more than one English meaning check which of these meanings applies to the lesson.

## MAELEZO: *A FURTHER WORD*

1. Before you start a new unit, read the section on **MAELEZO:** *A FURTHER WORD,* which explains some grammatical points or cultural phenomena.
2. Read the whole unit again looking for the explanations given in the **MAELEZO.**

# Sehemu ya Kwanza: Masomo
*Part I: Units*

# 1 Somo La Kwanza
## Maamkio: *Greetings*

**MAZUNGUMZO:** *CONVERSATION*

**Sema kwa sauti:** *Say aloud.*

Hujambo?
- Sijambo.
Hujambo mama?
- Sijambo mama.
Sijambo bwana.
Mama.
Bwana.
Hujambo mama?
Hujambo bwana?

Habari?
- Nzuri.
Habari za asubuhi?
- Nzuri.
Habari za asubuhi, mama?
- Nzuri bwana.
Habari za asubuhi, bwana?
- Nzuri mama.
Habari za asubuhi, Bi. Janet?
- Nzuri bwana.
Habari za asubuhi, Bwana Smith?
- Nzuri bwana.
Habari za kutwa? *all day*
- Nzuri.

Jina langu.
- Jina langu Janet Scott.
Jina lako nani?
- Jina langu Janet Scott.
Jina lako nani?
- Jina langu Jim Anderson.
Jina lako nani?
- Jina langu Bill Brown.
Jina lako nani?
- Jina langu Ann Jones.
Jina lako nani, bwana?
- Jina langu John Smith.
Jina lako nani, mama?
- Jina langu Sally Wright.

Hodi — *may I come in*
- Karibu — *welcome*
- Hodi.
Kaa kitako. *sit down please*
Tafadhali kaa kitako.
Ahsante.

DAUDI: Hodi.
MARYAMU: Karibu.
DAUDI: Hujambo mama?
MARYAMU: { Sijambo bwana. Habari za asubuhi? / Sijambo bwana. Habari za kutwa? }
DAUDI: Nzuri.
MARYAMU: Tafadhali kaa kitako, bwana Daudi.
DAUDI: Ahsante. Kwaheri, mama.
MARYAMU: Kwaheri, bwana.


Daudi, sema "Hodi."
- Hodi?
Maryamu, jibu "Karibu."
- Karibu.
Daudi, sema "Hujambo mama."
- Hujambo mama?
Maryamu, jibu "Sijambo bwana."
- Sijambo bwana.
Maryamu, uliza "Habari za asubuhi?"
- Habari za asubuhi?
Daudi, jibu "Nzuri."
- Nzuri.
Maryamu, sema "Tafadhali kaa kitako."
- Tafadhali kaa kitako.
Daudi, jibu "Ahsante."
- Ahsante.
Daudi, sema "Kwaheri."
- Kwaheri.
Maryamu, jibu "Kwaheri."
- Kwaheri.


**MAZOEZI:** *EXERCISE*

**Sema kwa Kiswahili:** *Say in Swahili.*

*May I come in (at the door)?*
- *Welcome. (lit., near, approach)*
*How are you, Madam?*
- *I'm well.*
*What's the news?*
- *Good.*
*What's your name?*
- *My name is Daudi.*
*Please sit down.*
- *Thank you.*
*Goodbye.*
- *Goodbye.*

**Andika majibu ya maswali haya:** *Write the answers to these questions.*

Hujambo mama?
Habari?
Jina lako nani?
Tafadhali kaa kitako.
kwaheri.

## MANENO MAPYA: *VOCABULARY*

somo — *lesson*
kwanza — *first*
maamkio — *greetings*
mazungumzo — *conversation*
Hujambo? — *How are you?*
Sijambo. — *I'm fine.*
Mama — *madam, Mrs., Miss, mother, lady*
Bwana — *gentleman, Mr., sir*
habari — *news*
-a — *of*
asubuhi — *morning*
nzuri — *good*
Bibi (Bi) — *Miss, Madam, Mrs., lady*
jina — *name*
-angu — *mine*
-ako — *your*
nani — *who*
hodi — *word used by a visitor to indicate that he is at the door and often used by a host in response (lit., calm, peaceful)*
Tafadhali — *Please.*
Kaa kitako — *Sit down.*
Ahsante — *Thank you.*
Karibu. — *Welcome. (lit., come near.)*
Kwaheri. — *Goodbye. (sing.)*
Kwaherini. — *Goodbye. (pl.)*
Daudi — *a boy's name*
Mariamu, Maryamu — *a girl's name*
Sema — *Say.*
Jibu — *Answer*

Uliza — *Ask*
Andika — *Write.*

## MAELEZO: *A FURTHER WORD*
### Habari: *News*

*Habari is a form of greeting which one person extends to another by asking about the news. It can be extended to inquire about the news of that specific day, as in* **Habari za leo?** *"News of today?" or of a previous day as in* **Habari za tangu jana?** *"News from yesterday?" or* **Habari za tangu juzi?** *"News from the day before yesterday?" or of some time before, as in* **Habari za siku nyingi?** *"News of many days?" since their last meeting. It can also be used in such a phrase as* **Habari za kazi** *"How is work?"*

*You may ask the news of a particular time of the day,* **Habari za asubuhi?** *"News of the morning?" when asking a friend any time before noon. When greeting a friend any time after that, you may ask* **Habari za kutwa?** *"News of the day?" Coastal speakers of Swahili never ask specifically of the news of the afternoon* **(alasiri)**, *evening* **(jioni)**, *or night* **(usiku)**.

*The reply to the greeting* **Habari?** *may be* **Nzuri, Njema, Salama** *or* **Safi**. *You are expected always to respond positively. If, in fact, the news of the day or the health of the person greeted is not wholly good, then he will first respond favorably and positively in the correct manner and then will go on to elaborate the nature of his misfortunes:*

**Habari?**
**Njema. Lakini** *(but)* . . .

*It is always the person newly arriving on the scene who is expected to greet those already there. However, a younger person should always be the first to address an older person, whatever the circumstances. A courteous Swahili exchange of greetings usually begins with inquiries about the health of those present and then goes on to ask about relatives at home:*

**Habari?**
**Njema.**
**Habari za nyumbani?** *News of those at home*

# 2 Somo La Pili
## Jijulishe: *Introduce yourself.*

your self — to make known

**MAZUNGUMZO:** *CONVERSATION*

Hodi.
- Karibu.

Hujambo bwana?/mama?
- Sijambo.

Habari za asubuhi?
- Nzuri.

Tafadhali kaa kitako.
- Ahsante.

Jina lako nani?
- Jina langu Janet Scott.

Kwaheri.
- Kwaheri.

Habari?
- Njema.

Habari za asubuhi?
- Njema.

Habari?
- Njema/Nzuri.

Mama/Bibi
Hujambo Mama?
Hujambo Bibi?

Bwana huyu jina lake Jim Anderson.
Bwana huyu jina lake nani?
- Bwana huyo jina lake Jim Anderson.
  Jina lake Bwana Jim Anderson.

Mama huyu jina lake nani?
- Mama huyo jina lake Bi Janet Scott.
  Jina lake Bi Janet Scott.

Bibi huyu jina lake nani?
- Bibi huyo jina lake Bi Janet Scott.
  Jina lake Bi Janet Scott.

Bwana huyu jina lake Bwana Smith?
- Ndiyo, jina lake Bwana Smith.

Mama huyu jina lake Bi Janet.
- Ndiyo, jina lake Bi Janet.

Bibi huyu jina lake Bi Anne?
- Ndiyo, jina lake Bi Anne.

Jina lako Bwana Smith?
- Ndiyo, jina langu Smith.

Jina lako Bi Janet?
- Ndiyo, jina langu Janet.

Jina lako Bwana Anderson?
- Hapana, jina langu si Anderson.

Jina lako Bi Anne?
- Hapana, jina langu si Anne.

Bibi huyu jina lake nani?
- Bibi huyo jina lake _____.

Bwana huyu jina lake nani?
- Bwana huyo jina lake _____.

Mama huyu jina lake nani?
- Mama huyo jina lake _____.

Jina langu _____.
Jina lako _____.
Jina lake _____.
Jina lako nani?
- Jina langu _____.

Jina lake nani?
- Jina lake _____.
  (Janet Lee)
  (Fatuma Ali)
  (Juma Rajabu)
  (Bakari Mwamba)

Habari?
- Nzuri/Njema/Salama/Safi

Habari za asubuhi?
- Nzuri/Njema/Salama/Safi

Habari za kutwa?
- Nzuri/Njema/Salama/Safi

Habari za tangu jana?
- Nzuri/Njema/Salama/Safi

Habari za siku nyingi?
- Nzuri/Njema/Salama/Safi

Habari za kazi?
- Nzuri/Njema/Salama/Safi

**MAZOEZI:** *EXERCISE*

**Sema kwa Kiswahili:** *Say in Swahili.*

*What is this lady's name?*
*What is this gentleman's name?*
*Is her name Asha?*
- *Yes, her name is Asha.*
  *No, her name is not Asha.*
  *Her name is Halima Ali.*

*What is your name?*
*What is his name?*
*Is this lady Mrs. Brown?*
*Is this gentleman Mr. Brown?*
*Is your name Miss Janet Scott?*
- *Yes, my name is Janet Scott.*

**Jibu maswali haya:** *Answer these questions.*

Habari za siku nyingi?
Jina lako nani?
Bibi huyu jina lake nani?
Jina lako Halima Ali?
Bwana huyu jina lake Jim Anderson?

## MANENO MAPYA: *VOCABULARY*

pili — *second*
njema — *good*
huyu — *word used when indicating something animate near to the speaker*
-ake* — *his, her, its*
huyo — *word used when indicating something animate near to the listener*
Ndiyo. — *Yes.*
Hapana. — *No, there isn't.*
si — *not*
tangu — *since, from*
jana — *yesterday*
siku — *day, days*
kutwa — *all day*
-ingi — *many*
salama — *peaceful*

## MAELEZO: *A FURTHER WORD*

### MAJINA: *TERMS OF ADDRESS*

In Swahili the relationship between two people tends to be of a formal nature and even close friends use titles when addressing or referring to each other as an indication of respect. Similarly, no one ever places a title before his own name, even in the most formal situations, in order to indicate greater respect for the person to whom he is talking.

Even a close friend will be addressed, therefore, as **Bwana Ali** or **Bwana Daudi** while you refer to yourself simply by name as **Ali** or **Daudi**.

Less formal terms of address may sometimes be exchanged by friends of the same age and generation, but a younger person never addresses his seniors in such a disrespectful way. He is always expected to use the title, even if the age difference between them is only very slight.

**Mama** or **Bibi** is used to address any woman or mature girl, whether married or unmarried. **Bibiye** is used as a term of endearment and means Her Ladyship.

In certain regions, and especially in the islands and along the coast, the term **Bibi** is preferred to **Mama**, especially when a younger woman is being addressed.

In Swahili, no distinction is made between Miss and Mrs. The terms **Bibi** and **Mama** refer to both married and unmarried girls. The word **Bibi** is abbreviated to **Bi.** when the person's name is used, as in **Bi. Janet** or **Bi. Fatuma**. Recently, however, people have begun using **Binti**, a word originally used to mean "girl" or "daughter of," to refer to an unmarried girl. The original meaning is also retained.

A girl named **Fatuma Ali** would be addressed as **Bi. Fatuma** or **Bi. Fatuma Ali**. She would never be called **Bi. Ali** for this is the name of her father and is not the equivalent of an English surname. As we have seen, she might be referred to as **Fatuma binti Ali**, "Fatuma the daughter of Ali," or as **Binti Ali**, "the daughter of Ali." Most frequently, however, **Bibi** or **Mama** would be used.

In some places, the term **Mama Fatuma** or **Mama Ali** would be addressed to the mother of Fatuma or Ali, referring to her living senior child. Elsewhere, it simply means Mrs. or Miss.

The application of the term **Bwana** to a woman indicates a joking relationship signifying friendliness among peers rather than a sex distinction.

---

* A hyphen before a word indicates that this is a root and requires a prefix or prefixes in order to agree with a noun. See footnote, p. 20.

# 3 Somo La Tatu
## Uhali gani? *How are you?*

**MAZUNGUMZO**

U hali gani?
■    Mzima. —well
M hali gani?
■    Wazima.
U hali gani mama?
■    Mzima bwana.
U hali gani bwana?
■    Mzima mama.
M hali gani mabibi?
■    Wazima.
M hali gani mabwana?
■    Wazima.

**Unatoka wapi?** *Where do you come from?*

Ninatoka Tanzania.
Unatoka Amerika.
Bwana Brown anatoka Amerika.
Unatoka wapi?
■    Ninatoka Amerika.
     Ninatoka California.
Unatoka Amerika?
■    Ndiyo, ninatoka Amerika.
     Ndiyo, ninatoka Minnesota.
Bwana Smith anatoka Amerika?
■    Ndiyo, bwana Smith anatoka Amerika.
Bi. Janet anatoka wapi?
■    Bi. Janet anatoka Amerika.
     Bi. Janet anatoka Florida.
Bi. Anne anatoka wapi?
■    Bi. Anne pia anatoka Amerika.
Unatoka wapi?
■    Ninatoka Miami.
     Natoka Miami.

Ninakaa Manhattan.
Unakaa wapi?
■    Ninakaa _____.
Bwana Brown anakaa wapi?
■    Bwana Brown anakaa _____.
     Anakaa _____.
     (Manhattan)
     (Bronx)
     (Queens)
     (Kaloleni)
     (Makadara)

     (Moshi)
     (Chang'ombe)
     (Mji wa Kale)
Unakaa Manhattan?
■    Ndiyo, ninakaa Manhattan.
     Ndiyo, nakaa Manhattan.
     Naam, ninakaa Manhattan.
     Naam, nakaa Manhattan.
Bwana Brown anakaa Manhattan?
■    Ndiyo, anakaa _____.
     Naam, anakaa _____.

Ninasema Kiswahili.
Unasema Kiswahili?
■    Ndiyo, ninasema Kiswahili kidogo.
Unasema Kiingereza?
■    Ndiyo, ninasema Kiingereza.
     Ndiyo, nasema Kiingereza.
Bi. Sally anasema Kiingereza?
■    Ndiyo, anasema Kiingereza.

Unasema lugha gani?
Unasema Kiingereza.
Unasema lugha gani?
■    Ninasema Kiingereza.
Unasema lugha gani?
■    Ninasema Kifaransa.

Unatoka wapi?
■    Ninatoka _____ .
     Natoka _____ .
Unakaa wapi sasa?
■    Ninakaa _____ .
     Nakaa _____ .
Unasema lugha gani?
■    Ninasema _____ .
     Nasema _____ .

MARYAMU: U hali gani bwana?
DAUDI: Mzima. Je wewe?
MARYAMU: Mzima. Habari?
DAUDI: Salama. Unasema Kiingereza?
MARYAMU: Ndiyo, nasema kidogo. Unatoka wapi?
DAUDI: Natoka Amerika.
MARYAMU: Wapi Amerika?
DAUDI: Natoka California.
MARYAMU: Unakaa hapa Moshi sasa?
DAUDI: Ndiyo, nakaa hoteli ya K.N.C.U.

## MAZOEZI

### Sema kwa Kiswahili.

*How are you?*
- *I'm well.*
  *I come from Tanzania.*
  *You come from America.*
  *Mr. Brown also comes from America.*

*Where do you come from?*

*Do you come from America?*
- *Yes, I come from America.*

*Where do you live?*
- *I live in Manhattan.*

*What language do you speak?*
- *I speak English. I also speak French.*

*Do you speak Swahili?*
- *Yes, I speak a little Swahili.*

### Jibu maswali haya: *Answer these questions.*

Uhali gani?

Jina lako nani?

Unatoka wapi?

Habari za Amerika?

Unakaa wapi hapa?

Je unatoka New York?

Unasema lugha gani?

Unasema Kiswahili?

## MANENO MAPYA

tatu — *third*
u — *you (sing.)*
m — *you (pl.)*
hali — *condition*
gani — *what kind, what*
mzima — *well (sing.)*
wazima — *well (pl.)*
-zima — *whole*
-toka* — *leave from*
ni- — *I*
je — *indicates a question*
hapa — *here*
Moshi — *a town in Tanzania*
K.N.C.U. — *Kilimanjaro Native Cooperative Union*
a- — *he, she*
-kaa — *stay, sit, live*

wapi? — *where?*
pia — *also*
naam — *yes*
-sema — *speak*
Kiingereza — *English (language)*
Kiswahili — *Swahili (language)*
Kifaransa — *French (language)*
lugha — *language*
sasa — *now*
wewe — *you*

## MAELEZO

### MTUNGO WA SWALI: *QUESTION CONSTRUCTION*

*In Swahili questions are formed in four different ways:*

1. *By using the same word order as that of the statement but changing the intonation to a mid/high-falling terminal:*

   **Utakwenda.**    *You will go.*
   **Utakwenda?**    *Will you go?*

2. *By using* **Je-** *to introduce the question with or without the change of intonation:*

   **Je, utakwenda?**    *(no change of intonation)*
   **Je, utakwenda?**    *(with change of intonation)*

3. *By using* **-je** *as an enclitic to the verb:*

   **Utakwendaje?**    *How will you go?*
   **Utafanyaje?**    *What will you do? (How)*

4. *By using the interrogative words or phrases such as* **wapi** *(where),* **vipi** *(how),* **nani** *(who),* **-pi** *(which),* **kwa nini** *(why, for what reason) with a high/mid terminal tone:*

   **Utakwenda wapi?**    *Where will you go?*

   *These interrogatives may appear at the beginning or end of a question depending on the emphasis:*

   **Utakwenda wapi?**    *Where will you go? lit., (You will go where?)*

   **Wapi utakwenda?**    *Where will you go?*

   *In the second sentence the emphasis is on where.*

### THE SUBJECT PREFIX ni-

*The subject prefix* **ni-** *is often dropped:*

**ninakaa** > **nakaa**

**ninasema** > **nasema**

*There is no difference in meaning between* **ninakaa** *and* **nakaa** *and the two forms are interchangeable. Both constructions indicate that the action is unended.*

---

* A hyphen before a verb indicates that this is a root and requires a prefix or prefixes to form an infinitive or a complete verb or in order to agree with a noun.

# 4 Somo La Nne
# Rafiki Wawili: *Two Friends*

## MAZUNGUMZO

Ninajifunza Kiingereza.
Unajifunza Kiswahili.
Bwana Smith anajifunza Kiswahili pia.
Unajifunza Kiswahili?
- Ndiyo, ninajifunza Kiswahili.
- Ndiyo, najifunza Kiswahili.
Unajifunza lugha gani?
- Ninajifunza Kiswahili.
Bi. Janet anajifunza lugha gani?
- Bi. Janet anajifunza Kiswahili pia.

Ninafundisha Kiswahili.
Unajifunza Kiswahili.
Bi. Janet anajifunza lugha gani?
- Anajifunza Kiswahili.
Bwana . . . anafundisha lugha gani?
- Anafundisha _____.
Bwana . . . anafundisha Jiografia.
Bwana . . . anafundisha nini?
- Bwana . . . anafundisha Jiografia.
  Bwana . . . anafundisha Historia.
  Bwana . . . anafundisha Uchumi.

Unajifunza nini?
- Ninajifunza Jiografia.
  Ninajifunza Uchumi.
  Ninajifunza Sayansi.
  Ninajifunza Elimu.
  Ninajifunza Elimu ya hesabu.
  Ninajifunza Elimu ya lugha.
  Ninajifunza Elimu ya siasa.
  Ninajifunza Elimu ya nafsi.
  Ninajifunza Elimu ya falsafa.
  Ninajifunza Sanaa.
  Ninajifunza Biashara.
  { Ninafundisha shule ya _____.
  { Ninafundisha chuo kikuu cha Columbia.

Unajifunza wapi?
- Ninajifunza shule ya
  Ninajifunza chuo kikuu cha Columbia.
  Ninajifunza chuo kikuu cha Wisconsin
  Ninajifunza chuo kikuu cha New York.
  Ninajifunza chuo kikuu cha Texas.
  Ninajifunza chuo kikuu cha Harvard.
  Ninajifunza chuo kikuu cha City.
Bwana Brown, anajifunza wapi?
- Anajifunza chuo kikuu cha Columbia.

MARYAMU: Hujambo. Daudi?
DAUDI: Sijambo. Habari za siku nyingi?
MARYAMU: Njema. Unajifunza wapi sasa?
DAUDI: Najifunza chuo kikuu cha Columbia. Je wewe unajifunza wapi?
MARYAMU: Najifunza chuo kikuu cha City (College).
DAUDI: Unajifunza nini?
MARYAMU: Najifunza Historia, Uchumi na Kiingereza. Je wewe unajifunza nini?
DAUDI: Ninajifunza Sanaa, Kiswahili na Kifaransa.

Maryamu Uliza "Hujambo."
- Hujambo?
Daudi, jibu "Sijambo."
- Sijambo.
Uliza "Habari za siku nyingi."
- Habari za siku nyingi?
Maryamu, jibu "Njema."
- Njema.
Uliza "Anajifunza wapi sasa?"
- Unajifunza wapi sasa?
Daudi, jibu "Unajifunza chuo kikuu cha Columbia."
- Najifunza chuo kikuu cha Columbia.
Uliza "Yeye anajifunza wapi?"
- Je wewe unajifunza wapi?
Maryamu, jibu "Unajifunza chuo kikuu cha City."
- Najifunza chuo kikuu cha City.
Daudi, uliza "Anajifunza nini."
- Unajifunza nini?
Maryamu, jibu "Unajifunza Historia, Uchumi na Kiingereza."
- Najifunza Historia, Uchumi, na Kiingereza.
Uliza, "Je yeye, anajifunza nini."
- Je wewe unajifunza nini?
Daudi, jibu "Unajifunza Sanaa, Kiswahili na Kifaransa."
- Ninajifunza Sanaa, Kiswahili na Kifaransa.

## MAZOEZI
**Badilisha yafuatayo:** *Change the following.*

|  | Unatoka wapi? |
|---|---|
| -kaa | Unakaa wapi? |
| -jifunza | Unajifunza wapi? |
| -fundisha | Unafundisha wapi? |
| kwenda | Unakwenda wapi? |
|  |  |
|  | Najifunza skuli. |
| chuo kikuu | Najifunza chuo kikuu. |

| | |
|---|---|
| shule | Najifunza shule. |
| chuo cha walimu | Najifunza chuo cha walimu. |
| nyumbani | Najifunza nyumbani. |
| darasani | Najifunza darasani. |
| maktabani | Najifunza maktabani. |

Unajifunza wapi?
- Najifunza chuo kikuu cha Columbia.

Unajifunza nini?
- Najifunza Jiografia na Uchumi.

Unajifunza lugha gani?
- Najifunza Kiswahili.

## Sema kwa Kiswahili

*What are you studying?*
- *I am studying Linguistics, History, Economics, and Art.*

*Where are you studying?*
- *I'm studying at UCLA.*

*What language do you study?*

*Where do you teach?*


## MANENO MAPYA

nne — *four*
mwalimu — *teacher*
mwanafunzi — *student*
-jifunza — *study, learn*
-fundisha — *teach*
nini — *what*
Jiografia — *Geography*
Historia — *History*
Uchumi — *Economics*
Sayansi — *Science*
Elimu — *Education*
Elimu ya Siyasa, Siasa — *Political Science*
Elimu ya Nafsi — *Psychology*
Elimu ya Falsafa — *Philosophy*
Elimu ya Hesabu — *Mathematics*
Biashara — *Business*
maktaba — *library*

kwenda — *to go*
Elimu ya Lugha — *Linguistics*
Sanaa — *Art*
chuo kikuu — *university*
yeye — *he, she*
skuli, shule — *school*
Chuo cha walimu
Chuo cha ualimu } —*Teacher's College*
nyumbani — *at home*
darasani — *in class*
na — *and, with*
Sema polepole. — *Speak slowly.*
Sema tena. — *Say again.*
Unasemaje . . . kwa Kiswahili? — *How do you say . . . in Swahili?*

## MAELEZO

**VIANZO VYA MTENDAJI KWA KITU KIMOJA:**
*SUBJECT PREFIXES IN THE SINGULAR*
> *First person* **ni-**
> *Second person* **u-**
> *Third person* **a-**

**KUTOTUMIA KIUNGO KWENYE JINA LA MAHALI:** *PLACE NAMES AND PREPOSITIONS*
> *Prepositions are not necessary before place names and are often omitted:*
> **Ninatoka California.** *I come from California.*
> **Ninakaa Manhattan.** *I live in Manhattan.*
> **Ninakaa hoteli.** *I live in a hotel.*

> *When a verb is followed by a place name that is not a proper noun or that is not a recently borrowed word like* **hoteli** *or* **skuli,** *a locative* -ni *is suffixed to the noun:*
> **Ninatoka nyumbani.** *I'm coming from the house (home).*
> **Ninatoka sokoni.** *I'm coming from the market.*
> **Ninakwenda sokoni.** *I'm going to the market.*
> **Ali atakaa kitini.** *Ali will sit on a chair.*
> **Ali anakaa Manhattan.** *Ali lives in Manhattan.*

*The use of the locative* -ni *will be illustrated in Unit 11, p. 41, and Unit 31, p. 126.*

# 5 Somo La Tano
# Mgeni: *A Visitor*

## MAZUNGUMZO

Huyu ni mwalimu. Anatoka Amerika. Sasa anakaa
Moshi. Anafundisha shule ya Marangu. Anafundisha
Kiingereza na Jiografia.

### Jibu maswali haya.

Mwalimu huyu anatoka wapi?
Sasa anakaa wapi?
Anafanya nini Moshi?
Anafundisha nini?

Huyu ni mwanafunzi. Anatoka Ohio. Sasa anakaa
New York. Anakwenda Chuo kikuu cha Columbia.
Anajifunza Uchumi na Historia. Sasa anajifunza maktabani.

### Jibu maswali haya.

Mwanafunzi huyu anatoka wapi?
Sasa anakaa wapi?
Anakwenda chuo kikuu gani?
Sasa anajifunza wapi?
Anajifunza nini?
Anasema lugha gani?

Huyu ni mwanafunzi. Anakaa Moshi. Anajifunza
shule ya Marangu. Anajifunza Kiingereza, Historia, Hesabu
na Kiswahili.

### Jibu maswali haya.

Mwanafunzi huyu anakaa wapi?
Anajifunza wapi?
Anajifunza shule gani?
Anajifunza nini?

Sema jina lako nani
Unatoka wapi?
Unakaa wapi?
Unajifunza wapi?
Unajifunza nini?
Unajua lugha gani?
Unafahamu lugha gani?
Unakwenda wapi sasa?
Unafanya nini New York?

### Sema: *Say.*

Ninatoka Tanzania.
- Sitoki Kenya.

Ninakaa New York.
- Sikai New Jersey.
Ninafundisha Kiswahili.
- Sifundishi Kifaransa.


Wewe unatokaTanzania?
- Sitoki Tanzania.
Unakaa San Francisco?
- Sikai San Francisco.
Unakwenda maktabani sasa?
- Siendi maktabani.
Unajifunza Kifaransa hapa?
- Sijifunzi Kifaransa.
Unajifunza chuo kikuu cha Boston?
- Sijifunzi chuo kikuu cha Boston.
Unasema Kichina? Kikamba? Kikikuyu?
- Sisemi Kichina? Kikamba? Kikikuyu?
Unasema Kifaransa?
- Hapana, sisemi Kifaransa
Unajifunza Kichina? Kikamba? Kikikuyu?
- Hapana, sijifunzi Kichina. Kikamba. Kikikuyu.
Unakaa New Haven?
- Hapana, sikai New Haven.
  La, sikai New Haven.
  La, sisemi Kichina.
Bi Sally, unasema Kifaransa?
- La, sisemi Kifaransa.


Bi Sally anasema Kifaransa?
- La, hasemi Kifaransa.
Bwana Smith anafundisha Kiswahili?
- La, hafundishi Kiswahili. Anajifunza Kiswahili.
Bwana Howard anakaa Chicago?
- Hapana, hakai Chicago. Anakaa Cleveland.
Bwana Howard anakwenda Queens leo?
- Hapana, haendi Queens leo.
Bwana Howard anakuja Manhattan leo?
- Hapana, haji Manhattan leo.
Bwana Howard anajifunza chuo kikuu cha New York?
- Hapana, hajifunzi chuo kikuu cha New York,
  anajifunza chuo kikuu cha Columbia.
Je, wewe unakaa New Jersey?
- Hapana, sikai New Jersey.
  Nakaa Manhattan.
Je, Bwana Smith anakaa New Jersey?
- Hapana, hakai New Jersey. Anakaa Manhattan.
  La, hakai New Jersey. Anakaa Manhattan.

DAUDI MBWANA: Je bwana, unatoka Uingereza?
JIM SCOTT: La, sitoki Uingereza. Natoka Amerika.
DAUDI: Unasema Kiswahili?
JIM: Sisemi sana lakini nafahamu kidogo.
DAUDI: Unakaa hapa Moshi?
JIM: Hapana, sikai Moshi. Nakaa Daressalaam.
DAUDI: Unafundisha shule?
JIM: Hapana, sifundishi. Ninajifunza chuo kikuu.
DAUDI: Unakwenda Daressalaam sasa?
JIM: La, siendi Daressalaam. Nakwenda Bagamoyo.

Daudi, uliza "Anatoka Uingereza."
■    Je bwana, unatoka Uingereza?
Jim, jibu "Hutoki Uingereza, unatoka Amerika."
■    La, sitoki Uingereza, natoka Amerika.
Daudi, uliza "Anasema Kiswahili."
■    Unasema Kiswahili?
Jim, jibu "Husemi Kiswahili sana lakini unafahamu kidogo."
■    Sisemi Kiswahili sana lakini nafahamu kidogo.
Daudi, uliza "Anakaa hapa Moshi?"
■    Unakaa hapa Moshi?
Jim, jibu "Hapana, hukai Moshi, unakaa Daressalaam."
■    Hapana, sikai Moshi, nakaa Daressalaam.
Daudi, uliza "Anafundisha shule."
   Unafundisha shule?
Jim, jibu "Hapana, hufundishi, unajifunza chuo kikuu."
   Hapana, sifundishi, ninajifunza chuo kikuu.
Daudi, uliza "Anakwenda Daressalaam sasa?"
   Unakwenda Daressalaam sasa?
Jim, jibu "La, huendi Daressalaam, unakwenda Bagamoyo."
   La, siendi Daressalaam, nakwenda Bagamoyo.

## MAZOEZI

### Fasiri: *Translate.*

*I don't come from New York.*
*I don't live in Queens.*
*I'm not going to the library.*
*I'm not staying in the Bronx.*
*No, I don't speak English.*
*She does not live in Manhattan.*
*She does not live here.*
*He does not teach.*
*She does not study at Columbia University.*
*He does not come from Tanzania. He comes from Kenya.*
*He does not live here.*
*He is not coming today.*

### Badilisha sentensi hizi ziwe mtungo wa kukataa:
*Change these sentences into the negative*
*construction.*

Ninatoka Amerika.
Ninakaa Queens.
Ninajifunza chuo kikuu cha City.
Ninajifunza Sanaa.

Ninakwenda chuo kikuu.
Ninajua jina lake.
Bwana Smith anatoka Uingereza.
Anakaa Manhattan sasa.
Anafundisha chuo kikuu.
Anajifunza chuo kikuu.
Anakwenda Afrika.
Anakwenda shule sasa?
Anasema Kiingereza?
Anakaa Manhattan?

### Tumia maneno haya katika sentensi: *Use these words in sentences.*

-toka, -kaa, -sema, -fahamu, kwenda, -jifunza, -fundisha, kuja

### Hesabuni: *Count.*

| moja | (1) | tano | (5) | nane | (8) |
|------|-----|------|-----|------|-----|
| mbili | (2) | sita | (6) | tisa | (9) |
| tatu | (3) | saba | (7) | kumi | (10) |
| nne | (4) | | | | |

## MANENO MAPYA

Uingereza — *England*
tano — *five*
ni — *is, are*
hesabu — *arithmetic, count (sing.)*
hesabuni — *count (pl.)*
maswali — *questions*
-fanya — *do, make*
darasa — *class, subject*
la — *no*
lakini — *but*
sana — *much, very*
-jua — *know*
-fahamu — *understand*
kidogo — *little*
Kichina — *Chinese*
kuja — *to come*
badilisha — *change*
maneno — *words*
haya — *these*
yawe — *they be* (Kuwa *is equivalent to the verb to be.)*
kinyume — *reverse, opposite*

## MAELEZO

| | AFFIRMATIVE | NEGATIVE |
|---|---|---|
| 1st person singular | ninatoka ninakwenda | sitoki siendi |
| 2nd person singular | unatoka unakwenda | hutoki huendi |
| 3rd person singular | anatoka anakwenda | hatoki haendi |

# Mtihani: *A Quiz*

**Jibu maswali haya.**

1. Jina lako nani?
2. Unatoka wapi?
3. Sasa unakaa wapi?
4. Unafanya nini hapa New York?
5. Andika nambari hizi 3, 5, 6, 8, 7.

**Sikiliza na ujibu:** *Listen and respond.*

1. *Ask for permission to enter a building. What will the answer be that indicates you can go in?*
2. *Say hello to a lady. What might her response be?*
3. *You are meeting her in the afternoon. Ask her what the news is. Give four possible answers that she might make.*
4. *Ask her if her name is Fatuma. Invite her to sit down.*
5. *Ask her if she speaks English. Let her reply that she understands a little.*
6. *Ask her what kind of work she does. Let her reply that she teaches.*
7. *Ask her where she teaches. Let her answer that she teaches at the Teacher Training College.*
8. *Ask her what she teaches. Let her reply that she teaches Art and English.*
9. *Ask her if she is now going to school. Let her reply affirmatively.*

**Sikiliza na ujibu maswali:** *Listen to, then answer the following questions.*

Huyu ni mwanafunzi. Jina lake Daudi. Anatoka Moshi. Sasa anakaa New York na anakwenda chuo kikuu. Anajifunza Uchumi, Lugha na Sanaa.

**Jibu maswali haya.**

1. Mtu huyu jina lake nani?
2. Anatoka wapi na sasa anakaa wapi?
3. Anafanya nini New York?
4. Je anafundisha?

**D. Andika kinyume cha haya:** *Write the opposite of these.*

1. Ninataka kitabu.
2. Ninajifunza Kifaransa.
3. Ninakwenda nyumbani.
4. Ninafahamu Kiswahili.
5. Bwana Daudi anakaa hapa.
6. Anajua Kiswahili.

**E. Andika haya kwa Kiswahili:** *Write these in Swahili.*

1. *Please.*
2. *Thank you.*
3. *Speak slowly.*
4. *I don't understand.*
5. *I don't like it.*
6. *Please say again.*
7. *How do you say?*
8. *I don't know.*
9. *What are you saying?*
10. *Goodbye.*

# 6 Somo La Sita
# Mataifa: *Nationalities*

## MAZUNGUMZO

Mimi ni Mtanzania.
Mimi ni Mwafrika.
Mimi ni Mswahili.
Wewe ni Mwamerika.
Wewe ni Mwafro-Amerika.
Bwana Brown ni Mwamerika.
Bi. Janet ni Mwamerika.
Bwana Smith ni Mwingereza.
Bwana Coates ni Mkanada.
Bwana Anders ni Mswidish.
Wewe ni taifa gani?
■     Mimi ni Mwamerika.
Bwana Smith ni taifa gani?
■     Bwana Smith ni Mwingereza.
Bwana Coates ni taifa gani?
■     Bwana Coates ni Mkanada.
Bibi huyu ni Mwamerika?
■     Ndiyo ni Mwamerika.
Bwana huyu ni Mwamerika au Mwingereza?
■     Bwana huyo ni Mwamerika.
Bibi huyu ni Mwafrika au Mwamerika?
■     Bibi huyo ni Mwafrika.
Mzee Kenyatta ni Mwafrika?
■     Ndiyo Mzee Kenyatta ni Mwafrika.
Mzee Kenyatta ni Mkenya?
■     Ndiyo ni Mkenya.
Mwalimu Nyerere ni taifa gani?
■     Mwalimu Nyerere ni Mtanzania.
Mwalimu Nyerere ni Mwafrika?
■     Naam, Mwalimu Nyerere ni Mwafrika.
Rais Obote ni Mwafrika?
■     Ndiyo, Rais Obote ni Mwafrika.
Rais Nixon ni taifa gani?
■     Rais Nixon ni Mwamerika.
Rais Kenyatta ni taifa gani?
■     Rais Kenyatta ni Mkenya.
Makamu wa Rais Karume ni taifa gani?
■     Makamu wa Rais Karume ni Mtanzania.
Bwana Martin Luther King ni taifa gani?
■     Bwana Martin Luther King _____ .
Wewe ni taifa gani?
■     Mimi ni _____ .
Mimi ni taifa gani?
■     Wewe ni _____ .
Wewe ni Mswahili?
■     La, mimi si Mswahili, mimi ni Mganda.
                         Mwamerika.
                         Mwingereza.

Wewe ni Mkenya?
Wewe ni Mkikuyu?
Wewe ni Mganda?
Wewe ni Mwingereza?
■     Hapana, mimi si Mwingereza; Mimi ni Mwamerika.
Wewe ni Mchina?
■     Hapana, mimi si Mchina, Mimi ni Mjapani.
Mama huyu ni Mwamerika au Mkanada?
■     Mama huyo si Mwamerika ni Mkanada.
Bwana huyu ni Mtanzania au Mwamerika?
■     Bwana huyo si Mtanzania; ni Mwamerika.
Je wewe ni Mkenya?
■     Hapana, mimi si Mkenya.
      Hapana, si Mkenya.
Mama huyu ni Mkenya au Mganda?
■     Mama huyo ni Mganda.
      Ni Mganda. Si Mkenya.
Bwana huyu ni Mwamerika?
■     Ndiyo yeye ni Mwamerika.
Bibi huyu ni Mwingereza?
■     Hapana yeye si Mwingereza. Yeye ni Mwamerika.
Bibi huyu ni Bibi Brown?
■     Ndiyo bibi huyo ni Bibi Brown.
      Ndiyo yeye ni Bibi Brown.
      Ndiye.
      Hapana bibi huyo si Bibi Brown.
      Hapana yeye si Bibi Brown.
      Siye.

## Tumia taifa hizi: *Use these nationalities.*

Mimi ni _____ .
Yeye ni _____ .
        Mwarabu
        Mhindi (Muhindi)
        Mreno
        Mchina
        Mfaransa
        Mjerumani (Mdachi)
        Mrusi
        Mspenish/Mhispenia
        Mtaliana (Mwitalia)
        Mgirigi (Mgiriki)
        Mjapani

DAUDI: Shikamoo Mzee
MZEE JUMA: Marahaba, U hali gani bwana?
DAUDI: Mzima. Habari za siku nyingi?
MZEE: Njema tu Alhamdulilah. Bwana huyo jina lake nani?
DAUDI: Jina lake Bwana Bill Brown.

MZEE: Yeye ni Mwingereza?
DAUDI: Hapana, yeye si Mwingereza. Ni Mwamerika.
MZEE: Anatoka wapi Amerika?
DAUDI: Anatoka California. Sasa anafanya kazi hapa
   Marangu.
MZEE: Anafanya kazi gani?
DAUDI: Anafundisha chuo cha ualimu.
MZEE: Anafundisha nini?
DAUDI: Anafundisha Sanaa. Kwaheri Mzee.
MZEE: Kwaheri ya kuonana mwanangu. Nenda Salama.

Daudi, amkia "Shikamoo Mzee."
■   Shikamoo Mzee.
Mzee Juma, jibu "Marahaba," na uliza, "U hali gani."
■   Marahaba. U hali gani?
Daudi, jibu "Mzima," na uliza, "habari za siku nyingi?"
■   Mzima. Habari za siku nyingi?
Mzee, jibu "Njema tu," na uliza, "bwana huyo jina lake
   nani?"
■   Njema tu. Bwana huyo jina lake nani?
Daudi, jibu, "Jina lake Bill Brown."
■   Jina lake Bill Brown.
Mzee, uliza "Yeye ni Mwingereza?"
■   Yeye ni Mwingereza?
Daudi, jibu, "Yeye si Mwingereza ni Mwamerika."
■   Yeye si Mwingereza ni Mwamerika.
Mzee, uliza, "Anatoka wapi Amerika?"
■   Anatoka wapi Amerika?
Daudi, jibu, "Anatoka California. Sasa anafanya kazi hapa
   Marangu."
■   Anatoka California. Sasa anafanya kazi hapa Marangu.
Mzee, uliza, "Anafanya kazi gani?"
■   Anafanya kazi gani?
Daudi, jibu "Anafundisha chuo cha ualimu . . ."
■   Anafundisha chuo cha ualimu.
Mzee, uliza, "Anafundisha nini?"
■   Anafundisha nini?
Daudi, jibu "Anafundisha Sanaa," na sema, "kwaheri Mzee."
■   Anafundisha Sanaa. Kwaheri Mzee.
Mzee, jibu "Kwaheri ya kuonana mwanangu. Nenda
   Salama."
■   Kwaheri ya kuonana mwanangu. Nenda salama.

## MAZOEZI
### Sema kwa Kiswahili.

*Good morning, Mzee.*
*Good morning, how are you?*
■   *I'm well. How have you been?*
*What is that gentleman's name?*
■   *His name is Bill Brown.*
*Is he an Englishman?*
■   *No, he is not an Englishman, he is an American.*
*Where does he come from in America?*
■   *He comes from Ohio. Now he works here in Marangu.*

*What kind of work does he do?*
■   *He teaches at the Teacher Training College.*
*What does he teach?*
■   *He teaches Art.*
*Goodbye, Mr. Juma (lit., old man).*
■   *Goodbye, we will meet again, my child. Go
   peacefully.*

**Muulize mtu mwingine maswali haya:** *Ask these
questions of another person.*

Jina lake nani?
Yeye ni taifa gani?
Anasema lugha gani?
Anajua lugha gani?
■   Anajua_____(Kifaransa, Kiingereza, Kichina)
Anafanya kazi gani?
■   Anafundisha/yeye ni mwalimu (Rais, dakitari, karani)
Anafanya kazi wapi?
■   Anafanya kazi shule (bengi-benki, hospitali, chuo cha
   ualimu)

## Uliza: *Ask.*

Unafanya kazi wapi?
■   Ninafanya kazi _____.
               bengi
               hospitali
               shule
               chuo cha ualimu
Unafanya kazi gani?
■   Mimi ni mwalimu.
          karani.
          dakitari.
          muuguzaji.
Bwana . . . anafanya kazi wapi?
■   Anafanya kazi shule.
   Anafanya kazi _____.
Anafanya kazi gani?
■   Yeye ni mwalimu.
   Yeye ni _____.
Mimi ninafanya kazi gani?
Ninafundisha wapi?
Ninafundisha nini?

## MANENO MAPYA

Mimi — *I*
Mtanzania — *Tanzanian*
Mwafrika — *African*
Mswahili — *native Swahili speaker*
Mwamerika — *American*
Mwingereza — *Englishman*
Mkanada — *Canadian*
Mkenya — *Kenyan*
taifa — *nationality, nation*

au — *or*
tu — *only*
mzee — *old man, title*
rais — *president*
makamu wa rais — *vice-president*
Mganda — *Ugandan*
Ndiye. — *It is he/she.*
Siye. — *It is not he/she.*
Shikamoo. — *Good morning/afternoon/evening (lit., I am holding your feet).*
Marahaba. — *Welcome (reply to Shikamoo).*
kazi — *the work*
kufanya kazi — *to work*
Kwaheri ya kuonana. — *Goodbye, we will meet again.*
kuonana — *to meet*
mwanangu — *my child*
benki, bengi — *bank*
dakitari, daktari — *doctor*
karani — *clerk*
muuguzaji, muuguzi — *nurse*
amkia — *greet*
muulize — *ask*
mtu — *person*
mwingine — *another person*

## MAELEZO

### VIJINA VYA MWENYEWE: *PERSONAL PRONOUNS*

The personal pronouns — **mimi/miye** *(I)*, **wewe/weye** *(you)*, **yeye** *(he or she)* — are used:

1.  With subject prefixes for emphasis:
    **Mimi ninatoka California. Yeye anatoka Florida.**
    *I myself come from California. He comes from Florida.*

2.  With the particles **ni** *or* **si**:
    **Mimi ni Mwamerika, mimi si Mwingereza.**
    *I am an American, I am not English.*

3.  As a response to a question:
    **Nani anasema Kiswahili?**
    *Who speaks Swahili?*
    **Yeye.**
    *He.*
    **Yeye anasema Kiswahili.**
    *He speaks Swahili.*

4.  The subject prefix must be used when there is a verb, even if there is a personal pronoun preceding the verb. This rule is optional when the subject prefix indicates the first person singular.
    **Yeye anasema Kiswahili.**
    *He speaks Swahili.*

### SEHEMU ni: *THE PARTICLE* ni

In this unit **ni** is used to identify a subject and its predicate. It appears with all persons and all classes to mean "am," "is," or "are."

**Mimi ni Mwamerika.**   *I'm an American.*
**Wewe ni Mwamerika.**   *You are an American.*
**Yeye ni Mwamerika.**   *He/she is an American.*
**Huyu ni nani?**   *Who is this?*
**Huyu ni Mwamerika.**   *This is an American.*
**Bwana Brown ni Mwamerika.**   *Mr. Brown is an American.*

This **ni** may be left out without changing the meaning of the sentence:

**Mimi ni Mwamerika.**   *I'm an American.*
becomes   **Mimi Mwamerika.**

The negative of **ni** is **si**:

**Mimi si Mwamerika.**   *I am not an American.*

# 7 Somo La Saba
# Huyu ni nani? *Who is this?*

## MAZUNGUMZO
Huyu ni Bwana Ali na yule ni Bibi Ali.
Huyu ni nani?
- Huyu ni Bwana Ali. Huyo ni Bwana Ali.
Yule ni nani?
- Yule ni Bibi Ali.
Huyu ni mtoto na yule ni mtumzima.
Huyu ni nani?
Yule ni nani?
Huyu ni msichana na yule ni mvulana.
Huyu ni nani?
Yule ni nani?
Huyu ni mama na yule ni baba.
Huyu ni mwanamke na yule ni mwanamume.
Huyu ni mwalimu na yule ni mwanafunzi.
Huyu ni mvulana na yule ni msichana.
Huyu ni mtalii na yule ni mwenyeji.
Huyu ni mgeni na yule ni mwenyeji.
Huyu ni mtu na yule ni mnyama.
Huyu ni kijana na yule ni mzee.

## Fasiri halafu jibu maswali yafuatayo: *Translate, then answer, the following questions.*

Huyu ni mwanafunzi. Yeye ni msichana. Yeye ni Mwafrika. Yeye ni kijana. Anatoka Kenya. Anakaa New York. Anajifunza chuo kikuu. Anajifunza Biashara. Huyu ni nani? Yeye ni msichana au mvulana. Yeye ni mtumzima? Yeye ni taifa gani? Anatoka wapi? Anakaa New Jersey? Anajifunza nini?

Huyu ni mwalimu. Yeye ni mwanamume. Yeye ni mtumzima. Yeye ni Mwamerika si Mwingereza. Anafanya kazi Kenya. Anafundisha shule. Anafundisha Sanaa na Ukulima.

Huyu ni nani? Yeye ni mwanamke au mwanamume? Yeye ni mtoto au mtumzima? Yeye ni Mwingereza? Anafanya kazi wapi? Anafanya kazi gani? Anafundisha Kiingereza?

## Chagua mtu mmoja darasani na eleza habari zake: *Choose someone in the classroom and talk about him.*
## Sema: *Say.*

**Bibi** huyu jina lake nani?
**Bwana** huyu jina lake nani?

**Mwalimu** huyu jina lake nani?
**Mwanafunzi** huyu jina lake nani?
**Msichana** huyu jina lake nani?
**Mvulana** huyu jina lake nani?
**Mwanamke** huyu jina lake nani?
**Mwanamume** huyu jina lake nani?
**Mwamerika** huyu jina lake nani?
**Mwingereza** huyu jina lake nani?
**Mzee** huyu jina lake nani?
**Kijana** huyu jina lake nani?
**Rais** huyu jina lake nani?
**Paka** huyu jina lake nani?
**Mbwa** huyu jina lake nani?

Hawa ni Bwana na Bibi Brown na wale ni Bwana na Bibi Smith.
Hawa ni Waamerika na wale ni Waingereza.
Hawa ni walimu na wale ni wanafunzi.
Hawa ni watoto na wale ni watuwazima.
Hawa ni wanawake na wale ni wasichana.
Hawa ni wanaume na wale ni wavulana.
Hawa ni wageni na wale ni wenyeji.
Hawa ni watu na wale ni wanyama.
Watu hawa ni walimu. Watu wale ni watalii.
Watu hawa ni Waamerika. Watu wale ni Waingereza.
Watoto hawa ni wanafunzi wa Marangu.
Watu hawa ni wageni. Wale ni wenyeji.
Mabibi hawa ni Waingereza. Mabibi wale ni Waamerika.
Mabibi hawa ni walimu. Mabwana wale ni walimu pia.
Mabwana na mabibi hawa ni wageni. Mabwana na mabibi wale ni wenyeji.

## Badilisha maneno haya kuwa wingi: *Change these into plural form.*

Mtu >* watu
mtoto >
msichana >
mwanafunzi >
Mwingereza >
mwanamke >
bwana >
mtalii >
yule >

* The symbol > means "becomes."

mzee > wazee
mvulana >
mwalimu >
Mwamerika >
Mwanamume >
bibi >
Mwafrika >
mgeni >
mtu yule >

## Hesabu 11—20: *Count 11—20.*

| | |
|---|---|
| Kumi na moja | (11) |
| Kumi na mbili | (12) |
| Kumi na tatu | (13) |
| Kumi na nne | (14) |
| Kumi na tano | (15) |
| Kumi na sita | (16) |
| Kumi na saba | (17) |
| Kumi na nane | (18) |
| Kumi na tisa | (19) |
| Ishirini | (20) |

Hesabu dola moja mpaka ishirini (dola moja, dola mbili, n.k.)

Hesabu shilingi moja mpaka ishirini (shilingi moja, shilingi mbili, n.k.)

Bwana Ali pamoja na mke wake na watoto wake katika chumba cha kuzungumzia.

Huyu ni Bwana Ali na yule ni mama Ali.

Bwana Ali ni Mkenya. Yeye ni mwanamume. Yeye ni mtumzima.

Anatoka Mombasa na sasa anakaa New York. Amekaa kitini, anasoma gazeti. Leo hafanyi kazi.

Yule ni mama Ali. Yeye ni Mtanzania si Mwamerika. Yeye ni mwanamke.

Yeye ni mtumzima pia. Anatoka Tanzania hatoki Mombasa. Mama Ali amekaa kitini anazungumza na mtoto wake. Mtoto ni msichana si mvulana. Jina lake Asha.

Mvulana jina lake Juma. Yeye amekaa chini anasoma. Yeye anakwenda shule.

Anajifunza Elimu ya hesabu, Kiingereza na Sanaa. Sasa anafanya kazi ya shule. Yeye ni mtoto si mtumzima. Ni mvulana si msichana.

## MAZOEZI
### Jibu maswali haya.

Bwana huyu jina lake nani?
Yeye ni nani?
Anatoka wapi?
Anakaa wapi?
Mke wake ni taifa gani?
Anatoka wapi?
Anafanya nini sasa?

Mvulana anafanya nini?
Bwana Ali anafanya nini?
Kuna nini chumbani?
Kuna picha ukutani?
Kuna saa mezani?
Kuna taa mezani?
Kuna meza chumbani?

**Eleza picha kwenye ukurusa 31 kwa maneno yako mwenyewe:** *Describe the picture on page 31 in your own words.*

## MANENO MAPYA

saba — *seven, seventh*
yule — *that one away from speaker and listener*
mtoto — *child*
mtumzima — *adult*
msichana — *girl*
mvulana — *boy*
mama — *mother*
baba — *father*
mwanamke — *woman*
mwanamume, mwanamme — *man*
mtalii — *tourist*
mwenyeji — *native, local person, host, hostess*
mgeni — *foreigner, stranger, visitor, guest*
mtu — *person*
mnyama — *animal*
picha — *picture*
ukulima — *agriculture*
chagua — *choose*
eleza — *explain*
kijana — *a youth*
paka — *cat*
mbwa — *dog*
dola — *dollar*
shilingi — *shilling*
mpaka — *until*
chumba cha kuzungumzia — *living room*
pamoja na — *together with*
kiti — *chair*
kitini — *on the chair*
gazeti — *newspaper*
chini — *down*
-soma — *read*
kuna — *there is, there are*
chumba — *room*
chumbani — *in the room*
ukuta — *wall*
ukutani — *on the wall*
saa — *clock, watch, hour*
taa — *lamp*
meza — *table*

## MAELEZO

### JINA KWA KISWAHILI: *SWAHILI NOUN*

In Swahili a noun has a class prefix and a stem.

| CLASS PREFIX | STEM | |
| --- | --- | --- |
| m- | toto | *child* |
| m- | tu | *person* |
| ki- | kapu | *basket* |
| ki- | tu | *thing* |
| n- | dege | *bird/airplane* |

(**Mtoto** *means the child or a child.*)

There are two sets of class prefixes: those which indicate singular nouns and those which indicate the plural ones.

| SINGULAR | | PLURAL | |
| --- | --- | --- | --- |
| m-toto | *child* | wa-toto | *children* |
| ki-kapu | *basket* | vi-kapu | *baskets* |
| m-ti | *tree* | mi-ti | *trees* |

If the stem begins with a vowel some sound change occurs. See Unit 8.

Some nouns have the same prefix for both singular and plural:

| ndege | *bird* | ndege | *birds* |
| --- | --- | --- | --- |
| nyumba | *house* | nyumba | *houses* |

The class is labeled by its prefixes or by a number: **mtoto-watoto** is called **m-** and **wa-** class, or class 1 and 2, or sometimes just class 1.

**mti-miti** *is* **m-** *(sing.) and* **mi-*** *(pl.) Class, or class 3 and 4, or simply class 3.*

There is only one class in Swahili which has exclusively animate nouns. The **m-** and **wa-** class. The rest of of the classes contain both animate and inanimate nouns:

| ki + vi | **Kikapu** | *basket* |
| --- | --- | --- |
| | **Kijana** | *youth* |
| m- + mi- | **Mti** | *tree* |
| | **Mtume** | *prophet* |
| n- + n- | **Ngoma** | *drum, dance* |
| | **Ndugu** | *sibling (actual and classificatory)* |

\* **m-** and **mi-**, **n-** and **n-** indicate singular and plural.

ji- + ma- **Jiwe**    *stone*
         **Jirani**    *neighbor*

*All animate nouns regardless of their classes have the same concordial agreement:*

m- + wa- **Mvulana huyu jina lake nani?**
         *What is this boy's name?*
ki- + vi- **Kijana huyu jina lake nani?**
         *What is this young man's name?*
n- + n- **Rafiki huyu jina lake nani?**
         *What is this friend's name?*

*The agreement of a noun and its modifier will be discussed in Unit 13.*

*If a noun is a loan word and starts with a syllable which resembles one of the Swahili class prefixes, that noun is assigned to that class. Otherwise, most of the loan words are found in the n- (sing.) and n- (pl.) class and some in the ji- and ma- class.*

**kitabu** *(book) is found in* **ki-** *and* **vi-** *class.*
**msumari** *(nail) is found in* **m-** *and* **mi-** *class.*
**saa-** *(watch/hour) is found in* **n-** *and* **n-** *class.*
**duka** *(store) is found in* **ji-** *and* **ma-** *class.*
**maskani** *(settlement/dwelling place) is found in two classes* **ji-** *and* **ma-** *and* **n-** *and* **n-** *class.*

*A complete list of classes is given in the Glossary on pages 251 and 265.*

# 8 Somo La Nane
## Una kitu gani? *What do you have?*

**MAZUNGUMZO**

**Sema.**

Nina kitabu; kibiriti; kiti; kidani; chakula; kitana; kioo. Nina kalamu; sigireti; sigara; pete; chai; kahawa; motokaa; karatasi; saa; simu.

Una _____ .
Una kitu gani?
■　　Nina kalamu.
Nina kitu gani?
■　　Una kalamu.
Bi. Asha ana kitu gani?
■　　Bi. Asha ana kitabu.
　　　Bi. Asha ana _____ .
Nina nini?
■　　Una _____ .
Una nini?
■　　Nina _____ .
Bi. Asha ana nini?
■　　Ana _____ .
Una nini na nini?
■　　Nina kitabu na kalamu.
Bi. Asha ana nini na nini?
■　　Bi. Asha ana pete na kidani.

Nina kahawa lakini sina chai.
Nina kitabu lakini sina kalamu.
Una kibiriti?
■　　La sina. La sina kibiriti.
Una sigireti?
■　　La sina. La sina sigireti.
Una kahawa?
■　　La sina. La sina kahawa.
Una simu?
■　　La sina. La sina simu.
Una kalamu?
■　　La sina. La sina kalamu.
Una nini?
■　　Sina kitu.
Bi. Asha ana sigireti lakini hana kibiriti.
Bi. Fatuma ana kitabu lakini hana kalamu.
Bi. Fatuma ana kitabu au kalamu?
■　　Bi. Fatuma ana kitabu hana kalamu.
Bi. Asha ana pete au kidani?
■　　Bi. Asha ana pete hana kidani.

Wewe una kitabu lakini huna kalamu.　　Huna kalamu?
Wewe una mke lakini huna mtoto.　　　Huna mtoto?
Wewe una kitana lakini huna kioo.　　　Huna kioo?

<u>Nina</u> kibiriti lakini <u>sina</u> sigireti.
<u>Una</u> kitana lakini <u>huna</u> kioo.
<u>Ana</u> kitabu lakini <u>hana</u> kalamu.

Nina sigireti lakini nataka kibiriti.
Nina kitana lakini nataka kioo.
Nina kidani lakini nataka pete.
Nina karatasi lakini nataka kalamu.
Nina kahawa lakini nataka maziwa.
Ninavuta lakini sina sigireti.
Nina sigireti lakini sina kibiriti.

**MAZOEZI**

**Sema kwa Kiswahili.**

*Have you a comb?*
*Have you a car?*
*Have you a piece of paper?*
*Have you matches?*
*Have you a telephone?*
*Have you a pen?*
*I have some coffee but I have no tea.*
*I have a cigarette but I have no matches.*
*He has a book but he doesn't have a pen.*
*She has a watch but she does not have a ring.*
*Don't you have food?*
*Don't you have a pen?*
*Don't you have some tea?*
*Don't you have a piece of paper?*

**MANENO MAPYA**

kitabu — *book*
kibiriti — *matches*
kidani — *necklace*
chakula — *food*
kitana — *comb*
kioo — *mirror*
kalamu — *pen*
sigireti, sigara — *cigarettes*
pete — *ring*
chai — *tea*

kahawa — *coffee*
motokaa, motakaa, motokari — *automobile*
karatasi — *paper*
simu — *telephone*
kitu — *thing*
-taka — *want*
maziwa — *milk*

## MAELEZO

ki- + vi- *AND* n— *(sing.)* + n— *(pl.) CLASSES*

In this lesson we use nouns from two different classes. These are:

1.   ki— + vi— *class (or* ch— + vy— *when a stem begins with a vowel):*

| | | | |
|---|---|---|---|
| **kiti** | *chair* | **viti** | *chairs* |
| **kitabu** | *book* | **vitabu** | *books* |
| **kikombe** | *cup* | **vikombe** | *cups* |
| **kisu** | *knife* | **visu** | *knives* |
| **kijana** | *youth* | **vijana** | *youths* |
| **kipofu** | *blindman* | **vipofu** | *blindmen* |
| **chakula** | *food* | **vyakula** | *different types of food* |
| **chumba** | *room* | **vyumba** | *rooms* |
| **chuo kikuu** | *University college* | **vyuo vikuu** | *universities colleges* |
| **choo** | *bathroom* | **vyoo** | *bathrooms* |

2.   n— + n— *class (* ny— *when a stem begins with a vowel):*

| | | | |
|---|---|---|---|
| **ndege** | *bird* | **ndege** | *birds* |
| **ngoma** | *drum/dance* | **ngoma** | *drums/dances* |
| **nguo** | *clothing* | **nguo** | *clothes* |
| **ndugu** | *actual and classificatory sibling* | **ndugu** | *siblings* |
| **nguvu** | *strength/power* | **nguvu** | *strengths/powers* |
| **nzi** | *fly* | **nzi** | *flies* |

The prefix n— *appears before* d, g, j, y, *and* z. *Many of the words in this class do not begin with* n-. *In polysyllabic words* n- *disappears before* p, t, k, ch, h, f, s, n.

| | | | |
|---|---|---|---|
| **simba** | *lion* | **simba** | *lions* |
| **kuku** | *chicken* | **kuku** | *chickens* |
| **chatu** | *python* | **chatu** | *pythons* |
| **fisi** | *hyena* | **fisi** | *hyenas* |
| **rafu** | *shelf* | **rafu** | *shelves* |

Monosyllabic words retain the prefix:

| | | | |
|---|---|---|---|
| **nta** | *wax* | **nta** | *waxes* |
| **nzi** | *fly* | **nzi** | *flies* |
| **nchi** | *country* | **nchi** | *countries* |

n- *before* b *or* v *becomes* m-:

| | | | |
|---|---|---|---|
| **mboga** | *vegetable* | **mboga** | *vegetables* |
| **mbu** | *mosquito* | **mbu** | *mosquitos* |
| **mvi** | *gray hair* | **mvi** | *gray hairs* |
| **mvua** | *rain* | **mvua** | *rains* |

Most of the loan words are found in this class. The common feature of the class is that it does not distinguish number.

# 9 Somo La Tisa
## Kuna nini? *What's up?*

**MAZUNGUMZO**

**Sema.**

Nina njaa.
- Nina kiu.
Nina kazi.
- Nina haraka.
Nina darasa.
- Nina shule.
Nina usingizi.
- Nina bahati.

**Badilisha kuwa mgeni:** *Change to* **mgeni.**

Mgeni ana njaa.
- Mgeni ana kiu.
Mgeni ana kazi.
- Mgeni ana haraka.
Mgeni ana darasa.
- Mgeni ana shule.
Mgeni ana usingizi.
- Mgeni ana bahati.

**Badilisha kuwa mwalimu:** *Change to* **mwalimu.**

Mwalimu ana njaa.
- Mwalimu ana kiu.
Mwalimu ana kazi.
- Mwalimu ana haraka.
Mwalimu ana darasa.
- Mwalimu ana shule.
Mwalimu ana usingizi.
- Mwalimu ana bahati.

**Badilisha kuwa wewe:** *Change to* **wewe.**

Wewe una njaa. Una njaa.
- Wewe una kiu. Una kiu.
Wewe una kazi. Una kazi.
- Wewe una haraka. Una haraka.
Wewe una darasa. Una darasa.
- Wewe una shule. Una shule.
Wewe una usingizi. Una usingizi.
- Wewe una bahati. Una bahati.

**Badilisha kuwa maswali:** *Change to question form.*

Una njaa?
- Una kiu?
Una kazi?
- Una haraka?

Una darasa?
- Una shule?
Una usingizi?
- Una bahati?
Nina njaa. Nataka chakula.
- Nina kiu. Nataka maji au pombe.
Nina mke. Nataka mtoto.
- Nina darasa. Nataka kitabu.
Nina sigireti. Nataka kibiriti.

**Uliza:** *Ask.*

Kuna nini mezani?
- Kuna kitabu na kalamu.
Kuna nini ukutani?
- Kuna picha na ramani.
Kuna nini chumbani?
- Kuna watu.
Kuna nini shuleni (shule)?
- Kuna mkutano.

**Sema.**

Hali ya hewa i vipi leo?
Kuna jua leo
Kuna joto leo.
Kuna mvua leo.
Kuna theluji leo.
Kuna unyevunyevu leo.
Kuna baridi leo.
Kuna mawingu leo.
Kuna upepo leo.

**Uliza.**

Kuna joto?
Kuna mvua?
Kuna theluji?
Kuna shule?
Kuna baridi?
Kuna mawingu?
Kuna upepo?
Kuna darasa?

**Sema.**

Hakuna jua.
Hakuna joto.
Hakuna mvua.
Hakuna theluji.
Hakuna shule.

Hakuna kelele.
Hakuna unyevunyevu.
Hakuna baridi.
Hakuna mawingu.
Hakuna upepo.
Hakuna darasa.
Hakuna kitu.

## Sema.

✳ Haraka, haraka, haina baraka.
*Hurry, hurry, has no blessing.*

DAUDI: Je una haraka?
MARYAMU: Ndiyo nina haraka kidogo.
DAUDI: Una haraka ya nini?
MARYAMU: Nakwenda shule.
DAUDI: Kuna shule leo?
MARYAMU: La hakuna shule leo; lakini mimi nina kazi
           kidogo.
DAUDI: Naona una mwamvuli. Je, kuna mvua leo?
MARYAMU: Hakuna mvua sasa; lakini kuna mawingu. Je
           wewe, huna kazi leo?
DAUDI: Sina.

Daudi, uliza "Ana haraka?"
■    Una haraka?
Maryamu, jibu, "Ndiyo una haraka kidogo."
■    Ndiyo nina haraka kidogo.
Daudi, uliza "Ana haraka ya nini?"
■    Una haraka ya nini?
Maryamu, jibu "Unakwenda shule."
■    Nakwenda shule.
Daudi, uliza, "Kuna shule leo?"
■    Kuna shule leo?
Maryamu, jibu, "La hakuna shule leo, lakini wewe una kazi
           kidogo."
■    La hakuna shule leo, lakini mimi nina kazi kidogo.
Daudi, sema, "Unaona ana mwamvuli. Kuna mvua leo?"
■    Naona una mwamvuli. Je. kuna mvua leo?
Maryamu, jibu, "Hakuna mvua lakini kuna mawingu."
■    Hakuna mvua lakini kuna mawingu.
Maryamu, uliza, "Yeye hana kazi leo?"
■    Je wewe huna kazi leo?
Daudi, jibu, "Huna kazi."
■    Sina kazi

## MAZOEZI

## Sema kwa Kiswahili.

*Are you in a hurry?*
■    *Yes, I am in a bit of a hurry.*
*What's the hurry?*
■    *I'm going to school.*
*Is there school today?*

■    *No, there is no school today, but I have a little bit of
      work to do.*
*You have an umbrella. Is there rain about today?*
■    *No, there is no rain, but it is cloudy.*
*Don't you have any work today?*
■    *I don't.*

**Eleza:** *Describe.*

Hali ya hewa ya New York.
Hali ya hewa ya Afrika ya Mashariki.

## MANENO MAPYA

Una nini? — *What's the matter? What do you have?*
njaa — *hunger*
kiu — *thirst*
haraka — *hurry*
usingizi — *a sleep*
bahati — *luck*
maji — *water*
pombe — *beer, liquor*
shuleni — *in the school*
ramani — *map*
watu — *people*
mkutano — *meeting*
hali ya hewa — *the state of the weather*
vipi — *how*
jua — *sun*
joto — *heat*
mvua — *rain*
theluji — *snow*
leo — *today*
unyevunyevu — *dampness, moisture*
baridi — *cold*
mawingu — *clouds*
upepo — *wind, breeze*
kelele — *noise*
hakuna — *there isn't*
        *there aren't*
baraka — *blessing*
-ona — *see*
mwamvuli (mwanvuli) — *umbrella*
Afrika ya Mashariki — *East Africa*

## MAELEZO

**MIFANO YA SENTENSI ZA KISWAHILI:** *SWAHILI SENTENCE
PATTERN*

    *You are now familiar with three types of Swahili
sentence patterns:*
*Type 1: The sentence that is constructed with the* ni-,
      *which identifies the subject of the sentence with
      its predicate, which may be a noun or an adjective.*

**Mimi ni mtalii.** *I am a tourist.*
**Yeye ni mwema.** *He is good.*

*The negative construction is formed by
substituting* **si** *for* **ni.**
**Mimi si mtalii.** *I am not a tourist.*
**Yeye si mwema.** *He is not good.*

*Type 2:* *The sentence that is constructed with the* **na** *that
coordinates the person indicated by the pronoun
prefix and the noun that follows it.*
**Nina kazi** *I have work/I am busy (lit. I with work)*

*The negative of this construction is formed by
prefixing* **si-** *to the* **-na** *when referring to the first
person singular or by prefixing* **ha-** *or* **h** *to the
pronoun followed by* **-na** *when referring to a
person other than the first person singular.
The negative* **ha-** *appears when a consonant
follows, and* **h-** *is used when a vowel follows.*

|  | SINGULAR | | PLURAL | |
|---|---|---|---|---|
|  | *Affirmative* | *Negative* | *Affirmative* | *Negative* |
| *1st person* | ni-na | si-na | tu-na | ha-tu-na |
| *2nd person* | u-na | h-u-na | m-na | ha-m-na |
| *3rd person* | a-na | h-a-na | wa-na | ha-wa-na |
| *place* | ku-na | ha-ku-na | ku-na | ha-ku-na |
| *place* | pa-na | ha-pa-na | pa-na | ha-pa-na |
| *place* | m-na | ha-m-na | m-na | ha-m-na |

*Type 3:* *The sentence that is constructed with a verb stem
combined with a subject prefix and an action
marker.*

*Subject* *Action* *Verb*
*Prefix* *Marker* *Stem*
  **Ni** - **na** - **toka** **Amerika.**
    *I come from America.*

*The negative construction of this sentence was
illustrated in Unit 5, p. 24, and will be discussed
later in Unit 12, pp. 46–47.*

# 10 Somo La Kumi
## Unapenda kufanya nini? *What do you like to do?*

**MAZUNGUMZO**

Unapenda kufanya nini?
- Napenda kusoma.
  - kulala.
  - kusafiri.
  - kujifunza.
  - kuzungumza.
  - kuandika.
  - kula.
  - kunywa.
  - kuogelea.
  - kuwinda.
  - kucheza.
  - kutembea.

- Napenda kuvua samaki.
  - kucheza futboli.
  - kutazama televisheni.
  - kupiga picha.
  - kucheza karata.
  - kucheza dansa.
  - kucheza mpira.

### Uliza na ujibu: *Ask a third person something and then tell me his answer.*

Bwana huyu anapenda kufanya nini?
- Anapenda kujifunza.

Bibi huyu anapenda kufanya nini?
- Anapenda kusafiri.
  - Anapenda kutembea.
  - Anapenda kuzungumza.
  - Anapenda kulala.
  - Anapenda kucheza futboli.
  - Anapenda kutazama televisheni.
  - Anapenda kula.

Utapenda kufanya nini kesho?

### Muulize mtu anapenda kufanya nini halafu ujibu: *Ask someone in class what he likes to do and then tell me his answer.*

Unapenda kufanya nini?
- Napenda kusafiri.
  - Anapenda kusafiri.

Unapenda kufanya nini?
- Napenda kutembea.
  - Anapenda kutembea.

Unapenda kufanya nini?
- Napenda kusoma.
  - Anapenda kusoma.

### Uliza.

Mwalimu anafanya nini?
- Anafundisha.

Anafundisha nini?
- Anafundisha kusema Kiingereza.
  - Anafundisha kusoma Kiingereza.
  - Anafundisha kuandika Kiingereza.

Mwanafunzi anafanya nini?
- Anajifunza.

Anajifunza nini?
- Anajifunza kusema Kiingereza.
  - Anajifunza kusoma Kiingereza.
  - Anajifunza kuandika Kiingereza.

Unataka kufanya nini?
- Ninataka kujifunza Kiswahili.
  - Ninataka kwenda nyumbani.
  - Ninataka kusafiri.

RAJABU: U hali gani rafiki?
ABUDU: Mzima tu. Je na wewe?
RAJABU: Mzima Alhamdulilah. Unakwenda wapi sasa?
ABUDU: Ninakwenda kuvua. Utapenda kwenda kuvua pamoja na mimi?
RAJABU: A-a-a. Sipendi sana kuvua, bwana. Napenda kucheza futboli. Unataka kwenda kucheza futboli badala ya kuvua?
ABUDU: Nitapenda kwenda lakini si leo. Siwezi kucheza leo, labda kesho.
RAJABU: Haya tutaonana kesho. Nenda salama.
ABUDU: Ahsante. Tutaonana tukijaaliwa.

Rajabu muulize Abudu "Anakwenda wapi sasa?"
- " Unakwenda wapi sasa?"

Abudu mjibu unakwenda kuvua "na muulize atapenda kwenda kuvua pamoja na wewe."
- "Ninakwenda kuvua. Utapenda kwenda kuvua pamoja na mimi?"

Rajabu mjibu, "A-a-a hupendi sana kuvua. Unapenda kucheza
    futboli."
- "A-a-a sipendi sana kuvua. Napenda kucheza futboli."
Rajabu muulize, "Anataka kwenda kucheza futboli badala
    ya kuvua?"
- "Unataka kwenda kucheza futboli badala ya kuvua?"
Abudu mjibu, "Utapenda kwenda lakini si leo," na sema,
    "huwezi kucheza leo, labda kesho."
- "Nitapenda kwenda lakini si leo." Siwezi kucheza leo,
    labda kesho.
Rajabu sema, "Mtaonana kesho. Nenda salama."
- "Tutaonana kesho. Nenda salama."
Abudu sema, "Ahsante. Mtaonana mkijaaliwa."
- "Ahsante tutaonana tukijaaliwa."

## MAZOEZI

### Sema kwa Kiswahili.

*Where are you going now?*
- *I'm going fishing.*

*Would you like to go fishing with me?*
- *No, I don't like fishing very much. I like playing
    football (soccer).*

*Do you want to play football instead of fishing?*
- *I would like to go, but not today. I can't play today,
    maybe tomorrow.*

*All right, we will meet tomorrow. Go peacefully.*
- *Thank you. We will meet when God permits us.*

### Eleza: Kesho utapenda kufanya nini?

*Describe: What would you like to do tomorrow?*

### Badilisha sentensi hizi ziwe kinyume chake:

*Change these sentences into negative form.*

Ninakwenda kuvua.
Ninapenda kutembea.
Naweza kuwinda leo.
Napenda kusafiri.
Ninafundisha Kiingereza.
Ninataka kwenda.
Ninataka kulala.
Ninataka kwenda kuogelea.

## MANENO MAPYA

kupenda — *to like*
kulala — *to sleep*
kusafiri — *to travel*
kuzungumza — *to converse*
kuandika — *to write*
kula — *to eat*
kunywa — *to drink*
kuogelea — *to swim*
kuwinda — *to hunt*

kucheza — *to play, to dance*
kuvua, samaki — *to fish*
kutembea — *to take a stroll and to go out for pleasure*
futboli — *football, soccer*
kutazama — *to watch*
kupiga picha — *to take photographs*
kucheza karata- — *to play cards*
kucheza dansa, dansi — *to dance (western style)*
kucheza mpira- — *to play ball*
halafu — *then*
rafiki — *friend*
Alhamdulilah. — *Praise be to God.*
badala ya — *instead of*
-weza — *able*
labda — *maybe*
kesho — *tomorrow*
haya — *all right*
nenda. — *Go. (sing. imperative)*
-onana — *meet*
Tukijaaliwa — *God permits us, God willing*
Mjibu. — *Answer him.*

## MAELEZO
### KITENDO CHENYE KIANZO KU-: *THE INFINITIVE*

*The infinitive of the verb and the present participle
are formed by prefixing* **ku-** *to the verb stem:*

| | | | |
|---|---|---|---|
| -toka | *come/go out* | **kutoka** | *to come/coming out* |
| -kaa | *sit/stay, live* | **kukaa** | *to live/living* |
| -jifunza | *study* | **kujifunza** | *to study/studying* |
| -ogelea | *swim* | **kuogelea** | *to swim/swimming* |
| -la | *eat* | **kula** | *to eat/eating* |
| -wa | *be* | **kuwa** | *to be/being* |

*In this lesson the infinitive form of the verb is used as
an object of the sentence.*

**Napenda kuogelea.** *I like to swim. (I like swimming.)*
**Anataka kutoka.** *He wants to go out.*

*The negative infinitive is formed by inserting* **-to-**
*between the prefix* **ku** *and the verb stem:*

**ku-to-toka** *not to come from*
**ku-to-kaa** *not to live/stay*
**ku-to-jifunza** *not to study*
**ku-to-ogelea** *not to swim*
**ku-to-kula** *not to eat*
**ku-to-kuwa** *not to be*
**ku-to-kwenda** *not to go*
**ku-to-chelewa** *not to be late*

*The* **ku** *is retained in monosyllabic verbs and in*
**kwenda** *and* **kwisha.**

**Anataka kutokwenda.** *He wishes not to go.*
**Kuwa au kutokuwa.** *To be or not to be.*

*Other uses of the infinitive of the verb will be illustrated
and discussed in Unit 27, p. 110.*

# Mtihani: *A Quiz*

**A. Maliza sentensi hizi:** *Complete these sentences.*

1. Janet ni_____ .
   a. msichana
   b. mvulana
   c. mwanamume
   d. mnyama
2. Bill ni_____ .
   a. msichana
   b. mwanamke
   c. mvulana
   d. mbwa
3. Leo kuna upepo na _____ .
   a. joto
   b. baridi
   c. haraka
   d. kelele
4. Nina kiu. Nataka _____ .
   a. chakula
   b. kula
   c. kulala
   d. maji
5. Nina njaa lakini _____ kiu.
   a. hana
   b. huna
   c. sina
   d. kuna
6. Ana haraka lakini _____ kazi leo.
   a. sina
   b. huna
   c. hana
   d. ana
7. Ninataka kutembea _____ kufanya kazi.
   a. sitaki
   b. hutaki
   c. hataki
   d. sina
8. Unataka kula lakini _____ kufanya kazi.
   a. sipendi
   b. hapendi
   c. hupendi
   d. unapenda
9. Bwana Ali ana haraka _____ kwenda.
   a. anakuja
   b. anataka
   c. ninapenda
   d. ninataka
10. Yeye ni _____ .
    a. Mwingereza
    b. Kiingereza
    c. Uingereza
    d. Amerika

**B. Jibu maswali haya kwa Kiswahili:** *Answer these questions in Swahili.*

1. Jina lako nani na wewe ni taifa gani?
2. Unafanya nini hapa New York?
3. Kwa nini unajifunza Kiswahili?
4. Utapenda kufanya nini kesho?
5. Hali ya hewa ya New York ni vipi?

**C. Fasiri kwa Kiswahili:** *Translate into Swahili.*

1. *Are you busy? I want to talk to you.*
   *Yes, I am in a bit of a hurry.*
2. *Where are you going?*
   *I am going to school.*
3. *Is there school today?*
   *No, there is no school today, but I have some work to do.*
4. *I'm hungry. I want to go and eat.*
   *Would you like to eat with me?*
5. *Where are you going to eat?*
   *I'll eat at home.*
6. *What kind of food do you have?*
   *I have a lot of food. Do you want to come?*
7. *I see you have an umbrella. Is it raining?*
   *There is no rain now, but it is cloudy.*
8. *Is it cold?*
   *It's not cold, but it's not very hot. It's damp.*

# 11 Somo La Kumi Na Moja
# Nyumbani: *At Home*

## MAZUNGUMZO

### Sema.

Mimi na Bwana Ali tunatoka Tanzania.
Wewe na Bi Sue mnatoka California.
Bwana na Bibi Scott wanatoka Long Island.
Bwana na Bibi Scott wanatoka wapi?
- Bwana na Bibi Scott wanatoka Long Island.
  Wanatoka Long Island.
Wewe na Bi Janet mnatoka wapi?
- Tunatoka California.
Mimi na Bwana Ali tunafundisha Kiswahili.
Wewe na Bi Asha mnajifunza nini?
- Tunajifunza Kiswahili.
Bwana Smith na Bwana Howard na Bwana Andrew
  wanajifunza nini?
- Wanajifunza Kiswahili.

### Tumia vitendo hivi: *Use these verbs.*

-kaa; -sema; -zungumza; -fundisha; -taka; -winda; -vua;
kwenda; -penda; -fahamu; -ogelea; kula; -imba; -uliza; -jibu

Mimi na Bi Asha tunafundisha Kiswahili.
Sisi tunafundisha Kiswahili.
Wewe na Bwana Scott mnajifunza nini?
- Sisi tunajifunza Kiswahili.
  Tunajifunza Kiswahili.
Wewe na Bwana Scott mnakaa New York.
Nyinyi (ninyi) mnakaa New York.
Nyinyi mnakaa wapi?
Bwana Scott na Bwana Brown wanatoka Amerika.
Wao wanatoka Amerika.
Bwana Scott na Bwana Brown wanatoka wapi?
- Wao wanatoka Amerika.
  Wanatoka Amerika.
Wanafunzi hawa wanatoka wapi?
- Wanafunzi hawa wanatoka Afrika ya Mashariki:
Walimu hawa wanatoka wapi?
- Wanatoka Uingereza.

### Sema.

Mimi ninakaa Manhattan.
- Sisi tunakaa Manhattan.
Wewe unakaa Manhattan.
- Nyinyi mnakaa Manhattan.
Yeye anakaa Manhattan.
- Wao wanakaa Manhattan.

### Tumia vitendo hivi: *Use these verbs.*

-soma, -sema, -jifunza, -jibu, -uliza, -taka, -imba,
-winda, -penda, -jua, -tembea, -tazama, -soma, kwenda, kula,
-safiri

### Soma na fasiri: *Read and translate.*

#### CHUMBA CHA KULIA: *DINING ROOM*

Huyu ni Bwana Ali na mama Ali. Wao wanatoka
Afrika ya Mashariki. Sasa wanakaa New York. Wanafanya
kazi Manhattan. Bwana Ali na Bibi Ali wana watoto wawili.
Majina yao Asha na Juma. Wazazi na watoto wanakula
chakula. Kuna chakula mezani. Kuna kuku, mboga, viazi,
mkate na matunda. Kuna vyombo: visu, vijiko, sahani na
nyuma. Kuna kioo ukutani na kuna saa kabatini. Mama na
Asha wanazungumza. Baba na Juma wanakula. Wao
wanapenda kula. Wanawake wanapenda kuzungumza.

### Jibu maswali haya.

Kuna nini mezani?
- Kuna chakula.
Kuna chakula gani mezani?
- Kuna kuku.
  mkate
  mboga
Kuna mboga gani?
- Kuna viazi.
  mbaazi
  kebeji
Kuna kinywaji gani mezani?
- Kuna kahawa.
  maziwa
  chai
  maji
  pombe
Kuna matunda gani mezani?
- Kuna ndizi.
  machungwa
Kuna vyombo gani mezani?
  visu
  vijiko
  sahani
  nyuma
  vikombe

## MAZOEZI

### Jibu maswali haya.

Bwana Brown na bibi Brown wanatoka wapi?
Sasa wanakaa wapi?
Wanafanya nini Manhattan?
Wana watoto gani?
Mama na msichana wanafanya nini?
Wao wanapenda kufanya nini?
Baba na mvulana wanafanya nini?
Wao wanapenda kufanya nini?
Kuna chakula gani mezani?
Kuna kinywaji gani mezani?
Kuna nini ukutani?
Kuna nini kabatini?

### Badilisha mtu mmoja kuwa wengi: *Change singular to plural form.*

| | |
|---|---|
| Ninatoka California. | Tunatoka California. |
| Ninatoka hoteli. | Tunatoka hoteli. |
| Ninatoka kazini. | Tunatoka kazini. |

| | |
|---|---|
| Ninakaa hoteli. | Tunakaa hoteli. |
| Ninafanya kazi hapa. | Tunafanya kazi hapa. |
| Ninajifunza chuo kikuu. | Tunajifunza chuo kikuu. |
| Ninasoma shule. | Tunasoma shule. |
| Ninataka kahawa. | Tunataka kahawa. |
| Ninapenda chai. | Tunapenda chai. |
| Ninasema Kiswahili kidogo. | Tunasema Kiswahili kidogo. |
| Ninafahamu Kiswahili kidogo. | Tunafahamu Kiswahili kidogo. |
| Nitauliza swali. | Tutauliza swali. |
| Nitakwenda darasani. | Tutakwenda darasani. |
| Nitakaa nyumbani. | Tutakaa nyumbani. |
| Nitapenda kwenda. | Tutapenda kwenda. |
| Nitapenda kusema Kiswahili. | Tutapenda kusema Kiswahili. |

| | |
|---|---|
| Unatoka California? | Mnatoka California? |
| Unatoka kazini? | Mnatoka kazini? |
| Unakaa Hoteli? | Mnakaa Hoteli? |
| Unafanya kazi hapa? | Mnafanya kazi hapa? |
| Unajifunza chuo kikuu? | Mnajifunza chuo kikuu? |
| Unasoma shule? | Mnasoma shule? |

42

Unataka kahawa?     Mnataka kahawa?
Unasema Kiswahili kidogo?     Mnasema Kiswahili kidogo?
Unafahamu Kiswahili kidogo? Mnafahamu Kiswahili kidogo?
Utauliza swali?     Mtauliza swali?
Utakwenda darasani?     Mtakwenda darasani?
Utakaa nyumbani?     Mtakaa myumbani?
Utapenda kwenda?     Mtapenda kwenda?
Utapenda kusema Kiswahili? Mtapenda kusema Kiswahili.

Anatoka California.     Wanatoka California.
Anatoka kazini.     Wanatoka kazini.
Anakaa hoteli.     Wanakaa hoteli.
Anafanya kazi hapa.     Wanafanya kazi hapa.
Anajifunza chuo kikuu.     Wanajifunza chuo kikuu.
Anataka kahawa.     Wanataka kahawa.
Anasema Kiswahili kidogo.     Wanasema Kiswahili kidogo.
Anafahamu Kiswahili kidogo. Wanafahamu Kiswahili kidogo
Atauliza swali.     Watauliza swali.
Atakwenda nyumbani.     Watakwenda nyumbani.
Atakaa nyumbani.     Watakaa nyumbani.
Atapenda kwenda.     Watapenda kwenda.
Atapenda kuja.     Watapenda kuja

    Ninakwenda darasani.
wewe     Unakwenda darasani.
swali     Unakwenda darasani?
yeye     Anakwenda darasani?
sisi     Tunakwenda darasani?
nyinyi     Mnakwenda darasani?
wao     Wanakwenda darasani?
wanafunzi     wanakwenda darasani?

## Fasiri kwa Kiswahili: *Translate into Swahili.*

### CHUMBA CHA KULIA: *DINING ROOM*

*This is Mr. Brown and Mrs. Brown. They come from California. Now they live in New York. They work in Manhattan. Mr. and Mrs. Brown have two children. Their names are Mary and Jack. The parents and their children are eating. There is some food on the table. There is a chicken, some vegetables, potatoes, bread and some fruit, knives, spoons, plates, and forks. There is a mirror on the wall and a clock on the sideboard. Mother and Mary are talking. Father and Jack are eating. They like to eat. The women like to talk.*

## MANENO MAPYA

-tumia — *use*
vitendo — *verbs*
hivi — *these*
-imba — *sing*
wao — *they*
kabati — *sideboard, cupboard*
Afrika (ya) Mashariki — *East Africa*
mkate — *bread*
mboga — *vegetable*

viazi — *potatoes*
mbaazi — *peas*
kebeji — *cabbage*
kinywaji — *a drink*
matunda — *fruit*
ndizi — *banana*
machungwa — *oranges*
kijiko — *spoon*
nyuma, uma — *forks*
kisu — *knife*
sahani — *plate*
kikombe — *cup*

## MAELEZO

| SUBJECT PREFIX | | |
|---|---|---|
| | Singular | Plural |
| 1st person | ni- | tu- |
| 2nd person | u- | m- |
| 3rd person | a-/yu- | wa- |

| PERSONAL PRONOUNS | | |
|---|---|---|
| | Singular | Plural |
| 1st person | mimi/miye | sisi/siye |
| 2nd person | wewe/weye | nyinyi/ninyi/nyiye |
| 3rd person | yeye | wao |

**VIANZO VYA MTENDAJI NA VIJINA VYA MWENYEWE:** *SUBJECT PREFIXES AND PERSONAL PRONOUNS*

*The function of both the subject prefixes and the personal pronouns has been discussed and illustrated in Unit 6. This lesson has illustrated and used the plural form of these pronouns.*

*A note should, however, be added here about the animate pronoun in the third person singular. This has two forms. The first is a-, which is used with verbs such as -toka, as in anatoka (he comes from), and with the co-ordinating particle -na (with/and):*
**Ana njaa.** *He is hungry. (lit., He with hunger.)*

*The second form occurs with nonverbal constructions. One of these we have illustrated in Unit 7, where it indicated a demonstrative pronoun:*
**huyu** *this animate object near the speaker*
**huyo** *that animate object near the listener*
**yule** *that animate object away from both speaker and listener*

*Another use of this form will be illustrated and discussed in Unit 13.*

# 12 Somo La Kumi Na Mbili
## Leo tarehe gani? *What's the date?*

## MAZUNGUMZO

Leo ni Julai mosi/moja.
Leo ni Julai pili/mbili.
Leo ni Julai tatu.
Leo ni Julai nne.
Leo ni Julai tano.
Leo ni Julai sita.
Leo ni Julai saba.
Leo ni Julai nane.
Leo ni Julai tisa.
Leo ni Julai kumi.
Leo ni Julai kumi na moja.
Leo ni Julai kumi na mbili.

Leo ni siku gani?
- Leo ni Jumatatu.
Leo siku gani?
- Leo Jumatatu.

## SIKU ZA JUMA (WIKI): *DAYS OF THE WEEK*

Jumamosi — *Saturday*
Jumapili — *Sunday*
Jumatatu — *Monday*
Jumanne, Jumaane — *Tuesday*
Jumatano — *Wednesday*
Alhamisi, Alkhamisi — *Thursday*
Ijumaa — *Friday*

| juzi | jana | leo | kesho | kesho kutwa |
|---|---|---|---|---|
| *day before yesterday* | *yesterday* | *today* | *tomorrow* | *day after tomorrow* |

Juzi _____
Jana _____
Leo _____
Kesho _____
Kesho kutwa _____

## MIEZI YA MWAKA: *MONTHS OF THE YEAR*

Januari — Mwezi wa kwanza
Februari — Mwezi wa pili
Machi — Mwezi wa tatu

Aprili — Mwezi wa nne
Mei — Mwezi wa tano
Juni — Mwezi wa sita
Julai — Mwezi wa saba
Agosti — Mwezi wa nane
Septemba — Mwezi wa tisa
Oktoba — Mwezi wa kumi
Novemba — Mwezi wa kumi na moja (hedashara/edashara)
Disemba (Desemba) — kumi na mbili (thenashara)
Mwezi wa mwisho

## MIEZI YA KALENDA YA KIISLAMU: *MONTHS IN THE ISLAMIC CALENDAR*

Mfungo* mosi = mwezi wa Sikukuu ndogo. Idd-el-Fitr.
Mfungo pili
Mfungo tatu = Mwezi wa Sikukuu kubwa. Idd el-Haj.
Mfungo nne
Nfungo tano
Mfungo sita = Mwezi wa Maulidi.
Mfungo saba
Mfungo nane
Mfungo tisa
Mfungo kumi = Mwezi wa Rajabu.
Mfungo kumi na moja = Mwezi wa Shaaban.
Mfungo kumi na mbili = Mwezi wa Ramadhani.

## Jibu maswali haya.

Jana ilikuwa siku gani?
- Jana ilikuwa Jumapili.
Kama leo Jumatatu jana ilikuwa siku gani?
- Kama leo Jumatatu, jana ilikuwa Jumaane (Jumanne).
Kama leo Jumatano jana ilikuwa siku gani?
- Jana ilikuwa Jumanne (Jumaane).
Mwaka gani huu?
- Mwaka elfu mia tisa na sitini na _____.
Mwezi gani huu?
- Ni mwezi wa Oktoba.
Ulizaliwa siku gani?
- Nilizaliwa _____.

* This word appears as *mfunguo* in E. O. Ashton, *Swahili Grammar* (London: Longmans, Green and Co., 1944) and is given as an alternative spelling in F. Johnson, *Standard Swahili-English Dictionary* (New York: Oxford University Press, 1939).

Ulizaliwa mwezi gani?
Ulizaliwa mwaka gani?
Ulikuja New York mwaka gani?

## MAZOEZI

### Badilisha sentensi hizi kwa kutumia vijina utakavyopewa: *Change these sentences by using the the given pronoun.*

|       | Sisi hatujui walifika lini.       |
|-------|-----------------------------------|
| Nyinyi | Nyinyi hamjui walifika lini.     |
| Wao   | Wao hawajui walifika lini.        |
| Mimi  | Mimi sijui walifika lini.         |
| Wewe  | Wewe hujui walifika lini.         |
| Yeye  | Yeye hajui walifika lini.         |

|       | Hatwendi leo tulikwenda juzi.     |
|-------|-----------------------------------|
| Nyinyi | Hamwendi leo mlikwenda juzi      |
| Wao   | Hawaendi leo walikwenda juzi.     |
| Mimi  | Siendi leo nilikwenda juzi.       |
| Wewe  | Huendi leo ulikwenda juzi.        |
| Yeye  | Haendi leo alikwenda juzi.        |

|       | Hatuishi Nairobi tunaishi Kampala |
|-------|-----------------------------------|
| Nyinyi | Hamuishi Nairobi mnaishi Kampala.|
| Wao   | Hawaishi Nairobi wanaishi Kampala.|
| Mimi  | Siishi Nairobi ninaishi Kampala.  |
| Wewe  | Huishi Nairobi unaishi Kampala.   |
| Yeye  | Haishi Nairobi anaishi Kampala.   |

### Sema na maliza: *Say and complete.*

Mwezi wa jana ulikuwa
   Septemba.
Mwezi wa kesho utakuwa
   Novemba.
Mwaka (wa) jana
   ulikuwa _____ .
Mwaka kesho _____ .

Mwezi uliopita ulikuwa
   Septemba.
Mwezi ujao utakuwa
   Novemba.
Mwaka uliopita
   ulikuwa _____ .
Mwaka ujao
   utakuwa _____ .

Mwakani utakuwa _____ .
Ulikuja chuo kikuu lini?
Ulianza kujifunza Kiswahili
   mwezi gani?

### Jibu maswali haya.

Nyinyi huenda shule siku gani?
■   Sisi huenda shule Jumatatu, Jumaane, Jumatano,
    Alkhamisi na Ijumaa.
Huenda shule siku ngapi kwa wiki?
■   Huenda shule siku tano kwa wiki.
Hupumzika siku gani?
■   Hupumzika Jumamosi na Jumapili.
    Hupumzika kidogo kila siku.
Hupumzika siku ngapi?
■   Hupumzika siku mbili kwa wiki.

*1*

Hujifunza Kiswahili siku gani?
■   Hujifunza Kiswahili kila siku.
    Hujifunza Kiswahili siku saba.
    Hujifunza Kiswahili siku tano.
    Hujifunza Kiswahili tangu Jumatatu mpaka Ijumaa.
Huja chuo kikuu siku gani?
■   Huja chuo kikuu Jumatatu, Jumaane, Alkhamisi na
    Ijumaa.
Huja chuo kikuu siku ngapi?
■   Huja chuo kikuu siku nne.
Watu huenda kazini siku gani?
■   Watu huenda kazini Jumatatu mpaka Ijumaa.
Watu huenda kazini siku ngapi?
■   Watu huenda kazini siku tano.
Wakristo huenda kanisani siku gani?
■   Wakristo huenda kanisani Jumapili.
Wakristo huenda kanisani siku ngapi?
■   Wakristo huenda kanisani siku moja.
Waislamu huenda msikitini siku gani?
■   Waislamu huenda msikitini Ijumaa.
Wayahudi huenda hekaluni siku gani?
■   Wayahudi huenda hekaluni Jumamosi.
Nyinyi mnakaa nyumbani siku gani?
■   Sisi tunakaa nyumbani Jumamosi na Jumapili.
Nyinyi hukaa nyumbani siku gani?
■   Sisi hukaa nyumbani Jumamosi na Jumapili.
    Hatuji chuo kikuu Jumapili.
Nyinyi hujifunza Kiswahili Jumamosi?
■   Sisi hatujifunzi Kiswahili Jumamosi.
    Hatujifunzi darasani Kiswahili Jumamosi.
Nyinyi huenda sinema Jumatatu?
■   Sisi hatuendi (hatwendi) sinema Jumatatu.
Watu wanakwenda kanisani Ijumaa?
■   Watu hawaendi (hawendi) kanisani Ijumaa.
Watu huenda kanisani Ijumaa?
■   Watu hawaendi kanisani Ijumaa.
Watu hufanya kazi Jumapili?
■   Watu hawafanyi kazi Jumapili.
Wanafunzi hujifunza Jumamosi?
■   Wanafunzi hawajifunzi Jumamosi.

### Sema kwa Kiswahili.

*We don't know when they arrived.*
*I don't know when she arrived.*
*They don't know when he arrived.*
*He doesn't know when they arrived.*
*Don't you know when he arrived?*
*We are not going today. We went the day before yesterday.*
*I'm not going today. I went yesterday.*
*You (pl.) are not going today. You went the day before*
    *yesterday.*
*He is not coming today. He came yesterday.*
*They are not arriving today. They arrived yesterday.*
*We don't study today. We studied yesterday.*
*We do not live in Nairobi. We live in Kampala.*
*You do not live in Nairobi. You live in Kampala.*

45

He comes every day.
I come every day.
They go every day.
We go every Saturday.
People go to church every Sunday.
We learn Swahili on Mondays and Wednesdays.
I go to work Monday through Friday.

## MANENO MAPYA

tarehe — *a calendar date*
mosi — *first (used for first child, first day of week and first
    day of month)*
wiki, juma — *week*
mwezi — *month*
mwaka — *year*
juzi — *the day before yesterday*
jana — *yesterday*
kesho kutwa — *the day after tomorrow*
mwisho — *an end*
kalenda — *calendar*
sikukuu — *holy day, holiday*
maulidi — *birthday of prophet Muhammad*
kama — *as, if*
-zaliwa — *be born*
kwa — *for, by, with, from*
-pumzika — *rest (v.)*
msikiti — *mosque*
kanisa — *church*
sinagogi — *synagogue*
hekalu — *temple, synagogue*
Kiislamu — *Islamic*
Waislamu, Maislamu — *Muslims*
Wakristo, Makristo — *Christians*
Wayahudi, Mayahudi — *Jews*
senema, sinema — *cinema, movies*
mwezi uliopita, mwezi wa jana — *last month*
mwezi ujao, mwezi wa kesho — *next month*
mwaka uliopita, mwaka (wa) jana — *last year*
mwakani — *next year*
-pita — *pass (v.)*
-anza — *begin*
-ishi — *live (v.)*

## MAELEZO - explanation

### SIKU ZA JUMA: *DAYS OF THE WEEK*

In Swahili, the days of the week are named according
to the order in which they follow Friday, the day of
prayer.*

| | | |
|---|---|---|
| First day of the week | Saturday | Jumamosi/Ijumaamosi |
| Second day of the week | Sunday | Jumapili/Ijumaapili |
| Third day of the week | Monday | Jumatatu/Ijumaatatu |
| Fourth day of the week | Tuesday | Jumanne/Jumaane/Ijumaane |
| Fifth day of the week | Wednesday | Jumatano/Ijumaatano |
| Sixth day of the week | Thursday | Alkhamisi/Alhamisi |
| Congregational day | Friday | Ijumaa |

*Note: Alkhamisi* is an arabic loan word which
designates the fifth day and is used to refer to Thursday. In
Arabic the first day of the week is Sunday and so Thursday
becomes the fifth day. The use of the Arabic name may
well indicate the religious connotations that accompany the
day preceding Friday, the congregational day. As a result,
the Swahili calendar contains two "fifth days," two
different days indicated by two different forms — one from
Swahili and one from Arabic — but with the same meaning.
Some speakers pronounce the word with /kh/ and some
with /h/.

Some of the terms used to refer to days are also given
to children born on those days. **Juma, Khamisi** or **Hamisi,**
and **Jumaane** are always boys' names. **Tatu** is always a girl's
name. **Mosi** and **Pili** are names that may be given to both
boys and girls.

Some of the terms used for months in Swahili are also
given as boys' names, as, for example, **Rajabu, Shaaban,** and
**Ramadhan.**

### MTUNGO WA KITENDO CHA KUKATAA: *THE NEGATIVE VERBAL CONSTRUCTION*

One of the negative verbal constructions to which you
have been introduced is formed by prefixing the negative
particle **ha-** or **h-** to a subject prefix followed by a verb
stem. If the verb stem ends with the vowel -a, the -a changes
to -i. As with the negative of the -na construction, the first
person singular is formed with the negative particle **si,**
which is prefixed to the verb stem.

* Ijumaamosi is Ijumaa + mosi, Ijumaapili is Ijumaa + pili. The
form Jumamosi consists of Juma, the word which in Swahili means
"week" plus mosi, "first." Both Jumamosi and Ijumaamosi refer to
Saturday, the first day after Friday, the first day of the week.

| | | NEGATIVE | | |
|---|---|---|---|---|
| | Singular | | Plural | |
| 1st person | **si**-taki | *I don't want* | ha-tu-taki | *we don't want* |
| 2nd person | h-u-taki | *you don't want* | ha-m-taki | *you don't want* |
| 3rd person | h-a-taki | *he doesn't want* | ha-wa-taki | *they don't want* |

46

As with the -na construction, the negative **ha-** appears before a consonant and the negative **h-** appears before a vowel.

If the verb stem does not end in **-a**, as is the case with **-fahamu**, for example, no change of vowel is required.

**sifahamu**   *I don't understand*
**hatufahamu**   *we don't understand*

## ALAMA ZA VITENDO hu- NA -li-: *THE VERBAL MARKERS hu- AND -li-*

With the marker **hu-** a verb is not inflected for number or person. **Huamka** may mean *I, we, you, he, they wake up,* depending on the context or the situation. This marker is used to indicate a general occurrence or an unspecified time. The marker **hu-** is used when one is not concerned with a particular time and also to indicate repetition, since, in such cases, the speaker is not concerned with one specific occurrence at one specific time either, but rather with generalities.

The markers **na-** and **hu-** do not have the same meaning. **-na-** indicates an unended action in any time location, while **hu-** indicates an action which does not take place at a specific time, an action of a general truth: **anakwenda** *"He is going"* or *"He goes"* but **huenda** *"He generally goes."* If the action occurs at no particular time, **hu-** may be substituted:

**Sisi sote tunakuja darasani Jumatano.** *We all come to class on Wednesdays.*

**Sisi sote huja darasani Jumatano.** *We all generally come to class on Wednesdays.*

The more general the statement the more likely is **hu-** the marker to be used:

**Ndege huruka.**   *Birds fly.*
**Watoto hucheza.**   *Children generally play.*

Since **hu-** indicates an unspecified time, an extension of time is suggested which implies repetition: **Yeye huenda** *"He generally goes"* implies that he goes more than once.

The marker **-li-** indicates past time:

**Alikwenda jana.**   *He went yesterday.*
**Alifika juzi.**   *He arrived the day before yesterday.*

|  | SINGULAR | PLURAL |
|---|---|---|
| *1st person* | ni-li-fika | tu-li-fika |
| *2nd person* | u-li-fika | m-li-fika |
| *3rd person* | a-li-fika | wa-li-fika |

fika-to arrive

# 13 Somo La Kumi Na Tatu
# Mkutano: *The Meeting*

*Mtihani -
Quiz or exam*

## MAZUNGUMZO

DAUDI: Ni nani msichana yule mzuri? *—that*

JIM: Yupi? Yule amekaa karibu na dirisha?

DAUDI: Amekaa karibu na dirisha na amevaa nguo *—dress*
nyekundu. *—red*

JIM: Si Janet Lee? Humjui? Yeye ni mwanafunzi hodari sana.

DAUDI: Ala:! Simfahamu. Ni mwanafunzi wa hapa?

JIM: Ndiyo, mwanafunzi wa chuo kikuu hiki. Anajifunza
elimu ya Uhusiano wa mataifa. Unataka kuzungumza
naye? Ni mtoto mwema sana.

DAUDI: A-a, a-a. Mimi sina bahati, bwana. Atakataa *refuse*
kuzungumza nami. *—to me*

JIM: Njoo. Nitakujulisha naye. Yeye hupenda sana
kuzungumza na wageni. *introduce*

DAUDI: Ahsante sana bwana kwa msaada wako, lakini si
leo. Nitazungumza naye siku nyingine.

JIM: Kumbe wewe mwoga!

## Sema na fasiri: *Say and translate.* *afraid*

| | |
|---|---|
| Mtoto huyu mzuri lakini yule mbaya. | This child is <u>beautiful</u> but that one is <u>ugly</u>. |
| Mtoto huyu mkubwa lakini yule mdogo. | This child is <u>big</u> (or <u>older</u>) but that one is <u>small</u> (or <u>younger</u>). |
| Mtoto huyu mrefu lakini yule mfupi. | This child is <u>tall</u> but that one is <u>short</u>. |
| Mtoto huyu safi lakini yule mchafu. | This child is <u>clean</u> but that one is <u>dirty</u>. |
| Mtoto huyu hodari lakini yule mvivu. | This child is <u>bright</u> but that one is <u>lazy</u>. |
| Mtoto huyu mzito lakini yule mwepesi. | This child is <u>slow</u> (<u>heavy</u>) but that one is <u>quick</u> (<u>light</u>). |
| Mtoto huyu mweusi lakini yule mweupe. | This child is <u>black</u> but that one is <u>white</u>. |
| Mtoto huyu mwema lakini yule mbaya. | This child is <u>good</u> but that one is <u>bad</u>. |

## Tumia maneno haya: *Use these words.*

mtu, mwalimu, mwanafunzi, mwanamke, mwanamume,
mvulana, msichana, mgeni, mtalii, kijana, rafiki, paka,
mbwa, ndege *dog*

## Tumia sifa hizi: *Use these descriptions.* *your young men*

-changamfu, bashashi, -sununu, -ema, -nene,
-embamba

| | |
|---|---|
| Kitabu hiki kizuri lakini kile kibaya. | This book is <u>good</u> but that one is <u>bad</u>. |
| Kitabu hiki kikubwa lakini kile kidogo. | This book is <u>large</u> but that one is <u>small</u>. |
| Kitabu hiki kigumu lakini kile rahisi. | This book is <u>difficult</u> (<u>hard</u>) but that one is <u>easy</u>. |
| Kitabu hiki kichafu lakini kile safi. | This book is <u>dirty</u> but that one is <u>clean</u>. |
| Kitabu hiki kizito lakini kile chepesi. | This book is <u>heavy</u> but that one is <u>light</u>. |
| Kitabu hiki chembamba lakini kile kinene. | This book is <u>slim</u> but that one is <u>thick</u>. |
| Kitabu hiki kirefu lakini kile kifupi. | This book is <u>long</u> but that one is <u>short</u>. |

## Tumia maneno haya: *Use these words.*

kisiwa, kiti, kitu, chakula, chuo kikuu, kitana,
kilemba, chandarua (chandalua), chumba, kitambaa, kiatu

| | |
|---|---|
| Nguo hii nzuri lakini ile mbaya. | This garment is <u>beautiful</u> but that one is <u>ugly</u>. |
| Nguo hii kubwa lakini ile ndogo. | This garment is <u>large</u> but that one is <u>small</u>. |
| Nguo hii ngumu lakini ile laini. | This garment is <u>hard</u> but that one is <u>soft</u>. |
| Nguo hii ghali lakini ile rahisi. | This garment is <u>expensive</u> but that one is <u>cheap</u>. |
| Nguo hii chafu lakini ile safi. | This garment is <u>dirty</u> but that one is <u>clean</u>. |
| Nguo hii nzito lakini ile nyepesi. | This garment is <u>heavy</u> but that one is <u>light</u>. |
| Nguo hii nyeupe lakini ile nyeusi. | This garment is <u>white</u> but that one is <u>black</u>. |
| Nguo hii ndefu lakini ile fupi. | This garment is <u>long</u> but that one is <u>short</u>. |
| Nguo hii nyembamba lakini ile pana. | This garment is <u>narrow</u> but that one is <u>wide</u>. |

## Tumia: *Use.*

nyama, nazi, sahani, karatasi, kanzu

## MAZOEZI

**Badilisha sentensi hizi:** *Change these sentences.*

Ana msichana mzuri sana.

Ana mtoto mzuri sana.
mwanafunzi
mke
mume

rafiki     *Kijana — young man.* (handwritten)
kiongozi
ndege
paka
mbwa
Ana mtoto mdogo sana.
mkubwa
mbaya
mnene
mzito
mrefu
mwembamba
mwepesi
hodari

Ana nyumba nzuri sana.
saa        Ana saa nzuri sana.
motokaa    Ana motokaa nzuri sana.
-kubwa     Ana motokaa kubwa sana.
-dogo      Ana motokaa ndogo sana.
kanzu      Ana kanzu ndogo sana.    *dress* (handwritten)
-zito      Ana kanzu nzito sana.    *heavy, slow* (handwritten)
-fupi      Ana kanzu fupi sana.
-refu      Ana kanzu ndefu sana.
-embamba   Ana kanzu nyembamba sana.   *thin, narrow* (handwritten)
ghali      Ana kanzu ghali sana
safi       Ana kanzu safi sana.
chumba     Ana chumba safi sana.
-kubwa     Ana chumba kikubwa sana.
-refu      Ana chumba kirefu sana.
-embamba   Ana chumba chembamba sana.

?— Anataka kusema nami.   *He/she wants to talk with/to me.* (handwritten)
wewe       Anataka kusema nawe.    *to you*
yeye       Anataka kusema naye.    *to/with him/her*
sisi       Anataka kusema nasi.    *with/to us*
nyinyi     Anataka kusema nanyi.   *with/to ~~there~~ you (pl.)*
wao        Anataka kusema nao.

## Fasiri kwa Kiswahili.

*He wants to talk to him.*
*He wants to talk to you.*
*He wants to talk to me.*
*He wants to talk to her.*
*He wants to talk to us.*
*He wants to talk to you (pl.).*
*He wants to talk to them.*
*I want to talk to you.*
*We want to talk to you.*
*She wants to talk to you.*
*They want to talk to you.*
*Mr. and Mrs. Smith want to talk to you.*

*He will come with me.*   *Atakuja / Ataja nami* (handwritten)
*She talked to me (with me).*

*Anasema nami* (handwritten)

*I will go with you.*   *Ninakwenda nawe* (handwritten)
* *They went to school with her.*   *Tulikwenda shule nawe* (handwritten)
? *I traveled with him.*

*She is a beautiful girl.*
*He is a handsome young man.*   *Yeye ni mvulana mzuri* (handwritten)
*She is wearing a beautiful dress but a very short one.*
*They have a large house near a beach.*
*They live in a clean house.*
*Asha lives in a small dirty room.*
*A lazy student does not do good work.*
*That tall boy is a student here.*
*Ali is a clever student but his sister is lazy.*   *Ali ni mwanafunzi hodari lakini dada wake? ni mvivu* (handwritten)
*That book is difficult but that one is easy.*
*That house is very tall.*
*She is very thin but she wants to become fat.*
*And who is that beautiful girl?*   *yule msichana mzuri ni nani?* (handwritten)
*Which one? The one who is sitting (seated) near the window?*
*That one sitting (seated) near the window who is wearing (has put on) a red dress.*
*Isn't that Janet Lee? Don't you know her? She is a very clever student.*
*Is that so? I've never seen her before. Is she a student of this place?*
*Yes, she is a student of this university. She is studying International Relations. Would you like to talk to her? She is a nice girl.*
*No, sir, I have no luck. She might refuse to talk to me.*
*Come. I'll introduce you to her. She generally likes to talk to foreigners very much.*
*Thanks for your help, but not today. I'll talk to her another day.*
*So you are a coward!*

## MANENO MAPYA

-zuri — *good, beautiful, fine quality*
yupi — *which one (animate)*
-pi — *which*
dirisha — *window*
-vaa — *put on*
-ekundu — *red*
hodari — *clever, intelligent*
elimu ya uhusiano wa mataifa — *international relations*
-ema — *good*
-kataa — *refuse*
njoo — *come (imperative sing.)*
msaada — *help, aid (n.)*
moga, mwoga — *coward, one who is afraid*
oga, woga — *fear (n.)*
kumbe — *so that*
-baya — *bad, ugly*
-kubwa — *large, big*
-dogo — *small*

-refu — *tall, long*
-fupi — *short, low*
safi — *clean*
-chafu — *dirty*
-vivu — *lazy*
-zito — *heavy, slow*
-epesi — *light, quick*
-eupe — *white*
-eusi — *black*
ndege — *bird, airplane*
nchi — *country*
njia — *road, way, street*

-changamfu — *lively*
bashashi — *charming*
-sununu — *sulking*
-nene — *fat, thick*
-embamba — *thin, narrow*
-gumu — *hard*
rahisi — *inexpensive, easy*
kisiwa — *island*
kilemba — *turban, headgear*
chandarua, chandalua — *mosquito net*
kanzu, gauni — *dress, robe*
ghali — *expensive, dear*

## MAELEZO

### SIFA ZA KUELEZA: *THE DESCRIPTIVE ADJECTIVES*

A descriptive adjective is formed either by using a class prefix and an adjectival stem:

| mtoto | m-zuri | *a good child* |
| kitabu | ki-zuri | *a good book* |
| nyumba | n-zuri | *a good house* |

or by using a connector -a attached to a pronoun prefix of the appropriate class and number and followed by another noun:

| koti lamvua | | | *a raincoat (lit., a coat of rain)* |
| maji | ya | baridi | *cold water* |
| maji | ya | moto | *hot water* |
| chakula | cha | Kiswahili | *Swahili food* |
| chakula | cha | kienyeji | *local food* |
| mwanamume | wa | kiafrika | *African man* |

In the last three examples ki- which indicates "type or manner of" is prefixed to the noun stem.

This second construction will be illustrated in Unit 14.

| NOUNS | | | | | | | | | |
|---|---|---|---|---|---|---|---|---|---|
| *Animate* | | | | | | | | | |
| | -zuri | -baya | -kubwa | -dogo | -refu | -fupi | -eupe | -eusi | safi |
| mvulana | mzuri | mbaya | mkubwa | mdogo | mrefu | mfupi | mweupe | mweusi | safi |
| wavulana | wazuri | wabaya | wakubwa | wadogo | warefu | wafupi | weupe | weusi | safi |
| *Inanimate* | | | | | | | | | |
| kikapu | kizuri | kibaya | kikubwa | kidogo | kirefu | kifupi | cheupe | cheusi | safi |
| vikapu | vizuri | vibaya | vikubwa | vidogo | virefu | vifupi | vyeupe | vyeusi | safi |
| ngoma | nzuri | mbaya | kubwa | ndogo | ndefu | fupi | nyeupe | nyeusi | safi |
| ngoma | nzuri | mbaya | kubwa | ndogo | ndefu | fupi | nyeupe | nyeusi | safi |
| koti | zuri | baya | kubwa | dogo | refu | fupi | jeupe | jeusi | safi |
| makoti | mazuri | mabaya | makubwa | madogo | marefu | mafupi | meupe | meusi | safi |
| mkoba | mzuri | mbaya | mkubwa | mdogo | mrefu | mfupi | mweupe | mweusi | safi |
| mikoba | mizuri | mibaya | mikubwa | midogo | mirefu | mifupi | myeupe | myeusi | safi |

### KULINGANA KWA JINA NA KIELEZO CHAKE: *THE AGREEMENT OF A NOUN AND ITS MODIFIER*

A noun agrees in number and class with the word that modifies it. There are two kinds of agreement. The first is indicated by a class prefix, that is, the prefix that occurs with the noun stem. The second is indicated by a pronoun prefix, which is the correlate of the class prefix. The class prefix occurs with descriptive and numerical modifiers. The pronoun prefix is more widely used and occurs with a verb, with a-na construction, as a copula to identify subject and predicate, with a demonstrative particle, with a possessive root or connector -a, and with -ote. This unit has illustrated the use of the pronoun prefix with a demonstrative particle and the use of the class prefix with a descriptive qualifier.

There are several forms of class prefixes and pronoun prefixes. The choice of one form rather than another depends on the class to which the noun that is being modified belongs. In this unit we have used three classes of these nouns. These were:

| CLASS PREFIX | | | EXAMPLES | | PRONOUN PREFIX | |
|---|---|---|---|---|---|---|
| Singular | Plural | | Singular | Plural | Singular | Plural |
| m- | wa- | before consonant | mtoto | watoto | a- /yu-/ | wa- |
| mw- | w- | before vowel | mwalimu | walimu | w- | |
| ki- | vi- | before consonant | kiti | viti | ki- | vi- |
| ch- | vy- | before vowel | cheti | vyeti | ch- | vy- |
| n- | n- | before consonant | ngoma | ngoma | i- | zi- |
| ny- | ny- | before vowel | nyumba | nyumba | y- | z- |

In this unit we have concentrated on the singular form of these nouns. The plural form will be discussed in the next unit.

The concordial agreement was indicated thus:
**Mtoto huyu mzuri.** *This child is beautiful.*
**Kitabu hiki kizuri.** *This book is beautiful.*
**Nguo hii nzuri.** *This item of clothing is beautiful.*

All animate nouns, which have not acquired a new meaning such as that of indicating a diminutive or augmentative, take the concordial agreement of the **m-** and **wa-** *class nouns whatever the class of the noun may be:*
m- +wa- **mtoto huyu mzuri.** *This child is good.*
n- +n- **rafiki huyu mzuri.** *This friend is good.*
" " **ndugu huyu mzuri.** *This sibling is good.*
ki- +vi- **Kijana huyu mzuri.** *This young person is good.*

Inanimate nouns take the concordial agreement of the classes to which they belong:
**Kisiwa hiki (ni) kidogo** *This island is small.*
**Nyumba hii (ni) ndogo** *This house is small.*

With the **n- + n-** *class the* **n-** *prefix, when occurring with an adjective stem, appears only before* **d, j, g, z:** ndogo, njema, ngumu, nzuri.
**n-** *before* **r** *becomes* **nd-:** nrefu > ndefu.
**n-** *before* **p** *or* **b** *in a monosyllabic word becomes* **mp-** *and* **mb-:** npya > mpya.
**n-** *is dropped before* **p, k, t, f:** npana > pana, nkubwa > kubwa.

The loan qualifiers such as **hodari** *(intelligent) and* **safi** *(clean) do not take class prefix:*
**mtu safi** — *clean man*
**nyumba safi** — *clean house*
**kikombe safi** — *clean cup*

A pronoun prefix may be used to indicate the relationship between the two lexical items:
**Ali yu safi.** *Ali is clean.*
**Watoto wa safi.** *The children are clean.*
**Mgonjwa yu hai.** *The sick person is alive.*
**Kitabu ki rahisi.** *The book is not expensive. (lit., easy).*
**Nyumba i tayari.** *The house is ready.*
**Nyumba zi tayari.** *The houses are ready.*
**Mlango u wazi.** *The door is open.*
**Milango i wazi.** *The doors are open.*

These pronominal prefixes may also appear with those descriptive words that take concordial prefixes but, in such cases, because of phonological conditioning, the prefix disappears.
**Nyumba hii i kubwa.** (n + kubwa) *This house is big.*
**Nyama hii i tamu.** (n+ tamu) *This meat is delicious.*
**Nyumba yake i chafu.** (n+ chafu) *His house is dirty.*

The particle **ni-** *which identifies the subject and its predicate, may be substituted for the pronoun prefix when the predicate is not a noun.*
**Nyumba ile i kubwa.** *That house is big.*
**Nyumba ile ni kubwa.** *That house is big.*
**Sisi tu wazima.** *We are well.*
**Sisi ni wazima.** *We are well.*

The particle **ni** *cannot be used, however, in the following sentences where the predicate is a noun:*
**Maji ya moto** *not* **Maji ni moto.**
**Chai i baridi** *not* **Chai ni baridi.**

Sometimes both the identifier **ni** *and the pronoun prefix may appear together for emphasis.*
**Mlango huu ni u wazi.** *This door is open.*
**Yeye ni yu tayari.** *He is ready.*

# 14 Somo La Kumi Na Nne
# Rangi: *Colors*

## MAZUNGUMZO

Rangi ya buluu  *blue*
Rangi ya samawati
Rangi ya majani (kijani)
Rangi ya manjano
Rangi ya manjano mabivu (machungwa)
Rangi ya hudhurungi  *brown*
Rangi ya kijivujivu (majivu)
Rangi ya zambarau  *purple*
Rangi ya kahawia
Rangi ya waridi  *rose color, red*
Rangi ya samli (maziwa/kisamli)

Amevaa nguo ya rangi gani?
■   Amevaa nguo nyekundu.
   Amevaa nguo nyeusi.
   Amevaa nguo nyeupe.
   Amevaa nguo ya rangi ya buluu.
   Amevaa nguo ya rangi ya majani.
   Amevaa nguo ya rangi ya manjano.
   Amevaa nguo ya rangi ya kahawia.  *like coffee*
   Amevaa nguo rangi ya waridi.
Amevaa nguo ya rangi ya buluu.
Amevaa kanzu ya rangi ya buluu.
Amevaa blauzi ya rangi ya buluu.
Amevaa kilemba cha rangi ya buluu.
Amevaa kizibau cha rangi ya buluu.
Amevaa shati la rangi ya buluu.
Amevaa koti la rangi ya buluu.

## Tumia maneno haya.

   kanga, skati, kofia, suweta, suruali, fulana, shumizi,
sidiria, buibui, suti, suruali kipande, kaptura, tai, soksi,
miwani, shuka, ngozi, shanga bangili, herini
   kikoi, kitambaa, kiatu, kitana, kilemba, kidani, kimau
koti, shati, joho, koti la mvua

Amevaa nguo ya rangi ya buluu giza.
Amevaa nguo ya rangi ya buluu mwangaza.
Amevaa shati la rangi ya majani giza.
Amevaa shati la rangi ya majani mwangaza.

## Tumia: *Use.*

   kahawia, zambarau, kijani, manjano
Unapenda rangi gani?
Unapenda rangi ya mwangaza au rangi ya giza?
Amevaa kitambaa cha pamba.

Amevaa kitambaa cha hariri.  *silk*
Amevaa kitambaa cha kitenge.
Amevaa kitambaa cha naylon.
Amevaa kitambaa cha linen.

Amevaa nguo (ya) rangi gani?
■   Amevaa nguo nyeusi.  *black*
   Amevaa nguo nyekundu.
   Amevaa nguo nyeupe.

Amevaa shati (la) rangi gani?  *shirt*
■   Amevaa shati jeusi.  *black*
   Amevaa shati jekundu.  *red*
   Amevaa shati jeupe.  *white*

Amevaa kitambaa (cha) rangi gani?
■   Amevaa kitambaa cheusi.
   Amevaa kitambaa cheupe.
   Amevaa kitambaa chekundu.

Unapenda kitambaa cha rangi gani?
Unapenda kitambaa cha namna gani?  *what kind*

## Jibu maswali haya.

Ali amesimama wapi? Anafanya nini? Amevaa nini?
Ali amekaa wapi na anafanya nini? Fatuma anafanya nini?
Hali ya hewa i vipi leo? Fatuma amevaa nini na kwa nini?
   Sasa anakwenda wapi?
Hapa ni wapi? Fatuma anatoka wapi na Asha anatoka wapi?
   Wamechukua nini? Wanangoja nini?
Ali amevaa nini? Anafanya nini?
Ali amevaa nini? Yuko wapi? Anataka kufanya nini? Sasa
   anafanya nini?

## MAZOEZI
### Sema kwa Kiswahili.
*He is standing near the table.*
*He is holding a glass in his hand.*
*He is drinking some milk.*
*He is wearing a blue shirt and brown shorts.*
*Pat is sitting on the chair reading her book.*
*It is cold and it is raining.*
*The girl is wearing a heavy coat and a red hat.*
*They are waiting for the bus at the bus stop.*
*He is carrying a black basket, and she is carrying a
   green one.*

*Ali is sitting down listening to the news.*
*What kind of material do you like?*
*What color do you like?*
*Do you like red or blue?*
*Do you like a light or a dark color?*

## Maliza sentensi hizi: *Complete these sentences.*

Anapenda kuvaa nguo ya rangi ya kijani.
Anapenda kuvaa nguo ya rangi ya buluu.
Anapenda kuvaa nguo ya rangi ya manjano.

Anapenda kuvaa shati la rangi ya manjano.
Anapenda kuvaa koti la rangi ya manjano.
Anapenda kuvaa koti la mvua la rangi ya manjano.

| | |
|---|---|
| kitambaa | Anapenda kuvaa kitambaa cha rangi ya manjano. |
| kikoi | Anapenda kuvaa kikoi cha rangi ya manjano. |
| kizibau | Anapenda kuvaa kizibau cha rangi ya manjano. |

## Eleza rangi za kwenye bendera za Afrika ya Mashariki. Rangi hizo zina maana gani?

## Chagua kitu na kieleze bila ya kutaja jina lake:

*Choose something and describe it without* ~~the following~~

*mentioning its name.*

## Tumia: -na- -me- Kueleza picha zifuatazo kwa maneno yako mwenyewe.

### HALAFU SOMA MAELEZO HAYA

**Picha ya kwanza:** Ali amesimama karibu na meza.
Ameweka mkono mezani.
Amekamata gilasi mkononi.
Anakunywa maziwa.
Yeye amevaa shati na suruali.

**Picha ya pili:** Fatuma amekaa kitini anasoma kitabu.
Taa inawaka.
Ali amekaa kitini anafanya kazi ya shule.

**Picha ya tatu:** Leo kuna baridi na mvua inanyesha.
Fatuma anaona baridi. *feels cold*
Amevaa koti zito na kofia. *heavy*
Sasa anakwenda nyumbani.

**Picha ya nne:** Hiki ni kituo cha basi.
Fatuma na Asha wanangoja basi kwenye kituo hiki.
Wao wamesimama. *standup stop*
Fatuma amebeba mfuko na Asha amechukua vitabu.
Labda Fatuma anatoka sokoni na Asha anatoka madukani.

**Picha ya tano:** Ali amekaa kitini anasikiliza habari kwenye redio. Ameweka mkono shavuni.
Amevaa shati na suruali.

**Picha ya sita:** Ali yuko msalani anataka kuoga.
Amevaa koti la kuogea.
Amesimama karibu na hodhi na sasa anafungua mfereji. *She is standing near the bath tub & now she is opening the faucet*
Maji yanatoka mferejini. *water is coming from the faucet words*

## MANENO MAPYA — *new*

-weka — *put*
mkono — *arm, including hand*
-kamata — *hold*
gilasi, bilauri — *drinking glass*
shati — *shirt*
suruali — *trousers*
-waka — *light up*
-nyesha — *raining*
-ona baridi — *feel cold*
koti — *coat*
kofia — *hat, cap*
kimau — *dashiki, loose shirt*
kituo cha basi — *bus stop*
kituo — *stop*
bas, basi — *bus*
-ngoja — *wait*
-simama — *stand up, stop*
-beba — *carry on part of the body*
-chukua — *carry, pick up*
-sikiliza — *listen*
redio — *radio*
msalani — *a polite term for bathroom*
kuoga — *to take a bath*
koti la kuogea — *bathrobe*
hodhi — *bathtub*
mfereji — *tap, faucet*
rangi — *color*
blauzi — *blouse*
skati, teitei — *skirt*
suweta — *sweater*
suti — *suit*
suruali — *trousers*
kaptura, suruali fupi, suruali kipande — *shorts*
fulana — *undershirt*
shumizi — *slip*
sidiria — *brassiere*
buibui — *veil worn by purdah women*
tai — *tie*
soksi — *socks*
miwani — *glasses*
shuka — *loincloth worn by men, bed sheet*
shanga — *beads*
ngozi — *skin*
bangili — *bangles*
herini — *earrings*
kizibau — *vest*

*zambarau — purple (color)*

Kitambaa

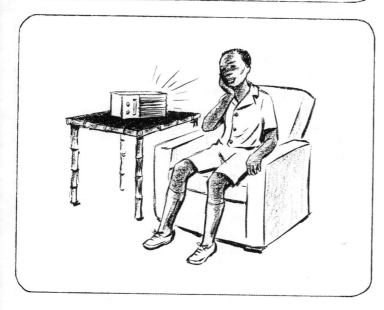

54

koti la mvua — *raincoat*

joho — *cloak*

giza — *darkness*

mwangaza — *light*

kitambaa — *cloth*

kiatu — *shoe*

kitenge — *printed cotton*

kanga — *cotton material with four borders*

kaniki — *black calico*

kitambaa cha hariri — *silk material*

kitambaa cha pamba — *cotton material*

kitambaa cha linen/katani — *linen material*

kitambaa cha naylon — *nylon material*

bafta — *plain white cotton*

## MAELEZO

**ALAMA YA KITENDO -me-:** *THE VERBAL MARKER* -me-

The verbal marker **-me-** indicates a completed action, an event that has been completed either at the moment of speaking or at some time in the past: **Kijana amekaa karibu na dirisha** "The young person is seated near the window." The completed action had a short duration. When the same verb occurs with the marker -na-, its meaning changes:

**Kijana anakaa karibu na dirisha** "The young person is in the process of sitting near the window." or "The young person sits near the window." When the verb of short duration is combined with **-na-**, an unended action, it represents either an action happening in front of the speaker's eye, as indicated in the first example, or an action occurring in an extended time, that is repeated, as indicated in the second example.

Verbs such as **-vaa** *(put on)*, **-jaa** *(filled)*, **-lala** *(fall asleep)*, **-choka** *(become tired)*, **-furahi** *(become happy)*, **-vunjika** *(become broken)*, which have limited duration in Swahili, will require the use of **-me-** to correspond with the English sentences:

| | | |
|---|---|---|
| *I am tired* | **Nimechoka** | *(I have become tired)* |
| *He is wearing* | **Amevaa** | *(He has put on)* |
| *It is broken* | **Kimevunjika** | *(It has broken)* |
| *He is sleeping* | **Amelala** | *(He has fallen asleep)* |

Verbs of long duration, such as **-soma** *(read)*, **-andika** *(write)*, **sikiliza** *(listen)*, **-kunywa** *(drink)* will require **-na-** to correspond with the English sentences:

| | |
|---|---|
| *I am reading* | **Ninasoma** |
| *He is writing* | **Anaandika** |
| *He is listening* | **Anasikiliza** |
| *They are drinking* | **Wanakunywa** |

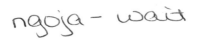

ngoja — wait

# 15 Somo La Kumi Na Tano
## Jana ulifanya nini? *What did you do yesterday?*

## MAZUNGUMZO

Jana ulifanya nini?

- Jana nilikwenda kazini. — work
  Jana nilikwenda sokoni. — market
  Jana nilikwenda mjini.
  Jana nilikwenda karamuni.
  Jana nilikwenda mkutanoni. — mtg.
  Jana nilikwenda bustanini. — garden/park
  Jana nilikwenda dukani. — store
  Jana nilikwenda mchezoni. — game
  Jana nilikwenda pwani.
  Jana nilikwenda New Jersey.
  Jana nilikwenda chuo kikuu.
  Jana nilikwenda shule.
  Jana nilikwenda shuleni.
  Jana nilikwenda hospitali.
  Jana nilikwenda sinema.
  Jana nilitembea mjini.
  Jana nilifanya kazi.
  Jana nilifanya karamu.
  Jana niliandika barua.
  Jana nilikwenda posta.
  Jana nilikwenda kuogelea. — to swim
  Jana nilikwenda kuvua. — fishing
  Jana nilikwenda kuvua samaki. — to catch some fish
  Jana nilikwenda kucheza mpira. — to play soccer
  Jana nilikwenda kucheza futboli.
  Jana nilikwenda kutembea mjini.

Juzi ulifanya nini?

- Juzi nilikuja shule.
  Juzi nilikuja chuo kikuu.
  Juzi nilikuja hapa.

Mwaka jana ulifanya nini?

- Mwaka jana nilisafiri Ufaransa.
  Mwaka jana nilisafiri Ulaya.
  Mwaka jana nilisafiri Afrika.
  Mwaka jana nilikwenda Afrika.
  Mwaka jana nilikwenda shule.
  Mwaka jana nilifanya kazi.

Mwaka uliopita ulifanya nini?

- Mwaka uliopita nilisafiri Ufaransa.
  Mwaka uliopita nilitembea Ufaransa. — to walk
  Mwaka uliopita nilikwenda Ufaransa.

ASHA: Jana ilikuwa Jumapili kwa hivyo nilichelewa kuamka. — therefore / to be late / to get up

RAJABU: Ulifanya nini kutwa? — all day

A: Niliamka saa nne, nikatengeneza chakula cha asubuhi, nikala halafu nikasafisha nyumba. — ate / clean

R: Alasiri ulifanya nini? — afternoon

A: Alasiri nilikwenda kumtembelea rafiki yangu (shoga yangu). Tukaenda pwani kuogelea. — we went

R: Kulikuwa na watu wengi pwani? — there were

A: Ndiyo, kulikuwa na watu wengi sana.

R: Baadaye mlifanya nini? — then

A: Tulirudi kubadilisha nguo, halafu usiku mimi nilikwenda kwenye karamu ya shule yangu. — afterwards / we returned/came back

R: Mlifanya nini karamuni?

A: Tulisikiliza sahani za santuri (rikodi) tukacheza dansa. Tulionana na watu wengi. — to dance / recorder

## MAZOEZI

### Maliza sentensi hizi.

|  | Jana ulikwenda wapi? |
| --- | --- |
| soko | Jana nilikwenda sokoni. |
| kijiji | Jana nilikwenda kijijini. |
| pwani | Jana nilikwenda pwani. |
| shule — mtg | Jana nilikwenda shule/shuleni. |
| mkutano | Jana nilikwenda mkutanoni. |
| maktaba | Jana nilikwenda maktabani. |
| karamu | Jana nilikwenda karamuni. |
| Philadelphia | Jana nilikwenda Philadelphia. |

|  | Ulikwenda kutembea wapi? — to walk, stroll |
| --- | --- |
| mji | Nilikwenda kutembea mjini. |
| kijiji | Nilikwenda kutembea kijijini. |
| Long Island | Nilikwenda kutembea Long Island. |
| pwani | Nilikwenda kutembea pwani. |
| mbuga — nat. park | Nilikwenda kutembea mbugani. |
| bustani | Nilikwenda kutembea bustanini. |

|  | Ulikwenda kumtembelea nani? — to visit |
| --- | --- |
|  | Nilikwenda kumtembelea rafiki yangu. |
| jirani — neighbor | Nilikwenda kumtembelea jirani yangu. |
| ndugu | Nilikwenda kumtembelea ndugu yangu. |
| bibi | Nilikwenda kumtembelea bibi yangu. |
| babu | Nilikwenda kumtembelea babu yangu. |

| | |
|---|---|
| kaka | Nilikwenda kumtembelea kaka yangu (kakangu). |
| dada | Nilikwenda kumtembelea dada yangu (dadangu). |
| baba | Nilikwenda kumtembelea baba yangu (babangu). |
| mama | Nilikwenda kumtembelea mama yangu (mamangu). |
| nyanya | Nilikwenda kumtembelea nyanya yangu (nyanyangu). |
| mchumba | Nilikwenda kumtembelea mchumba wangu (mchumbangu). |
| mtoto | Nilikwenda kumtembelea mtoto wangu. |
| umbu | Nilikwenda kumtembelea umbu wangu. |
| mzazi | Nilikwenda kumtembelea mzazi wangu. |
| | Nilikwenda kuwatembelea rafiki zangu. |
| jamaa | Nilikwenda kuwatembelea jamaa zangu. |
| ndugu | Nilikwenda kuwatembelea ndugu zangu. |
| kaka | Nilikwenda kuwatembelea kaka zangu. |
| dada | Nilikwenda kuwatembelea dada zangu. |
| jirani | Nilikwenda kuwatembela jirani zangu. |
| | Nilikwenda kuwatembelea _____ . |
| wazazi | Nilikwenda kuwatembelea wazazi wangu. |
| watoto | Nilikwenda kuwatembelea watoto wangu. |
| wageni | Nilikwenda kuwatembelea wageni wangu. |
| | Kulikuwa na watu wengi _____ . |
| watalii | Kulikuwa na watalii wengi. |
| watoto | Kulikuwa na watoto wengi. |
| rafiki | Kulikuwa na rafiki wengi. |
| jamaa | Kulikuwa na jamaa wengi. |
| wadudu | Kulikuwa na wadudu wengi. |
| wasichana | Kulikuwa na wasichana wengi. |

*Hujambo! Bibi. Habari za mchana?*

## Jibu maswali haya.

Mwezi wa jana ulifanya nini?
- Mwezi wa jana _____ .

Mwezi uliopita ulifanya nini?
- Mwezi uliopita _____ .

Mwezi wa Septemba ulifanya nini?
- Mwezi wa Septemba _____ .

Mwezi wa tisa ulifanya nini?
- Mwezi wa tisa _____ .

Usiku ulifanya nini?
- Usiku _____ .

Jana usiku ulifanya nini?
- Jana usiku _night_ _____ .

Asubuhi ulifanya nini?
- Asubuhi _____ .

Leo asubuhi ulifanya nini?
- Leo asubuhi _____ .

Jana asubuhi ulifanya nini?
- Jana asubuhi _____ .

Mwaka mmoja una wiki ngapi?
- Mwaka mmoja una wiki khamsini na mbili.

Mwaka mmoja una siku ngapi?
- Mwaka mmoja una siku mia tatu na sitini na tano.

Mwezi mmoja una siku ngapi?
- Mwezi mmoja una _____ .

Mwezi mmoja una wiki ngapi?
- Mwezi mmoja una _____ .

Wiki moja ina siku ngapi?
- Wiki moja ina _____ .

Siku moja ina saa ngapi?
- Siku moja ina _____ .

Chuo kikuu hiki kina wanafunzi wangapi?
- Chuo kikuu hiki kina _____ .

Mwezi huu una siku ngapi?
- Mwezi huu _____ .

Mwaka una miezi mingapi?
- Mwaka huu _____ .

## Fasiri kwa Kiswahili.

*Yesterday was Sunday and so I was late getting up.*
*What did you do all day?*
- *I woke up at ten o'clock, prepared breakfast, ate, and then cleaned the house.*

*What did you do in the afternoon?*
- *In the afternoon I visited my friend and we went to the beach to swim.*

*Were there many people on the beach?*
- *Yes, there were many people.*

*What did you do afterwards?*
- *We returned to change our clothes and then later that night I went to my school's party.*

*What did you do at the party?*
- *We listened to records and danced. We met many people.*

## Badilisha maneno haya kuwa wingi halafu tumia kila neno katika sentensi: *Change these words into plural form, then use each in a sentence.*

mtoto > watoto
mwanafunzi
mtalii
mgeni
mzee

rafiki > rafiki
kaka
ndugu
dada

kitenge > vitenge
chakula
kiatu

*tisa = 9   kumi - 10*

*nguo - clothes*

*sahani za santuri - player ob records*

nyumba > nyumba
nguo
saa
shanga
meza

## MANENO MAPYA

soko/marikiti — *market*
karamu — *party*
duka — *a store*
pwani — *beach, coast, shore*
Ufaransa — *France*
kusafiri — *to travel*
mji — *town*
bustani — *garden, park, zoo*
mchezo — *a play, game*
barua — *letter*
Ulaya — *Europe*
kuchelewa — *to be late*
kuamka — *to wake up*
chakula cha asubuhi — *breakfast*
alasiri — *afternoon*
kwenye — *at, in, from, on, with, at a location, (above, below, etc.)*
sahani za santuri/rikodi — *gramophone records*
mbuga — *a park (national)*
jirani — *neighbor*
bibi/nyanya — *grandmother*
kaka — *elder brother*
mzazi — *parent*
kutengeneza — *to prepare*
kusafisha — *to clean*
shoga — *a term used by a female to refer to a female friend*
kurudi — *to go back*
kusikiliza — *to listen*
kijiji — *village*
jamaa — *relative*
ndugu — *actual and classificatory sibling*
babu — *grandfather*
dada — *elder sister*
umbu — *sister, if said by a boy; brother, if said by a girl (i.e., sibling of opposite sex)*
mdudu — *insect*

## MAELEZO

### VIJINA VYA KUMILIKI: *THE POSSESSIVE PRONOUNS*

The possessive follows the noun possessed and agrees with that noun in number and concord.

The possessives for animate nouns are formed as follows:

Pronoun prefix $\begin{Bmatrix} Singular \\ Plural \end{Bmatrix}$ + Connector a +

$\qquad$ Possessive root $\begin{Bmatrix} Singular \\ Plural \end{Bmatrix}$

The possessive roots are:

|  | SINGULAR | PLURAL |
|---|---|---|
| 1st person | **-ngu** *my* | **-itu** *our* |
| 2nd person | **-ko** *your* | **-inu** *your* |
| 3rd person | **-ke** *his/her* | **-o** *their* |

The morphophonemic changes are: **-a+itu > etu; -a+inu > enu.**

The rules for the concordial agreement of possessive pronouns are:

Animate nouns take different singular and plural possessive roots:

Inanimate nouns take only a singular root **-ke** regardless of whether the noun preceding it is singular or plural:

| mwanamke na mtoto wake | *a woman and her child* |
|---|---|
| mwanamke na watoto wake | *a woman and her children* |
| wanawake na watoto wao | *the women and their children* |
| mti na tunda lake | *a tree and its fruit* |
| mti na matunda yake | *a tree and its fruits* |
| miti na matunda yake | *trees and their fruits* |

With animate nouns the concordial agreement for both singular and plural is **w-**:

| mzazi wangu | *my parent* |
|---|---|
| wazazi wangu | *my parents* |
| kijana wangu | *my young person* |
| vijana wangu | *my young people* |

The form of the noun shows whether it is singular or plural.

Animate nouns in which singular is not distinguished from plural take different concordial agreements in order to make the number distinction clear. Thus:

**rafiki** *(sing.)* **rafiki** *(pl.)*

**rafiki yangu** *my friend* **rafiki zangu** *my friends*

If, however, plurality is shown in any other way, there is no need to use different concordial forms and the regular animate agreement is adopted:

| rafiki mwema wangu | *my good friend* |
|---|---|
| rafiki wema wangu | *my good friends* |
| marafiki wangu/marafiki zangu | *my friends* |

Animate nouns that refer to other than human animals take **w-** in the singular and **z-** in the plural:

**mbwa wangu** *my dog*
**mbwa zangu** *my dogs*

The contracted forms of possessives are:

The pronominal prefix and the connecting **-a-** may be dropped and the possessive root suffixed to the noun that it qualifies. Thus:

mama yangu > mamangu
mama yako > mamako
mama yake > mamake

This kind of contraction occurs only with nouns ending in the vowel **-a.** It does not occur, for example, with **ndugu yangu, ndugu yako, ndugu yake,** *or* **bibi yangu, bibi yako, bibi yake.**

The only exception to this is **mwenzi** *(companion)*, which, however, seldom appears in any form other than a contracted one. Thus: **mwenzangu, mwenzako/, mwenzio mwenzake/, mwenzie.**

When a possessor is indicated by a noun and not by a possessive root, only the pronoun prefix and the connecting **-a** are used to indicate the relationship between the thing possessed and its possessor or between the dominate noun and what is connected with it.

| | |
|---|---|
| mtoto wa Ali | *child of Ali* |
| kilemba cha mwanamume | *headgear of a man* |
| koti la mvua | *raincoat, coat of rain* |
| taa ya mafuta | *lamp of oil* |

If the two lexical items that are connected are of equal relationship or weight, the connector **-a** appears with a a prefix **n-:**

| | |
|---|---|
| uhuru na umoja | *freedom and unity* |
| mama na baba | *mother and father* |
| kula na kunywa | *eating and drinking* |

## POSSESSIVE PRONOUNS

### Animate Nouns

| m- + wa- *class* | -angu | -ako | -ake | -etu | -enu | -ao |
|---|---|---|---|---|---|---|
| mtoto *(child)* | wangu | wako | wake | wetu | wenu | wao |
| watoto *(children)* | wangu | wako | wake | wetu | wenu | wao |
| **n- + n-** *class* | | | | | | |
| rafiki *(friend)* | yangu | yako | yake | yetu | yenu | yao |
| rafiki *(friends)* | zangu | zako | zake | zetu | zenu | zao |
| ng'ombe *(cow)* | wangu | wako | wake | wetu | wenu | wao |
| ng'ombe *(cows)* | zangu | zako | zake | zetu | zenu | zao |
| **ki- + vi-** *class* | | | | | | |
| kijana *(youth)* | wangu | wako | wake | wetu | wenu | wao |
| vijana *(youths)* | wangu | wako | wake | wetu | wenu | wao |
| **ji- + ma-** *class* | | | | | | |
| fundi *(skilled)* | wangu | wako | wake | wetu | wenu | wao |
| mafundi *(skilled men)* | wangu | wako | wake | wetu | wenu | wao |

### Inanimate Nouns

| n- + n- *class* | | | | | | |
|---|---|---|---|---|---|---|
| nguo *(clothing)* | yangu | yako | yake | yetu | yenu | yao |
| nguo *(clothes)* | zangu | zako | zake | zetu | zenu | zao |
| **m- + mi-** *class* | | | | | | |
| mfuko *(bag)* | wangu | wako | wake | wetu | wenu | wao |
| mifuko *(bags)* | yangu | yako | yake | yetu | yenu | yao |
| **ji- + ma-** *class* | | | | | | |
| jina *(name)* | langu | lako | lake | letu | lenu | lao |
| majina *(names)* | yangu | yako | yake | yetu | yenu | yao |
| **ki- + vi-** *class* | | | | | | |
| kitanda *(bed)* | changu | chako | chake | chetu | chenu | chao |
| vitanda *(beds)* | vyangu | vyako | vyake | vyetu | vyenu | vyao |

# 16 Somo La Kumi Na Sita
## Bei gani? *How much does it cost?*

**MAZUNGUMZO**

**Sema namba(ri):** *Say these numbers.*

1 moja (-moja)
2 mbili (-wili)
3 tatu (-tatu)
4 nne (-ne) (-nne)
5 tano (-tano)
6 sita
7 saba
8 nane (-nane)
9 tisa
10 kumi
11 kumi na moja
12 kumi na mbili etc.

20 ishirini
21 ishirini na moja etc.

30 thelathini
31 thelathini na moja etc.

40 arobaini (arbaini)
50 hamsini (khamsini)
60 sitini
70 sabini
80 themanini
90 tisini
100 mia
101 mia na moja
102 mia na mbili
200 mia mbili
201 mia mbili na moja
210 mia mbili na kumi
214 mia mbili na kumi na nne
220 mia mbili na ishirini
244 mia mbili arobaini na nne
319 mia tatu kumi na tisa
330 mia tatu na thelathini
496 mia nne tisini na sita
1000 elfu au elfu moja
1002 elfu na mbili
1013 elfu na kumi na tatu
1100 elfu na mia moja
1212 elfu, mia mbili, kumi na mbili
1313 elfu, mia tatu, na kumi na tatu.
2000 mbili elfu au elfu mbili

5555 elfu tano, mia tano, na khamsini na tano
100,000 laki au laki moja
1,000,000 milioni au milioni moja

**Hesabuni 1—20:** *Count 1—20.*
Hesabuni 10—100 kwa makumi.
Hesabuni 100—1000 kwa mamia.
Hesabuni shiling 10 mpaka 100.
Hesabuni dola 10 mpaka 100.
Hesabuni dola 100 mpaka 1000.
Hesabuni senti 5 mpaka 90.

**Pesa za Afrika ya Mashariki (Fedha):** *East African money*

Noti ya shilingi mia.
Noti ya shilingi ishirini.
Noti ya shilingi kumi.
Noti ya shilingi tano.
Hii ni noti ya shilingi ngapi?
■  Hiyo ni noti ya _____ .
Una noti ya shilingi ngapi?
■  Nina noti ya shilingi _____ .
Bwana Green ana noti ya shilingi ngapi?
■  Bwana Green ana noti ya shilingi _____ .
Bwana Green ana kiasi gani?
■  Bwana Green ana shilingi _____ .
    Bwana Green ana noti ya shilingi _____ .
Unataka kiasi gani?
■  Ninataka shilingi _____ .
Unataka shilingi ngapi?
■  Ninataka shilingi _____ .

**Hesabuni senti:** *Count in cents.*

   senti tano; kumi; kumi na tano; ishirini; ishirini na tano; thelathini; thelathini na tano; arbaini; arbaini na tano; khamsini (hamsini) au nusu shilingi au thumni; senti sitini; sitini na tano; sabini.

Peni la senti ishirini (Tanzania)
Peni la senti kumi (Kenya)
Peni la senti tano (Tanzania na Kenya)
■  Kenya ndururu ni peni la senti tano.
Mna senti ngapi katika shilingi?
■  Mna senti mia katika shilingi.
Mna senti ngapi katika nusu shilingi?

■ Mna senti khamsini katika nusu shilingi.
Mna senti ngapi katika thumuni?
■ Mna senti khamsini katika thumuni (thumni)
Mna mapeni mangapi katika shilingi?
■ Mna mapeni kumi makubwa (Kenya)
Mna mapeni matano makubwa (Tanzania)
┌Nyumba hii ni bei gani?                    ┐
■ Nyumba hiyo ni shilingi _____ .
Saa hii ni bei gani?
■ Saa hiyo ni _____ .
Pete hii ni bei gani?  _ring_
■ Pete hiyo ni _____ .
Kalamu hii ni bei gani?
■ Kalamu hiyo ni _____ .
Kikapu hiki ni bei gani?  _basket_
■ Kikapu hicho ni _____ .
Kidani hiki ni bei gani?  _necklace_
■ Kidani hicho ni _____ .
Chakula hiki ni bei gani?
■ Chakula hicho ni _____ .


Kuku huyu ni bei gani?
■ Kuku huyo ni _____ .
Ndege huyu ni bei gani?
■ Ndege huyo ni _____ .
Samaki huyu ni bei gani?
■ Samaki huyo ni _____ .

_bread_
Mkate huu ni bei gani?
■ Mkate huo ni _____ .
Muhogo huu ni bei gani?  _cassava_
■ Muhogo huo ni _____ .
Mkufu huu ni bei gani?
■ Mkufu huo ni _____ .
_chain_
Nanasi hili ni bei gani?  _pineapple_
■ Nanasi hilo ni _____ .
Chungwa hili ni bei gani?
■ Chungwa hilo ni _____ .
Tufaa hili ni bei gani?
■ Tufaa hilo ni _____ .


Nini bei ya kuku yule?
■ Bei yake ni _____ .
Nini bei ya kikapu kile?
■ Bei yake ni _____ .
Nini bei ya pete ile?
■ Bei yake ni _____ .
Nini bei ya mkate ule?
■ Bei yake ni _____ .
Nini bei ya nanasi lile?
■ Bei yake ni _____ .
Nini bei ya papai lile?
■ Bei yake ni _____ .

Ninataka kununua kuku. Ni bei gani?  _banana_
■ Bei yake ni _____ .
Ninataka kununua ndizi. Ni bei gani?
■ Bei yake ni _____ .
Ninataka kununua kikapu. Ni bei gani?
■ Bei yake ni _____ .

Bei ya pete hii ni shilingi khamsini na bei ya saa hiyo ni
    shilingi mia.
Ipi ghali?
Ipi rahisi?

Bei ya nyumba hii ni shilingi elfu thelathini na bei ya
    nyumba ile ni shilingi elfu thelathini na tisa.
_which_
Ipi ni ghali?
Ipi ni rahisi?  _cheap_

Bei ya kikapu hiki ni shilingi tano na bei ya kikapu kile ni
    shilingi nne na nusu.
Kipi ni ghali?
Kipi ni rahisi?                                      _duck_
Bei ya kuku ni shilingi tano na bei ya bata ni shilingi nane.
Yupi ni ghali? Mnyama gani ni ghali? Mnyama yupi (ni)
    ghali?  _animal_
Bei ya kikapu ni shilingi kumi na mbili na bei ya kitabu ni
    shilingi tano na senti ishirini.
Kitu gani ni ghali? Kitu gani ki ghali?
Kitu gani ni rahisi? Kitu gani ki rahisi?
_increase_
Shilingi kumi ongeza shilingi tatu ni shilingi ngapi?
■ Ni shilingi kumi na tatu.
Shilingi thelathini ongeza shilingi saba ni shilingi ngapi?
■ Ni shilingi thelathini na saba.  _minus/make less_
Shilingi ishirini punguza shilingi tano ni ngapi?
■ Ni shilingi kumi na tano.
Shilingi arbaini punguza shilingi nane ni ngapi?
■ Ni shilingi thelathini na mbili.

**Badilisha dola kuwá shilingi:** *Change dollars
into shillings.*
Mna shilingi saba na senti kumi na nne katika dola moja?
Mna shilingi ngapi katika dola mbili?    (Shs.14.28)
Mna shilingi ngapi katika dola tatu?    (Shs.21.42)
Mna shilingi ngapi katika dola nne?
Mna shilingi ngapi katika dola tano?

Mna senti kumi na nne za Amerika katika shilingi moja?
Mna senti ngapi za Amerika katika shilingi mbili?    (28)
Mna senti ngapi za Amerika katika shilingi tatu?    (42)
Mna senti ngapi za Amerika katika shilingi nne?    (56)
Mna senti ngapi za Amerika katika shilingi tano?    (70)

**Badilisha sentensi hizi:** *Change this sentence.*
Ninataka kununua maembe.  _mango_
maembe  mapapai  mananasi  matufaa  mayai
maziwa  mafuta  majimbi  ndizi  zabibu

60 sh. ≈ $1

61

nazi mboga sukari chai mbatata

*coconut* *veg*

buni (kahawa) nyama nyama ya ng'ombe

nyama ya nguruwe samaki kuku viazi vitunguu

*onion*

vitoweo mkate (mikate) muhogo (mihogo) mchele

*side dish* *husked rice*

unga

*flour*

Ninataka kwenda madukani.

madukani dukani sokoni duka la nguo

*clothes*

duka la viatu duka la vitabu duka la madawa

*crazy man* *medicine*

Ninataka kwenda kwa fundi wa viatu.

kwa fundi wa saa kwa mshonaji nguo kwa mshoni

*tailor*

kwa dobi kwa kinyozi

*laundry man* *barber*

**SOKONI:** *AT THE MARKET*

MNUNUZI: Nataka kununua machungwa ni bei gani?

MUUZAJI: Bei yake kumi kwa shilingi tatu.

MN: Ni ghali sana.

MU: Hapana si ghali ni rahisi.

MN: Tafadhali punguza bei.

MU: Siwezi kupunguza bei. Machungwa haya makubwa na mazuri.

*I can't* *big*

MNUNUZI: Kweli makubwa lakini ghali. Bwana yule anauza kumi kwa shilingi mbili.

*sell*

MUUZAJI: Hapana si kweli. Haya toa shilingi mbili na senti sabini na tano.

*give*

MN: Lo! ndiyo umepunguza nini? Tafadhali punguza tena.

MU: Utalipa kiasi gani?

*amount*

MN: Nitalipa shilingi mbili tu.

MU: Hapana, kidogo sana. Toa shilingi mbili na senti khamsini.

*pay*

MN: Nitatoa shilingi mbili na senti kumi.

MU: Ongeza senti kumi na tano. Bei yangu ya mwisho shilingi mbili na senti ishirini na tano.

*and*

MN: Haya chukua pesa.

*carry*

MU: Je, utapenda kitu kingine? Kuna mboga nzuri.

MN: Sitaki mboga leo, labda kesho.

MU: Ahsante. Njoo kesho. Nitakuwa na vitu vingi vizuri.

*come here*

## MAZOEZI

### Fasiri kwa Kiswahili.

*I want to buy some oranges. What's the price?*

■    *The price is ten for three shillings.*

*They are very expensive.*

■    *No, they are not expensive, they are cheap.*

*Please reduce the price.*

■    *I can't reduce the price. They are good and large oranges.*

*It's true they are large but expensive. That gentleman sells them ten for two shillings.*

■   *That's not true. All right, pay two shillings and seventy five cents.*

*Wow! What have you reduced? Please reduce the price again.*

■   *How much will you pay?*

*I will pay only two shillings.*

■   *No, it's very little. Pay two shillings and fifty cents.*

*I will pay two shillings and ten cents.*

■   *Add fifteen cents. My last price is two shillings and twenty-five cents.*

*All right, take the money.*

■   *Would you like anything else? I have some good vegetables.*

*No, thank you. I don't want vegetables today. Maybe tomorrow.*

■   *Thank you. Come tomorrow. I'll have a lot of good things.*


## Badilisha sentensi hii: *Change this sentence.*

Kesho nitakuwa nina mboga nzuri.

| | |
|---|---|
| nazi | nina nazi nzuri. |
| ndizi | nina ndizi nzuri. |
| shokishoki | nina shokishoki nzuri. |
| mchele | nina mchele mzuri. |
| muhogo | nina muhogo mzuri. |
| mkate | nina mkate mzuri. |
| nanasi | nina nanasi zuri. |
| fenesi | nina fenesi zuri. |
| nazi | nina nazi nzuri. |
| viazi | nina viazi vizuri. |
| vitu | nina vitu vizuri. |
| mikate | nina mikate mizuri. |
| mifuko | nina mifuko mizuri. |
| machungwa | nina machungwa mazuri. |

Kesho nitakuwa nina mananasi mazuri.

| | |
|---|---|
| mananasi | nina mananasi mazuri. |
| mafenesi | nina mafenesi mazuri. |
| mayai | nina mayai mazuri. |

Unataka ndizi ngapi?

| | |
|---|---|
| shilingi | Unataka shilingi ngapi? |
| nazi | Unataka nazi ngapi? |
| mihogo | Unataka mihogo mingapi? |
| mifuko | Unataka mifuko mingapi? |
| viazi | Unataka viazi vingapi? |
| vikapu | Unataka vikapu vingapi? |
| machungwa | Unataka machungwa mangapi? |
| malimau | Unataka malimau mangapi? |
| watu | Unataka watu wangapi? |
| watoto | Unataka watoto wangapi? |

| | |
|---|---|
| nazi | Sitaki ndizi mbaya. |
| | Sitaki nazi mbaya. |
| mboga | Sitaki mboga mbaya. |
| embe | Sitaki embe mbaya. |
| mikate | Sitaki mikate mibaya. |
| mihogo | Sitaki mihogo mibaya. |
| vitabu | Sitaki vitabu vibaya. |
| viazi | Sitaki viazi vibaya. |
| vitunguu | Sitaki vitunguu vibaya. |
| matunda | Sitaki matunda mabaya. |
| mananasi | Sitaki mananasi mabaya. |
| mapapai | Sitaki mapapai mabaya. |
| maembe | Sitaki maembe mabaya. |
| wanafunzi | Sitaki wanafunzi wabaya. |
| watoto | Sitaki watoto wabaya. |
| rafiki | Sitaki rafiki wabaya. |

## Tumia.

-bichi, -bivu, -bovu, -tamu, -kubwa, -dogo, ghali, rahisi, -ingi

## pamoja na maneno haya:

embe, ndizi, muhindi, kiazi, kitoweo, chakula, yai, nanasi, peya

## MANENO MAPYA

nambari, namba — *number*
fedha — *money, silver*
bei — *price*
senti — *cent*
katika — *in*
thumuni — *fifty-cent piece*
mkufu — *chain*
-ongeza — *increase (v.)*
muuzaji — *shopkeeper, vendor*
-uza — *sell*
-toa — *take out*
-pa — *give*
-lipa — *pay (v.)*
-chukua — *take (v.)*
duka la nguo — *clothing store*
duka la madawa — *drugstore, the chemist's*
fundi wa viatu — *shoe repairer, cobbler*
mshonaji, mshoni — *tailor, dressmaker*
majimbi — *yams*
pesa — *money*
noti — *bill*
kiasi gani — *how much*
peni — *penny*
nusu — *half*
kikapu — *basket*
-punguza — *reduce (v.)*
mnunuzi — *customer*
-nunua — *buy (v.)*

bado — *still*
kwenda madukani — *to go shopping*
duka la viatu — *shoe shop*
fundi — *skilled worker*
fundi wa saa — *watch repairer*
muhogo — *cassava*
muhindi — *corn*
mfuko — *basket, bag (mi-)*
kitunguu — *onion (vi-)*
shokishoki — *fruit of nambutan tree*
embe — *mango*
papai — *pawpaw, papaya*
yai — *egg (ma-)*
peya — *pear (ma-)*
-tamu — *sweet*
-bichi — *raw, unripe*
kiazi kitamu — *sweet potato*
nazi — *coconut*
mbatata (kiazi ulaya) — *potatoes*
nanasi — *pineapple (ma-)*
limau — *lemon (ma-)*
buni — *coffee beans*
kitoweo/kiteweo — *meat/fish eaten with main dish*
-bivu — *ripe*

## MAELEZO

### VIJINA VYA KUELEKEZA: *THE DEMONSTRATIVE PRONOUNS*

The demonstrative pronoun is formed by attaching a pronoun prefix to a demonstrative particle **h-** or **-le**.

The pronoun prefix for all the animate nouns is **yu-** in the singular and **wa-** in the plural. The pronoun prefixes for inanimate nouns that depend on the class the noun belongs to are those given on page 59.

In Unit 11, we set out three types of demonstrative pronouns:

**huyu** *indicates location near speaker*

**huyo** *indicates location near listener or refers back to what has already been mentioned*

**yule** *indicates location away from both speaker and listener*

As with other modifiers in the language the demonstrative pronoun follows the subject it modifies, for example, **mwanamke yule** *(that woman).* When the demonstrative pronoun comes before the noun, its meaning is equivalent to the use of the definite article in English to refer to something mentioned previously:

**Yule mtu amefika.** *The man has arrived.*

## Sema.

| | | NEAR SPEAKER | NEAR LISTENER ALREADY MENTIONED | AWAY FROM SPEAKER AND LISTENER |
|---|---|---|---|---|
| m- + wa- *class* | mtu | huyu | huyo | yule |
| | watu | hawa | hawo | wale |
| n- + n- *class (animate)* | kuku | huyu | huyo | yule |
| | kuku | hawa | hawo | wale |
| ki- + vi- *class (animate)* | kijana | huyu | huyo | yule |
| | vijana | hawa | hawo | wale |
| ki- + vi- *class (inanimate)* | kikapu | hiki | hicho | kile |
| | vikapu | hivi | hivyo | vile |
| | chakula | hiki | hicho | kile |
| | vyakula | hivi | hivyo | vile |
| n- + n- *class (inanimate)* | nyumba | hii | hiyo | ile |
| | nyumba | hizi | hizo | zile |
| | meza | hii | hiyo | ile |
| | meza | hizi | hizo | zile |
| m- + mi- *class (inanimate)* | mkate | huu | huo | ule |
| | mikate | hii | hiyo | ile |
| | mlima | huu | huo | ule |
| | milima | hii | hiyo | ile |
| ji- + ma- *class (inanimate)* | jiko | hili | hilo | lile |
| | majiko | haya | hayo | yale |
| | sanduku | hili | hilo | lile |
| | masanduku | haya | hayo | yale |

# Mtihani: *A Quiz*

**A. Jibu maswali yote:** *Answer all the questions.*

1. Utapenda _____ chai au kahawa.
   a. ninakunywa
   b. kula
   c. kunywa
   d. kulala

2. Ulikuja _____ lini?
   a. hapa
   b. mkutano
   c. soko
   d. nyumba

3. Mgeni huyu ana kiu _____ hana njaa.
   a. anataka
   b. kunywa
   c. maji
   d. lakini

4. Kesho asubuhi _____ kazini.
   a. nitakwenda
   b. nilikwenda
   c. ulikwenda
   d. kwenda

5. Jana wanafunzi _____ karamu.
   a. watakwenda
   b. walifanya
   c. wanafanya
   d. hufanya

6. Kesho kutwa nitapenda _____ .
   a. haraka
   b. soko
   c. kutembea
   d. kufanya

7. Utapenda kwenda _____ pamoja nami?
   a. hapa
   b. kutembea
   c. jana
   d. juzi

8. Unataka kula chakula _____ .
   a. gani
   b. nzuri
   c. hii
   d. mzuri

9. Bwana Ali ana rafiki _____ .
   a. nzuri
   b. mwema
   c. njema
   d. chema

10. Uliandika barua _____ .
    a. ngapi
    b. mzuri
    c. mrefu
    d. viwili

11. Mimi ni _____ .
    a. mwamerika
    b. amerika
    c. sijambo
    d. njema

12. Alinunua nyumba _____ .
    a. kubwa
    b. nkubwa
    c. mkubwa
    d. kikubwa

**B. Tumia maneno haya katika sentensi:** *Use these words in sentences.*

mkutano, karamuni, pole, rais, mtalii, bei, safi, changamfu, eusi, pana

**C. Jibu maswali haya.**

1. Jina lako nani na una taifa gani?
2. Ulizaliwa wapi?
3. Ulikuja New York lini?
4. Lini ulianza kujifunza Kiswahili?
5. Kwa nini unajifunza Kiswahili?
6. Andika anwani yako na nambari yako ya simu.
7. Utapenda kufanya nini mwezi ujao?
8. Je wewe hufanya kazi au huja shule, siku ngapi kwa wiki?
9. Siku gani hupumzika?
10. Hali ya hewa i vipi leo?

**D. Fasiri kwa Kiswahili.**

1. *We are students. We come from New York. We are now studying at the University of Nairobi. We are studying Art, Economics, and the Swahili language. We will stay in Nairobi until next year.*

65

2.  I am not hungry but I am thirsty.
    ■   What would you like to drink?
    Have you some coffee?
    ■   Sorry, I haven't any coffee but I have some tea.
    Please give me some tea. I would like some tea.
3.  Are you in a hurry? I would like to talk to you.
    ■   Yes, I am in a bit of a hurry.

Where are you going?
■   I am going to the library. Would you like to
    go to the library with me?
I would like to go but not now, maybe this afternoon.

E.   Select two pictures and describe each in not
less than twenty-five Swahili words.

# 17 Somo La Kumi Na Saba
# Nambari: *Numbers*

## DARASA LA HESABU: *ARITHMETIC CLASS*

Huyu ni mwalimu. Yeye ni Mwamerika anatoka California. Sasa yuko Moshi anafundisha Hesabu katika shule ya chini.

Yeye anafundisha darasa nyingi, lakini leo anafundisha hesabu za kujumlisha. Anamuuliza Juma, 'Mia tatu na ishirini jumlisha na mia mbili na thelathini na tano ni ngapi?'

Juma hajui jawabu lakini anafikiri. Kwanza anajumlisha mia tatu na mia mbili ni mia tano, halafu anajumlisha ishirini na thelathini ni khamsini; na mwisho anajumlisha sufuri na tano ni tano.

Juma anamjibu mwalimu kuwa jibu ni mia tano na khamsini na tano.

Kesho mwalimu huyu atafundisha hesabu za kutowa kwa mfano: ishirini towa tano ni ngapi? Ni kumi na tano. Atawapa wanafunzi hesabu hizo kufanya nyumbani.

Pia atafundisha hesabu za kuzidisha kwa mfano: tatu zidisha kwa mbili ni sita au tatu mara mbili ni sita, na atafundisha hesabu za kugawanya kwa mfano:

Kumi gawanya kwa mbili ni tano. Mwalimu atawafundisha wanafunzi hesabu za namna mbalimbali.

Wanafunzi wa shule za chini hujifunza hesabu hizi:

Hesabu za kujumlisha, kwa mfano: $10 + 10 = 20$

Hesabu za kutowa, kwa mfano: $20 - 10 = 10$

Hesabu za kuzidisha, kwa mfano: $10 \times 2 = 20$

Hizi mara nyingine huitwa hesabu za mara.

Hesabu za kugawanya, kwa mfano: $20 \div 2 = 10$

# MAZOEZI

**Fanya hesabu hizi kwa Kiswahili:** *Solve these problems and say them in Swahili.*

**JUMLISHA:** *ADD*

*jibu ni ...*

30 + 50 =
16 + 24 =
11 + 9 =
60 + 40 =

**TOA:** *SUBTRACT*

30 − 10 =
65 − 15 =
40 − 11 =
150 − 50 =

**ZIDISHA:** *MULTIPLY*

5 x 3 =
11 x 4 =
20 x 5 =
100 x 10 =

*mara*

**GAWANYA:** *DIVIDE*

20 ÷ 5 =
36 ÷ 2 =
56 ÷ 4 =
1000 ÷ 10 =

**Andika hesabu hizi kwa Kiswahili:** *Write these problems in Swahili.*

3 x 3 = 9, 15 + 16 = 31, 100 ÷ 25 = 4, 60 − 20 = 40, 1969, 1776, 1850, 1963

## Jibu swali hili.

Mwalimu huwafundisha wanafunzi wa shule za chini hesabu gani?

**Eleza picha kwenye ukurasa 68 kwa maneno yako mwenyewe:** *Describe the picture on page 68 in your own words.*

Wanafunzi hawa wanajifunza hesabu na masomo gani mengine? Nani anawafundisha? Wewe unajifunza nini? Unajifunza masomo gani? Mwalimu yuko wapi? Wanafunzi wako wapi?

## MANENO MAPYA

yuko — *he/she is there*
shule ya chini — *elementary school*
hesabu za kujumlisha — *addition sums*
jawabu, jibu — *reply, answer*
-towa, -toa — *take away*
kwa mfano — *for example*
mara — *time*
-jumlisha — *add*
-fikiri — *think*
hesabu za kutowa — *subtraction problems*
-zidisha — *increase, multiply*
hesabu za kuzidisha — *multiplication problems*
-gawanya — *divide*
masomo — *lessons, subjects*
-itwa — *be called*
hesabu za kugawanya — *division problems*
-ingine — *other*
namna — *kind*

Nipe — give me

# 18 Somo La Kumi Na Nane
# Saa ngapi? *What is the time?*

## Semeni saa: *Tell the time.*

| | |
|---|---|
| Saa moja | Saa nane |
| Saa mbili | Saa tisa |
| Saa tatu | Saa kumi |
| Saa nne | Saa kumi na moja |
| Saa tano | (Saa hedashara, edashara) |
| Saa sita | Saa kumi na mbili |
| Saa saba | (Saa thenashara) |

7:30 — Saa moja na nusu
　　　　Saa moja u nusu
7:15 — Saa moja na robo
　　　　Saa moja u robo
6:45 — Saa moja kasorobo
7:05 — Saa moja na dakika tano
7:10 — Saa moja na dakika kumi
7:15 — Saa moja na dakika kumi na tano
　　　　Saa moja urobo
7:20 — Saa moja na dakika ishirini
7:25 — Saa moja na dakika ishirini na tano
7:30 — Saa moja unusu (saa moja na nusu)
7:35 — Saa mbili kasoro dakika ishirini na tano
7:45 — Saa mbili kasoro robo (kasorobo)
10:30 a.m. — Saa nne unusu za asubuhi
10:30 p.m. — Saa nne unusu za usiku
3:00 p.m. — Saa tisa za alasiri
5:00 p.m. — Saa kumi na moja (hedashara) za jioni
6:00 p.m. — Saa kumi na mbili (thenashara) za jioni

## Nifanyavyo kila siku: *What I do every day*

**MIMI NI MWALIMU:** *I AM A TEACHER.*

　　Huamka asubuhi saa kumi na mbili na nusu. Kwanza hupiga msuwaki halafu huoga na huvaa nguo. Saa moja kamili hula chakula cha asubuhi na husikiliza habari kwenye redio. Saa moja na nusu huenda kazini. Hufika kazini saa mbili kasoro dakika kumi. Mimi ni mwalimu kwa hivyo huanza kufundisha saa mbili kamili. Wanafunzi hupumzika saa nne na robo mpaka saa nne na nusu. Saa saba kasorobo, mimi huenda nyumbani kula chakula cha mchana. Hurudi kazini tena saa nane na hufanya kazi mpaka saa kumi. Saa kumi humaliza kazi. Baadaye huenda mpirani, au huenda kutembea, au huwatembelea jamaa. Saa kumi na mbili (saa thenashara) hurudi, husoma gazeti, au huandika barua, au hutayarisha kazi za siku ya pili, na halafu hula chakula cha jioni. Pengine saa tatu huenda sinema pamoja na bibi yangu (mumewangu). Hulala saa sita za usiku.

**MIMI NI MWANAFUNZI:** *I AM A STUDENT.*

　　Mimi ni mwanafunzi. Nakwenda shule ya juu. Huenda shule kila Jumatatu, Jumanne, Jumatano, Alkhamisi na Ijumaa. Huamka saa mbili. Hupiga msuwaki, huoga, huchana nywele, halafu hula chakula cha asubuhi. Mama hupika mayai na hutengeneza chai. Mimi huondoka nyumbani saa mbili kamili. Huenda kwenye kituo cha basi, na huko huwaona rafiki zangu wengine. Sisi sote huchukua basi mpaka shule yetu. Ni mwendo wa dakika kumi. Shule huanza saa tatu. Asubuhi hujifunza Kiingereza, Hesabu na Lugha. Jioni hujifunza Sayansi, Jiografia na mara nyingine, tuna saa ya kuimba na saa ya Sanaa. Mimi na rafiki zangu hula chakula cha mchana shuleni. Humaliza masomo yetu saa tisa za alasiri. Mara nyingine huenda kucheza mpira, au huenda sinema baada ya shule. Halafu hurudi nyumbani saa kumi na moja na nusu, hula chakula cha jioni, na huanza kufanya kazi zangu za shule. Hulala saa tatu na nusu.

## Sema.

| | |
|---|---|
| Ninakawia kufika shule. | Ninafika kwa wakati shule. |
| Ninachelewa kufika shule. | Ninafika shule mapema. |

Vipindi vya shule:
Saa ya kusoma
Saa ya kushona
Saa ya kucheza

Saa ya Insha
Saa ya Jiografia
Saa ya hesabu
Saa ya kuchora
Saa ya kupumzika
Saa ya Imla
Saa ya Sanaa
Saa ya kulima
Saa ya Kiingereza
Saa ya kuimba
Saa ya kwenda nyumbani
Saa ya Historia
Saa ya kupika

## MAZOEZI

### Jibu maswali haya.

Kesho utaamka saa ngapi?
Utakwenda shule saa ngapi?
Kesho, shule itaanza saa ngapi?

Kesho, shule itamalizika saa ngapi?
Utarudi nyumbani saa ngapi?
Utakula chakula cha asubuhi saa ngapi?
Utakula chakula cha mchana saa ngapi?
Utakula chakula cha jioni saa ngapi?
Utalala saa ngapi?

### Sema saa hizi kwa Kiswahili: *Say these hours in Swahili.*

8:05, 8:15, 9:20, 9:30, 10:20, 11:25, 6:45, 8:05 a.m., 8:05 p.m., 9:30 a.m., 10:30 p.m., 1:15 a.m.

### Jibu maswali haya juu ya "Mimi ni mwalimu": *Answer these questions from your reading of "Mimi ni mwalimu."*

Je, mimi huamka saa ngapi?
Huenda kazini lini?/Huenda shule lini?
Hufika kazini saa ngapi?
Hufanya kazi gani?

Lini hula chakula cha mchana?
Darasa huanza lini asubuhi?
Shule humalizika lini?
Hufanya kazi kwa muda gani kutwa?
Alasiri hufanya nini?
Lini hurudi nyumbani?
Pengine hufanya nini usiku?/alasiri
Hulala wakati gani?

## Jibu maswali haya.

Ndege ya Nairobi huondoka wakati gani?
Ndege ya Nairobi huondoka saa ngapi?
Ndege ya Nairobi hufika saa ngapi?
Safari huchukua muda gani?
Ndege huenda Nairobi mara ngapi kwa wiki?

Wewe huamka saa ngapi?
Huja darasani saa ngapi?
Huanza masomo saa ngapi?
Humaliza masomo saa ngapi?
Hula wakati gani?
Hula chakula cha mchana lini?
Huja darasani mara ngapi kwa wiki?

Hufanya kazi kwa muda wa saa ngapi kila siku?
Hupumzika saa ngapi?
Hupumzika kwa muda gani?

Maktaba hufunguliwa saa ngapi?
Maktaba hufungwa saa ngapi?
Shule hufunguliwa saa ngapi?
Shule hufungwa saa ngapi?
Maduka hufunguliwa saa ngapi?
Maduka hufungwa saa ngapi?
Bengi hufunguliwa saa ngapi?
Bengi hufungwa saa ngapi?
Hospitali hufunguliwa saa ngapi?
Hospitali hufungwa saa ngapi?

## Badilisha sentensi hii.

|  |  |
|---|---|
|  | Chakula hupikwa saa ngapi? |
| tegeneza | Chakula hutengenezwa saa ngapi? |
| leta | Chakula huletwa saa ngapi? |
| uza | Chakula huuzwa saa ngapi? |
| tayarisha | Chakula hutayarishwa saa ngapi? |
| kula | Chakula huliwa saa ngapi? |
| nunua | Chakula hununuliwa saa ngapi? |
| pakua | Chakula hupakuliwa saa ngapi? |

Badilisha vitendo hivi kwa umbo la kutendwa:

*Change these verbs into passive form.*

pika
piga
pata
kamata
funga
gawanya
fundisha
zidisha
toa
jumlisha
fungua
nunua

Tumia maneno hayo katika sentensi.

Soma na fasiri: *Read and translate.*

Mama alipika chakula.
Chakula kilipikwa na mama.
Mama alinunua vitu.
Vitu vilinunuliwa na mama.
Mama alinunua vitu kwa bei ghali.
Vitu vilinunuliwa na mama kwa bei ghali.
Muuzaji aliuza matunda.
Matunda yaliuzwa na muuzaji.
Askari alikamata mwizi.
Mwizi alikamatwa na askari.
Ali alivunja kikombe kwa jiwe.
Kikombe kilivunjwa na Ali kwa jiwe.
Upepo ulivunja kikombe.
Kikombe kilivunjwa na upepo.
Motokaa iliponda mtu.
Mtu alipondwa na motokaa.
Mtu alipondwa na dereva kwa motokaa.
Mtu alipondwa kwa motokaa.
Mtu alifikwa na ajali.

Eleza ufanyavyo kila siku tangu asubuhi mpaka usiku: *Say what you do from morning till night.*
Eleza wafanyavyo kila siku watu hawa walio katika picha: *Give an account of the daily activities of these people in the picture.*
Fasiri kwa Kiswahili.

*I get up at six thirty in the morning.*
*First I brush my teeth, I take a bath, then I dress.*
*At seven o'clock I eat my breakfast and I listen to the*
*      news on the radio.*
*I go to work at eight thirty.*
*I work from nine till one o'clock, then I have my lunch and*
*      I rest till two o'clock.*
*I eat at home. I don't eat at a restaurant.*

mkahawa

rudi

*I return to work at two o'clock. I work until four.*
*In the afternoon I go to watch a game or I go for a walk.*
*At six o'clock I return home. I write some letters, read the*
*      paper and watch TV. Sometimes I go to the movies*
*      with my friends.*

## MANENO MAPYA

saa — *hour, time, watch clock*
kasorobo — *three quarters (less a quarter)*
u — *and*
kupiga msuwaki, mswaki — *to brush teeth*
kuchana nywele — *to comb hair*
-fika — *arrive*
-nyoa — *shave*
chakula cha jioni, usiku — *dinner/supper*
muda — *period of time*
pengine (pa + ingine) — *sometimes*
wakati — *time*
-funguliwa — *opened*
kila siku — *every day*
mapema — *early*
safari — *trip*
tangu - *since, from*
-vunja — *break*
jiwe — *stone*
robo — *quarter*
dakika — *minute*
kumalizika — *to end, to finish*
kamili — *complete*
chakula cha mchana — *lunch*
lini? — *when?*
kwa wakati — *on time*
kila — *every*
sisi sote — *we all*
-kawia — *be late*
-tayarisha — *make ready*
-leta — *bring*
-pakua — *dish out, serve*
-ponda — *crush*
askari — *policeman*
-kamata — *hold, catch*
mwizi — *thief*
ajali — *accident*

## MAELEZO

### SAA KWA KISWAHILI: *TIME IN SWAHILI*

The way in which the passing of time is accounted differs from one culture to another. Whereas in Anglo-American culture the first hour of the day (1 A.M.) is the first hour after midnight, in Swahili the first hour of the day occurs one hour after sunrise. One o'clock in Swahili is thus seven o'clock (7 A.M.) according to the English way of reckoning time.

There are two quick tricks to help you convert English time into Swahili time. Looking at your watch

face, you may read the hour diagonally opposite to that toward which the hour hand is pointing, thus four-fifty becomes ten-fifty. Alternatively, you may simply add six hours to the English time, thus two o'clock in the afternoon (English) becomes eight o'clock (Swahili).

## ALAMA ZA VITENDO: THE VERBAL MARKERS
The verbal markers that you have learned are:

-na- *which indicates that the action has not stopped:*
>**Anavaa viatu.** *He is putting on shoes.*
>*He puts on shoes.*

-me- *which indicates that the action is completed:*
>**Amevaa viatu.** *He has put on shoes.*

-ta- *which indicates that the action is to begin in the future:*
>**Atavaa viatu.** *He will put on shoes.*

-li- *which indicates that the action is in the past:*
>**Alivaa viatu.** *He put on shoes.*

-ka- *which follows a previous action and refers to an event occurring later than the event indicated by a preceding verb in the sentence:*
>**Alinunua viatu akavaa.** *He bought shoes and put them on.*
>*or*
>**Hununua viatu akavaa wakati huohuo.** *He buys shoes and puts them on at the same moment.*

hu- *which indicates an unspecified time, actions of general truth.*

The subject prefixes you have now learned are:

|  | SINGULAR | PLURAL |
|---|---|---|
| 1st person | ni- | tu- |
| 2nd person | u- | m- |
| 3rd person (animate) | a/yu- | wa- |
| (inanimate) | ki | vi- |
|  | i- | zi- |
|  | u- | i- |
|  | li- | ya- |

## KIMALIZO CHA UMBO LA KUTENDWA -w-: THE PASSIVE SUFFIX -w-
The passive meaning of a verb was illustrated by the use of a suffix -w- inserted between the verb root and the final vowel:

| -uma | bite | > | -umwa | bitten |
| -funga | close | > | -fungwa | closed |

When a verb root ends in a vowel, -li- or -le- is inserted between this vowel and the suffix: -li- is used when the root ends in the vowels -i, -u or -a; -le- is used when the root ends in -e or -o:

| fungu-a | open | > | fungu-li-wa | be opened |
| chuku-a | take | > | chuku-li-wa | be taken |
| poke-a | receive | > | poke-le-wa | be received |
| ng'o-a | uproot | > | ng'o-le-wa | be uprooted |

Verbs of foreign origin add -wa when they end in -i or -e:

| samehe | forgive | > | samehewa | be forgiven |

| hifadhi | protect | > | hifadhiwa | be protected |
| ripoti | report | > | ripotiwa | be reported |

When verbs of foreign origin end in -u drop the -u and add -iwa:

| tibu | cure | > | tibiwa | be cured |

The passive construction is formed by reversing the order of the participants in the active sentence:

>**Askari alikamata mwizi.** > **Mwizi alikamatwa na askari.**
>*A policeman caught the* > *The thief was caught by a*
>*thief.*  *policeman.*

>**Kichwa kinaniuma (mimi)**
>*Head aches me, i.e., My head aches*
>*becomes*
>**(Mimi) ninaumwa na kichwa.**
>*(I) I am being bitten by head.*
>*or*
>**Ali alimpiga Fatuma kwa jiwe.**
>*Ali hit Fatuma with a stone.*
>*becomes*
>**Fatuma alipigwa na Ali kwa jiwe.**
>*Fatuma was hit by Ali with a stone.*

Besides the changing of word order so that what is considered the subject in the active sentence becomes the agent in the passive, the object affix is omitted.

The agent, whether it refers to an animate or inanimate noun, is preceded by na and the instrument is preceded by kwa:

>**Kioo kilivunjwa na upepo.**
>*The mirror was broken by the wind.*
>**Kioo kilivunjwa na mtoto kwa jiwe.**
>*The mirror was broken by the child with a stone.*

Where there are two participants, the second is the agent that is preceded by na. If there are three, the third participant is an instrument and is preceded by kwa.

>**Mtu alipondwa na motokaa.**
>*The man was crushed by a car.*
>**Mtu alipondwa na dereva kwa motokaa.**
>*The man was crushed by a driver with a car.*

## NJIA NYINGINE YA KUTUMIA KIUNGO -a: THE FURTHER USE OF THE CONNECTOR -a
In previous units the connector -a- appeared in the following positions: (a) with a pronoun prefix of the appropriate class and number to connect the possessed thing with the possessor:

>**Nyumba ya Ali** *Ali's house*
>**Nyumba yake** *His house*

(b) with prefix n- when connecting two similar lexical items or before the agent in a passive construction:

>**Kalamu na wino** *Pen and ink*
>**Ali na Juma** *Ali and Juma*
>**Kula na kunywa** *Eating and drinking*
>**Fatuma alipigwa na Ali.** *Fatuma was beaten by Ali.*

A further use of the connector -a- is illustrated in the present unit.

Here -a- appears with the prefix ku- to indicate an association of location in time or space between the two lexical items that it connects:

**Alifika kwa wakati.** *He arrived on time.*
**Alivunja sanduku kwa nyundo.** *He broke a box with a hammer.*
**Atakwenda kwa motokaa.** *He will go by car.*

**Alikwenda kwa Ali.** *He went to Ali.*
*Note, however:*
**Alikwenda Nairobi.** *He went to Nairobi.*

*Nairobi is a place and so there is no need for* **kwa***. Similarly, in the following sentence,* **ni** *indicates location and so, again, there is no need for* **kwa***.*
**Alikwenda kijijini.** *He went to the village.*

# 19 Somo La Kumi Na Tisa
## Sikukuu ya Furaha: *Happy Holiday*

### MAZUNGUMZO

Afrika ya Mashariki kuna watu wa makabila na wa dini mbalimbali. Watu wa dini moja wana Sikukuu zao ambazo wanazisherehekea kwa kuhusiana na dini hiyo. Juu ya hivyo, hushirikiana na wenzao wa dini nyingine katika baadhi ya tafrija na tamasha za siku hizo. Jambo hili huwafanya watu wa nchi hiyo kuwa na muungamano na masikilizano. Ni dhahiri kwamba, watu wa dini moja huwaheshimu watu wa dini ya pili, na wengi wao huamini kwamba ubora wa mtu hauonekani katika dini yake bali huonekana katika vitendo vyake.

Sasa tutaziangalia baadhi za Sikukuu za nchi ya Afrika ya Mashariki. Tutaona kwamba, siku hizo vile vile zinasherehekewa na watu wa nchi nyingine. Kwa mfano watu wengi huisherehekea Sikukuu ya Krismasi.

Krismasi au Noeli, ni Sikukuu ya watu wengi katika nchi mbalimbali za ulimwengu. Hii ni siku ya kusherehekea kuzaliwa kwa Yesu. Siku hiyo ya kuzaliwa kwake ni tarehe ishirini na tano mwezi wa kumi na mbili, yaani, mwezi wa Desemba. Siku hii husherehekewa mara moja kila mwaka. Wakristo, watu wenye dini ya Kikristo, huenda kanisani kusali na kuomba Mungu. Nyimbo nzuri za Krismasi huimbwa na watu hupelekewa na rafiki zao zawadi, na wa mbali hupelekewa kadi. Vyakula vingi na vizuri huliwa siku

ya Krismasi. Siku hiyo maduka yote na maofisi hufungwa kutwa, na hayafunguliwi mpaka siku ya pili. Katika nchi nyingine miti hupambwa kwa taa za rangi nzuri na mapambo mengine mazuri, lakini Afrika ya Mashariki miti si sana kupambwa. Tunakutumainieni Sikukuu ya furaha.

Watu wa dini nyingine pia wana Sikukuu zao kwa mfano, Waislamu, yaani watu wenye dini ya Kiislamu, Sikukuu yao ni 'Idd el-Fitr, yaani Idi Ndogo'. Siku hii inasherehekewa baada ya watu kufunga mwezi wa Ramadhani, mwezi wa kumi na mbili wa Kiislamu. Sikukuu ya Waislamu ya pili ni 'Idd el-Hajj au Idi Kubwa'. Hii ni Sikukuu ya mfungo tatu, siku ya kumi ya mwezi huo, yaani baada ya watu kuhiji Makka. Siku hii watu huchinja kondoo au mbuzi kutoa sadaka na nyama huliwa na jamaa, na majirani. Siku hizi mbili, yaani siku ya Sikukuu kubwa na Sikukuu ndogo, Waislamu huenda msikitini kusali. Wakubwa kwa wadogo huvaa nguo mpya. Chakula kizuri hupikwa, na marafiki hupelekewa zawadi. Pia jamaa na marafiki huwatembelea wazee ili kuwapa mkono wa Sikukuu. Sherehe ya Sikukuu huendelea siku nne kwa watoto ambao huweza kwenda Mnazimmoja kupanda pembea/bembea na kupiga bahati nasibu. Sikukuu zote mbili za Waislamu husherehekewa hivi.

Afrika ya Mashariki pia kuna Wahindi wengi wale ambao ni Waislamu husherehekea Sikukuu za Kiislamu. Wale ambao si Waislamu, yaani Wahindi ambao tunawaita Mabaniani, nao pia wana Sikukuu zao. Moja ya Sikukuu hizo ni Diwali (Divali). Siku hii inaitwa "Sikukuu ya Taa" ambayo ni siku ya kumuadhimisha Mungu wao wa utajiri. Yeye anajulikana kwa jina la Laksmi.

Sikukuu hii huendelea kwa muda wa siku nne za mwezi wa Oktoba au Novemba, yaani siku za kuhitimisha mwaka wa Kihindi. Wao huipitisha siku ya kwanza kwa kutayarisha vyombo na kung'arisha mapambo yote. Siku ya pili, mabibi hupika vyakula vitamu. Baadhi ya vyakula huwapelekea marafiki zao na vingine hupelekwa mizimu. Watoto na vijana huwasha taa, fashifashi na hupiga fataki. Siku hii watuwazima na vijana, wao huenda mahekaluni kuabudu, halafu hurudi nyumbani kula karamu yao. Siku ya nne ni siku ya mwisho na ndiyo siku ya kuwazuru marafiki na wa mbali hupelekewa kadi.

Watu sasa wanajitayarisha kwa Sikukuu ya Krismasi ambayo itafika wiki ijayo, basi tuimbe nyimbo za Krismasi?

---

**Hizi ni baadhi ya nyimbo hizo:** *These are some of those songs (hymns).*

### NJONI NA FURAHA: *O COME, ALL YE FAITHFUL*

Njoni na furaha, Enyi wa Imani,
Njoni Bethilehemu upesi!
Amezaliwa jumbe la Mbinguni
Njoni tumuabudu, Njoni tumuabudu,
Njoni tumuabudu, Mwokozi.

Mungu wa waungu, Mwanga wa mianga,
Amekuwa radhi kuzaliwa;
Mungu wa kweli, wala si kiumbe
Njoni tumuabudu, Njoni tumuabudu,
Njoni tumuabudu, Mwokozi.

Jeshi la mbinguni, Imbeni kwa nguvu!
Mbingu zote na zijae sifa!
Sifuni Mungu aliye mbinguni;
Njoni tumuabudu, Njoni tumuabudu,
Njoni tumuabudu, Mwokozi.

Ewe Bwana Mwema, Twakubarikia,
Yesu, utukufu uwe wako;
Neno la Baba limekuwa mwili;
Njoni tumuabudu, Njoni tumuabudu,
Njoni tumuabudu, Mwokozi.

Come joyfully, all ye faithful
Come quickly to Bethlehem.
Born the King of Heaven,
Come let us adore him, come let us adore him,
Come let us adore him, the Lord.

Lord of lords, light of all lights,
Pleased to be born.
True God, not a (created) being.
Come let us adore him, come let us adore him,
Come let us adore him, the Lord.

Choirs of Heaven, sing in exhaltation.
Let the heavens be filled with praise.
Glory to God in the (highest) Heaven.
Come let us adore him, come let us adore him,
Come let us adore him, the Lord.

Yea, good Lord, we bless Thee,
Jesus, to Thee be glory,
Word of the Father now in flesh.
Come let us adore him, come let us adore him,
Come let us adore him, the Lord.

## WAIMBA, SIKIZENI, MALAIKA MBINGUNI: *HARK! THE HERALD ANGELS SING*

| | |
|---|---|
| Waimba, sikizeni, | Hark! the herald angels sing |
| Malaika mbinguni; | Sweet song to the love of the Lord. |
| Wimbo wa tamu sana | Peace on earth to those without blessings. |
| Wa pendo zake Bwana; | All (ye nations) let us sing |
| "Duniani salama, | With the triumph of the skies |
| Kwa wakosa rehema," | Hark! the herald angels sing. |
| Sisi sote na twimbe | |
| Nao wale wajumbe; | |
| Waimba, sikizeni, | |
| Malaika mbinguni. | |
| | |
| Ndiye Bwana wa mbingu, | He is the master of Heaven, |
| Tangu milele Mungu, | The everlasting Lord. |
| Amezaliwa mwili, | Born in flesh, |
| Mwana wa mwanamwali; | Offspring of the Virgin's womb, |
| Ametoka enzini | He has left his throne |
| Kuja ulimwenguni | To come to the world, |
| Mwokozi atufie, | The Lord, to die for us |
| Ili tusipotee, | So that we do not go astray. |
| Waimba, sikizeni, | Hark! the herald angels sing. |
| Malaika mbinguni. | |
| | |
| Seyidi wa amani | Lord of Peace, |
| Ametoka mbinguni, | He came from Heaven, |
| Jua la haki, ndiye | The Sun of righteousness |
| Atumulikiaye; | He brings us light. |
| Amejivua enzi, | He sets aside his glory |
| Alivyo na mapenzi, | Because of his love for us. |
| Ataka kutuponya, | He wants to save us, |
| Kutuzalisha upya, | To give us second birth. |
| Waimba, sikizeni, | Hark! the herald angels sing. |
| Malaika mbinguni. | |
| | |
| Njoo upesi, Bwana, | Come quickly, the Lord. |
| Twakutamani sana; | We long for you so much. |
| Kaa nasi, Mwokozi, | Stay with us, O Saviour. |
| Vita hatuviwezi; | We are helpless in the fight, |
| Vunja kichwa cha nyoka, | Crush the serpent's head. |
| Sura zako andika, | Show us your form |
| Tufanane na Wewe, | Let us become like you. |
| Kwetu sifa upewe, | Let us sing with praise, |
| Waimba, sikizeni, | Hark! the herald angels sing. |
| Malaika mbinguni. | |

---

## MAZOEZI

### Badilisha sentensi hizi.

| | |
|---|---|
| | Asha aliwapelekea marafiki zake zawadi. |
| watoto | Asha aliwapelekea watoto wake zawadi. |
| wazazi | Asha aliwapelekea wazazi wake zawadi. |
| Juma | Asha alimpelekea Juma zawadi. |
| yeye | Asha alimpelekea yeye zawadi. |
| Fatuma | Asha alimpelekea Fatuma zawadi. |

| | |
|---|---|
| sisi | Asha alitupelekea sisi zawadi. |
| mimi | Asha alinipelekea mimi zawadi. |
| nyinyi | Asha alikupelekeeni nyinyi zawadi. |
| | Asha aliwapelekeeni nyinyi zawadi. |
| wewe | Asha alikupelekea wewe zawadi. |
| | Asha aliipata zawadi. |
| mbili | Asha alizipata zawadi mbili. |
| nunua | Asha alizinunua zawadi mbili. |
| nguo | Asha alizinunua nguo mbili. |

| | |
|---|---|
| matunda | Asha aliyanunua matunda mawili. |
| masanduku | Asha aliyanunua masanduku mawili. |
| moja | Asha alilinunua sanduku moja. |
| kitanda | Asha alikinunua kitanda kimoja. |
| viwili | Asha alivinunua vitanda viwili. |
| | |
| | Niliwaona wageni ambao wanatoka Canada. |
| watalii | Niliwaona watalii ambao wanatoka Canada. |
| watu | Niliwaona watu ambao wanatoka Canada. |
| zawadi | Niliziona zawadi ambazo zinatoka Canada. |
| nguo | Niliziona nguo ambazo zinatoka Canada. |
| barua | Niliziona barua ambazo zinatoka Canada. |
| | |
| vitu | Niliviona vitu ambavyo vinatoka Canada. |
| vitabu | Niliviona vitabu ambavyo vinatoka Canada. |
| kitabu | Nilikiona kitabu ambacho kinatoka Canada. |
| barua | Niliiona barua ambayo inatoka Canada. |
| nguo | Niliiona nguo ambayo inatoka Canada. |
| mgeni | Nilimwona mgeni ambaye anatoka Canada. |
| mtalii | Nilimwona mtalii ambaye anatoka Canada. |
| mtu | Nilimwona mtu ambaye anatoka Canada. |

**Eleza Sikukuu hizi kwa maneno yako mwenyewe:**
*Describe these holidays in your own words.*

Diwali
Idi Ndogo au Idi Kubwa
Krismasi/Noeli

**Uko Afrika ya Mashariki eleza sherehe ambayo
ulihudhuria:** *Pretend you are in East Africa and
describe a celebration that you have attended.*

**Tumia maneno haya katika sentensi.**

    sherehekewa, sherehe, sifa, sifu, dini, ulimwengu, sali,
sala, heshimu, amini, tafrija, Mungu

## MANENO MAPYA

dini — *religion*
-sherehekea — *celebrate*
-husiana — *in relation, related*
-shirikiana — *cooperate*
wenzao — *their fellow men*
baadhi — *some*
tafrija — *entertainment*
tamasha — *amusement*
jambo — *matter, affair*
muungano — *unity, union*
masikilizano — *understanding, agreement*
dhahiri — *evident*
-heshimu — *respect (v.)*
-amini — *believe*
ubora — *the best*
-onekana — *seen*
 bali — *but, rather, on the contrary*

vitendo — *actions*
-angalia — *examine, look at*
kwamba — *that*
Krismasi/Noeli — *Christmas*
ulimwengu — *universe, world*
Kristo — *Christ*
Yesu — *Jesus*
-sali — *pray*
-omba — *appeal, beg*
nyimbo — *songs*
-pelekewa — *sent*
zawadi — *gift, prize*
-hiji — *go on the pilgrimage to Mecca*
-chinja — *slaughter (v.)*
kondoo — *sheep*
mbuzi — *goat*
kutoa sadaka — *to make sacrifice offering, to give alms*
kuwapa mkono — *to greet them, to shake hands*
-endelea — *continue*
Mnazi Mmoja — *name of a place*
pembea, bembea — *swings (n.)*
bahati nasibu — *game of chance, lottery*
ambao — *who*
-ita — *call (v.)*
-adhimisha — *honor (v.)*
utajiri — *wealth*
-julikana — *known*
kuhitimisha — *to complete, to end*
-ng'arisha — *polish, make shine*
mapambo — *decorations*
mizimu — *spirits*
kuwasha — *to light*
fashifashi — *fireworks*
fataki — *crackers*
kuzuru — *to visit*
kadi — *cards*
Mungu — *God*
sherehe — *celebration*
-hudhuria — *attend*

## MAELEZO

**VIANZO VYA MTENDWAJI:** *OBJECT PREFIXES*
    The object prefixes that you have learned thus far are:

| | SINGULAR | PLURAL |
|---|---|---|
| *Animate* | | |
| 1st person | -ni- | -tu- |
| 2nd person | -ku- | -ku- . . . . ni |
| | | -wa- . . . . ni |
| 3rd person | -m-/-mw-/-mu- | -wa- |
| *Inanimate* | | |
| Ki-& Vi-class | -ki- | -vi- |
| N-& N-class | -i- | -zi- |
| Ji-& Ma-class | -li- | -ya- |

*These occur immediately before the verb stem:*

| | |
|---|---|
| Wali-ni-ona | Wali-tu-ona |
| wali-ku-ona | Wali-ku-oneni |
| | Wali-wa-oneni |
| Wali-mw-ona | Wali-wa-ona |
| Wali-ki-ona | Wali-vi-ona |
| Wali-i-ona | Wali-zi-ona |
| Wali-li-ona | Wali-ya-ona |

At this stage you are advised to use the object prefixes with all animate objects all the time. With inanimate objects, the prefixes should be used only when you are referring to a definite object with which, in English, you would use the definite article "the."

**Nilimwona Ali.** *I saw Ali.*

**Nilimwona mtu.** *I saw the man/I saw a man.*

**Niliona kitabu mezani.** *I saw a book on the table.*

**Nilikiona kitabu mezani.** *I saw the book on the table.*

# 20 Somo La Ishirini
# Watu Wangapi? *How many people?*

**MAZUNGUMZO**

**Hesabuni watoto hawa:** *Count these children.*

mtoto mmoja
watoto wawili
watoto watatu
watoto wanne (wane)
watoto watano
watoto sita
watoto saba
watoto wanane
watoto tisa
watoto kumi
watoto kumi na mmoja (kumi na moja)
watoto kumi na wawili (kumi na mbili)
watoto kumi na watatu (kumi na tatu)
watoto kumi na wane (kumi na nne)
watoto kumi na watano (kumi na tano)
watoto kumi na sita
watoto kumi na saba
watoto kumi na wanane (kumi na nane)
watoto kumi na tisa
watoto ishirini
watoto ishirini na mmoja (ishirini na moja)

Una watoto wangapi?
Una wanafunzi wangapi?
Una wageni wangapi?
Una wasichana wangapi?
Una watoto wanawake wangapi?
Una wavulana wangapi?
Una watoto wanaume wangapi?
Una watoto wanawake wangapi na watoto wanaume
    wangapi?
Una watoto wanawake wangapi na wanaume wangapi?
Una watoto wanaume wangapi na wanawake wangapi?

Una ndugu wangapi?
Una ndugu wanawake wangapi?
Una dada wangapi?
Una ndugu wanaume wangapi?
Una kaka wangapi?
Una rafiki wangapi?
Una paka wangapi?
Kuna watu wangapi katika nchi hii?
Kuna wanafunzi wangapi katika shule hii?
Kuna walimu wangapi katika chuo kikuu hiki?

Wanafunzi wangapi wanajifunza katika chuo kikuu hiki?
Wanafunzi wangapi wako mwaka wa kwanza?
Wanafunzi wangapi wako mwaka wa pili?
Wanafunzi wangapi wako mwaka wa tatu?
Wanafunzi wangapi wanalipa ada za shule?
Wanafunzi wangapi hawalipi ada za shule?
Wanafunzi wangapi wanapata msaada wa shule?
Wanafunzi wangapi wanapata msaada wa Serikali?
Wanafunzi wangapi wanaendelea vizuri?
Wanafunzi wangapi hawaendelei vizuri?
Wanafunzi wangapi hawapati msaada wa Serikali?
Wanafunzi wangapi walifanya mtihani?
Wanafunzi wangapi walifuzu (faulu) mtihani?
Wanafunzi wangapi wataingia chuo kikuu mwaka huu?
Wanafunzi wangapi watamaliza shule mwaka huu?

Wanafunzi wangapi wana vitabu?
Wanafunzi wangapi hawana vitabu?

Walimu wangapi wana shahada?
Walimu wangapi hawana shahada?

Wageni wangapi wana nyumba?
Wageni wangapi hawana nyumba?

Walimu wangapi ni Waamerika?
Walimu wangapi si Waamerika?

Wanafunzi wangapi ni wavivu?
Wanafunzi wangapi ni wazuri?

Mwalimu huyu ana wanafunzi wangapi?
Mtoto huyu ana ndugu wangapi?
Bwana huyu ana wake wangapi?
Bibi huyu ana watoto wangapi?
Nchi hii ina watu wangapi?
Shule hii ina wanafunzi wangapi?
Chuo kikuu hiki kina walimu wangapi?
Mji huu una watu wangapi?
Chama hiki kina wanachama wangapi?

MWALIMU: Una ndugu wangapi, Juma?
JUMA: Nina ndugu watatu.
MW: Wanaume wangapi na wanawake wangapi?
JUMA: Wanawake wawili na mwanamume mmoja.

MW: Kakako ameoa?
JUMA: Ndiyo ameoa. Ana mke na watoto wawili.
MWALIMU: Je, yeye anafanya kazi gani?
JUMA: Yuko chuo kikuu cha Daressalaam. Anajifunza
    kuwa mwanasheria.
        Ndugo zako wa kike wameolewa?
        Mmoja ameolewa na mmoja bado mdogo.
MW: Ndugu zako wa kike (ndugu zako wanawake)
    wanafanya nini?
JUMA: Mmoja anasoma shule ya chini na mmoja anafanya
    kazi ya uuguzaji. (uuguzi)
MW: Wazazi wako wanafanya nini?
JUMA: Mama hafanyi kazi lakini baba ni mwalimu.
MW: Naweza kuonana nao?
JUMA: Baba yuko kazini sasa na mama yuko madukani.
MW: Tafadhali wape salamu zangu na mwambie
    baba nitapenda kuonana naye.
JUMA: Vyema nitamwambia.


## MAZOEZI

### Sema kwa Kiswahili.

How many brothers and sisters do you have, Juma?
■    I have three brothers and sisters.
How many boys and how many girls?
■    Two boys and one girl.
Is your brother married?
■    Yes, he is married /has married. He has a wife and two
        children.
What kind of work does he do?
■    He is at the University of Daressalaam studying to
        be a lawyer.
What do your sisters do? Are your sisters married?
■    One is studying in the elementary school, and the
        other one works as a nurse.
What do your parents do?
■    My mother does not work, but my father is a teacher.
Can I see them?
■    My father is at work now, and my mother has gone
        shopping.
Please give them my greetings, and tell your father that I
would like to meet him.
■    All right, I'll tell him.


## MANENO MAPYA

ada — *fee*
msaada — *aid, help, assistance*
mtihani — *examination*
-fuzu, -faulu — *succeed*
shahada — *certificate*
uuguzaji, uuguzi — *nursing*
ada za shule — *school fees*

serikali — *government*
-ingia — *enter*
chama — *party, association*
mwanachama — *member*
umri — *age*
muuguzaji, muuguzi — *nurse*
(nasi)


## MAELEZO

### SIFA ZA IDADI: *THE NUMERAL ADJECTIVES*
The numeral adjective follows the noun it qualifies.
Numbers 1 to 5 and 8 agree with the noun in number
and class:

| | |
|---|---|
| **mtoto mmoja** | *one child* |
| **watoto wawili** | *two children* |
| **kitabu kimoja** | *one book* |
| **vitabu viwili** | *two books* |
| **nyumba moja** | *one house (n + m > m)* |
| **nyumba mbili** | *two houses (n + b > mb)* |

Numbers 6, 7, 9, 10 and multiples of 10 do not
indicate this concordial agreement:

| | |
|---|---|
| **watoto sita** | *six children* |
| **vitabu sita** | *six books* |
| **nyumba sita** | *six houses* |

In standard Swahili compound numerals take
concordial prefixes; in speech these are frequently ignored.

| | | |
|---|---|---|
| *Standard* — | **watoto kumi na mmoja** | *eleven children* |
| *Observed* — | **watoto kumi na moja** | *eleven children* |
| *Standard* — | **vitabu kumi na kimoja** | *eleven books* |
| *Observed* — | **vitabu kumi na moja** | *eleven books* |

The ordinal number is formed with a connector -a and
a cardinal number except for first and second:

| | |
|---|---|
| **mtoto wa kwanza** | *the first child* |
| **mtoto wa pili** | *the second child* |
| **mtoto wa tatu** | *the third child* |
| **mtoto wa nne (wane)** | *the fourth child* |
| **kitabu cha kwanza** | *the first book* |
| **kitabu cha pili** | *the second book* |
| **kitabu cha tatu** | *the third book* |
| **kitabu cha nne (chane)** | *the fourth book* |
| **nyumba ya kwanza** | *the first house* |
| **nyumba ya pili** | *the second house* |
| **nyumba ya tatu** | *the third house* |
| **nyumba ya nne (yane)** | *the fourth house* |
| **mwezi wa kwanza** | *the first month* |
| **mwezi wa pili** | *the second month* |
| **mwezi wa tatu** | *the third month* |
| **mwezi wa nne (wane)** | *the fourth month* |
| **jina la kwanza** | *the first name* |
| **jina la pili** | *the second name* |
| **jina la tatu** | *the third name* |
| **jina la nne (lane)** | *the fourth name* |

# 21 Somo La Ishirini Na Moja
## Una miaka mingapi? *How old are you?*

## MAZUNGUMZO

Una miaka mingapi?

Mtoto huyu ana mwaka mmoja na mtoto huyu ana miaka
    miwili.
Mtoto huyu ana miaka mingapi?

Mvulana huyu ana miaka mitatu na mvulana yule ana miaka
    mitano.
Mvulana huyu ana miaka mingapi?
Mvulana yule ana miaka mingapi?

Mwanafunzi huyu ana miaka sita na mwanafunzi yule ana
    miaka minane.
Mwanafunzi huyu ana miaka mingapi?

Mtoto mkubwa ana miaka mingapi?
Mtoto mdogo ana miaka mingapi?

Msichana yule mrefu ana miaka mingapi?
Mvulana yule mfupi ana miaka mingapi?
Mvulana yule mrefu ana miaka mingapi?

Ndugu yako ana miaka mingapi?
Kaka yako ana miaka mingapi?
Mke wako ana miaka mingapi?
Ndugu yako mdogo ana miaka mingapi?
Ndugu yako mkubwa ana miaka mingapi?
Mtoto wako ana miaka mingapi?
Mwanao ana miaka mingapi?
Watoto wako wana miaka mingapi?
Wanao wana miaka mingapi?
Wanafunzi wako wana miaka mingapi?

Mtoto huyu ana miaka mingapi?
Mtoto huyu ana miaka kumi na mitano.
Mtoto huyu ana miaka kumi na tano.

Mtoto huyu alizaliwa lini?
Mtoto huyu alizaliwa mwaka elfu moja mia tisa na khamsini
    na tatu.

Mwanao ana miaka mingapi?
Mwanao alizaliwa lini?
Mwanao alizaliwa mwaka gani?

Watoto hawa wana miaka mingapi?
Watoto hawa walizaliwa lini?
Watoto hawa walizaliwa mwaka gani?

Wanafunzi hawa waliingia shule mwaka gani?
Wanafunzi wale walitoka shule mwaka gani?

## Soma, fasiri na jibu: *Read, translate, and respond.*

Kenya ilipata uhuru mwaka gani? *When did Kenya get its
    independence?*
Kenya ilipata uhuru mwaka elfu mia tisa na sitini na tatu.

Ni miaka mingapi tangu Kenya kupata uhuru. *How many
    years is it since Kenya became independent?*
Ni miaka _____ tangu Kenya kupata uhuru.

Tanganyika ilipata uhuru mwaka gani?
Tanganyika ilipata uhuru mwaka elfu mia tisa na sitini na
    moja.

Ni miaka mingapi tangu Tanganyika kupata uhuru?
Ni miaka _____ tangu Tanganyika kupata uhuru.

Uganda ilipata uhuru mwaka gani?
Uganda ilipata uhuru mwaka elfu mia tisa sitini na mbili.

Ni miaka mingapi tangu Uganda kupata uhuru?
Ni miaka _____ tangu Uganda kupata uhuru.

Amerika ilipata uhuru mwaka gani?
Ni miaka mingapi tangu Amerika kupata uhuru?

## MAZOEZI
### Jibu maswali haya.

Ulizaliwa mwaka gani? Una miaka mingapi?
- ■   Nilizaliwa mwaka. . . . . . . Nina miaka. . . . . .
Ulianza shule ya chini mwaka gani?
- ■   Nilianza mwaka. . . . . . .
Ulimaliza shule ya chini mwaka gani?
- ■   Nilimaliza. . . . . . .

Ulikwenda shule ya chini miaka mingapi?
■ Nilikwenda miaka. . . . . . .
Ulianza shule ya juu mwaka gani?
Ulikwenda shule ya juu miaka mingapi?
Ulianza chuo kikuu mwaka gani?
Ulikwenda chuo kikuu miaka mingapi?
Unakwenda chuo kikuu sasa miaka mingapi?
Ulianza kufanya kazi lini?
Ulifanya kazi kwa muda gani?
Utakwenda Afrika lini?
Utakwenda Afrika mwaka gani?
Utakaa Afrika kwa muda gani?
Ulianza kujifunza Kiswahili lini?
Ulianza kujifunza Kiswahili mwaka gani?
Ulianza kujifunza Kiswahili mwezi gani?
Umejifunza Kiswahili kwa muda gani?
■ Nimejifunza Kiswahili miezi. . . . . . .
Umejifunza Kiswahili miezi mingapi?

## Tumia maneno haya katika sentensi.

mtoto gani?
mwalimu gani?
kitabu gani?
chakula gani?
nyumba gani?
siku gani?
mji gani?
watoto gani?
walimu gani?
vitabu gani?
vyakula gani?
nyumba gani?
siku gani?
miji gani?
watoto wangapi?
walimu wangapi?
vitabu vingapi?
vyakula vingapi?
nyumba ngapi?
siku ngapi?
miji mingapi?
mwaka gani?
mzigo gani?
jina gani?
tunda gani?
sanduku gani?
miaka gani?
mizigo gani?
majina gani?
matunda gani?
masanduku gani?
miaka mingapi?
mizigo mingapi?
majina mangapi?
matunda mangapi?
masanduku mangapi?

**Funika sentensi za mkono wa kulia halafu sema kwa Kiswahili hizi:** *Cover the sentences in the right-hand column. Then translate the sentence in the left-hand column.*

| | |
|---|---|
| *Which country do you come from?* | Unatoka nchi gani? |
| *Which year did you come to New York?* | Ulikuja New York mwaka gani? |
| *How long have you stayed in New York?* | Umekaa New York kwa muda gani? |
| *Which year were you born?* | Ulizaliwa mwaka gani? |
| *How old are you now?* | Una miaka mingapi? Una umri gani? |
| *Which year did you start school?* | Ulianza shule mwaka gani? |
| *How long have you been going to school?* | Umekwenda shule kwa muda gani? |
| *When did you start learning Swahili?* | Lini ulianza kujifunza Kiswahili? |
| *How long is it since you started learning Swahili?* | Ni muda gani tangu kujifunza (ujifunze) Kiswahili. |
| *When did Kenya get its independence?* | Kenya ilipata uhuru lini? |
| *How many years is it since Kenya got its independence?* | Ni miaka mingapi tangu Kenya kupata (ipate) uhuru? |
| *How old are your friends?* | Rafiki zako wana miaka mingapi? |
| *How old is that tall girl?* | Msichana yule mrefu ana miaka mingapi? |
| *How old is your younger sister?* | Ndugu yako wa kike (mdogo) ana miaka mingapi? |
| *When was your younger sister born?* | Ndugu yako wa kike (mdogo) alizaliwa lini? |
| *How old are your parents?* | Wazazi wako wana miaka mingapi? |
| *When were your parents born?* | Wazazi wako walizaliwa lini? |
| *Which year did you start working?* | Ulianza kufanya kazi mwaka gani? |
| *Which town did you visit?* | Ulitembea (ulizuru) mji gani? |
| *How many towns did you visit?* | Ulitembea (ulizuru) miji mingapi? |
| *Which mountain did you climb?* | Ulipanda mlima upi? |
| *How many mountains are there in East Africa?* | Kuna milima mingapi (katika) Afrika ya Mashariki? |

## Fasiri kwa Kiswahili.

1. *please*
2. *thank you*
3. *goodbye*
4. *name*
5. *news*
6. *who*
7. *yesterday*
8. *morning*
9. *understand*
10. *matches*

11. *coffee*
12. *when*
13. *today*
14. *Saturday*
15. *how many?*
16. *last month*
17. *store*
18. *black*
19. *white*
20. *expensive*
21. *money*
22. *lunch*
23. *newspaper*
24. *study*
25. *university*

**Fasiri kwa Kiingereza:** *Translate into English.*

1. sijui
2. mwanafunzi
3. nataka
4. shikamoo
5. msichana
6. mwanamume
7. mgeni
8. sifahamu
9. bibi
10. chukua
11. kubwa
12. ongeza
13. punguza
14. choo
15. ndege
16. tayarisha
17. saa
18. muda
19. pumzika
20. mke
21. nimechoka
22. fanya
23. nimechelewa
24. sitaki
25. wapi

# Mtihani: *A Quiz*

**Umejifunza nini?** *What have you learned?*

**A.  Jibu maswali yote:** *Answer all the questions.*

1.  Jina lako _____ ?
    a. nini
    (b.) nani
    c. gani
    d. huyu

2.  Habari za _____ .
    a. gani
    b. nzuri
    (c.) kutwa
    d. usiku

3.  Bwana huyu jina _____ Juma?
    (a.) lake
    b. lako
    c. la
    d. langu

4.  Bwana Juma _____ Afrika?
    a. anasema
    (b.) anatoka
    c. anakuja
    d. mtu

5.  Unakaa _____ New York sasa?
    a. nyumba
    (b.) mji
    c. nje
    (d. hapa)

6.  Je _____ unafanya kazi wapi?
    a. yeye
    (b.) wewe
    c. nyinyi
    d. unataka

7.  Mwalimu huyu anafundisha Kiingereza
    _____ Kiswahili?
    a. hufundishi
    b. sifundishi
    (c. hafundishi)
    d. hufundisha

8.  Nina kiu. Nataka chai lakini _____ .
    a. wana
    (b.) sina
    c. sitaki
    d. hataki

9.  Kesho asubuhi _____ kazini.
    a. nilikwenda
    (b.) nitakwenda
    c. kwenda
    d. ulikwenda

10. Jana watu _____ karamu.
    (a.) walifanya
    b. wanafanya
    c. watakwenda
    d. hufanya

**B.  Andika yafuatayo kwa Kiswahili:** *Write the following in Swahili.*

5,250, 4:30 p.m., 8:15 a.m., 1:45 a.m., Shs.88.25, 11/1/69

**C.  Panga maneno haya yalete maana:** *Rearrange the following to make sense.*

1.  sigireti nina moja kibiriti nataka lakini
2.  hewa si leo ya mbaya hali
3.  kazi nina la hakuna kidogo mimi shule lakini leo
4.  mimi kwenda pamoja maktabani ninakwenda na maktabani utapenda

**D.  Tumia maneno haya katika sentensi.**

haidhuru, likizo, kiongozi, fuzu, Serikali, uhuru, shinda, shahada, msaada, ingia

**E.  Maliza sentensi hizi kwa kutumia kitendo kilicho sawa:** *Complete these sentences by using the correct form of each verb.*

-ja  -sahau  -nunua  -penda  -tembelea

1.  Yeye _____ kuleta kitabu jana.
2.  Mimi _____ chakula hiki kwa bei ghali.
3.  Sisi _____ kwenda mkutanoni kesho.
4.  Wao _____ shuleni mapema.
5.  Wewe _____ wazazi wako lini?

**F.  Jibu maswali haya kwa ukamilifu:** *Answer these questions in complete Swahili sentences.*

1.  Kwa muda gani umejifunza Kiswahili? Kwa nini unajifunza lugha hii?
2.  Kama umepata bahati ya kwenda Afrika ya Mashariki utapenda kufanya nini huko?
3.  Andika anwani yako na namba yako ya simu?
4.  Je una kazi nyingi siku hizi? Kazi za namna gani?
5.  Maduka ya mji wa New York hufunguliwa na hufungwa lini?

**G. Fasiri kwa Kiswahili sentensi zifuatazo:**

*Translate the following sentences into Swahili.*

1. He arrived late and therefore saw me leaving the house.
2. Our guests are not arriving this morning. Maybe they will come tomorrow.
3. I want to ask you a question if you are not in a hurry.
4. Remember me to your wife and children. Tell them that I would like very much to meet them.
5. Yesterday I was at home and today I will have dinner at my friend's house.
6. My elder sister and I are going by car to New Jersey. We want to leave here this afternoon.
7. I am very tired so I will go now. I will meet you next week at 6:10 at the library. Please try not to be late.
8. Mr. Ali is not in; he is at work. How long have you been waiting for him?
9. Thank you very much for your help. God willing we will meet again.
10. Have I seen you before? Are you a student at this place?

**H. Andika mafungu mawili ya sentensi juu ya moja katika yafuatayo:** *Write two paragraphs on one of the following.*

Nifanyavyo kila siku.
Mgeni wa Amerika na mwenyeji wa Moshi.
Jumapili iliyopita.
Wakati wa Likizo.

**I. Chagua picha mbili na ueleze kila moja kwa maneno yasiyozidi khamsini:** *Select two pictures and describe each in not more than fifty words.*

# 22 Somo La Ishirini Na Mbili
## Maagizo: *Requests*

## MAZUNGUMZO

### Darasani: *In the classroom*

Tafadhali funga kitabu chako.

Tafadhali funga dirisha.

Tafadhali fungua kitabu chako.

Tafadhali fungua mlango.

Tafadhali kaa kitako.
Tafadhali simama.
Tafadhali soma ukurasa huu.

Tafadhali nyosha mkono.
Tafadhali kusanya karatasi.

Tafadhali gawanya karatasi.

Tafadhali piga kengele.
Tafadhali nenda kule.
Tafadhali njoo mbele.
Tafadhali lete daftari lako.

Tafadhali nyamaza.
Tafadhali ngoja.

Tafadhalini fungeni vitabu vyenu.
Tafadhalini fungeni madirisha.
Tafadhalini fungueni vitabu vyenu.
Tafadhalini fungueni mlango.
Tafadhalini kaeni kitako.
Tafadhalini simameni.
Tafadhalini someni ukurasa huu.
Tafadhalini nyosheni mkono.
Tafadhalini kusanyeni karatasi.
Tafadhalini gawanyeni karatasi.
Tafadhalini pigeni makofi.
Tafadhalini nendeni kule.
Tafadhalini njooni hapa.
Tafadhalini leteni madaftari yenu.
Tafadhalini nyamazeni.
Tafadhalini ngojeni.

### Njiani: *On the way*
### Badilisha sentensi hizi.

|  | | |
|---|---|---|
|  | Tafadhali nionyeshe ofisi ya Watalii. | Please show me the Tourist Office. |
| sisi | Tafadhali tuonyeshe ofisi ya Watalii. | Please show us the Tourist Office. |
| yeye | Tafadhali mwonyeshe ofisi ya Watalii. | Please show him the Tourist Office |
| wao | Tafadhali waonyeshe ofisi ya Watalii. | Please show them the Tourist Office. |
|  | Tafadhali nipeleke kiwanja cha ndege. | Please take me to the airport. |
| sisi | Tafadhali tupeleke kiwanja cha ndege. | Please take us to the airport. |
| yeye | Tafadhali mpeleke kiwanja cha ndege. | Please take him to the airport. |
| wao | Tafadhali wapeleke kiwanja cha ndege. | Please take them to the airport. |

|  | | |
|---|---|---|
|  | Tafadhali nielekeze njia ya Posta. | Please direct me to the post office. |
| sisi | Tafadhali tuelekeze njia ya Posta. | Please direct us to the post office. |
| yeye | Tafadhali muelekeze njia ya Posta. | Please direct him to the post office. |
| wao | Tafadhali waelekeze njia ya Posta. | Please direct them to the post office. |

### ✍ Sema na fasiri: *Say and translate.*

#### RAFIKI WAWILI: *TWO FRIENDS*

| | |
|---|---|
| Bwana Ali, tafadhali nipe anwani yako mpya. | Mr. Ali, please give me your new address. |
| Bwana Ali, tafadhali tupe anwani yako mpya. | Mr. Ali, please give us your new address. |
| Bwana Ali, tafadhali nipe nambari yako ya simu. | Mr. Ali, please give me your telephone number. |
| Bwana, niambie jina lako. | Sir, tell me your name. |
| Bwana, tuambie jina lako. | Sir, tell us your name. |
| Bwana, niambie jina la mahali hapa. | Sir, tell me the name of this place. |
| Tafadhali niazime motokaa yako? | Please lend me your car. |
| Tafadhali tuazime motokaa yako. | Please lend us your car. |
| Tafadhali nikopeshe shilingi ishirini. | Please lend me twenty shillings. |
| Tafadhali tukopeshe shilingi ishirini. | Please lend us twenty shillings. |
| Tafadhali nionyeshe ofisi ya Watalii. | Please show me the Tourist Office. |
| Tafadhali tuonyeshe ofisi ya Watalii. | Please show us the Tourist Office. |
| Tafadhali mpe Juma chakula. | Please give Juma some food. |
| Tafadhali wape Juma na Fatuma kahawa. | Please give Juma and Fatuma some coffee. |
| Tafadhali mtilie Juma kahawa. | Please pour out some coffee for Juma. |
| Tafadhali watilie Daudi na Fatuma kahawa. | Please pour out some coffee for Daudi and Fatuma. |
| Tafadhali mwonyeshe mgeni chumba chake. | Please show the visitor his room. |
| Tafadhali waonyeshe wageni chumba chao. | Please show the visitors their room. |
| Tafadhali mwambie mama habari hizi. | Please tell mother this news. |

| Tafadhali waambie wazazi wako habari hizi. | *Please tell your parents this news.* |
| Tafadhali muulize mwanafunzi swali. | *Please ask the student a question.* |
| Tafadhali waulize wanafunzi swali. | *Please ask the students the question.* |
| Tafadhali muulize Juma anataka nini. | *Please ask Juma what he wants.* |
| Tafadhali waulize wageni wanataka nini. | *Please ask the guests what they want.* |

## Sema na fasiri.

SHULENI: *AT SCHOOL*

| Nenda kamwite Bwana Abdulla/Nenda ukamwite Bwana Abdulla. | *Go and call Mr. Abdulla.* |
| Nenda kamwite mwalimu mkubwa/Nenda ukamwite mwalimu mkubwa/mwalimu mkuu. | *Go and call the senior teacher.* |
| Nenda kamuulize karani/Nenda ukamuulize karani. | *Go and ask the clerk.* |
| Nenda kakae kule. | *Go and sit over there.* |
| Nenda kachukue barua yako/Nenda ukachukue barua yako. | *Go and get (take) your letter.* |
| Nenda kamwite Bakari/Nenda ukamwite Bakari. | *Go and call Bakari.* |
| Twende tukale. | *Let's go and eat.* |
| Twende tukacheze. | *Let's go and play.* |
| Twende tukatembee. | *Let's go for a walk.* |
| Twende tukatazame. | *Let's go and see.* |
| Njoo ulete (lete) vyombo. | *Come and bring the dishes.* |
| Njoo ukalete (kalete) vyombo. | *Come and go get the dishes.* |
| Njoo umuulize (muulize) mwalimu wako. | *Come and ask your teacher.* |
| Njoo ukamuulize (kamuulize) mwalimu wako. | *Come and go ask your teacher.* |
| Njoo uteke (teka) maji. | *Come and fetch water.* |
| Njoo ukateke (kateke) maji. | *Come and fetch water.* |
| Njoo ununue (nunua) vitu hivi. | *Come and buy things.* |
| Njoo ukanunue (kanunue) vitu sokoni. | *Come and go buy things.* |
| Njoo ukae (kaa) hapa. | *Come and sit here.* |
| Njoo usafishe (safisha) chumba hiki. | *Come and clean this room.* |
| Njoo ufunge (funga) dirisha hili. | *Come and close this window.* |
| Njoo ucheze (cheza) hapa. | *Come and play here.* |
| Njoo tucheze. | *Come let's play.* |

| Njoo tufanye kazi. | *Come let's work.* |
| Njoo ule chakula nyumbani kwangu. | *Come and eat at my house. (sing.)* |
| Twendeni tukale. | *Let's go and eat. (pl.)* |
| Twendeni tukacheze. | *Let's go and play.* |
| Twendeni tukatembee. | *Let's go for a walk.* |
| Twendeni tukatazame. | *Let's go and look.* |
| Njooni mle chakula nyumbani kwangu. | *Come and eat at my house. (pl.)* |
| Njoo unisaidie (nisaidie). | *Come and help me.* |
| Njoo mtusaidie (tusaidieni). | *Come (pl.) and help us.* |
| Njoo ukanunue (kanunue) vitu sokoni. | *Come and go buy things at the market.* |
| Njooni mkanunue (kanunueni) vitu sokoni. | *Come (pl) and go buy things at the market.* |
| Njoo unipe (nipe) kitabu changu. | *Come and give me my book.* |
| Njooni mtupe (tupeni) vitabu vyetu. | *Come (pl.) and give us our books.* |

## Badilisha sentensi hii.

| | Lazima nifanye kazi kwa bidii. |
| wewe | Lazima ufanye kazi kwa bidii. |
| yeye | Lazima afanye kazi kwa bidii. |
| sisi | Lazima tufanye kazi kwa bidii. |
| nyinyi | Lazima mfanye kazi kwa bidii. |
| wao | Lazima wafanye kazi kwa bidii. |
| | Lazima uje kila siku. |
| nyinyi | Lazima mje kila siku. |
| yeye | Lazima aje kila siku. |
| wao | Lazima waje kila siku. |
| | Lazima uende sasa hivi. |
| yeye | Lazima aende (ende) sasa hivi. |
| nyinyi | Lazima muende (mwende) sasa hivi. |
| wao | Lazima waende (wende) sasa hivi. |
| | Sharti nifanye kazi vizuri. |
| sisi | Sharti tufanye kazi vizuri. |
| wewe | Sharti ufanye kazi vizuri. |
| nyinyi | Sharti mfanye kazi vizuri. |
| yeye | Sharti afanye kazi vizuri. |
| wao | Sharti wafanye kazi vizuri. |
| | Sharti ufike mapema. |
| nyinyi | Sharti mfike mapema. |
| | Sharti aondoke leo. |
| wao | Sharti waondoke leo. |
| | Sharti Ali afanye kazi kwa bidii. |
| Ali na Juma | Sharti Ali na Juma wafanye kazi kwa bidii. |

## Sema, fasiri na badilisha kuwa wengi: *Say, translate, and change to plural form.*

| Nifanye nini? | *What ought I to do?* | Tufanye nini? |
| Niseme na nani? | *Whom am I to talk to?* | Tuseme na nani? |

Nipike nini?        *What am I to cook?*        Tupike nini?
Niende wapi?        *Where am I to go?*         Tuende wapi?
Nije lini?          *When am I to come?*        Tuje lini?


Aandike nini?                   Waandike nini?
Afanye nini?                    Wafanye nini?
Aseme na nani?                  Waseme na nani?
Aende wapi? (ende)              Waende wapi? (wende)
Aje lini?                       Waje lini?


Uandike nini?                   Muandike nini?
Ufanye nini?                    Mfanye nini?
Useme na nani?                  Mseme na nani?
Uende wapi?                     Mwende wapi?
Uje lini?                       Mje lini?


Unataka uandike nini?           Mnataka mwandike nini?
Unataka ufanye nini?            Mnataka mfanye nini?
Unataka uende wapi?             Mnataka mwende wapi?
Unataka uje lini?               Mnataka mje lini?


## Kazi za nyumbani: *Housework*

JUMA: Unataka nichemshe maji leo?

BIBI: Ndiyo yachemshe kwa muda wa dakika tano, kisha
yaache yapowe, halafu yachuje na uyamimine katika
chupa, na baadaye uyaweke katika mtambo wa
barafu.

JUMA: Je kuna kazi nyingine kufanya leo?

BIBI: Itakuwa vizuri kama utasafisha bustani na utilie
mimea maji.

JUMA: Nikisha niende zangu au unataka nifanye kitu
kingine?

BIBI: Kama kuna maua mazuri chuma machache uyalete
ndani.


## Sema kwa Kiswahili.

*Boil the water for five minutes, let it cool, then filter it and
then keep it in the icebox.*

*It would be good if you would clear the garden and water
the plants.*

*If there are any good flowers pick a few and bring them
inside.*

BIBI: Tabita, mimi sasa natoka. Tafadhali watazame
watoto.

TABITA: Utarudi lini?

BIBI: Nitachelewa kurudi. Nitarudi jioni. Basi wape
chakula, waogeshe, na walaze.

TABITA: Niwape chakula gani?

BIBI: Wape maziwa, mayai, na pudini.

TABITA: Unataka leo nifue nguo au nipige pasi?


BIBI: Utafua kesho, lakini piga pasi nguo za watoto.
Tafadhali kesho njoo mapema kwa sababu nataraji
wageni kutoka Nairobi.

TABITA: Nije saa ngapi?

BIBI: Jaribu ufike saa kumi na mbili unusu.

TABITA: Nyumbani kwangu ni mbali na hakuna basi
wakati huo. Lazima nije kwa miguu.

BIBI: Basi fanya kama uwezavyo ufike saa moja, lakini
usichelewe.

TABITA: Vyema nitajaribu nisichelewe. Itanibidi niondoke
nyumbani mapema sana.


## MAZOEZI
### Sema kwa Kiswahili.

*I am now going out. Please look after the children.*
*When will you return?*
*I'll be late coming back. I'll return in the evening so give
them food, bathe them, and put them to sleep.*
*What kind of food should I give them?*
*Give them milk, eggs, and some pudding.*
*Do you want me to wash the clothes or should I do some
ironing?*
*You will wash tomorrow but iron the children's clothes.*
*Please come early tomorrow because I am expecting guests
from Nairobi.*
*What time should I come?*
*Try and arrive at six thirty.*
*My home is far away and there are no buses at that time. I'll
have to walk.*
*All right, try your best to come at seven o'clock.*
*I'll try. I'll have to leave home very early.*


### Fasiri kwa Kiswahili.

| | |
|---|---|
| *Please show me the Tourist Office.* | Nionyeshe Ofisi ya Watalii. |
| *Ask him what he wants.* | Muulize anataka nini. |
| *I must go now.* | Lazima niende sasa. |
| *Please give this book to Juma and tell him that I will see him tomorrow.* | Tafadhali mpe Juma kitabu na mwambie nitamwona kesho. |
| *Go and and buy some fruit, meat, and vegetables.* | Nenda ukanunue matunda, nyama na mboga. |
| *Go and bring your things.* | Nenda ukalete vitu vyako. |
| *Please come early tomorrow.* | Tafadhali njoo mapema kesho. |
| *Please wash and iron my clothes today.* | Tafadhali fua na piga pasi nguo zangu leo. |
| *Please boil the water for five minutes.* | Tafadhali chemsha maji kwa muda wa dakika 5. |
| *Come and get your letter this evening.* | Njoo uchukue barua yako leo jioni. |
| *Please come and help me with the work.* | Tafadhali njoo unisaidie kazi. |

| He must work very hard. | Lazima afanye kazi sana (kwa bidii). |
| I must do my work early. | Lazima nifanye kazi yangu mapema. |
| What should I do? | Nifanye nini? |
| Ask Ali to come with his wife. | Mwambie Ali aje na mke wake (bibi yake). |
| Please come and dine at my house tomorrow evening. | Tafadhali njoo ule nyumbani kwangu kesho jioni. |
| Please tell the cook to come tomorrow. | Tafadhali mwambie mpishi aje kesho. |

## Mfahamishe mtu kazi unayotaka akufanyie:

*Explain to someone the work you want him to do for you.*

## Maliza sentensi hizi.

andika   Lazima_____ jina lako.
andika   Lazima_____ majina yenu.
vaa   Lazima_____ nguo safi.
kaa   Lazima_____ na watu kwa wema.
mimi, ondoka   Sharti_____ sasa hivi.
kuja   Mwambie Ali_____ kesho kutwa.
nunua   Nenda_____ vitu sokoni.
soma   Njoo_____ barua hii.
kula   Njooni_____ chakula hapa.
kwenda   Waambie Ali na Juma_____ nyumbani.
kwenda   _____ pamoja na nani?
uliza   _____ watu wale wanataka nini.
fika   Mwambie Ali_____ mapema.
kuja   Ninakuambia lazima_____ mapema.
ondoka mimi   Alisema anataka_____ leo.

## MANENO MAPYA

-agiza — *instruct, order, request*
mlango — *door*
-nyosha mkono — *put up (your) hand*
-kusanya — *collect*
-piga kengele — *ring the bell*
-peleka — *send*
-azima — *lend (except money)*
-tia — *put in*
-fua nguo — *wash clothes*
ukurasa — *a page*
-nyosha — *stretch out*
-gawanya — *divide, distribute*
daftari — *ledger, exercise book*
mahali, mahala, pahali, pahala — *place*
-kopesha — *lend (money)*
-teka maji — *fetch water*
-fua — *beat, strike*
lazima — *necessary, obligation*

sharti — *stipulation, condition, compulsion*
mpishi — *a cook*
-laza — *put to sleep*
-jaribu — *try*
mimea — *plants*
jiko — *kitchen*
mtambo wa barafu/joko la barafu — *refrigerator*
vyombo — *vessels, dishes*
kupiga pasi — *to iron*
-chemsha — *boil*
mafuta mazuri — *perfume*
kwangu (ku + a + ngu) — *my place*
kwetu (ku + a + itu) — *our place*
kwa bidii — *with effort*
-taraji — *expect*
mtumishi — *servant*

## MAELEZO

### KITENDO CHA KUAGIZA/KUAMRISHA: *THE IMPERATIVE VERB*

*This is a large unit. It is not intended to be covered in a single lesson or even in two; it may take a whole week. The unit illustrates the use of the imperative verb. The singular imperative verb is formed by the use of a verb stem, e.g.,* **funga,** *"close" from* **kufunga,** *"to close."*

*In order to make the plural imperative, the final* **-a** *is changed to* **-e** *and* **-ni** *is added: e.g.,* **fungeni.** *If the verb does not end with* **-a,** *no change of vowel is required: e.g.,* **fahamuni,** *"understand." Exceptions to this are the three affirmative imperatives:*

| **njoo** *come* | *from* | **kuja** *to come* |
| **nenda** *go* | *from* | **kwenda** *to go* |
| **lete** *bring* | *from* | **kuleta** *to bring* |

*To indicate a courteous request* **tafadhali,** *"please" (singular), or* **tafadhalini** *(plural) is added. A request is also made by using the* **-e** *form of the verb, i.e., the form that has been labeled the "subjunctive." This form is used under five circumstances:*

*1. If there are two requests, the second request is rendered in the subjunctive form with* **-e:**

**Ondoka uende.** *Get up and go.*
**Njoo uonane na Ali.** *Come and meet Ali.*
**Nenda ukavae nguo.** *Go and get dressed.*
**Mwambie alete chakula.** *Ask him to bring food.*
**Mwambie akalete chakula.** *Ask him to go and bring the food.*

*When the second request is to be carried out away from the first speaker, a* **-ka-** *is added, being inserted in the verb:*

**Nenda ukavae.** *"Go and then get dressed."*

*If the person carrying out the request is the second person singular, the subject prefix in the second verb may be omitted without a change in meaning:*

**Nenda ukavae** *becomes* **Nenda kavae.**

2. *When the request contains a reference to a receiver (an object prefix), the* -e *form of the verb is used:*

**Nionyeshe** *show me* **tupe** *give us*

3. *When a subject prefix appears with the verb in a statement or question:*

**Twende** *Let us go.*
**Twende?** *Are we to go?*
**Bora twende.** *We had better go.*
**Lazima twende.** *It is necessary that we go.*

4. *When the request is in the negative, the negative is formed by inserting* -si- *after the subject prefix and before the verb stem:*

**Usiende.** *Don't go.*
**Usikichukue.** *Don't take it.*

5. *When the result is in the negative:*

**Niliandika barua nisiimalize.** *I wrote a letter and did not finish it.*
**Nitakwenda nisimwone.** *I will go and won't see him.*
**Ninajifunza (ili) nisifanye makosa.** *I am learning (so) not to make mistakes.*

# 23 Somo La Ishirini Na Tatu
# Twende tukatembee: *Let's go for a walk.*

## MAZUNGUMZO

ASHA: Twende tukatembee Mosi.

MOSI: Vyema. Unataka twende mahali gani?

ASHA: Twende mjini tukatazame Jumba la taifa na tupite madukani.

MOSI: Tuondoke sasa? U tayari?

ASHA: Tusiondoke sasa. Nina kazi kidogo kumaliza, lakini haidhuru itangoja.
Twende.

MOSI: Tupite njia hii?

ASHA: Tusipite njia hii kwani ni ya mzunguko kidogo. Bora tupite njia ile.

MOSI: Mwulize yule askari njia ya karibu ya kwenda mjini ni ipi.

ASHA: Nimwambie kuwa sisi ni wageni hapa?

MOSI: La, usimwambie. Usichelewe saa zinakwenda.

ASHA: Bwana askari anasema kuwa ni mbali na hapa. Itatubidi tupande gari.

MOSI: Utapenda tupande basi, au tuchukue teksi?

ASHA: Bora tusipande basi, tuchukue teksi tutafika upesi.

MOSI: Muulize dereva nauli itakuwa kiasi gani?

ASHA: Anasema kuwa nauli ni shilingi kumi.

MOSI: Mwambie atupunguzie. Atupeleke kwa shilingi tano. Mwambie kuwa sisi sote ni wanafunzi, hatuwezi kutoa zaidi ya hizo.

ASHA: Kama u mwanafunzi, basi bora uende kwa basi.

## Sema na fasiri.

Usiandike kitu.
Msiandike kitu.
Usiseme neno.
Msiseme neno.
Usije kesho.
Msije kesho.
Usiende nje (usende)
Msiende nje (msende)
Usile chakula hiki.
Msile chakula hiki.
Usipite njia hii.
Msipite njia hii.
Usichelewe kufika.
Msichelewe kufika.
Usimuulize neno.
Msimuulize neno.
Mwambie Ali aende sokoni.
Mwambie Ali asiende sokoni.
Waambie Ali na Juma waende nyumbani.
Waambie Ali na Juma wasiende nyumbani.
Waambie wanafunzi walete ada ya shule
Waambie wanafunzi wasilete ada ya shule.
Mwambie mzee aje kesho.
Mwambie mzee asije kesho.
Waambie wazee waje kesho.
Waambie wazee wasije kesho.


## Badilisha sentensi hii.

|  | Tafadhali safisha nyumba nzima. |
| --- | --- |
| chumba cha kuzungumzia | Tafadhali safisha chumba cha kuzungumzia. |
| chumba cha kulalia | Tafadhali safisha chumba cha kulalia. |
| cha kulia | Tafadhali safisha chumba cha kulia. |
| cha watoto | Tafadhali safisha chumba cha watoto. |
| jiko | Tafadhali safisha jiko. |
| choo | Tafadhali safisha choo. |


## Sema na fasiri.

| | |
| --- | --- |
| Tafadhali tandika vitanda. | *Please make the beds.* |
| Tafadhali badilisha shuka. | *Please change the sheets.* |
| Tafadhali badilisha foronya. | *Please change the pillowcases.* |
| Tafadhali washa taa. | *Please light the lamps (put on the light).* |
| Tafadhali zima taa. | *Please put off the light.* |
| Tafadhali tia mafuta katika taa. | *Please put some oil in the lamp.* |
| Tafadhali piga bomba. | *Please spray.* |
| Tafadhali chemsha maji. | *Please boil the water.* |

| | |
| --- | --- |
| Tafadhali pangusa chumba kizima. | *Please dust the whole room.* |
| Tafadhali safisha nyumba yote. | *Please clean the whole house.* |
| Tafadhali safisha meza zote. | *Please clean all the tables.* |
| Tafadhali safisha chumba chote. | *Please clean the whole room.* |
| Tafadhali safisha vyumba vyote. | *Please clean all the rooms.* |
| Tafadhali safisha mlango wote. | *Please clean the whole door.* |
| Tafadhali safisha milango yote. | *Please clean all the doors.* |
| Tafadhali paka rangi sanduku lote. | *Please paint the whole box.* |
| Tafadhali paka rangi masanduku yote. | *Please paint all the boxes.* |
| Tafadhali paka rangi ubao wote. | *Please paint the whole board.* |
| Tafadhali paka rangi mbao zote. | *Please paint all the boards.* |
| Tafadhali paka rangi mahali pote. | *Please paint the whole place.* |

| | |
| --- | --- |
| Yanilazimu nifanye kazi kwa bidii. | *I have to work hard. It is necessary to work hard.* |
| Yakulazimu ufanye kazi kwa bidii. | *You have to work hard. It is necessary to work hard.* |
| Yamlazimu afanye kazi kwa bidii. | *He/she has to work hard. It is necessary to work hard.* |
| Yatulazimu tufanye kazi kwa bidii. | *We have to work hard. It is necessary to work hard.* |
| Yakulazimuni mfanye kazi kwa bidii. | *You (pl.) have to work hard. It is necessary to work hard.* |
| Yawalazimuni mfanye kazi kwa bidii. | *You (pl.) have to work hard. It is necessary to work hard.* |
| Yawalazimu wafanye kazi kwa bidii. | *They have to work hard. It is necessary to work hard.* |


## Tumia katika sentensi kama hizi -bidi na -pasa:

*Make sentences like these using* -bidi *and* -pasa.

## Badilisha sentensi hii.

| | Sisi sote ni wageni hapa. |
| --- | --- |
| nyinyi | Nyinyi nyote ni wageni hapa. |
| wao | Wao wote ni wageni hapa. |
| walimu | Walimu wote ni wageni hapa. |
| vitu | Vitu vyote ni vigeni hapa. |
| mambo | Mambo yote ni mageni hapa. |

| | Kama u mwanafunzi una ruhusa kuingia. |
| --- | --- |
| yeye | Kama yu mwanafunzi ana ruhusa kuingia. |
| mimi | Kama ni mwanafunzi nina ruhusa kuingia. |
| nyinyi | Kama m wanafunzi mna ruhusa kuingia. |
| wao | Kama ni wanafunzi wana ruhusa kuingia. |
| sisi | Kama tu wanafunzi tuna ruhusa kuingia. |

## MAZOEZI
### Sema kwa Kiswahili.

*Please open all the windows.*
*Please clean the whole house.*
*Please clean all the rooms.*
*Please close all the doors.*
*Please open the whole window.*
*Please paint the whole box.*
*Please paint all the boards.*
*Please dust the whole place.*
*Please paint the whole place.*
*Please make the beds and change the sheets.*
*Please put oil in the lamp.*
*Please spray the bedrooms.*
*Please clean the kitchen and the toilet.*
*Please spray the children's room.*
*Please boil the water for five minutes.*

### Jibu maswali haya.

Asha na Mosi wanatazamia kwenda wapi?
Wamekata shauri waende vipi?
Dereva anataka alipwe kiasi gani?
Wao watayari kulipa kiasi gani? Kwa nini?
Wataondoka lini?

### ✷ Sema kwa Kiswahili.

*Don't leave so soon.* — Usiondoke mapema.
*Don't ask him anything.* — Usimuulize neno.
*Don't say anything unless he asks you.* — Usiseme (kitu)
   neno mpaka akuulize.
*Don't drink that water.* — Usinywe maji yale.
*Don't be late.* — Usichelewe.
*Don't walk, take the bus.* — Usiende kwa miguu, panda basi.
*Don't take a bus, walk.* — Usipande basi; nenda kwa miguu.
*Tell Ali not to go to the market.* — Mwambie Ali asiende
   sokoni.
*Ask the old man not to leave.* — Mwambie mzee asiondoke.
*Ask the students not to forget their school fees.* — Waambie
   wanafunzi wasisahau ada yao ya shule.

*If we are students, we have permission to enter.* — Kama sisi
   tu wanafunzi, tuna ruhusa kuingia.
*If you are all students, you have permission to enter.* —
   Kama nyinyi mu wanafunzi, mna ruhusa kuingia.
*If they are students, they have permission to enter.* — Kama
   wao ni wanafunzi, wana ruhusa kuingia.
*If you are a student, you have permission to enter.* — Kama
   wewe u mwanafunzi, una ruhusa kuingia.
*If I am a student, I have permission to enter.* — Kama mimi
   ni mwanafunzi, nina ruhusa kuingia.

### Tazama picha ya ukurasa 97 na uieleze kwa maneno yako mwenyewe: *Look at the picture on page 97 then describe it in your own words.*

### Fasiri sentensi hizi: *Translate these sentences.*

*Where do you want us to go?*
*Let's go into town to see the National Museum and pass the
   shops.*
*Shall we leave now? Are you ready?*
*I have a little bit of work to finish but it doesn't matter. It
   can wait.*
*Which way should we go?*
*We shouldn't go this way because it's a little bit round
   about. It's better we pass this way.*
*Ask that policeman which is the quickest way to town.*
*Shall I tell him that we are foreigners?*
*No, don't tell him. Don't be slow, time is passing.*
*He says that we will have to take a ride.*
*We had better not take the bus, let's take a taxi.*
*Ask the driver what the fare will be.*
*Ask him to reduce the fare for us.*
*He should take us there for five shillings.*

### Tumia vitendo hivi kwa kuagiza: *Use the following verbs as imperatives.*

kuchelewa, kuweka, kutengeneza, kutayarisha,
kununua, kurudi, kwenda, kuja, kuchemsha, kupita

### Tumia vitendo hivi kwa kuagiza pamoja na kianzo cha mtendwaji: *Use the following verbs as imperatives with object prefixes.*

kupa, kuonyesha, kuomba, kueleza, kufahamisha,
kuita, kujibu, kuambia

### Tumia vitendo hivihivi katika mtungo wa kukataa: *Use these same verbs in negative constructions.*

### Tumia vitendo vifuatavyo pamoja na vianzo vya mtendaji katika mtungo wa swali: *Use the following verbs with subject prefixes in a question construction.*

kwenda, leta, sema, kuja, chukua, rudi

### Tumia vitendo vifuatavyo kwa kuagiza lakini baada ya kitendo kingine cha kuagiza: *Use the following verbs in double imperative constructions.*

-ambia, -taka, -kataza, kuja, kwenda

### Tumia maneno haya katika sentensi: *Use the following words in sentences.*

lazimu, sharti, yapasa, bora, afadhali

## MANENO MAPYA

-pita — *pass (v.)*
gari — *vehicle*
nauli — *fare*
chumba cha kulalia — *bedroom*
chumba cha watoto — *nursery*
-piga bomba — *spray (v)*
-lazimu — *be obliged*
-kata shauri — *decide*
-kataza — *forbid*
-pasa — *it is proper, it is binding*

haidhuru — *it doesn't matter*
-bidi — *ought*
-panda — *ride, get on, raise*
-tandika kitanda — *make the bed*
foronya — *pillow cases*
-zima — *put out, extinguish*
-pangusa — *wipe*
ruhusa — *permission*
-tazamia — *expect*
afadhali — *preferred, favored*
bora — *the best, better*

## MAELEZO

You have now learned the following subject and object prefixes referring to different persons, classes, and number.

|  | SUBJECT PREFIX | | OBJECT PREFIX | |
|---|---|---|---|---|
|  | Singular | Plural | Singular | Plural |
| 1st person | ni- | tu- | -ni- | -tu- |
| 2nd person | u- | m- | -ku- | -ku . . . ni |
|  |  |  |  | -wa . . . ni |
| 3rd person |  |  |  |  |
| animate | a-/yu- w- | wa- | -m-/mw-/ mu- | -wa- |
| inanimate |  |  |  |  |
| ki-vi class | ki- | vi- | -ki- | -vi- |
| m-mi class | u- | i- | -u- | -i- |
| ji-ma class | li- | ya- | -li- | -ya- |
| n-n class | i- | zi- | -i- | -zi- |

The subject prefix is added to the verb when the sentence is in the affirmative. It appears after the negative particle when the sentence is in the negative. The object affix always occurs immediately before the verb stem.

<u>Ki</u>- li- potea. *It got lost.*

Ha- <u>ki</u>- ku-potea. *It did not get lost.*

A- li- <u>ki</u>- ona. *He found it.*

Ha- ku- <u>ki</u>- ona. *He did not find it.*

# 24 Somo La Ishirini Na Nne
## Iko wapi___? *Where is___?*

**Tumia ramani ya Afrika kufundishia yafuatayo:**

*Use the map of Africa to teach the following.*

Nchi ya Kenya iko wapi?
-     Nchi ya Kenya iko Afrika ya Mashiriki.

Nchi ya Tanzania iko wapi?
-     Nchi ya Tanzania iko Afrika ya Mashariki.

Nchi ya Uganda iko wapi?
-     Nchi ya Uganda iko Afrika ya Mashariki.

Nchi ya Ghana iko wapi?
-     Nchi ya Ghana iko Afrika ya Magharibi.

Nchi ya Nigeria iko wapi?
-     Nchi ya Nigeria iko Afrika ya Magharibi.

Nchi ya Algeria iko wapi?
-     Nchi ya Algeria iko Afrika ya Kaskazini.

Nchi ya Morocco iko wapi?
-     Nchi ya Morocco iko Afrika ya Kaskazini.

Nchi ya Lesotho iko wapi?
-     Nchi ya Lesotho iko Afrika ya Kusini.

Nchi ya Botswana iko wapi?
-     Nchi ya Botswana iko Afrika ya Kusini.

Nchi ya Uhabeshi iko wapi?
Nchi ya Misri iko wapi?
Nchi ya Msumbiji iko wapi?

Kenya iko wapi?
-     Kenya iko Afrika ya Mashariki.

Nairobi iko wapi?
-     Nairobi iko Afrika ya Mashariki.

Kisumu iko wapi?
-     Kisumu iko Kenya.

Tanzania iko wapi?
-     Tanzania iko Afrika ya Mashariki.

Daressalaam iko wapi?
-     Daressalaam iko Afrika ya Mashariki.
  Daressalaam iko Tanzania.

Unguja iko wapi?
- Unguja iko Afrika ya Mashariki.
  Unguja iko Tanzania.
Uganda iko wapi?
- Uganda iko Afrika ya Mashariki.
Kampala iko wapi?
- Kampala iko Afrika ya Mashariki.
  Kampala iko Uganda.
Entebbe iko wapi?
- Entebbe iko Uganda.

## Tumia ramani ya njia hii: *Use this road map.*

Nyumba yako iko wapi?
- Iko karibu na shule.
Shule yako iko wapi?
- Iko karibu na National Bank of Commerce.
Ofisi yako iko wapi?
- Iko karibu na Posta Kuu.
Hoteli ya Kilimanjaro iko wapi?
- Iko karibu na Hoteli ya New Africa.
  *or*
  Iko baina ya National Bank of Commerce na
      Hoteli ya New Africa.
  Iko barabara ya kwanza.
  Iko barabara ya pili.
  Iko njia ya mia na mbili.

Nyumba ya Rais iko wapi?
Ikulu iko wapi?
Steshini ya Polisi iko wapi?
Steshini ya gari moshi iko wapi?
Steshini ya bas iko wapi?
Shule ya Marangu iko wapi?

## Tumia ramani ya njia tena: *Use the map again.*

Hoteli ya Kilimanjaro iko karibu na kiwanja cha ndege?
- Ndiyo, iko karibu na kiwanja cha ndege.
  Hapana, iko mbali na kiwanja cha ndege.
  Hapana, haiko karibu na kiwanja cha ndege.
Hoteli ya New Africa iko karibu na wapi?
- Hoteli ya New Africa iko karibu na _____
Hoteli ya New Africa iko karibu na nini?
- Hoteli ya New Africa iko karibu na National Bank of
      Commerce.
Hoteli ya New Africa iko karibu au mbali?
- Iko karibu
  Iko mbali.
Hospitali ya karibu iko wapi?
Posta ya karibu iko wapi?
Steshini ya polisi ya karibu iko wapi?
Hoteli ya karibu iko wapi?
Shule ya karibu iko wapi?

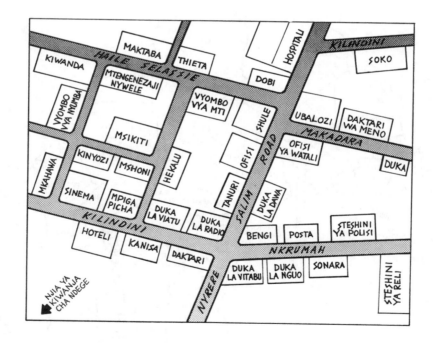

Hoteli ya New Africa iko wapi?
Ofisi ya Posta iko wapi?
Wizara ya Elimu iko wapi?
Wizara ya Watalii iko wapi?
Afisi ya Balozi wa Amerika iko wapi?

## Tumia vitu vilivyopo mezani: *Use the objects on the table.*

Saa yangu iko wapi?
- Saa yako iko mezani.
  Saa yako ipo mezani.

Barua yangu iko wapi?
- Barua yako iko mezani.
  Barua yako ipo mezani.

Kalamu yangu iko wapi?
- Kalamu yako iko mezani.
  Kalamu yako ipo mezani.

Chai yangu iko wapi?
- Chai yako iko mezani.
  Chai yako ipo mezani.
  Chai yako imo birikani.
  Chai yako imo kikombeni.

Kalamu yangu iko wapi?
- Kalamu yako imo mfukoni.

Saa yangu iko wapi?
- Saa yako imo mfukoni.

Barua yangu iko wapi?
- Barua yako imo mfukoni.

## Mgeni yuko Arusha: *A visitor in Arusha*

BAKARI: Je Bwana unaishi hapa mjini Arusha?

J. ANDERS: Ndiyo nimeishi hapa sasa miezi minane.

BAKARI: Nyumba yako iko wapi?

J. ANDERS: Iko Kaloleni.

BAKARI: Nyumba yako iko karibu au mbali?

J. ANDERS: Iko si mbali sana na hapa. Mwendo wa dakika ishirini na tano hivi.

BAKARI: Iko upande gani wa hapa?
Iko upande wa kaskazini.

J.A. Utaondoka hapa utakwenda moja kwa moja mpaka ufike Kaloleni halafu utapinda mkono wa kulia. Utakwenda kama hatua thelathini hivi. Utakuta duka la Muhindi. Zunguka hilo duka na mara utafika mahali pana nyumba ya ghorofa tatu. Nyumba yangu ni nyumba ya tatu kutoka hapo. Huwezi kupotea.

## MAZOEZI

### Jibu maswali haya.

Bwana Anders anaishi wapi?

Nyumba yake iko upande gani wa hapa? Utafika vipi nyumbani kwake?

Ni mwendo gani kutoka mahali alipo Bwana Bakari sasa na pale anapoishi Bwana Anders?

Jifanye kuwa Bwana Anders na umfahamishe rafiki yako njia ya kutoka hapo ulipo sasa mpaka ilipo nyumba yako. Chora ramani kuionyesha njia hiyo.

Mweleze mtu njia ya kutoka hapa shuleni mpaka kwenye posta ya karibu.

Mweleze mtu njia ya kutoka hapa shuleni mpaka kwenye bengi ya karibu.

Mweleze mtu njia ya kutoka hapa shuleni mpaka kwenye hospitali ya karibu.

Mweleze mtu njia ya kutoka hapa shuleni mpaka bustani ya karibu.

## Maliza sentensi hizi.

|  | Sipajui mahali alipo Bwana Ali. |
|---|---|
| watoto | Sipajui mahali walipo watoto. |
| wewe | Sipajui mahali ulipo. |
| nyinyi | Sipajui mahali mlipo. |
| kitabu changu | Sipajui mahali kilipo kitabu changu. |
| nyumba yake | Sipajui mahali ilipo nyumba yake. |

## Sema na fasiri.

Daudi yuko wapi?
- Daudi yuko nyumbani.
  sokoni.
  mjini.
  Nairobi.
  shule.
  shuleni.

Mwalimu yuko wapi?
- Mwalimu yuko darasani.
  Mwalimu yuko nyumbani.
  Mwalimu yuko ndani.
- Mwalimu yumo ndani.
  Mwalimu yuko nje.

Mtoto wako yuko wapi?
- Mtoto wangu yuko shuleni.

Mwalimu wako yuko wapi?
- Mwalimu wangu yuko darasani.

## Maliza sentensi hizi.

Mwanafunzi wako yuko wapi?
- Mwanafunzi wangu yuko _____

Mgeni wako yuko wapi?
- Mgeni wangu _____

Mwenyeji wako yuko wapi?
- Mwenyeji wangu _____

Bwana wako yuko wapi?
- Bwana wangu _____

Mume wako yuko wapi?
- Mume wangu _____

Mke wako yuko wapi?
- Mke wangu _____

Bibi yako yuko wapi?
- Bibi yangu _____

Ndugu yako yuko wapi?
- Ndugu yangu _____

Kaka yako yuko wapi?
- Kaka yangu (Kakangu) _____

Rafiki yako yuko wapi?
- Rafiki yangu _____

Mwalimu wa Daudi yuko wapi?
- Mwalimu wa Daudi yuko _____

Mke wa Bwana Ali yuko wapi?
- Mke wa Bwana Ali yuko _____
  Mke wake yuko _____

Mtoto wa Bwana Ali yuko wapi?
- Mtoto wake yuko _____
  Mwanawe yuko _____

Wanafunzi wako wapi?
- Wanafunzi wako _____

Wanafunzi wangu wako wapi?
- Wanafunzi wako wako _____

Wanafunzi wa Bi. Janet wako wapi?
- Wanafunzi wa Bi. Janet wako _____
  Wanafunzi wake wako _____

Wageni wa Amerika wako wapi?
- Wageni wa Amerika wako _____

Ndugu zako wako wapi?
- Ndugu zangu wako _____

Rafiki zako wako wapi?
- Rafiki zangu wako _____

Jamaa zako wako wapi?
- Jamaa zangu wako _____

Daudi yuko?
- La, hayuko.

Daudi yuko nyumbani?
- La hayuko, yuko shamba.

Wanafunzi wote wako darasani?
- Hawako wote, Wako nusu. Wengine hawako.

Daudi na Ali wako mjini?
- La, hawako, wako shamba.

Jamaa zako wako hapa?
- La, hawako. Wako Moshi.

Wageni wako wako nyumbani?
- Hawako. Wako madukani.

## Jibu maswali haya.
Kijiji cha Masaka kiko wapi?
Kiwanja cha ndege kiko wapi?
Kituo cha bas kiko wapi?
Kitabu changu kiko wapi?
Chuo kikuu kiko wapi?
Chakula changu kiko wapi?
Vitabu vyangu viko wapi?
Vitu vyangu viko wapi?
Viatu vyangu viko wapi?

Mji wa Nakuru uko wapi?
Mlima wa Kilimanjaro uko wapi?
Milima ya Kilimanjaro na Kenya iko wapi?
Miwani yangu iko wapi?
Soko la nyama liko wapi?
Sanduku langu liko wapi?
Masanduku yangu yako wapi?
Maji yangu yako wapi?

## Maliza sentensi hizi.

| | |
|---|---|
| Mwalimu _____ shuleni. | Mwalimu yuko shuleni. |
| Mwalimu mkubwa _____ ndani. | Mwalimu mkubwa yumo ndani. |
| Walimu _____ mkutano. | Walimu wako mkutanoni. |
| Wanafunzi _____ nje. | Wanafunzi wako nje. |
| Watalii _____ mji. | Watalii wako mjini. |
| Wageni _____ karamu. | Wageni wako karamuni. |
| Ndugu zangu _____ nyumba. | Ndugu zangu wako nyumbani. |
| Rafiki zake _____ kule. | Rafiki zake wako kule. |
| Mume wake _____ Amerika. | Mume wake yuko Amerika. |
| Bwana wangu _____ soko. | Bwana wangu yuko sokoni. |
| Bibi yake _____ ndani. | Bibi yake yumo ndani. |
| Mke wake _____ bara. | Mke wake yuko bara. |
| Mchumba wake _____ pale? | Mchumba wake yupo pale? |
| Mbwa wako _____ wapi? | Mbwa wako yuko wapi? |

## Chagua moja katika haya: *Select one of these.*

Mweleze mtu njia ya kutoka hapo ulipo mpaka kituo cha basi cha kwanza:
*Tell someone directions from where you are to the first bus stop.*

Mweleze mtu njia ya kutoka hapo ulipo mpaka chuo kikuu chako:
*Tell someone directions from where you are to your school.*

Zungumza na mtu kwenye simu. Mualike kwako na muelekeze njia ya kufika ulipo:
*Talk to someone on the phone. Invite him or her to your place and give him directions on how to get to where you are.*

## MANENO MAPYA

mashariki — *east*
kaskazini — *north*
Unguja — *Zanzibar*
Misri — *Egypt*
mbali — *far*
barabara — *avenue, wide street*
posta, ofisi ya posta — *post office*
Wizara ya Elimu — *Ministry of Education*
Wizara ya Watalii — *Ministry of Tourism*
ikulu — *presidency (Tanzania)*
steshini ya polisi — *police station*
steshini ya garimoshi — *railway station*
kiwanja cha ndege — *airport*
birika — *teapot, jug*
ndani — *inside*
kule — *there*

ghorofa — *story (of a building)*
hatua — *step*
-potea — *-get lost*
magharibi — *west*
kusini — *south*
Uhabeshi — *Ethiopia*
Msumbiji — *Mozambique*
karibu — *near*
baina ya — *between*
ofisi (afisi) — *office*
Wizara — *Ministry*

balozi — *ambassador*
Steshini, stesheni — *station*
steshini ya bas — *bus station*
kiwanja — *courtyard, field*
-a karibu — *nearest*
sanduku — *box, suitcase, trunk*
nje — *outside*
vyeti — *chits*
bara — *mainland*
moja kwa, moja — *straight ahead*
-zunguka — *turn around*

# 25 Somo La Ishirini Na Tano
## Ramani ya Afrika ya Mashariki:
*The Map of East Africa*

Afrika ni kontinenti kubwa sana. Lina ukubwa wa maili za eneo milioni kumi na moja unusu, mara mbili ukubwa wa Amerika. Ni kontinenti la pili kwa ukubwa. Urefu wake ni kiasi cha maili elfu nne na mia sita (4600). Upana wake ni kiasi cha maili elfu tatu na mia mbili (3200).

Kiswahili kinasemwa sana Afrika ya Mashariki. Nchi za Afrika ya Mashariki ni Tanzania, Kenya na Uganda. Kila nchi imegawika katika wilaya au majimbo yake. Nchi za Tanzania ni Tanganyika ya zamani na visiwa vya Unguja na Pemba. Kiswahili ni lugha ya kwanza ya watu wa pwani. Waswahili wanakaa Unguja na Pemba, mwambao wa Kenya, na mwambao wa Tanganyika. Miji ya mwambao wa Kenya ni Mombasa au Mvita, Malindi, Pate na Lamu.

Bandari kubwa za Afrika ya Mashariki ni Mombasa na Daressalaam. Miji mikubwa ni Nairobi, Mombasa, Daressalaam, Kampala na Entebbe.

Afrika ya Mashariki ina milima michache mirefu. Milima mirefu sana ni Kilimanjaro, Kenya na Ruwenzori. Ina maziwa makubwa kama Nyanza (Victoria), Tanganyika, Rudolf, Naivasha na Albert.

### DIRA: *COMPASS POINTS*

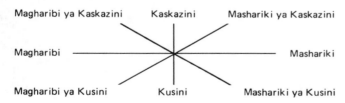

| | | |
|---|---|---|
| Magharibi ya Kaskazini | Kaskazini | Mashariki ya Kaskazini |
| Magharibi | | Mashariki |
| Magharibi ya Kusini | Kusini | Mashariki ya Kusini |

### MAZOEZI
**Tafuta miji hii kwenye ramani ya Afrika ya Mashariki:** *Find these towns and cities on the map of East Africa.*

Mombasa, Kisumu, Malindi, Nairobi, Nakuru, Tanga, Daressalaam, Kilwa, Zanzibar au Unguja, Pemba, Lamu, Arusha, Nyeri, Moshi, Kampala, Jinja

### Sema.

Mji wa Mombasa uko upande gani wa Nairobi?
Mji wa Nairobi uko upande gani wa Mombasa?
Mji wa Daressalaam uko upande gani wa Unguja?
Mji wa Kampala uko upande gani wa ziwa Nyanza?
Mji wa Mwanza uko upande gani wa Kisumu?
Mlima wa Kilimanjaro uko upande gani wa Daressalaam?
Mji wa Lamu uko upande gani wa Mombasa?
Ziwa Tanganyika liko upande gani wa Ziwa Nyanza?

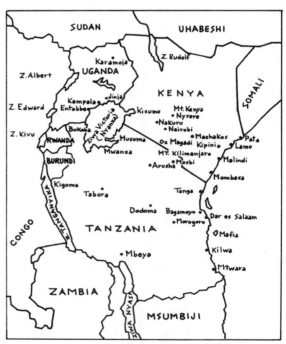

**RAMANI YA AFRIKA YA MASHARIKI**

### Taja: *Mention.*

Nchi za Afrika ya Mashariki.
Miji mikuu ya Afrika ya Mashariki.
Milima ya Afrika ya Mashariki.
Maziwa ya Afrika ya Mashariki.
Mito ya Afrika ya Mashariki.
Bandari za Afrika ya Mashariki.
Visiwa vya Afrika ya Mashariki.

Lugha za watu wa Afrika ya Mashariki.
Lugha ya watu wa pwani.
Eneo la Afrika pamoja na upana na urefu wake.
Mikoa ya Tanzania ni ipi? Mingapi?
Majimbo ya Kenya ni yepi? Mangapi?

MIKOA YA TANZANIA

MAJIMBO YA KENYA

### Soma: Read.

Hali ya hewa ya Afrika ya Mashariki ni tofauti katika sehemu mbalimbali. Sehemu za juu kama Nairobi na Arusha ni baridi na kwenye vilele vya milima kuna theluji. Sehemu za chini na karibu na pwani kama Mombasa na Daressalaam jua ni kali na kuna joto na unyevunyevu, lakini upepo ambao unatoka upande wa baharini unapunguza joto, hasa saa za usiku. Majira ya hewa ni Kiangazi yaani Desemba mpaka Machi. Upepo wa Mashariki ya Kaskazini huvuma. Siku hizi huwa ni joto sana na joto hufika digrii 80. Masika huanza mwisho wa Machi mpaka Mei. Huu ni wakati wa mvua kubwa sana. Mvua hunyesha kila siku na kwa muda mrefu bila ya kusita. Mvua hufika inchi 40 mpaka 60. Hakuna jua na mawingu hutanda kila siku.

Kipupwe ni wakati wa kuvuma upepo wa Magharibi ya Kusini. Wakati huu huanza Juni mpaka Oktoba. Huu ndio wakati wa baridi, na ni wakati bora kuizuru Afrika ya Mashariki. Hali ya hewa huwa nzuri. Miche huwa imekua, wakulima wanavuna, na maua yamechanua. Mwezi wa Novemba mpaka Desemba ni siku za Vuli. Baridi hupungua, na joto kidogo huwa limeanza. Mvua hunyesha hasa saa za mchana. Wakati huu baadhi ya wakulima huanza kupanda mbegu zao.

### Jibu maswali haya.

Ukienda Afrika ya Mashariki katika miezi ifuatayo utatumai kuchukua nguo za namna gani na kwa nini? Aprili, Agosti, Februari.
Majira haya hutokea wakati gani? Masika, Kiangazi, Vuli, Kusi.
Hali ya hewa ya namna gani unatumai kukuta wakati huu? Kiangazi (Kaskazi), Masika, Kipupwe (Kusi), Vuli.
Eleza hali ya hewa ya nchi yako: *Describe the weather in your country.*

## MANENO MAPYA

kontinenti — *continent*
maili za eneo — *square miles*
upana — *width*
kisiwa — *island*
bandari — *port*
ziwa — *lake*
kilele — *top, peak*
digrii — *degree*
inchi — *inch*
kuvuna — *to harvest*
-chanua — *open out*
kutumai, kutumaini — *to hope*
masika — *rainy season (heavy)*
vuli — *rainy season (light)*
ukubwa — *size, largeness*
urefu — *length*
-gawika — *divides*
mwambao — *coastline*
dira — *compass point*
eneo — *area*
majira ya hewa — *seasons*
kusita — *to stop*

105

-tanda — *overcast, spread out*
mbegu — *seeds*
kiangazi — *hot season*
kipupwe — *cool season*

## MAELEZO

### ko, po, AND mo

*There are three pronoun prefixes to indicate place:*
**ku-** *which refers to an unspecified area*
**pa-** *which refers to a specified area (part)*
**mu-** *which refers to a specified area (whole)*

*These pronoun prefixes are used with demonstratives:*
**Aliweka kitabu huku/kule.** *He kept the book somewhere around here/there.*
**Aliweka kitabu hapa/pale.** *He kept the book right here/there.*
**Aliweka kitabu humu/m(u)le.** *He kept the book inside here/there.*

*These same prefixes appear with the rest of the modifiers. The particles* **ku-**, **pa-**, *and* **mu-** *are also used with possessive roots after a noun in the locative:*

**nyumbani kwangu** *somewhere at my house*
**nyumbani pangu** *at my house/my place*
**nyumbani mwangu** *inside my house*
**kiunoni mwake** *around his waist*

*These same pronoun prefixes are joined to the particle* **-o** *to show a connection between the subject (which may be a noun or a pronoun) and its predicate of place:*

**(Mimi) niko kule kila siku.** *I am there every day.*
**Nairobi iko wapi?** *Where is Nairobi?*
**Nairobi iko Kenya.** *Nairobi is in Kenya.*
**Kituo cha basi kipo hapa.** *The bus stop is here.*
**Mlima wa Kilimanjaro uko Tanzania.** *Mount Kilimanjaro is in Tanzania.*

*The negative of these place predicates is formed in the same way as for the* **-na-** *construction, that is, by prefixing* **si-** *for the first person singular and* **ha/h-** *for other persons or numbers:*

| | | | |
|---|---|---|---|
| **Sipo hapa Jumatatu.** | *I am not here on Mondays* | **Moshi haiko Kenya** | *Moshi is not in Kenya.* |
| **Hatupo hapa Jumatatu.** | *We are not here on Mondays.* | **Kitabu hakimo sandukuni.** | *The book is not in the box.* |

*When a referential particle* **-ye** *or* **-o-** *appears with the subject prefix and there is no verb in the sentence, it is attached to a particle* **-li-:**

**mahali alipo bwana Ali** *the place where Bwana Ali is*
**yeye aliye hapa** *he who is here*
**sisi tulio hapa** *we who are here*

# 26 Somo La Ishirini Na Sita
## Safari ya Ali: *Ali's Journey*

## MAZUNGUMZO

JUMA: Ulikuwa wapi bwana Ali? Sikukuona kwa muda mrefu sana.

ALI: Sikuwapo mjini bwana. Nilikwenda safari. Nilikuandikia barua hukuipata?

JUMA: La, sikuipata. Uliondoka lini?

ALI: Niliondoka mwezi uliopita.

JUMA: Safari ilikuwa nzuri?

ALI: Naam, ilikuwa nzuri sana. Nilitembea miji mingi na nilionana na watu wengi.

JUMA: Hebu nieleze ulikwenda wapi na wapi?

ALI: Kwanza nilikwenda Nairobi, halafu nikaenda (nikenda) Kampala, na mwisho nikaenda (nikenda) Daressalaam.

JUMA: Ulikwenda vipi? Kwa ndege?

ALI: La, sikwenda kwa ndege safari nzima. Nilikwenda pia kwa motokaa na kwa garimoshi.

JUMA: Ulikwenda na nani? Peke yako?

ALI: Hapana, sikwenda peke yangu. Nilisafiri pamoja na bibi yangu na watoto wetu.

JUMA: Mlikaa wapi Nairobi? Hoteli?

ALI: Hatukukaa hoteli muda mrefu. Tulikaa siku mbili tu halafu tulikaa kwa rafiki yetu.

JUMA: Mliipenda Nairobi?

ALI: Bibi yangu aliipenda ajabu lakini mimi sikuipenda sana.

JUMA: Mlikaa siku ngapi Nairobi? Siku nyingi?

ALI: La, hatukukaa siku nyingi. Tulikaa wiki moja tu.

## MAZOEZI

### Jibu maswali yafuatayo: *Answer the following questions.*

Kwa nini Juma hakumwona Ali kwa muda mrefu?

Lini Ali alianza safari yake na pamoja na nani?

Je Ali alipendezewa na safari yake? Safari yake ilikuwa vipi?

Eleza Ali alisafiri miji gani.

Msafiri huyu alisafiri kwa ndege?

Ali na mkewe walikaa wapi walipokuwa Nairobi?

Waliuonaje mji wa Nairobi?

Tueleze safari uliyopata kwenda au unayotumai kwenda.

### Badilisha sentensi hii kwa kutumia maneno utakayopewa: *Change this sentence by substituting the given words.*

|  | Nilikwenda kwa bas sikwenda kwa ndege. |
|---|---|
| motokaa | Nilikwenda kwa motokaa sikwenda kwa ndege. |

| pikipiki | Nilikwenda kwa pikipiki sikwenda kwa ndege. |
|---|---|
| treni | Nilikwenda kwa treni sikwenda kwa ndege. |
| garimoshi | Nilikwenda kwa garimoshi sikwenda kwa ndege. |
| meli | Nilikwenda kwa meli sikwenda kwa ndege. |
| jahazi | Nilikwenda kwa jahazi sikwenda kwa ndege. |
| mtumbwi | Nilikwenda kwa mtumbwi sikwenda kwa ndege. |
| miguu | Nilikwenda kwa miguu sikwenda kwa ndege. |
| baiskeli | Nilikwenda kwa baiskeli sikwenda kwa ndege. |
| lori | Nilikwenda kwa lori sikwenda kwa ndege. |
| teksi | Nilikwenda kwa teksi sikwenda kwa ndege. |

### Sema na fasiri.

| | |
|---|---|
| Nilikwenda peke yangu. | Tulikwenda peke yetu. |
| Ulikwenda peke yako. | Mlikwenda peke yenu. |
| Alikwenda peke yake. | Walikwenda peke yao. |

### Tumia.

-safiri, -kaa, kuja, -fanya, -tembea

| | |
|---|---|
| Nyumba yangu ni ile. | Nyumba yetu ni ile. |
| Nyumba yako ni ile. | Nyumba yenu ni ile. |
| Nyumba yake ni ile. | Nyumba yao ni ile. |

shule, kalamu, nguo, meza, motokaa

| | |
|---|---|
| Shule yangu ni hii. | Shule yetu ni hii. |
| Shule yako ni hii. | Shule yenu ni hii. |
| Shule yake ni hii. | Shule yao ni hii. |

motokaa, nyumba, ofisi, meza, nguo

| | |
|---|---|
| Nchi yangu ni ndogo. | Nchi yetu ni ndogo. |
| Nchi yako ni kubwa. | Nchi yenu ni kubwa. |
| Nchi yake ni nzuri. | Nchi yao ni nzuri. |

nyumba, motokaa, meza, shule, ofisi

### Badilisha sentensi hii.

| | Tulikaa hoteli. |
|---|---|
| bweni | Tulikaa bwenini. |
| mji | Tulikaa mjini. |
| kijiji | Tulikaa kijijini. |
| wazazi wangu | Tulikaa kwa wazazi wangu. |
| jamaa zangu | Tulikaa kwa jamaa zangu. |
| rafiki zangu | Tulikaa kwa rafiki zangu. |
| katika nyumba ya walimu | Tulikaa katika nyumba ya walimu. |

| | | |
|---|---|---|
| chuo kikuu | Tulikaa katika chuo kikuu. | |
| kwenye hema | Tulikaa kwenye hema. | |
| | Mimi na Ali tulikaa kwa rafiki yetu. | |
| wazazi | Mimi na Ali tulikaa kwa wazazi wetu. | |
| jamaa | Mimi na Ali tulikaa kwa jamaa zetu. | |
| wenyeji | Mimi na Ali tulikaa kwa wenyeji wetu. | |
| | Nilisafiri pamoja na bibi yangu. | |
| rafiki | Nilisafiri pamoja na rafiki yangu. | |
| jirani | Nilisafiri pamoja na jirani yangu. | |
| jamaa | Nilisafiri pamoja na jamaa yangu. | |
| mke | Nilisafiri pamoja na mke wangu. | |
| mume | Nilisafiri pamoja na mume wangu. | |
| mtoto | Nilisafiri pamoja na mtoto wangu. | |
| mchumba | Nilisafiri pamoja na mchumba wangu. | |
| mwalimu | Nilisafiri pamoja na mwalimu wangu. | |
| yeye | Nilisafiri pamoja na yeye. | |
| naye | Nilisafiri pamoja naye. | |

## Sema kwa Kiswahili.

*Where have you been Mr. Ali? I haven't seen you for a long time.*

■  *I wasn't in town. I went on a trip.*

*I wrote to you. Didn't you get the letter?*

■  *No, I didn't get it.*

*When did you leave?*

■  *I left last month.*

*Was it a good trip?*

■  *Yes, it was a very good trip. I traveled to many places and met many people.*

*How did you go? By plane?*

■  *No, I didn't go by plane. I went by car and by train.*

*Who did you go with? Did you go alone?*

■  *No, I didn't go alone. I traveled with my wife and our children.*

*Did you stay at a hotel?*

■  *We didn't stay at a hotel long. We stayed there for two days. We stayed at a friend's place. My wife liked Nairobi very much, but I didn't like it that much.*

## Badilisha sentensi hii.

| | | | |
|---|---|---|---|
| | Safari | ilikuwa | nzuri. |
| nyumba | Nyumba | ilikuwa | nzuri. |
| hotuba | Hotuba | ilikuwa | nzuri. |
| kahawa | Kahawa | ilikuwa | nzuri. |
| kinanda | Kinanda | kilikuwa | kizuri. |
| chakula | Chakula | kilikuwa | kizuri. |
| kitabu | Kitabu | kilikuwa | kizuri. |
| kinywaji | Kinywaji | kilikuwa | kizuri. |
| chuo kikuu | Chuo kikuu | kilikuwa | kizuri. |
| mji | Mji | ulikuwa | mzuri. |
| mlima | Mlima | ulikuwa | mzuri. |
| mkufu | Mkufu | ulikuwa | mzuri. |

## Tumia.

mpira, mchezo, mkoba, mkutano, mtihani

| | | | |
|---|---|---|---|
| | Safari | haikuwa | nzuri. |
| hotuba | Hotuba | haikuwa | nzuri. |
| kahawa | Kahawa | haikuwa | nzuri. |
| chakula | Chakula | hakikuwa | kizuri. |
| kinywaji | Kinywaji | hakikuwa | kizuri. |
| kitabu | Kitabu | hakikuwa | kizuri. |
| mji | Mji | haukuwa | mzuri. |
| mkate | Mkate | haukuwa | mzuri. |
| mchezo | Mchezo | haukuwa | mzuri. |
| mtihani | Mtihani | haukuwa | mzuri. |
| mkutano | Mkutano | haukuwa | mzuri. |
| mpira | Mpira | haukuwa | mzuri. |

| | | |
|---|---|---|
| | Nilikuwapo | nyumbani. |
| sisi | Tulikuwapo | nyumbani. |
| wewe | Ulikuwapo | nyumbani. |
| nyinyi | Mlikuwapo | nyumbani. |
| yeye | Alikuwapo | nyumbani. |
| wao | Walikuwapo | nyumbani. |

| | | |
|---|---|---|
| | Sikuwapo | mjini. |
| sisi | Hatukuwapo | mjini. |
| wewe | Hukuwapo | mjini. |
| nyinyi | Hamkuwapo | mjini. |
| yeye | Hakuwapo | mjini. |
| wao | Hawakuwapo | mjini. |

| | | |
|---|---|---|
| | Sikuipenda | Nairobi, sana. |
| sisi | Hatukuipenda | Nairobi, sana. |
| wewe | Hukuipenda | Nairobi, sana. |
| nyinyi | Hamkuipenda | Nairobi, sana. |
| yeye | Hakuipenda | Nairobi sana. |
| wao | Hawakuipenda | Nairobi, sana. |

| | |
|---|---|
| Nilikwenda peke yangu. | Sikwenda peke yangu. |
| Tulikwenda peke yetu. | Hatukwenda peke yetu. |
| Ulikwenda peke yako. | Hukwenda peke yako. |
| Mlikwenda peke yenu. | Hamkwenda peke yenu. |
| Alikwenda peke yake. | Hakwenda peke yake. |
| Walikwenda peke yao. | Hawakwenda peke yao. |

| | |
|---|---|
| | Sikuipenda Nairobi. |
| -ona | Sikuiona Nairobi. |
| -kaa | Sikuikaa Nairobi. |
| -pita | Sikuipita Nairobi. |
| -tembea | Sikuitembea Nairobi. |
| -zuru | Sikuizuru Nairobi. |

## Fasiri sentensi hizi kwa Kiswahili: *Translate these sentences into Swahili.*

*I did not go to the movies alone. I went with my friend.*

*We went to visit Ali but he was not home.*

*They went to see them but they were not there.*

*The food was good.*
*The lecture wasn't very good.*
*The news was not good.*
*You were not at school yesterday.*
*Didn't you like Nairobi?*
*He did not come alone; he came with his wife and children.*
*I traveled by bus. I did not travel by train.*
*We stayed in the town but they did not stay with us.*

## MANENO MAPYA

peke yako — *by yourself*
pikipiki — *motorcycle*
jahazi — *dhow*
baiskeli — *bicycle*
hema — *tent*
hotuba — *lecture*
sikuwapo (si + kuwa + po) — *I wasn't there.*
-ondoka — *leave*
treni — *train*
peke yangu — *by myself*
meli — *boat*
mtumbwi — *canoe*
bweni — *dormitory*
msafiri — *traveler*

## MAELEZO

### KUKATAA LA ZAMANI: *THE NEGATIVE PAST*
The negative verb, which shows that something did not take place, is formed thus:

*Negative* + *Subject* + **ku** + *Verb Stem*
**Ha** + **tu** + **ku** + **taka**
*We did not want.*

**Ha** + **tu** + **kw** + **enda**
*We did not go.*

**H** + **u** + **ku** + **taka**
*You did not want.*

**H** + **u** + **kw** + **enda**
*You did not go.*

As with the other negative constructions, the negative particle for the first person singular is **si-**. No subject marker is required.

**Sikurudi.** *I did not return.*
**Sikwenda.** *I did not go.*
**Sikutaka.** *I did not want.*

# 27 Somo La Ishirini Na Saba Utasafiri Afrika ya Mashariki lini? *When will you travel to East Africa?*

## MAZUNGUMZO

DAVID SCOTT: Utasafiri Afrika ya Mashariki lini?

JIM ANDERSON: Nitasafiri Agosti tisa, mwaka huu.

DAVID: Utakwenda mji gani?

JIM: Nitakwenda Nyeri.

DAVID: Nyeri iko sehemu gani ya Afrika ya Mashariki?

JIM: Nyeri ni mji mmoja wa Kenya na uko karibu na Nairobi.

DAVID: Utakwenda na nani? Peke yako?

JIM: Nitakwenda pamoja na bibi yangu na watoto wetu watatu.

DAVID: Mtasafiri vipi? Kwa ndege?

JIM: Tutasafiri kwa ndege mpaka Nairobi, halafu kwa motokaa mpaka Nyeri.

DAVID: Mnatumai kufanya nini huko?

JIM: Mimi nitafundisha katika chuo cha ualimu, na bibi yangu atafanya kazi za nyumbani, na labda atasaidia katika chama cha umoja wa wanawake.

DAVID: Je, watoto wataweza kuingia shule?

JIM: Nafikiri wataweza kupata; labda watajifunza katika shule ya Kenyatta.

DAVID: Ndege itapita miji gani, na safari yenu itachukua muda gani?

JIM: Nafikiri itapita Dakar, Lagos, na Entebbe. Safari nzima itachukua kiasi cha saa kumi na nane. Je utapenda kuja pamoja nasi?

DAVID: Ningependa kuja lakini sina nafasi mwaka huu. Kwani nyinyi mtakaa huko kwa muda gani?

JIM: Labda miaka miwili. Hatujui bado.

DAVID: Mtarudi Amerika?

JIM: Tutarudi tukijaaliwa baada ya miaka miwili au zaidi ya miaka miwili.

## MAZOEZI

### Jibu maswali.

Bwana Anderson atakwenda wapi?

Atakwenda lini?

Atakwenda mji gani?

Nyeri iko wapi?

Atakwenda peke yake Nyeri?

Watasafiri wapi?

Watafanya nini huko?

Watoto wao wataweza kupata shule?

Ndege yao itapita miji gani, na safari itachukua muda gani?

Kwa nini Bwana Scott hataweza kwenda pamoja nao mwaka huu?

Watakaa Nyeri kwa muda gani?

Watarudi lini Amerika?

### Maliza sentensi hii: *Complete this sentence.*

|          |                        |
|----------|------------------------|
|          | Utakwenda nchi gani?   |
| mji      | Utakwenda mji gani?    |
| upande   | Utakwenda upande gani? |
| kijiji   | Utakwenda kijiji gani? |
| duka     | Utakwenda duka gani?   |
| shule    | Utakwenda shule gani?  |
| nyumba   | Utakwenda nyumba gani? |

Nikienda Afrika ya Mashariki, nitakwenda pamoja na mke wangu.

      mume
      watoto
      mtoto
      wazazi
      mzazi
      walimu
      mwalimu
      wanafunzi
      mwanafunzi
      mchumba

Nikienda Afrika ya Mashariki, nitakwenda pamoja na rafiki zangu.

      (rafiki wawili)
      rafiki yangu.
      (rafiki mmoja)
      ndugu zangu.
      (ndugu wawili)
      ndugu yangu.
      (ndugu mmoja)
      kaka zangu.
      (kaka wawili)
      kaka yangu.
      (kaka mmoja)

baba zangu.
   (baba wawili)
  baba yangu.
   (baba mmoja)

Tukienda Afrika ya Mashariki,
  tutasafiri kwa ndege.
      meli
      treni
      garimoshi, gari la moshi
      motokaa
      jahazi
      baskeli

Mkienda Afrika ya Mashariki,
  watoto watawesa kupata skuli?
        vitabu
        elimu
        mwalimu
        chakula
        kazi
        pesa
        usingizi
        nafasi

## Tazameni ramani ya Afrika ya Mashariki na mjibu maswali haya: *Look at the map of East Africa and answer these questions.*

Nyeri iko wapi?
Nyeri iko upande gani?
Nyeri iko karibu na wapi?
Nyeri iko upande gani wa Afrika ya Mashariki?
Nyeri iko nchi gani ya Afrika ya Mashariki?
Nyeri iko jimbo gani la Afrika ya Mashariki?
Nyeri iko mahali gani katika Afrika ya Mashariki?
Nyeri iko maili ngapi kutoka Nairobi?
Ni maili ngapi kutoka Nyeri mpaka Nairobi?

## Tumia.

   Jinja, Kampala, Kisumu, Moshi, Tanga, Unguja,
Mombasa, Daressalaam

## Semeni na mfasiri: *Say and translate.*

Nitakwenda mwaka huu.
Nitakwenda mwaka ujao.
Nitakwenda mwakani.
Nitakwenda mwezi huu.
Nitakwenda mwezi ujao.
Nitakwenda mwaka kesho.
Nitakwenda wiki hii.
Nitakwenda wiki ijayo.
Nitakwenda baada ya miaka miwili.
Nitakwenda baada ya miaka mitatu.

Utapenda kufanya nini Afrika ya Mashariki?
Nitapenda kuona mbuga za wanyama.
Nitapenda kuona majumba ya taifa.
Nitapenda kuona makumbusho mbalimbali.
Nitapenda kusafiri mahali mbalimbali.
Nitapenda kuzungumza na watu.
Nitapenda kuonana na watu.
Nitapenda kufahamiana na watu.
Nitapenda kujifunza habari za utamaduni wa watu.
Nitapenda kula chakula cha kienyeji.
Nitapenda kuonja chakula cha kienyeji.

## Maliza sentensi hizi.

Ningependa kwenda lakini sina nafasi.
    kusafiri
    kutembea
    kuja
    kukaa
Ningependa kujifunza Kiswahili lakini sina nafasi.
    kufika mkutanoni
    kwenda karamuni
    kumtembelea rafiki yangu
    kumtembelea dadangu

## Eleza kwa Kiswahili, ukienda Afrika utapenda kufanya nini.

## Eleza kwa Kiswahili, ukienda Ulaya utapenda kufanya nini.

## Fasiri kwa Kiswahili.

*I would like to see the Game Parks.*
*I would like to see the National Museums.*
*I would like to see the different museums.*
*I would like to travel to different places.*
*I would like to talk to the people.*
*I would like to understand the people.*
*I would like to know the people.*
*I would like to learn about the culture of the people.*
*I would like to go but I haven't the time.*
*I would like to learn Swahili but I don't have the time.*
*We would like to go to the party but we do not have the time.*
*They would like to attend the meeting but they don't have the time.*
*He would like to visit his friends but he hasn't the time.*
*We would like to taste the local food.*

## Sema kwa Kiswahili.

*When will you travel to East Africa?*
■    *I will travel on August 9th of this year.*
*Where will you go?*
■    *I'll go to Nyeri.*
*In which part of East Africa is Nyeri?*
■    *Nyeri is a town in Kenya and it is near Nairobi.*

Who will go with you?

- I'll go with my wife and our three children.

How will you travel? By air?

- We'll travel by plane to Nairobi and then by car to Nyeri.

What do you expect to do there?

- I will teach in the Teachers' Training College, and my wife will work at home and perhaps help with the Umoja wa Wanawake Club.

Will the children be able to enter a school?

- I think they will. They will probably study at Kenyatta School.

Which cities will the plane fly over and how long will the trip take?

- I think it will fly over Dakar, Lagos, and Entebbe. The whole trip will take about eighteen hours. Would you like to come with us?

I would like to come but I don't have the time this year. How long will you stay in Nyeri?

- Maybe two years. We don't know yet.

Will you return to America?

- We will return, God willing, after two years — or more than two years.

## MANENO MAPYA

zaidi — *more*
jimbo — *state, province*
nafasi — *time, opportunity*
makumbusho — *museum*
kujuana, kujua — *to know each other*
utamaduni — *culture*
bado — *still*
kufahamiana — *to understand one another*
ningependa — *I would like, would have liked*
-shinda — *overcome*
mali — *wealth*
-waza — *meditate*

## MAELEZO

-ngeli- (-ngali-) *AND* -nge-

Each of these three markers occurs with a verb after the subject prefix and before the stem:

| | | |
|---|---|---|
| ni - ngeli - kwenda | ni - ngali - kwenda | ni - nge - kwenda |
| u - ngeli - kwenda | u - ngali - kwenda | u - nge - kwenda |
| a - ngeli - kwenda | a - ngali - kwenda | a - nge - kwenda |
| tu - ngeli - kwenda | tu - ngali - kwenda | tu - nge - kwenda |
| m - ngeli - kwenda | m - ngali - kwenda | m - nge - kwenda |
| wa- ngeli - kwenda | wa- ngali - kwenda | wa- nge - kwenda |

The infinitive **ku** is retained in monosyllabic verbs and in **kwenda** "to go" and **kwisha** "to finish."

The traditional grammarians consider -ngeli- or -ngali- to be a marker of a past conditional and -nge- a marker of a present conditional. This distinction is not consistent in native speech and is sometimes ignored in writing.

Sentences such as the following appear in texts:

1. *Use of* -nge- *when referring to something in the past:*

   1. **Bwana Musa, kwa shauri lake, angeona bora kama wangemngoja mpaka washitiri**

      *Mr. Musa in opinion his he-*nge-*see better if they-*nge-*him wait until customers*

      **wamepungua, lakini Inspekta Sefu aliona upuuzi hayo, bali alijitoma tu na**

      *have reduced but Inspector Sefu he saw nonsense this but pushed-self-in just and*

      **wenziwe wakamfuata.**

      *his companions followed him.*

      Mr. Musa would have preferred that they had waited until there were fewer customers but Inspector Sefu felt that this was silly and pushed himself into the building and his companions followed him.
      (Muhammed Said Abdulla, **Mzimu wa watu wa kale,** *East African Literature Bureau, 1960, p. 51*)

   2. **Mimi nilikuwa nimejiziba kidogo tu**
      *I was covered-myself a little only*
      **na lau kama asingefadhaika kwa ghasia**
      *and if he-not-*nge-*confused by noise*
      **za vishindo nyuma yake**
      *of activities behind him*
      **sina shaka angeniona.**
      *I have no doubt he-*nge-*me-see.*
      I had covered myself only a little so had he not been confused by the noise of the activities going on behind him I'm certain he would have seen me. (S. M. Kombo na C. G. Richards, **Simba wa Tsavo,** *London, Macmillan and Co., abridged edition, 1962, p. 43*)

   3. **Nisingefanikiwa kuwatuliza**
      *I-not-*nge-*succeed to-calm-them*
      **kama nisingewaambia waache kazi zote**
      *if I-not-*nge-*they-ask to leave work all*
      **washughulike kujenga maboma.**
      *they-busy to build forts.*
      I would not have succeeded in calming them down had I not asked them to leave all the other work and to get on with the building of the forts.
      (S. M. Kombo na C. G. Richards, **Simba wa Tsavo,** *London, Macmillan and Co., 1962, p. 21*)

2. *Combining* -ngeli- *and* -nge- *in the same sentence:*

   1. **Kama angalikuwapo pale,**
      *If he-*ngali-*was-there*
      **tungejua yote aliyoyasema.**
      *at-that-time we-*nge-*know all he-past-rel.obj-say.*
      Had he been there, we would have known all that he said.

(Muhammed Said Abdulla, **Mzimu wa watu wa kale,** Nairobi, Dar es Salaam, Kampala, East African Literature Bureau, p. 13)

2. **Tungalisinzia kidogo tu**
We-**ngali-**doze little just
**sina shaka mmoja wetu angemkumba.**
I-have-no-doubt one of-us he-**nge-**him-take-away.
Had we dozed just a little I am sure he would have taken one of us away.
(S. M. Kombo na C. G. Richards, **Simba wa Tsavo,** London, Macmillan and Co., 1962, p. 25)

3. In this unit all the three forms -**ngeli-**, -**ngali-**, and -**nge-** are considered variants of the same morpheme and therefore have the same meaning. Their function is to indicate a hypothetical condition with no reference to a particular moment. Since the idea is hypothetical it is assumed that the event has not been proved to have occurred and so a time distinction is not necessary.

4. The negative of a sentence with -**ngeli-**, -**ngali**, or -**nge-** is formed in two ways:

By inserting -si- after the subject prefix:
**Asingelifika asingelimwona.**
**Asingalifika asingalimwona.**
**Asingefika asingemwona.**
If he had not come, he would not have seen him.
If he were not to come, he would not see him.

By prefixing the negative particle **ha-** to the verb:
**Hangalifika hangalimwona.**
**Hangelifika hangelimwona.**
**Hangefika hangemwona.**
If he had not come, he would not have seen him.
If he were not to come, he would not see him.

The infinitive **ku-** is retained in monosyllabic verbs and in **kwenda** and **kwisha.**

5. In Swahili a future marker -**ta** or -**nge-** may be used to indicate the English equivalent of "I would like to":
**Nitapenda kwenda.**
**Ningependa kwenda.**
I would like to go.

# 28 Somo La Ishirini Na Nane
## Sitasafiri Afrika ya Mashariki:
## *I'll not travel to East Africa.*

## MAZUNGUMZO

Utakwenda Afrika ya Mashariki mwezi huu?
- La, sitakwenda mwezi huu. Nitakwenda mwezi ujao.

Utakwenda peke yako?
- La, sitakwenda peke yangu. Natumai, nitakwenda na mke wangu na watoto wetu.

E-eee. Sikujua kama mtakwenda nyote! Mtakwenda kwa matembezi tu!
- Hapana, hatutakwenda kwa matembezi. Natumai kufanya kazi huko.

Utafanya kazi gani? Utafundisha?
- Ndiyo, nitafundisha kilimo shuleni.

Utafundisha shule ya chini?
- La, sitafundisha shule ya chini. Nitafundisha wanafunzi wa chuo cha ualimu, na wanafunzi wa shule ya juu.

Mtasafiri kwa ndege?
- Hapana, hatutasafiri kwa ndege. Tutasafiri kwa meli.

Mtarudi mwaka huuhuu?
- A-a-a. Hatutarudi mwaka huu. Tutarudi baada ya miaka miwili.

Mtakaa hoteli huko?
- La, hatutakaa hoteli. Tutakaa katika nyumba ya walimu au bwenini.

## MAZOEZI

**Badilisha sentensi hizi ziwe kinyume chake:** *Change these sentences into the negative form.*

| | |
|---|---|
| Nitakwenda peke yangu. | Sitakwenda peke yangu. Sitokwenda _____ |
| Nitasafiri kwa ndege. | Sitasafiri kwa ndege. Sitosafiri _____ |
| Nitafundisha shule. | Sitafundisha shule. Sitofundisha _____ |
| Nitawafundisha wavulana. | Sitawafundisha wavulana. Sitowafundisha _____ |
| Nitaijibu barua hii. | Sitaijibu barua hii. Sitoijibu _____ |
| Nitaipenda Kenya. | Sitaipenda Kenya. Sitoipenda _____ |
| Tutakwenda peke yetu | Hatutakwenda peke yetu. Hatutokwenda _____ |
| Tutasafiri kwa ndege. | Hatutasafiri kwa ndege. Hatutosafiri _____ |

| | |
|---|---|
| Tutawafundisha wavulana. | Hatutawafundisha wavulana. Hatutowafundisha _____ |
| Tutaijibu barua hii. | Hatutaijibu barua hii. Hatutoijibu _____ |
| Tutaipenda Kenya. | Hatutaipenda Kenya. Hatutoipenda _____ |
| Atakwenda peke yake. | Hatakwenda peke yake. Hatokwenda _____ |
| Atasafiri kwa ndege. | Hatasafiri kwa ndege. Hatosafiri _____ |
| Atafundisha shule. | Hatafundisha shule. Hatofundisha _____ |
| Ataijibu barua hii. | Hataijibu barua hii. Hatoijibu _____ |
| Ataipenda Kenya. | Hataipenda Kenya. Hatoipenda _____ |
| Watakwenda peke yao. | Hawatakwenda peke yao. Hawatokwenda _____ |
| Watasafiri kwa ndege. | Hawatasafiri kwa ndege. Hawatosafiri _____ |
| Watafundisha shule. | Hawatafundisha shule. Hawatofundisha _____ |
| Wataijibu barua hii. | Hawataijibu barua hii. Hawatoijibu _____ |
| Wataipenda Kenya. | Hawataipenda Kenya. Hawatoipenda _____ |
| Utakwenda peke yako? | Hutakwenda peke yako? Hutokwenda _____ |
| Utasafiri Nairobi kwa ndege? | Hutasafiri Nairobi kwa ndege? Hutosafiri _____ |
| Utawafundisha watoto wadogo? | Hutawafundisha watoto wadogo? Hutowafundisha _____ |
| Utalijibu swali? | Hutalijibu swali? Hutolijibu _____ |
| Utapenda kwenda mapema? | Hutapenda kwenda mapema? Hutopenda _____ |
| Mtakwenda mjini peke yenu? | Hamtakwenda mjini peke yenu? Hamtokwenda _____ |
| Mtasafiri Nairobi kwa ndege? | Hamtasafiri Nairobi kwa ndege? Hamtosafiri _____ |

Mtawafundisha watoto wadogo? Hamtawafundisha watoto wadogo?

Hamtowafundisha _____

Mtalijibu swali? Hamtalijibu swali?

Hamtolijibu _____

Mtaupenda mlima Kilimanjaro? Hamtaupenda mlima Kilimanjaro?

Hamtoupenda _____

Mtapenda kwenda mapema? Hamtapenda kwenda mapema?

## Maliza sentensi hizi.

|  | Nitakileta kinanda chako baada ya kukitengeneza. |
|---|---|
| ngoma | Nitaileta ngoma yako baada ya kuitengeneza. |
| mfuko | Nitauleta mfuko wako baada ya kuutengeneza. |
| sanduku | Nitalileta sanduku lako baada ya kulitengeneza. |
| tarumbeta | Nitalileta tarumbeta lako baada ya kulitengeneza. |
| zumari | Nitalileta zumari lako baada ya kulitengeneza. |
| gitaa (zeze) | Nitalileta gitaa lako baada ya kulitengeneza. |
| ugali | Nitauleta ugali wako baada ya kuutengeneza. |
| ufunguo | Nitauleta ufunguo wako baada ya kuutengeneza. |
| ukili | Nitauleta ukili wako baada ya kuutengeneza. |
| upanga | Nitauleta upanga wako baada ya kuutengeneza. |
| uzi | Nitauleta uzi wako baada ya kuutengeneza. |
|  | Tutakwenda sote. |
| nyinyi | Mtakwenda nyote. |
| wao | Watakwenda wote. |
| watoto | Watakwenda watoto wote. |
| mabibi na mabwana | Watakwenda mabibi na mabwana wote. |
|  | Nivilete vitabu vyote? |
| vitu | Nivilete vitu vyote? |
| vyakula | Nivilete vyakula vyote? |
| vinanda | Nivilete vinanda vyote? |
| nguo | Nizilete nguo zote? |
| picha | Nizilete picha zote? |
| ngoma | Nizilete ngoma zote? |
|  | Hatutaipika mihogo yote. |
| mikate | Hatutaipika mikate yote. |
| mihindi | Hatutaipika mihindi yote. |
|  | Hatutayaleta masanduku yote. |
| marimba | Hatutayaleta marimba yote. |
| matarumbeta | Hatutayaleta matarumbeta yote. |
| mapapai | Hawatayaleta mapapai yote. |
| machungwa | Hawatayaleta machungwa yote. |
| maji | Hawatayaleta maji yote. |
| maji ya machungwa | Hawatayaleta maji ya machungwa yote. |
| funguo | Hawatazileta funguo zote. |
| nyuzi | Hawatazileta nyuzi zote. |
| kili | Hawatazileta kili zote. |

## Sema kwa Kiswahili.

*Are you going to East Africa this month?*

■ *No, I am not going this month. I'll go next month.*

*Will you go alone?*

■ *No, I'm not going alone. I'll go with my wife and children.*

*Are you only visiting?*

■ *No, we are not only visiting. I hope to work there.*

*What kind of work will you do? Will you teach?*

■ *Yes, I will teach Agriculture.*

*Will you teach in an elementary school?*

■ *No, I will not teach in an elementary school. I will teach students from the Teacher's Training College and from a secondary school.*

*Will you travel by plane?*

■ *No, we will not travel by plane. We'll travel by boat.*

*Will you return this same year?*

■ *No, we will not return this year. We will return in two years' time.*

*Will you stay at a hotel?*

■ *No, we won't stay in a hotel. We will stay in a teacher's house or in a dormitory.*

## MANENO MAPYA

kilimo — *agriculture*
baada ya — *after*
tarumbeta — *trumpet*
zumari — *wind instrument*
ugali, ugari — *porridge (hard)*
uji — *porridge (soft)*
huuhuu — *this same*
-ote — *all, totality*
udi — *scented aloe wood, lute*
ukindu — *straw for braiding/plaiting*
ukili - *braided, plaited* ukindu
upanga — *sword*
ufunguo — *key*
uzi — *string, thread*
ua — *fence*
marimba — *xylophone*

## MAELEZO

### KUKATAA LA WAKATI UJAO: *THE NEGATIVE FUTURE*

*The negative future is the only negative verb construction that corresponds to its affirmative correlate since it has the verb marker -ta-, which also appears in the affirmative construction. The negative form is conjugated thus:*

| NEGATIVE + SUBJECT + VERB MARKER + VERB STEM | | | | | |
|---|---|---|---|---|---|
| Ha *not* | + | tu *we* | + | ta *will* | + ˙ taka *want* |
| We will not want. | | | | | |
| Ha *not* | + | tu *we* | + | ta *will* | + kwenda *go* |
| We will not go. | | | | | |
| H *not* | + | u *you* | + | ta *will* | + taka *want* |
| You will not want. | | | | | |
| H *not* | + | u *you* | + | ta *will* | + kwenda *go* |
| You will not go. | | | | | |

The first person singular is formed by prefixing **si-** (instead of **ha-**). There is no subject prefix, e.g., **Si-ta-tak** I will not want (lit., I not-will-want); **Si-ta-kwenda,** I will not go" (lit., I not-will-go). The negative future may take another form. This is formed by using **-to-,** the marker which is also used to negate the infinitive, instead of **-ta-.** This form may be observed in the speech of Zanzibar an Lamu speakers especially. The **-ta-** form is standard Swah and therefore is the form to appear in literary works. Fo this unit practice only the **ta-** form.

In this lesson we use nouns from the **u-** and **ny-** cla and **ji-** and **ma-** class. The **u-** and **ny-** class has traditional at least three subdivisions based on class and concordial prefixes. These are:

1. Nouns with **u-** in the singular and **ny-** in the plural:

| Singular | | Plural | Adjective Singular | Prefix Plural | Pronoun Singular | Prefix Plural |
|---|---|---|---|---|---|---|
| unywele | hair | nywele | m- | n- | u- | zi- |
| ubao | board | mbao (n + b > mb) | | | | |
| ulimi | tongue | ndimi (n + l > nd) | | | | |
| ufagio | broom | fagio (n + f > f) | | | | |
| ukanda | belt | kanda | | | | |
| upanga | sword | panga | | | | |

2. Nouns with **u-** in the singular and **ma-** in the plural

| Singular | | Plural | Adjective Singular | Prefix Plural | Pronoun Singular | Prefix Plural |
|---|---|---|---|---|---|---|
| ugonjwa | illness | magonjwa | m- | ma- | u- | ya- |
| ubaya | evilness | mabaya | | | | |
| upana | width | mapana | | | | |

3. Nouns with **u-** in the singular and always used as singular:

| Singular | | Adjective Singular | Prefix Plural | Pronoun Singular | Prefix Plural |
|---|---|---|---|---|---|
| utoto | childhood | m- | | u- | |
| uzee | old age | | | | |
| ujana | youth | | | | |
| umri | age | | | | |
| ugali/ugari | stiff porridge | m- | | u- | |
| wali | cooked rice | | | | |
| Uganda | name of country (Uganda) | n- | n- | i- | zi- |
| Unguja | name of country (Zanzibar) | | | | |
| Ulaya | name of country (Europe) | | | | |
| Ufaransa | name of country (France) | | | | |

In this book we classify these with the rest of the countries whose nouns do not start with "U" because of their identical concordial agreement.

*This class of nouns may be subdivided thus:*

1. *Nouns with monosyllabic roots or which begin with a vowel -i-: -ji- (singular) and ma- (plural)*

| | | | Adjective Singular | Prefix Plural | Pronoun Singular | Prefix Plural |
|---|---|---|---|---|---|---|
| jiwe | *stone* | mawe | ⌀ | ma- | li | ya |
| jino | *tooth* | meno | | | li | ya |
| jiko | *stove* | meko | j/ vowel (and with mono-syllabic root | | li | ya |
| jicho | *eye* | macho | j/-vowel (and with mono-syllabic root | | li | ya |
| ini | *liver* | maini | | | | |

2. *Nouns with polysyllabic roots - ⌀ (sg) and ma- —pl.):*

*Inanimate:*

| | | | Adjective Singular | Prefix Plural | Pronoun Singular | Prefix Plural |
|---|---|---|---|---|---|---|
| Jani | *leaf* | majani | ⌀ | ma- | li | ya |
| sanduku | *box/suit case* | masanduku | j/ vowel and with mono- | | | |
| tunda | *fruit* | matunda | syllabic root | | | |
| umbo | *form* | maumbo | | | | |

*Animate:*

| | | | Adjective | Prefix Plural | Pronoun Singular | Prefix Plural |
|---|---|---|---|---|---|---|
| fundi | *skilled man* | mafundi | m- | wa- | a/yu/w | wa- |
| karani | *clerk* | makarani | | | | |

3. *Collective nouns appearing only as plurals:*

| | | Adjective | Prefix Plural | Pronoun | Prefix Plural |
|---|---|---|---|---|---|
| maji | *water* | | ma- | | ya |
| mafuta | *oil fat* | | | | |
| matata | *trouble* | | | | |

4. *Loan words that begin with ma-:*

| | | Adjective | Prefix Plural | Pronoun | Prefix Plural |
|---|---|---|---|---|---|
| manufaa | *use* | | ma- | | ya |
| madhumuni | *intention* | | | | |
| mahari | *bride wealth* | | | | |
| makala | *written document* | | | | |

5. *Bantu words derived from verbs and appearing in the plural:*

| | | | Adjective | Prefix | Pronoun | Prefix |
|---|---|---|---|---|---|---|
| matembezi | *visit* | < tembea | | ma- | | ya- |
| mapatano | *agreement* | < patana | | | | |
| malipo | *payment* | < lipa | | | | |
| matumizi | *expenses* | < tumia | | | | |
| maumivu | *pain* | < uma | | | | |

# 29 Somo La Ishirini Na Tisa
## Safari kwa Basi: *A Journey by Bus*

## MAZUNGUMZO

MTALII: Nataka kwenda Kisumu. Naweza kwenda kwa basi?

DEREVA: Ndiyo, unaweza. Lakini bora uende kwa treni.

MTALII: La, sitaki kwenda kwa treni. Nitapenda niende kwa basi ikiyumkinika. Tikti kiasi gani?

DEREVA: Tikti ya kwenda na kurudi?

MTALII: Tikti ya kwenda tu.

DEREVA: Nauli shilingi ishirini na tano.

MTALII: Ni umbali gani kutoka hapa mpaka huko?

DEREVA: Mwendo wa saa nne.

MTALII: Basi litaondoka saa ngapi, na kupanda ni saa ngapi?

DEREVA: Kuna mabasi mawili; moja huondoka asubuhi, na moja huondoka jioni. Utapenda kwenda wakati gani?

MTALII: Basi la asubuhi huondoka lini?

DEREVA: Huondoka saa nne kamili na kufika saa nane unusu.

MTALII: Basi litaondoka mahali gani?

DEREVA: Lazima ufike hapa saa tatu unusu ili upate kiti kizuri.

MTALII: Nipande basi nambari gani?

DEREVA: Panda basi lolote kutoka kituo namba tatu.

MTALII: Ni ruhusa nichukue mizigo yoyote?

DEREVA: Una mizigo mingapi kwa jumla?

MTALII: Nina mizigo miwili, mmoja mkubwa na mmoja mdogo. Ninaweza kuichukua yote miwili?

DEREVA: O, ndiyo. Bila shaka unaweza kuichukua.

MTALII: Niteremke mahali gani?

DEREVA: Basi litafika mpaka stesheni ya Kisumu. Teremka hapo na huko utaweza kupata teksi mpaka hoteli yako.

MTALII: Ni ruhusa nipige picha njiani?

DEREVA: Ndiyo unaweza kupiga.

## Sema na ufasiri: *Say and translate.*

Ninataka kwenda kiwanja cha ndege. Utaweza kunipeleka?

Ninataka kwenda stesheni ya gari (la) moshi. Utaweza kunipeleka?

Ninataka kwenda ofisi ya ndege. Utaweza kunipeleka?

Ninataka kwenda ofisi ya watalii. Utaweza kunipeleka?

Ninataka kwenda ofisi ya Balozi wa Amerika. Utaweza kunipeleka?

Ninataka kwenda makumbusho (jumba la taifa). Utaweza kunipeleka?

## Badilisha sentensi hizo zilizotangulia kuwa sisi: *Change the above sentences to* sisi.

Tunataka kwenda kiwanja cha ndege. Utaweza kutupeleka?

## Badilisha kuwa yeye: *Change to* yeye.

Anataka kwenda kiwanja cha ndege. Utaweza kumpeleka?

## Badilisha kuwa wao: *Change to* wao.

Wanataka kwenda kiwanja cha ndege. Utaweza kuwapeleka?

## Sema na ufasiri: *Say and translate.*

Saa ngapi gari moshi litaondoka?
Saa ngapi basi litaondoka?
Saa ngapi lori litaondoka?
Saa ngapi jahazi litaondoka?
Saa ngapi ndege itaondoka?
Saa ngapi meli itaondoka?
Saa ngapi motokaa itaondoka?
Saa ngapi mataboti itaondoka?

## Badilisha kuwa -fika: *Change to* -fika.

Saa ngapi gari moshi litafika?

## Badilisha kuwa -ja: *Change to* -ja.

Saa ngapi gari moshi litakuja?

## Badilisha sentensi hii kwa kutumia maneno utakayopewa: *Change this sentence by substituting the given words.*

|        | Nichukue mizigo yoyote? |
|--------|-------------------------|
| mifuko | Nichukue mifuko yoyote? |
| mikoba | Nichukue mikoba yoyote? |
| mzigo  | Nichukue mzigo wowote?  |
| mfuko  | Nichukue mfuko wowote?  |
| mkoba  | Nichukue mkoba wowote?  |

| | Nilete matunda yoyote? |
|---|---|
| masanduku | Nilete masanduku yoyote? |
| machungwa | Nilete machungwa yoyote? |
| mayai | Nilete mayai yoyote? |
| mafuta | Nilete mafuta yoyote? |
| chungwa | Nilete chungwa lolote? |
| sanduku | Nilete sanduku lolote? |

| | Ninunue vitambaa vyovyote? |
|---|---|
| vitu | Ninunue vitu vyovyote? |
| vilemba | Ninunue vilemba vyovyote? |
| vitabu | Ninunue vitabu vyovyote? |
| kitu | Ninunue kitu chochote? |
| kilemba | Ninunue kilemba chochote? |
| kitabu | Ninunue kitabu chochote? |

| | Nitafute nguo zozote? |
|---|---|
| ngoma | Nitafute ngoma zozote? |
| nyumba | Nitafute nyumba zozote? |
| njia | Nitafute njia zozote? |
| ngoma | Nitafute ngoma yoyote? |
| nyumba | Nitafute nyumba yoyote? |
| njia | Nitafute njia yoyote? |

| | Nitengeneze nyuzi zozote? |
|---|---|
| funguo | Nitengeneze funguo zozote? |
| nyua | Nitengeneze nyua zozote? |
| mbao | Nitengeneze mbao zozote? |
| panga | Nitengeneze panga zozote? |
| ufunguo | Nitengeneze ufunguo wowote? |
| ua | Nitengeneze ua wowote? |
| ubao | Nitengeneze ubao wowote? |
| upanga | Nitengeneze upanga wowote? |
| wali | Nitengeneze wali wowote? |
| uji | Nitengeneze uji wowote? |

| | Niwaite watoto wowote? |
|---|---|
| walimu | Niwaite walimu wowote? |
| wasichana | Niwaite wasichana wowote? |
| rafiki | Niwaite rafiki wowote? |
| mtoto | Nimwite mtoto yeyote? |
| mwalimu | Nimwite mwalimu yeyote? |
| msichana | Nimwite msichana yeyote? |
| rafiki | Nimwite rafiki yeyote? |

## MAZOEZI

### Jibu maswali yafuatayo: *Answer the following questions.*

Mtalii anataka kwenda wapi?
Nini nauli ya kwenda Kisumu?
Basi huenda Kisumu mara ngapi kutwa?
Basi la asubuhi huondoka saa ngapi?
Huondokea mahali gani?
Safari huchukua muda gani?
Watu hupandia wapi basi na huteremkia wapi?
Mtalii ataweza kufikaje hotelini kwake?

### Fasiri sentensi hizi: *Translate these sentences.*

*I want to go to the airport. Can you take me there?*
*We want to go to the train station. Can you take us there?*
*He wants to go to the Tourist Office. Will you be able to take him there?*
*They want to go to the museum. Can you take them there?*
*I want to go to the University. Can you take me there?*

*Am I to bring any friends?*
*Am I to look for any house?*
*Am I to cook any food?*
*Am I to buy anything?*
*Am I to borrow any books?*
*Are we to take any books?*
*Are we to follow any street?*
*Are we to call any girls?*
*Am I to call any girl?*
*Am I to ask anybody?*
*Am I to take any pictures?*
*Are we to take any bus?*

### Maliza sentensi hizi.

| | | | | |
|---|---|---|---|---|
| | Ni ruhusa | nichukue | mizigo | yoyote? |
| mzigo | Ni ruhusa | nichukue | mzigo | wowote? |
| picha; piga? | Ni ruhusa | nipige | picha | yoyote? |
| picha (nyingi) | Ni ruhusa | nipige | picha | zozote? |
| azima, kitabu | Ni ruhusa | niazime | kitabu | chochote? |
| vitabu | Ni ruhusa | niazime | vitabu | vyovyote? |
| soma | Ni ruhusa | nisome | vitabu | vyovyote? |

### Soma na ufasiri: *Read and translate.*

Abiria walipanda basi kwenda Kisumu.
Wageni wale wanataka kupanda ndege yoyote, hawataki kupanda meli.
Wenyeji waliupanda mlima wa Kilimanjaro kabla ya wavumbuzi kufika.
Mkwezi aliupanda (aliukwea) mnazi mrefu kwa dakika mbili tu.
Nilizipanda mbegu hizi wiki iliyopita sasa zinaanza kuchipua.
Aliniambia nipande ngazi ya mkono wa kulia.
Magari yaligongana kwenye njia panda.
Mwele alipandwa na pepo kichwani.
Bei ya vitu imepanda siku hizi.
Mtu huyu hana subira mara hamaki humpanda.

### Sema kwa Kiswahili.

*I want to go to Kisumu. Can I go by bus?*
■   *Yes, you can, but its better to go by train.*
*No, I don't want to go by train. I would like to go by bus if possible. How much is the ticket?*
■   *A return ticket?*

*One way only.*
- *The fare is twenty-five shillings.*

*How far is it from here?*
- *It is four hours distant.*

*What time does the bus leave?*
- *There are two buses. One leaves in the morning and the other in the evening.*

*What time does the morning bus leave?*
- *It leaves at ten o'clock sharp and arrives at two thirty.*

*From which place does the bus leave?*
- *You must come here at nine thirty in order to get a good seat.*

*Which number bus should I take?*
- *Take any bus from stop number 3.*

*Is it permissible to carry luggage?*
- *How many pieces of luggage have you?*

*I have two, one large and one small. Am I allowed to take both of them?*
- *Of course you may take them.*

*Where will I alight?*
- *The bus will go as far as Kisumu station. Get off there and from there take a taxi to your hotel.*

*May I take photographs on the way?*
- *Yes, you may.*

## Fasiri: *Translate.*

Aliondoka na kwenda zake bila ya kumuarifu.
Basi huondoka saa nne kamili na kufika saa tano.
Wageni wataondoka kwenda zao leo alasiri.
Atapiga ngoma na kucheza peke yake.
Aliamka na kutoka bila ya kuniambia.
Watoto wale wanapanda ngazi na kushuka kutwa kama hawana la kufanya.

## MANENO MAPYA

-tengeneza — *repair, put in order*
mkasi — *scissors*
bila shaka — *no doubt*
abiria — *passenger*
mvumbuzi — *explorer*
mkwezi — *a man who climbs a coconut palm*
-kwea — *climb a tree*

mbegu — *seeds*
-chipua — *sprout*
ngazi — *stairs, ladder, steps*
-gongana — *collide*
njia (ya) panda — *crossroad*
mwele — *invalid*
pepo — *demon*
subira — *patience*
hamaki — *anger*
-hamaki — *become angry*
bila ya — *without*
tikti — *ticket*
umbali — *distance*
-teremka — *get off, alight*
-arifu — *inform, tell*

## MAELEZO

**ALAMA YA ku-:** *THE MARKER* ku-

The marker **ku-** has a function similar to that of **-ka-**. Its tense or aspect depends on that of the preceding verb and so may refer to any time past, present or future:

**Alikwenda na kurudi.** *He went and came back.*
**Atakwenda na kurudi.** *He will go and will come back.*
**Anakwenda na kurudi.** *He goes and comes back.*

The difference between **ku-** and **-ka-** is that the former does not always indicate an action following upon a previous action (which **-ka-** does) because the verb with **ku-** can occur concurrently with the previous action.

**Aliingia na kutoka.** *He went in and came out.*
**Huingia na kutoka.** *He generally goes in and comes out.*
*but*
**Aliingia na akatoka.** *He went in and then came out.*

For this reason **ku** can always substitute for **-ka-** but **-ka-** can only subtitute for **ku-** in constructions where the two actions are not occurring concurrently.

The **ku-**, which the grammarians have labeled a verbal infinitive and sometimes a noun infinitive, replicates the meaning of the preceding verb marker. When there is no preceding verb marker, **ku-** may be labeled a noun infinitive:

| **Kuishi** | **kwingi** | **kuona** | **mengi.** |
|---|---|---|---|
| *Live* | *long* | *see* | *much* |

*To live long is to see much.*

# Mtihani: *A Quiz*

**Jibu maswali yote:** *Answer all the questions.*

**A.    Maliza sentensi hizi.**

1. Tafadhali _____ ofisi ya watalii.
   a.    kuonyesha
   b.    aonyeshe
   c.    nionyeshe
   d.    elekeza
2. Tafadhali _____ njia ya Posta.
   a.    jielekeze
   b.    tuelekeze
   c.    kuelekeze
   d.    haelekezi
3. Tafadhali _____ kalamu yako.
   a.    niazime
   b.    nikopeshe
   c.    niambie
   d.    kupa
4. _____ wazazi wako habari hizi.
   a.    mwambie
   b.    niambie
   c.    waambie
   d.    atamwambia
5. Nenda _____ Bwana Abdulla.
   a.    kamwite
   b.    umwite
   c.    kumwita
   d.    mwite
6. Njooni _____ nyumbani kwangu.
   a.    ule
   b.    ukale
   c.    utakula
   d.    mle
7. Twende _____ mjini.
   a.    mtembee
   b.    tukatembee
   c.    akatembee
   d.    nitembee
8. Njoo _____ kusukuma motokaa yangu.
   a.    unisaidie
   b.    mnisaidie
   c.    kusaidia
   d.    saidieni
9. Lazima wao _____ kazi vizuri.
   a.    nifanye
   b.    mfanye
   c.    wafanye
   d.    tufanye
10. Aliniambia _____ wapi?
    a.    niende
    b.    tuende
    c.    nenda
    d.    nendeni

**B.    Andika kitendo kinachofaa katika sehemu hizi. Tumia kila kitendo mara moja tu.** *Supply the correct form of each verb in the blanks. Use each verb once only.*

-fika, -andika, -pa, -ja, -peleka, -enda, -ambia, -uliza, -ondoka, -nywa, -fanya

1. Lazima _____ jina lako.
2. Mwambie Ali _____ kesho kutwa.
3. _____ pamoja na nani?
4. _____ watu wale wanataka nini?
5. Alisema anataka _____ sasa hivi.
6. Waambie Asha na Fatuma _____ mapema.
7. Muulize anataka _____ kiasi gani?
8. Inanipasa _____ barua kwa afisi ya habari.
9. Alituambia _____ maji haya kwa sababu machafu.
10. Aliniambia _____ kazi gani?

**C.    Tumia maneno haya katika sentensi za Kiswahili.** *Use these words in Swahili sentences.*

fua, bidii, ruhusa, chemsha, tengeneza, kataza, yumkinika, hotuba, bweni, sharti

**D.    Andika maagizo ya vitendo hivi:** *Give the imperative form of the following verbs.*

kutayarisha, kurudi, kwenda, kuja, kula

**E.    Fasiri kwa Kiswahili.**

1. a.  Please come early tomorrow as I am expecting guests from out of town.
   b.  What time should I come?
   c.  Try and arrive at seven thirty, but please don't be late.
   d.  I'll try not to be late.
   e.  My home is far away and there are no buses at that time.

2. a.  Let's go for a walk.
   b.  Where do you want to go?

c. Let's go into town to see the National Museum and pass the shops.
d. Shall we leave now? Are you ready?
e. I have a little bit of work to finish but it doesn't matter. It can wait.

3. a. Where have you been? I haven't seen you for a long time.
b. I wasn't in town. I went on a trip.
c. I wrote to you. Didn't you get the letter?
d. No, I didn't get it. When did you leave?
e. I had a very good trip. I traveled to many places and met many people.

F. **Andika juu ya moja katika yafuatayo:** *Write on one of the following:*

Unataka kwenda safari. Andika mazungumzo yako na mwenye tikti: *You want to go on a journey. Write your conversation with a ticket agent.*

Eleza safari yako: *Describe your journey.*

Muelekeze mtu njia ya kutoka hapa mpaka kwako: *Give directions to someone to go from here to your house.*

Unamtafuta mtu; hayuko. Andika mazungumzo yako: *Write a dialogue on the whereabouts of an absent friend.*

# 30 Somo La Thelathini
# Kuendesha Motokaa: *Motoring*

## MAZUNGUMZO

MTALII: Ninaweza kukodi motokaa hapa?

MWENYEGEREJI: Unataka uendeshe mwenyewe au unataka dereva akuendeshe?

MTALII: Nataka niendeshe mimi mwenyewe.

MWENYEGEREJI: Una safari ya kwenda wapi?

MTALII: Nataka kwenda Mombasa.

MWENYEGEREJI: Unaitaka kwa muda gani?

MTALII: Nini kodi ya gari pamoja na petroli?

MWENYEGEREJI: Unafikiri utakwenda maili ngapi?

MTALII: Labda kiasi cha maili mia nane hivi.
Nitalirudisha gari baada ya siku tatu.

MWENYEGEREJI: Kodi ya kila maili ni shilingi moja kwa hivyo gharama yote haitapungua shilingi mia nane.

MTALII: Nini bei ya petroli hapa Nairobi?

MWENYEGEREJI: Galani moja kwa shilingi tano.

MTALII: Mbona petroli ghali sana kwenu?

MWENYEGEREJI: Galani yetu ni kubwa kuliko yenu.

MTALII: Tafadhali jaza tanki.

MWENYEGEREJI: Ulipata kwenda Mombasa?

MTALII: Hii ni mara yangu ya kwanza.

MWENYEGEREJI: Kama hivyo itakulazimu upate ramani ya njia.

MTALII: Je wewe unayo?

MWENYEGEREJI: Bora upite njia hii. Ni ya mzunguko kidogo lakini haina magari mengi.

## Sema na ufasiri.

Tafadhali jaza tanki petroli.

Tafadhali jaza betri maji.

Tafadhali jaza mipira pumzi.

Tafadhali jaza chupa mafuta.

Tafadhali tia maji katika betri.

Tafadhali tia petroli katika tanki.

Tafadhali tia pumzi katika mipira.

Tafadhali tia mafuta katika chupa.

Tafadhali tia betri, maji.

Tafadhali tia tanki, petroli.

Tafadhali tia chupa, mafuta.

Tafadhali safisha motokaa kwa haraka.

Tafadhali pangusa motokaa kwa haraka.

Tafadhali tengeneza motokaa kwa haraka.

Wageni walirudi kwao baada ya siku tatu.

Mtalii alirudi kwake baada ya mwezi.

Sisi tulirudi kwetu baada ya kula chakula.

Mimi nilirudi kwangu baada ya saa moja.

Nyinyi mlirudi kwenu baada ya kufika wao.

Wewe ulirudi kwako baada ya kumwona yeye.

## Badilisha kwa kutumia: *Change by using the following words:*

Ali, Ali na Juma, wewe, nyinyi

## Sema na ufasiri.

Wageni walikodi motokaa kabla ya kwenda safari.

Wageni walikodi motokaa kabla hawajaenda safari.

Mtalii alizungumza nami kabla ya kutoka.

Mtalii alizungumza nami kabla hajatoka.

Mtumishi aliyachemsha maji kabla ya kuyatia chupani.

Mtumishi aliyachemsha maji kabla hajayatia chupani.

Mtalii atayachemsha maji kabla ya kuyatia chupani.

Mtalii atayachemsha maji kabla hajayatia chupani.

## Badilisha sentensi hizi.

|  |  |
|---|---|
|  | Ninahitaji mfuko kama huu. Unao? |
| kitambaa | Ninahitaji kitambaa kama hiki. Unacho? |
| nguo | Ninahitaji nguo kama hii. Unayo? |
| sanduku | Ninahitaji sanduku kama hili. Unalo? |
| uzi | Ninahitaji uzi kama huu. Unao? |
| mtumishi | Ninahitaji mtumishi kama huyu. Unaye? |
| ndege | Ninahitaji ndege kama huyu. Unaye? |
|  |  |
| mifuko, sisi | Tunahitaji mifuko kama hii. Unayo? |
| vitambaa | Tunahitaji vitambaa kama hivi. Unavyo? |
| nguo | Tunahitaji nguo kama hizi. Unazo? |
| masanduku | Tunahitaji masanduku kama haya. Unayo? |
| nyuzi | Tunahitaji nyuzi kama hizi. Unazo? |
| watumishi | Tunahitaji watumishi kama hawa. Unawo? |
|  |  |
|  | Nani anacho kitabu changu? |
| kisu | Nani anacho kisu changu? |
| kalamu | Nani anayo kalamu yangu? |
| mfuko | Nani anao mfuko wangu? |
| sanduku | Nani analo sanduku langu? |
| uzi | Nani anao uzi wangu? |
|  |  |
|  | Hiki ndicho kikapu changu. |
| kitambaa | Hiki ndicho kitambaa changu. |
| kijiji | Hiki ndicho kijiji changu. |
| nyumba | Hii ndiyo nyumba yangu. |
| shule | Hii ndiyo shule yangu. |
| nguo | Hii ndiyo nguo yangu. |
| mfuko | Huu ndio mfuko wangu. |
| mtarimbo | Huu ndio mtarimbo wangu. |
| mkufu | Huu ndio mkufu wangu. |
| mji | Huu ndio mji wangu. |

| | |
|---|---|
| sanduku | Hili ndilo sanduku langu. |
| jina | Hili ndilo jina langu. |
| uzi | Huu ndio uzi wangu. |
| ubao | Huu ndio ubao wangu. |
| upanga | Huu ndio upanga wangu. |
| uji | Huu ndio uji wangu. |
| | Mwaka jana nilikuwa ninazo pesa. |
| wewe | Mwaka jana ulikuwa unazo pesa; |
| yeye | Mwaka jana alikuwa anazo pesa. |
| sisi | Mwaka jana tulikuwa tunazo pesa. |
| nyinyi | Mwaka jana mlikuwa mnazo pesa. |
| wao | Mwaka jana walikuwa wanazo pesa. |
| wanachama | Mwaka jana wanachama walikuwa wanazo pesa. |
| nchi nyingi | Mwaka jana nchi nyingi zilikuwa zinazo pesa. |
| | Mwaka jana nilikuwa nazo pesa. |
| wewe | Mwaka jana ulikuwa nazo pesa. |
| yeye | Mwaka jana alikuwa nazo pesa. |
| sisi | Mwaka jana tulikuwa nazo pesa. |
| nyinyi | Mwaka jana mlikuwa nazo pesa. |
| wao | Mwaka jana walikuwa nazo pesa. |
| wanachama | Mwaka jana wanachama walikuwa nazo pesa. |
| nchi nyingi | Mwaka jana nchi nyingi zilikuwa nazo pesa. |

## Sema na ufasiri.

Mwaka jana ulifanya kazi?
Mwaka jana sikufanya kazi kwasababu nilikuwa na pesa nyingi.

Mwaka jana ulikuwa nazo pesa?
Mwaka jana nilikuwa ninazo pesa.
Mwaka jana nilikuwa nazo pesa.

## Sema kwa Kiswahili.

*Did you work last year?*
*No, I did not work because I had a lot of money.*
*Did you have the money last year?*
*Yes, last year I had the money.*

## Sema na ufasiri.

Kitabu hiki ki rahisi lakini kile ki ghali.
Kitabu hiki ni rahisi lakini kile ni ghali.
Kitabu hiki ni kizuri lakini kile ni kibaya.
Kitabu hiki kizuri lakini kile kibaya.
Ngoma hii i rahisi lakini ile i ghali.
Ngoma hii ni rahisi lakini ile ni ghali.
Ngoma hii i kubwa lakini ile ni ndogo.
Ngoma hii ni nyepesi lakini ile ni ngumu.
Ngoma hii i nyepesi lakini ile i ngumu.
Mtoto huyu yu hodari lakini yule yu mvivu.

Mtoto huyu ni hodari lakini yule ni mvivu.
Mtoto huyu ni mwema lakini yule ni mwovu.
Mtoto huyu yu mwema lakini yule yu mwovu.

## Tunga sentensi za namna hii. Tumia maneno yafuatayo: *Make sentences of this kind using the following words:*

nyumba; motokaa; shule; meza; nchi; njia

## MAZOEZI

### Jibu maswali haya.

Mtalii anataka akodi nini?
Je anataka aende wapi?
Anataka aichukue kwa muda gani?
Je mtalii huyu alipata kwenda Mombasa?
Nini gharama yote ya motokaa pamoja na petroli kwa kwenda umbali wa maili mia nane?
Petroli i ghali au rahisi Nairobi? Zamani ilikuwa bei gani?
Kwa nini petroli i ghali Nairobi?
Inamlazimu mtalii apate kitu gani kabla ya kuanza safari yake.
Mwenye gereji alimwambia mtalii apite njia gani na kwa sababu gani?
Mtalii aliahidi kuirudisha motokaa lini?

### Fasiri kwa Kiswahili.

*Please fill the tank with gasoline.*
*Please fill the battery with water.*
*Please fill this bottle with oil.*
*Please put some oil in the bottle.*
*Please put some oil in the lamp.*
*Please clean the car in a hurry.*
*Please fix the car in a hurry.*
*I would like a cigarette. Do you have one?*
*Do you have my pen?*
*Last year we had the money to go to Africa.*

*This is my first visit to Mombasa.*
*This is our first visit to Mombasa.*
*I am hearing this news for the first time.*
*This is his first time to see her.*
*This is our first time to talk to them.*
*I've never been to Mombasa.*
*We've never traveled to Africa.*
*He has never seen me before.*
*They have never arrived on time.*
*They have never invited me to their place.*

*Who has my comb?*
*Who has our food?*
*Who has my pen?*
*They have your suitcase.*
*He has your bag.*

## Sema kwa Kiswahili.

*Can I rent a car here?*
*Do you want to drive yourself or do you want a driver to drive you?*
*I want to drive myself.*
*Where do you want to go?*
*I want to go to Mombasa.*
*How long do you want the car for?*
*What is the rent of the car with gasoline?*
*How many miles do you think you will go?*
*Maybe about eight hundred miles.*
*I'll return the car after three days.*
*The rent is a shilling per mile.*
*Therefore the total expense will not be less than eight hundred shillings.*
*What is the price of gasoline here in Nairobi?*
*Five shillings a gallon.*
*Why is gasoline so expensive at your place?*
*Our gallon is larger than yours.*
*Please fill the tank.*
*Have you been in Mombasa before?*
*This is my first visit.*
*If so, you'll have to get a road map.*
*Do you have one?*
*You better take this road.*
*It's a little roundabout but doesn't have much traffic.*

## MANENO MAPYA

-endesha — *drive (v.)*
-kodi — *hire, rent (verb and noun)*
mwenye garaji, gereji — *garage owner*
-enye — *having*
garaji, gereji — *garage, filling station*
mbali — *far*

-rudisha — *return something*
maili — *mile*
gharama — *expense*
petroli — *gasoline*
galani — *gallon*
mbona — *why (when expressing surprise)*
kwenu — *your place*
-jaza — *fill*
kuliko — *than*
tanki, tangi — *tank*
betri — *battery*
mpira — *tires, rubber, ball*
pumzi — *air*
kwa haraka — *in a hurry*
mtarimbo — *crowbar*

## MAELEZO

### KUKATAA LA ZAMANI: *THE NEGATIVE PAST*

There are three ways in which the negative past may be expressed:

*1. By using* -ja-:
**hajamwona** *He has not seen him.*

This sentence implies that the action has not yet happened but may happen. The infinitive **ku-** may be retained with monosyllabic verbs and with **kwenda** and **kwisha**:

**Hajakwenda** *or* **Hajaenda** *He has not gone.*

*2. By using* -ku-:
**hakumwona** *He did not see him.*

The action has not happened but we are not told anything of the possibility of its occurrence in the future.

*3. By using the* -e *form of the verb (the subjunctive) if another verb precedes the negative:*
**alikwenda asimwone** *He went and did not see him.*

125

# 31 Somo La Thelathini Na Moja
# Mandhari ya Nyumbani Kwangu:
## The View from My House

## MAZUNGUMZO

### Mandhari ya Nyumbani Kwangu:
### The View from My House

Nyumba yangu iko kwenye uwanja mkubwa juu ya kilima. Urefu wa nyumba hiyo ni futi khamsini na tano na upana wake ni futi arbaini. Ina ghorofa mbili, ya chini na ya juu. Ina madirisha mengi, mapana na makubwa. Madirisha ya mbele yameielekea bahari, kwa hivyo upepo mzuri na mtamu wa kupumbaza unaingia ndani ya vyumba. Nje ya nyumba, kwa upande wa kulia, pana bustani yenye maua ya aina kwa aina. Kwa upande wa pili, ule upande wa kushoto, karibu na gereji, pana miti michache ya matunda na matunda yanaonekana juu ya miti. Mbele ya bustani, kwa mbali kidogo, pana hodhi la maji na nyuma yake pana viti viwili vitatu. Ukizunguka nyuma ya nyumba, utakuta ua mkubwa wenye mahali pa kuanikia nguo, na karibu yake, pana mahali pa kuchezea watoto. Kwa mbali kuna mwitu na vichaka. Kwa upande wa mbele, ukitazama upeo wa macho, utaweza kuona vilima vya mji wa pili na taa zikimulika. Jua likuchwapo wakati wa magharibi huleta mandhari ya kupendeza na ya kufurahisha na kuchangamsha.

## Badilisha sentensi hii.

|            | Nyumba yangu iko kwenye | kilima. |
|------------|-------------------------|---------|
| karibu na  | Nyumba yangu iko karibu na | kilima. |
| mbali na   | Nyumba yangu iko mbali na | kilima. |
| juu ya     | Nyumba yangu iko juu ya | kilima. |
| chini ya   | Nyumba yangu iko chini ya | kilima. |
| nyuma ya   | Nyumba yangu iko nyuma ya | kilima. |
| mbele ya   | Nyumba yangu iko mbele ya | kilima. |
| katikati ya | Nyumba yangu iko katikati ya | kilima. |

|            | Nyumba iliyo kwenye | kilima ndiyo yangu. |
|------------|---------------------|---------------------|
| karibu na  | Nyumba iliyo karibu na | kilima ndiyo yangu. |
| mbali na   | Nyumba iliyo mbali na | kilima ndiyo yangu. |
| juu ya     | Nyumba iliyo juu ya | kilima ndiyo yangu. |
| chini ya   | Nyumba iliyo chini ya | kilima ndiyo yangu. |
| nyuma ya   | Nyumba iliyo nyuma ya | kilima ndiyo yangu. |
| mbele ya   | Nyumba iliyo mbele ya | kilima ndiyo yangu. |
| katikati ya | Nyumba iliyo katikati ya | kilima ndiyo yangu. |

|              | Bustani ilikuwako mbele ya nyumba. |
|--------------|------------------------------------|
| nyuma ya     | Bustani ilikuwako nyuma ya nyumba. |
| karibu na    | Bustani ilikuwako karibu na nyumba. |
| nje ya       | Bustani ilikuwako nje ya nyumba. |
| sawasawa na  | Bustani ilikuwako sawasawa na nyumba. |
| mkabala wa   | Bustani ilikuwako mkabala wa nyumba. |
| mbali na     | Bustani ilikuwako mbali na nyumba. |

|        | Gereji iko karibu na mlango. |
|--------|------------------------------|
| mbele  | Gereji iko mbele ya mlango. |
| nje    | Gereji iko nje ya mlango. |
| mkabala | Gereji iko mkabala wa mlango. |
| nyuma  | Gereji iko nyuma ya mlango. |
| sawa   | Gereji iko sawa na mlango. |
| mbali  | Gereji iko mbali na mlango. |

|         | Asha alikuwa karibu yangu. |
|---------|----------------------------|
| mbele   | Asha alikuwa mbele yangu. |
| nyuma   | Asha alikuwa nyuma yangu. |
| mkabala | Asha alikuwa mkabala wangu. |
| sawa    | Asha alikuwa sawa yangu. |

## Sema na fasiri.

| | |
|---|---|
| Alitia nguo sandukuni mwake. | He put the garment inside his case. |
| Alijitwika kofia kichwani pake. | He carried a hat on top of his head. |
| Alivaa kofia kichwani mwake. | He wore a hat on his head. |
| Alivaa ukanda kiunoni mwake. | He wore a belt around his waist. |
| Aliingia nyumbani kwake. | He entered his house. |
| Alikwenda nyumbani kwake na asimkute. | He went to his house and did not find him. |
| Aliingia nyumbani mwake na asitoke. | He entered his house and did not come out. |
| Alikaa mahali pake bila ya kusema neno. | He sat at his place without saying anything. |
| Majani yaliota ukingoni mwa mto. | The grass grew along the river (at the edge). |

## Maliza sentensi hizi.

|  | Ilinibidi nifike kazini kwangu mapema. |
|---|---|
| sisi | Ilitubidi tufike kazini kwetu mapema. |
| wewe | Ilikubidi ufike kazini kwako mapema. |
| nyinyi | Ilikubidini mfike kazini kwenu mapema. |
|  | Iliwabidini mfike kazini kwenu mapema. |
| yeye | Ilimbidi afike kazini kwake mapema. |
| wao | Iliwabidi wafike kazini kwao mapema. |

## Tumia.

-pasa na -lazimu katika sentensi kama hizo

## Badilisha sentensi hii.

|  | Tazama hapo mbele utaiona. |
|---|---|
| nyuma | Tazama hapo nyuma utaiona. |
| chini | Tazama hapo chini utaiona. |
| juu | Tazama hapo juu utaiona. |
| karibu | Tazama hapo karibu utaiona. |

|  | Askari alisimama mbele ya nyumba. |
|---|---|
| nyuma | Askari alisimama nyuma ya nyumba. |
| ndani | Askari alisimama ndani ya nyumba. |
| nje | Askari alisimama nje ya nyumba. |
| karibu | Askari alisimama karibu ya nyumba. |
|  | Askari alisimama karibu na nyumba. |
| mbali | Askari alisimama mbali na nyumba. |
| katikati | Askari alisimama katikati ya nyumba. |

## Tumia haya katika sentensi.

mbelembele, nyumanyuma, mbalimbali, sawasawa, katikati, pembenipembeni, kandokando, juujuu

|  | Sehemu ya mbele ni kubwa kuliko sehemu ya nyuma. |
|---|---|
| juu, chini | Sehemu ya juu ni kubwa kuliko sehemu ya chini. |
| ndani, nje | Sehemu ya ndani ni kubwa kuliko sehemu ya nje. |
| karibu, mbali | Sehemu ya karibu ni kubwa kuliko sehemu ya mbali. |

|  | Nyumba ya mbele ni kubwa kuliko nyumba zote. |
|---|---|
| nyuma | Nyumba ya nyuma ni kubwa kuliko nyumba zote. |
| ghali | Nyumba ya nyuma ni ghali kuliko nyumba zote. |
| ndogo | Nyumba ya nyuma ni ndogo kuliko nyumba zote. |
| ndefu | Nyumba ya nyuma ni ndefu kuliko nyumba zote. |
| nzuri | Nyumba ya nyuma ni nzuri kuliko nyumba zote. |

|  | Nyumba ya mbali ni sawasawa na nyumba ya karibu. |
|---|---|

| juu, chini | Nyumba ya juu ni sawasawa na nyumba ya chini. |
|---|---|
| mbele, nyuma | Nyumba ya mbele ni sawasawa na nyumba ya nyuma. |
| kati, pembeni | Nyumba ya kati ni sawasawa na nyumba ya pembeni. |

|  | Nyumba ya mbali ni sawasawa na nyumba ya karibu kwa ukubwa. |
|---|---|
| -dogo | Nyumba ya mbali ni sawsawa na nyumba ya karibu kwa udogo. |
| -zuri | Nyumba ya mbali ni sawsawa na nyumba ya karibu kwa uzuri. |
| refu | Nyumba ya mbali ni sawasawa na nyumba ya karibu kwa urefu. |
| -pana | Nyumba ya mbali ni sawasawa na nyumba ya karibu kwa upana. |
| -embamba | Nyumba ya karibu ni sawasawa na nyumba ya mbali kwa wembamba. |

|  | Motokaa hii inashinda motokaa zote kwa uzuri. |
|---|---|
| nyumba | Nyumba hii inashinda nyumba zote kwa uzuri. |
| nchi | Nchi hii inashinda nchi zote kwa uzuri. |
| kisiwa | Kisiwa hiki kinashinda visiwa vyote kwa uzuri. |
| soko | Soko hili linashinda masoko yote kwa uzuri. |
| mfuko | Mfuko huu unashinda mifuko yote kwa uzuri. |

## Sema na fasiri.

Nchi ya Tanzania ni kubwa kuliko nchi ya Kenya.
Nchi ya Kenya ni kubwa kuliko nchi ya Uganda.
Nchi ya Tanzania ni kubwa kuliko zote.
Nchi ya Uganda ni ndogo kuliko nchi ya Kenya.
Nchi ya Unguja ni ndogo kuliko nchi ya Uganda.
Nchi ya Unguja ni ndogo kuliko nchi zote za Afrika ya Mashariki.
Kisiwa cha Pemba ni kidogo kuliko kisiwa cha Unguja.
Ziwa Tanganyika ni kubwa kuliko ziwa Rudolf lakini ziwa Nyanza (Victoria) ni kubwa kuliko maziwa yote ya Afrika ya Mashariki.
Mlima Kilimanjaro ni mrefu kuliko milima yote ya Afrika ya Mashariki.
Mji wa Mombasa ni mkubwa kuliko mji wa Kisumu, lakini mji wa Nairobi ni mkubwa kuliko yote.
Bandari ya Daressalaam ni kubwa kuliko bandari ya Unguja lakini bandari ya Mombasa ni kubwa kuliko zote.

## MAZOEZI

Eleza mandhari ya nyumba yako.
Eleza mandhari ya mji wowote uujuao.
Eleza mandhari ya shule yako.

## MANENO MAPYA

mandhari — *view (n.)*
uwanja — *open space*
mbele — *in front*
mbele ya — *in front of*
ndani — *inside*
ndani ya — *inside of*
-pumbaza — *comfort*
nje — *outside*
nje ya — *outside of*
aina — *kind, sort*
aina kwa aina — *different kinds*
juu — *up, above*
juu ya — *on top of*
hodhi — *pool, bath*
nyuma — *back, behind*
nyuma ya — *in back of*
-kuta — *find*
kuanika — *to dry*
mwitu — *forest*
kichaka — *bush*
uzuri — *beauty*
upeo wa macho — *horizon*
kuchwa — *to set (sun)*
magharibi — *the time the sun sets*
-pendeza — *pleasing, suitable*
-furahisha — *cause one to be happy*
-changamsha — *cause one to be lively*
chini — *down, below*
chini ya — *underneath*
katikati — *middle*
katikati ya — *middle of*
sawasawa — *equal*
mkabala — *opposite*
mkabala wa — *opposite to*
-twika — *carry (on part of the body)*
kichwa — *head*
ukanda — *belt*
kiuno — *waist*
ukingo — *edge*
mto — *river*
udogo — *smallness*
wembamba — *narrowness*

## MAELEZO

This unit has illustrated the use of Swahili nouns that have English equivalents in prepositions, adverbs, and adjectives. They are used in the following positions:

1. As an adverb when the noun appears alone after a verb:
   **Alikwenda juu.** *He went up.*
   **Alikwenda chini.** *He went down.*
   **Anajiweka nyumanyuma.** *He keeps himself behind.*

2. As a preposition when the noun is preceded by a verb and is followed by a connector with a noun or possessive root:

**Alikiweka juu ya meza.** *He put it on top of the table.*
**Alikiweka juu yake.** *He put it on top of it.*
**Alikiweka kiti mkabala wa meza.** *He put the chair opposite a table.*
**Alikiweka kiti mkabala wake.** *He put the chair opposite it.*

3. As an adjective when the noun qualifies a noun in a phrase construction and is linked to it by a connector -a-:
   **Sehemu ya mbele** *The front part*

4. As a noun when the noun appears alone as the subject of the sentence:
   **Mbele pana vitabu.** *In front there are books.*

### ni- YA MAHALI: THE LOCATIVE -ni

When a noun from any class is used to indicate a location without its being preceded by a phrase such as **juu ya** *"on top of,"* **katika** *"inside"* or **ndani ya** *"inside of,"* the locative **-ni** is suffixed to that noun and the concordial agreement of place is used.

The prefixes for the locative class are **ku-, pa-** and **mu-**. These were discussed in Unit 25.

Further examples on the use of locative prefixes are:

1. A locative noun used as an adverbial of place:
   **Aliweka kitabu juu ya meza yake.** *on top of . . .*
   **Aliweka kitabu mezani pake.** *On a definite place on top of . . .*
   **Aliweka kitabu mezani kwake.** *Somewhere . . .*
   *He put the book on his table.*
   **Alitia mkono katika mfuko wake.**
   **Alitia mkono mfukoni mwake.**
   *He put (his) hand inside his pocket.*

2. A locative noun used as a subject of the sentence:
   **Mezani pake pana kitabu.** *On top of his table there is a book.*
   **Mezani kwake kuna kitabu.** *Somewhere on his table there is a book.*
   **Mezani mwake mna kitabu.** *Inside his table (in the drawer) there is a book.*
   **Nyumbani kwake kuzuri.** *His house (whole) is beautiful.*
   **Nyumbani pake pazuri.** *His place is beautiful.*

### LINGANISHO: COMPARATIVES

When two equal qualities are compared, lexical items such as **sawasawa** *"equal, same"* or **kama** *"as, like"* are used:
**Huyu (ni) sawasawa na huyu.**
**Huyu (ni) sawa na huyu.** *This one is the same as this one.*
**Huyu (ni) kama huyu.** *This one is like this one.*
**Huyu na huyu (ni) sawa.** *This one and this one are the same.*

If two different qualities are compared, an adjective and an intensifier are used:
**Huyu mzuri lakini yule mzuri sana.** *This one is beautiful but that one is very beautiful.*

**Huyu mzuri lakini yule mzuri zaidi.** *This one is beautiful but that one is more beautiful.*

*or a verb such as* **shinda, pita,** *or* **zidi** *is used:*

**Huyu ni mzuri kushinda huyu.**

*lit.,* *This one is beautiful to surpass this one.*

**Huyu ni mzuri kupita huyu.**

*lit.,* *This one is beautiful to pass this one.*

**Huyu ni mzuri kuzidi huyu.**

*lit.,* *This one is beautiful to surpass this one.*

*or a lexical item* **kuliko** *"than" is used:*

**Huyu ni mzuri kuliko huyu.**

*lit.,* *This one is beautiful than this one.*

**Huyu ni bora kuliko huyu.**

*This one is better than this one.*

*When more than two objects are compared, the superlative is indicated by the use of* **-ote** *"all":*

**Huyu ni mzuri kuliko wote.**

*lit.,* *This one is beautiful than all.*

*This one is the most beautiful of all of them.*

**Huyu ni mbaya kuliko wote.**

*lit.,* *This one is ugly than all.*

*This one is the ugliest of all of them.*

**Huyu ni mdogo kushinda wote.**

*lit.,* *This one is young to surpass all.*

*This one is the youngest of all of them.*

# 32 Somo La Thelathini Na Mbili
## Shida Njiani: *In Trouble on the Road*

## MAZUNGUMZO

MTALII: Motokaa yangu imeharibika naweza kupata fundi?

MWENYEJI: Imeharibika nini?

MTALII: Sijui, lakini labda fan-belt imekatika na sina
nyingine.

MWENYEJI: Kuna gereji nusu maili kutoka hapa, labda
huko huenda ukapata fundi.

MTALII: Ninaweza kumpigia simu kutoka hapa?

MWENYEJI: Nafikiri huenda ikawako simu kwenye gereji
lakini sina hakika. Jaribu.

MTALII: Nimepiga simu lakini fundi hayuko na karani
wake ameniambia kwamba nipige tena baada ya nusu
saa, yaani kabla hawajafunga duka. Huenda atakuwa
amerudi.

**Sema na maliza sentensi hizi:** *Say and complete
these sentences.*

|  | Motokaa yangu imesimama, mtaweza kunisaidia kuisukuma? |
|---|---|
| kwisha petroli | Motokaa yangu imekwisha petroli; mtaweza kunisaidia kuisukuma? |
| kwama toa | Motokaa yangu imekwama; mtaweza kunisaidia kuitoa? |
| kwama tope | Motokaa yangu imekwama matopeni; mtaweza kunisaidia kuitoa? |
| -jigonga mti | Motokaa yangu imejigonga na mti; mtaweza kunisaidia kuitoa? |

|  | Ninaweza kusimamisha motokaa mahali hapa? |
|---|---|
|  | Nisimamishe motokaa mahali hapa? |
| -weka | Ninaweza kuweka motokaa mahali hapa? |
|  | Niweke motokaa mahali hapa? |

|  |  |
|---|---|
| ruhusa | Ni ruhusa kuweka motokaa mahali hapa? |
| -ruhusiwa | Inaruhusiwa kuweka motokaa mahali hapa? |
| -katazwa | Inakatazwa kuweka motokaa mahali hapa? |

|  | Usisimamishe motokaa mahali hapo. |
|---|---|
| -weka | Usiweke motokaa mahali hapo. |
| -chukua | Usichukue motokaa mahali hapo. |
| -kodi | Usikodi motokaa mahali hapo. |

|  |  |
|---|---|
| -ruhusa | Si ruhusa kuweka motokaa mahali hapo. |
| -ruhusiwa | Hairuhusiwi kuweka motokaa mahali hapo. |
| -katazwa | Haikatazwi kuweka motokaa mahali hapo. |

**Badilisha sentensi zilizotangulia kuwa "nyinyi":**
*Change the above sentences to "nyinyi."*
**Sema na ufasiri.**

Askari alimkataza kuweka motokaa njiani.
Askari alimkataza asiweke motokaa njiani.
Askari alimzuia kuingia.
Askari alimzuia asiingie.
Mama alimzuia mwanawe kwenda.
Mama alimzuia mwanawe asiende.
Mama alimkataza mtoto kugusa vitu vya watu.
Mama alimkataza mtoto asiguse vitu vya watu.
Ugonjwa ulimzuia kwenda kazini.
Ugonjwa ulimzuia asiende kazini.

**Tumia maneno yafuatayo katika sentensi zako
mwenyewe:** *Use the following words in your own
sentences:*

-kataza, -zuia, -gombeza

**Badilisha sentensi hizi.**

|  | Wageni wetu huenda wakafika kesho. |
|---|---|
| viongozi | Viongozi wetu huenda wakafika kesho. |
| -ondoka | Viongozi wetu huenda wakaondoka kesho. |
| wageni | Wageni wetu huenda wakaondoka kesho. |
| sisi | Sisi huenda tukaondoka kesho. |
| -fika | Sisi huenda tukafika kesho. |
| nyinyi | Nyinyi huenda mkafika kesho. |
| yeye | Yeye huenda akafika kesho. |
| leo | Yeye huenda akafika leo. |
| sasa hivi | Yeye huenda akafika sasa hivi. |
| -ja | Yeye huja akafika sasa hivi. |
| wao | Wao huja wakafika sasa hivi. |
| -tokea | Wao hutokea wakafika sasa hivi. |
| -ondoka | Wao hutokea wakaondoka sasa hivi. |
| -enda | Wao hutokea wakaenda sasa hivi. |
| -ja | Wao hutokea wakaja sasa hivi. |
|  | Wao huja wakatokea sasa hivi. |

## MAZOEZI

### Fasiri kwa Kiswahili.

*It is possible that they will arrive tonight.*
*It is possible that we will leave tomorrow.*
*It is possible that the guests will go today.*
*It is possible that he will appear just now.*
*It is possible that he will ask for help.*
*It is possible that he will come to see us.*

### Badilisha: *Change.*

|  | Huenda nisifike shuleni kesho. |
|---|---|
| sisi | Huenda tusifike shuleni kesho. |
| wao | Huenda wasifike shuleni kesho. |
| -ondoka | Huenda wasiondoke shuleni kesho. |
| -ja | Huenda wasije shuleni kesho. |
| -enda | Huenda wasiende (wasende) shuleni kesho. |
| -tokea | Huenda wasitokee shuleni kesho. |
|  | Hutokea wasiende shuleni kesho. |

### Fasiri.

*It is possible that I will not go tonight.*
*It is possible that the guests will not come tomorrow.*
*It is possible that we will not leave tomorrow.*
*It is possible that he will not come this evening.*
*It is possible that you will not see us tomorrow.*
*It is possible that we will not see him again.*

### Jibu maswali haya.

Gari la mtalii limeharibika nini?
Je sasa yeye anahitaji nini?
Anacho kitu hicho?
Inamlazimu mtalii afanye nini ili akipate kitu hicho?
Mwenyeji alimwambia mtalii wapi huenda akapata fundi?
Je, mtalii aliweza kumpata huyo fundi?

### Sema kwa Kiswahili.

*My car is broken. Can I get a mechanic?*
*What's wrong with it? (What is broken?)*
*I don't know, but maybe the fan belt is broken and I don't
    have another.*
*There is a garage half a mile from here where you might be
    able to get a mechanic.*
*Can I telephone him?*
*I think there is a telephone at the garage but I am not
    sure. Try.*
*I called him but he is not there. His clerk said that I
    should call again in half an hour's time before they
    close the shop.*
*My car has stopped. Can you help me push it?*
*My car is stuck in the mud. Can you help me get it out?*
*May I park the car at this place?*
*Is it allowed to park the car here?*
*Do not park here.*
*It is forbidden to park here.*

*It was not allowed to park here.*
*The policeman forbade me to park at this place.*
*The policeman stopped me from entering this place.*

## MANENO MAPYA

-haribika — *damaged*
-katika — *cut, broken*
hakika — *certainty*
-sukuma — *push*
tope (ma) — *mud*
Sina hakika — *I am not certain.*
-kwama — *stuck*
-jigonga — *collide (lit., knock itself)*
-kataza — *forbid*
-katazwa — *forbidden*
-ruhusu — *permit*
-zuia — *prevent*
-gusa — *touch*
-ahidi — *promise*
ahadi — *a promise*

## MAELEZO

### hu- YA YUMKINI: hu- OF POSSIBILITY

In Units 12 and 18 we discussed and illustrated the
meaning of **hu-** as showing an action of a general occurrence
indicated by the use of unspecified time. In this unit we
have illustrated the modal meaning of **hu-** as indicating a
possibility:

**Huenda akaja.** *It is possible he will come.*
**Huenda watataka msaada.** *It is possible they will want
    help.*
**Huenda walifika jana.** *It is possible they arrived
    yesterday.*

Since **hu-** is the only marker that does not designate a
specific time or a specific action, it is more appropriate than
the other markers to convey this meaning of possibility.
The verbs that are used with **hu-** to convey this meaning are
verbs of movement, such as **-enda** "go," **-ja** "come," **-tokea**
"appear," and **-fika** "arrive."

This use of **hu-**, which we have illustrated in these
examples, can appear with a verb of any time or action and
is not limited to **ka-**.

### VITENDO VYA KUPINGA: *VERBS OF DETERRENCE*

Verbs of prohibition and prevention, such as **kataza**
"forbid," **zuia** "prevent," **gombeza** "scold," may be
followed by another verb in a negative construction or by
an infinitive.

**Mama alimkataza mwanawe asiende.** *The mother
    forbade her child to go.*
*lit.,* The mother forbade her child, he-not-go.
*or*
**Mama alimkataza mwanawe kwenda.** *The mother
    forbade her child to go.*

131

*lit.,*   *Mother forbade her child to-go.*

In the first construction there appear to be two sentences:

1.   **Mama alimkataza mwanawe.**

*lit.,*   *Mother forbade child-hers*

2.   **Mwana asiende.**

*lit.,*   *Child he-not-go*

In the second construction there is only one:

**Mama alimkataza mawanawe kwenda.**

*Mother forbade child-his to go.*

No difference in meaning is apparent, but the difference may be in the message.

# 33 Somo La Thelathini Na Tatu
## Mgonjwa: *The Invalid*

**MAZUNGUMZO**

Unaumwa nini?
- Ninaumwa kichwa.
  Ninaumwa kifua.
  Ninaumwa kidole.
  Ninaumwa kiuno.
  Kichwa kinaniuma.
  Kifua kinaniuma.
  Kidole kinaniuma.
  Kiuno kinaniuma.

  Ninaumwa mkono.
  Ninaumwa mguu.
  Ninaumwa mgongo.
  Ninaumwa mdomo.
  Mkono unaniuma.
  Mguu unaniuma.
  Mgongo unaniuma.

  Ninaumwa shingo.
  Ninaumwa koo.
  Ninaumwa pua.
  Shingo inaniuma.
  Koo inaniuma.
  Pua inaniuma.

Ninaumwa jicho.
Ninaumwa jino.
Ninaumwa sikio.
Ninaumwa bega.
Ninaumwa tumbo.
Ninaumwa goti.
Ninaumwa futi.

Jino linaniuma.
Sikio linaniuma.
Tumbo linaniuma.

Ninaumwa uso.
Ninaumwa ubavu.
Ninaumwa ulimi.
Ninaumwa unyayo.
Ninaumwa ufizi.

Uso unaniuma.
Ubavu unaniuma.
Ufizi unaniuma.

Vidole vinaniuma.
Miguu inaniuma.
Macho yananiuma.
Mbavu zinaniuma.

**Sema Kiswahili halafu ufasiri kwa Kiingereza:** *Say the following in Swahili, then translate.*

Mgonjwa yule ana homa kali leo.
Mgonjwa yule ana homa ya malaria.
Mgonjwa yule ana mafua.
Mgonjwa yule ana tumbo la kuhara.
Mgonjwa yule ana shurua.
Mgonjwa yule ana tetekuwanga.
Mgonjwa yule ana ndui.
Mgonjwa yule ana ugonjwa wa kuambukiza.
Mgonjwa yule ana kichocho.

Mgonjwa yule anatapika sana.
Mgonjwa yule anakohoa sana.
Mgonjwa yule anatetemeka sana.
Mgonjwa yule anasumbuliwa na tumbo sana.
Mgonjwa yule anataabishwa na tumbo sana.

Una nini?
- Sioni vizuri.
  Sisikii vizuri.

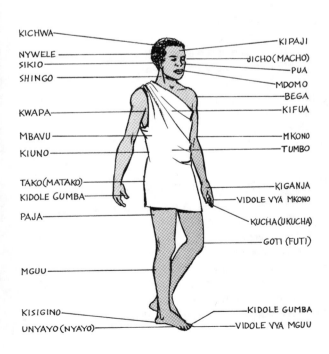

KICHWA
NYWELE
SIKIO
SHINGO
KWAPA
MBAVU
KIUNO
TAKO (MATAKO)
KIDOLE GUMBA
PAJA
MGUU
KISIGINO
UNYAYO (NYAYO)

KIPAJI
JICHO (MACHO)
PUA
MDOMO
BEGA
KIFUA
MKONO
TUMBO
KIGANJA
VIDOLE VYA MKONO
KUCHA (UKUCHA)
GOTI (FUTI)
KIDOLE GUMBA
VIDOLE VYA MGUU

Sijisikii vizuri.
Sihisi vizuri.
Nina maumivu.
Ninaumwa kidogo.
Sina kitu.
Tumbo linanitaabisha.

Unajionaje sasa?
■    Najiona sijambo leo.
     Naona nafuu kidogo.
     Nimepona, sasa mzima.
     Bado ninaumwa.
     Bado nina maumivu.
     Bado sijapona.
     Dawa haijanifaa hata kidogo.

Umefanya nini mkono?
■    Nimeungua kwa maji ya moto.
     Nimeanguka kwenye ngazi.
     Nimevunjika mkono.
     Nimetetereka mkono.
     Nimejikata kwa kisu.
     Nilijigonga na ukuta, Nilipondwa na motokaa.

Nilijikata nilipokuwa nikimenya chungwa.
Nilijikata nilipokuwa nikikata nyama.
Nilijikata nilipokuwa nikichonga penseli.
Nilijikata nilipokuwa nikichanja kuni.

Nilianguka nilipokuwa nikiteremka ngazi.
■    I fell when I was going down the stairs.
Niliungua nilipokuwa nikichemsha maji.
■    I burnt myself when I was boiling some water.
Niliteteleka mguu nilipokuwa nikicheza mpira.
■    I sprained my leg when I was playing ball.
Nilijigonga nilipokuwa nikiendesha motokaa.
■    I crashed when I was driving.
Nilijikwaruza nilipoanguka.
■    I scratched myself when I fell down.
Nilivunjika mkono nilipojigonga na ukuta.
■    I broke my arm when I ran into a wall.
Nilijiumiza mkono nilipojigonga na ukuta.
■    I hurt my arm when I knocked myself against a wall.
Niliumia mkono nilipojigonga na ukuta.
■    My arm was hurt when I ran into a wall.
Nilijiumiza nilipojigonga na ukuta.
■    I hurt myself when I ran into a wall.

Ukiumwa utafanya nini?
Ukiumwa itakubidi uende hospitali.
Ukipata homa itakubidi unywe dawa.
Ukipata ugonjwa itakubidi uonane na daktari.

Ukiwa unaumwa itakubidi uende hospitali.
Ikiwa unaumwa itakubidi uende hospitali.

Ukiwa una homa itakubidi unywe dawa.
Ikiwa una homa itakubidi unywe dawa.

Ukiwa mgonjwa itakubidi uonane na daktari.
Ikiwa mgonjwa itakubidi uonane na daktari.

Kama unaumwa itakubidi uende hospitali.
Kama una homa itakubidi unywe dawa.
Kama (u) mgonjwa itakubidi uonane na daktari.

Umeonana na daktari?
■    Ndiyo, nimekwenda kwa daktari.
     Bado, sijakwenda kwa daktari (sijaenda).
     Daktari amenipa dawa.
     Daktari hajanipa dawa.
     Daktari hakunipa dawa.
     Daktari amenipa dawa ya kunywa ninywe kutwa mara
        tatu.
     Daktari amenipa dawa ya kupaka nipake kutwa mara
        tatu.
     Daktari amenipa dawa ya vidonge nile kutwa mara
        tatu.
     Daktari amenipa dawa ya nguvu nitumie kutwa mara
        tatu.
     Daktari alinipiga sindano.
     Daktari alinipa kitanda.
     Daktari alinipima damu (choo, mkojo, kifua, choo
        kidogo, choo kikubwa.)
     Daktari alinitibu ugonjwa wangu.
     Daktari alinichanja.
     Daktari alinitoa damu.

Ulikwenda kwa daktari?
■    Nilikwenda kwa daktari wa meno.
     Alining'oa jino.
     Aliniziba jino.
     Alining'oa meno mawili.
     Aliniziba meno yote ya chini.

Nilikwenda kwa daktari wa macho.
Alinipima macho.
Alinitia dawa.
Alinipa miwani.

## Bi. Asha anaumwa: Bi Asha *is ill*.

BAKARI: Bwana Ali, Bi. Asha yuko wapi siku hizi?
        Sijamwona kitambo sasa.
ALI: Haoni vizuri.
BAKARI: Cha mno nini?
ALI: Alikuwa mgonjwa. Alikuwa akipata homa kali pia
     alikuwa akiumwa na mgongo sana, na mara kwa mara
     kichwa kilikuwa kikimsumbuwa.
BAKARI: Amekwenda kuonana na daktari.

134

ALI: Alikuwa akienda kwa daktari na akimpa dawa ya kunywa kutwa mara tatu, na dawa ya kupaka mwili mzima. Vile vile siku ya kwanza alipokwenda alimpiga sindano na akamtoa damu. Daktari alituambia kama ikiwa hakutibika kwa dawa hizo atampa kitanda hospitalini.

BAKARI: Je, anajionaje sasa. Hajambo?

ALI: Hajambo sana. Anashukuru. Homa imempungua na kichwa hakimsumbuwi tena, lakini bado hana nguvu za kutosha.

BAKARI: Tafadhali mpe salamu zangu. Mwambie ninamwombea uzima.

## MAZOEZI

### Sema kwa Kiswahili.

*Where is Bi. Asha these days? I haven't seen her for a long time.*

■   *She is not feeling well.*

*What's the matter? (What bothers her?)*

■   *She wasn't well. She used to get high fevers and her back was bothering her very much, and she often got headaches.*

*Has she been to the doctor?*

■   *She was going to the doctor and he was giving her medicine to drink three times a day and some ointment to apply to her whole body. Also, on the first day she went he gave her an injection and took out blood. The doctor told us that if she did not get better with that treatment he would admit her to the hospital.*

*How does she feel now? Is she well?*

■   *She is very well and she is grateful. The fever has lessened and the headache does not bother her any more but she doesn't feel fully recovered (wholly strong).*

*Please give her my regards. Tell her that I am praying for her health.*

### Andika mazungumzo yako mwenyewe baina ya mgonjwa na daktari: *Write your own dialogue between a patient and a doctor.*

### Sema kwa Kiswahili.

*What's the matter with you?*

■   *I am not feeling well.*

*What?*

■   *I have a headache and I am feverish.*
*I have pains in my stomach (I have a stomach-ache).*
*My head aches. My arm aches. I have a toothache.*

*Have you been to the doctor?*

■   *Yes, I went to the doctor yesterday.*
*He has given me some medicine to take three times a day.*

*He has given me some pills to take three times a day.*
*He gave me an injection. He vaccinated me.*
*This morning I went to the dentist, and he filled one tooth and extracted another.*

*What have you done to your leg?*

■   *I fell down and broke it.*
*I burned myself when I was boiling some water.*
*I sprained by leg when I was playing football.*
*I was admitted to the hospital for a week.*
*I feel much better now but I am still weak.*
*I am cured now.*
*I sprained my ankle when I fell down.*
*I scratched my face when I collided with a tree.*
*If you are not feeling well, you'll have to go to the hospital.*
*If you have a headache, you'll have to take some medicine.*
*If you have pains, you must see the doctor.*

## MANENO MAPYA

-uma — *hurt, bite*
-hisi — *feel*
kifua — *chest*
mgongo — *back*
shingo — *neck*
pua — *nose*
jicho — *eye*
bega — *shoulder*
tumbo — *stomach*
kidole — *finger*
kinywa — *mouth*
mguu — *leg, including foot*
mdomo — *lip*
koo — *throat*
sikio — *ear*
goti — *knee*
ubavu — *side*
unyayo — *foot*
homa ya malaria — *malaria*
tumbo la kuhara — *dysentery*
tetekuwanga, tetewanga — *chicken pox*
ndui — *smallpox*
kichocho — *bilharziasis*
kukohoa — *to cough*
-tetemeka — *tremble*
kutaabisha — *to trouble*
nafuu — *improvement*
-pona — *cured*
-paka — *smear*
kidonge — *pill*
-piga sindano — *give injection*
-chanja — *vaccinate*
-pata kitanda — *be admitted to a hospital*

daktari wa macho — *oculist*
-ng'oa — *extract*
-pima — *measure*
choo kidogo, mkojo — *urine*
choo kikubwa — *solid excreta*
-tibiwa — *treated by a doctor*
-chonga — *carve, sharpen*
Cha mno nini? — *What's the matter?*
— *What bothers you?*
ulimi — *tongue*
homa — *fever*
mafua — *cold in the chest or head*
shurua, surua — *measles*
ugonjwa — *illness, disease*
ugonjwa wa kuambukiza — *infectious disease*
-tapika — *vomit*
kusumbua — *to bother*
maumivu — *pain*
-pata nafuu — *get better*
kuungua — *to burn*
-anguka - *fall down*
-tetereka — *sprain*
sindano — *needle*
-faa — *be of use*
tabibu/daktari wa meno — *doctor, dentist*
-ziba — *fill in*
-tibu —*treat*
-menya — *peel*
-chanja — *split, cut, vaccinate*
kitambo — *a while*
-shukuru — *thank, be grateful*
-kwaruza — *scratch*
-pungua — *get less*

## MAELEZO

ALAMA YA -ki-: *THE MARKER* -ki-
*The marker* -ki- *occurs in three different positions:*
1. *With the main verb after an auxiliary* kuwa *"to be":*
Alikuwa akingoja
*lit., He was waiting.*
*He was in the event of waiting.*

Alikuwa akija.
*lit., He was coming.*
*He was in the event of coming.*
*He was coming/used to come.*

*The marker* -ki- *used in this way has been labeled a participle by grammarians.*

2. *With a simple verb without an auxiliary:*
Ukingoja utamwona *In the event of your waiting you will see him.*
*Grammarians have translated this sentence with "if" or "when," that is, "If you wait you will see him" or "When you wait you will see him."*
Ukimwona mwambie. *In the event of your seeing him, tell him.*
*If/when you see him, tell him.*
Akimuuliza atamjibu. *In the event of his asking him, he will tell him.*
*If/when he asks him, he will tell him.*

3. *With verb* kuwa *"to be":*
Ukiwa unataka *"In the event of your wanting." "If you want/when you want,"*

*Here the personal subject prefix may be replaced by the impersonal subject prefix by using the n-class prefix* -i.
Ukiwa unataka *becomes* Ikiwa unataka.

*This does not change the meaning of the sentence and the person is shown by the subject prefix of the main verb. The three meanings of the* -ki- *marker, as participle, "if," and "when" are referential meanings of this marker. There is only one real meaning, which we assume to be "in the event of." The lexical item* kama, *meaning "as," may be added to or substituted for* ikiwa *without changing the meaning of the sentence:*
Ikiwa unataka kwenda *becomes* Kama unataka kwenda *or* Kama ikiwa unataka kwenda.

# Mtihani: *A Quiz*

## A.  Maliza sentensi hizi.

1. Ninataka kufanya mimi _____ .
   - a.  wenyewe
   - b.  mwenyewe
   - c.  yenyewe
   - d.  mwenye
2. Ali na Fatuma walisafiri peke _____ .
   - a.  yake
   - b.  yetu
   - c.  yenu
   - d.  yao
3. Nilizungumza na fundi _____ duka hili.
   - a.  mwenye
   - b.  wenyewe
   - c.  yenye
   - d.  lenye
4. Alimchagua mwalimu _____ na shahada.
   - a.  mwenye
   - b.  wenye
   - c.  aliye
   - d.  walio
5. Niliwaona kabla _____ .
   - a.  waliondoka
   - b.  wameondoka
   - c.  hawajaondoka
   - d.  wangeondoka
6. Wanafunzi walikwenda safari _____ ya likizo.
   - a.  baada
   - b.  baadaye
   - c.  halafu
   - d.  mwanzo
7. Tafadhali chemsha maji kabla ya _____ .
   - a.  uliyanywa
   - b.  utayanywa
   - c.  unayanywa
   - d.  kuyanywa
8. Ninahitaji mkoba kama huu _____ .
   - a.  unao
   - b.  unacho
   - c.  unalo
   - d.  unayo
9. Huyu _____ mwanawe Ali.
   - a.  ndiyo
   - b.  ndiye
   - c.  ndio
   - d.  ndicho
10. Sanduku langu _____ hili.
    - a.  ndiye
    - b.  ndiyo
    - c.  ndilo
    - d.  ndio
11. Jana _____ karamu.
    - a.  tutakuwa na
    - b.  tutakuwa
    - c.  tulikuwa
    - d.  tulikuwa na
12. Mbunge huyu ni mara _____ ya kwanza kutoa hotuba.
    - a.  yangu
    - b.  yake
    - c.  wake
    - d.  mwake

## B.  Tumia maneno haya katika sentensi.

kodi, gharama, pungua, jaza, zuia, pasa, ushuru, umbali, kiongozi, mwanachama

## C.  Fasiri kwa Kiswahili.

1. *I talked to them before they left the house.*
2. *This was my first time to meet them.*
3. *I have never seen them before.*
4. *I waited for them yesterday in front of that store but they did not come.*
5. *I heard later that they were waiting for me behind the store.*
6. *They live near us.*
7. *Their house is opposite ours.*
8. *Their house is bigger than ours.*
9. *It is possible that they will stay there until next year.*
10. *We will be seeing them more often.*

## D.  Andika vitendo vifuatavyo kwa umbo la kutendwa: *Give the passive forms of the following verbs.*

-sema, -la, -samehe, -nywa, -pa, -ondoa, -jibu, -nunua

## E.  Andika sentensi zifuatazo kwa umbo la kutendwa: *Give the passive forms of the following sentences.*

1. Kijana yule aliiharibu motokaa yangu.
2. Askari alimkamata mwizi na akampeleka polisi.
3. Tuliifahamu hotuba yake.
4. Gari la abiria lilimponda mbwa.
5. Mbunge aliijibu barua yangu kwa haraka.
6. Wenyeji walinikaribisha kwa wema kijijini mwao.
7. Watalii walinunua vitu vingi kwa zawadi.

137

8. Juma amekwenda kumwita daktari.
9. Wageni walikila chakula chote.
10. Mtoto alimlilia mama yake alipotoka.

## F.  Andika juu ya moja kafika yafuatayo: *Write on one of the following.*

1. Unataka kukodi gari. Andika mazungumzo yako na mwenye gereji.
   *You want to hire a car. Write your conversation with a garage owner.*

2. Eleza mandhari ya mahali pamoja unapopapenda.
   *Give a description of your favorite place.*

3. Mazungumzo baina ya mgonjwa na dakitari au mgonjwa na rafiki yake.
   *A dialogue between a patient and a doctor or a patient and a friend.*

# 34 Somo La Thelathini Na Nne
# Kufika Kiwanja cha Ndege:
## *Arriving at the Airport*

## MAZUNGUMZO

AFISA WA FORODHA: Jina lako nani?

MGENI: Jim Anderson

AFISA: Bwana Anderson nionyeshe paspoti yako.

MGENI: Hii hapa.

AFISA: Viza iko wapi?

MGENI: Niliambiwa Amerika kuwa nitaipatia hapa.

AFISA: Utakaa hapa kwa muda gani?

MGENI: Kiasi cha wiki mbili tatu.

AFISA: Utafikia mahali gani hapa mjini?

MGENI: Natumai kujipatia chumba katika hoteli ya hapa
mjini.

AFISA: Unayo anwani na namba ya simu ya hoteli yako?

MGENI: Bado sina, lakini unaweza kutumia anwani ya
ofisi ya Ubalozi wa Amerika.

AFISA: Mizigo yako iko wapi?

MGENI: Ni ile miwili myeusi.

AFISA: Una kitu chochote cha kutoa ushuru?

MGENI: Hapana, sina.

MCHUKUZI: Nipe vyeti vyako vya mizigo.

MGENI: Hivi hapa. Wapi nitaweza kubadilisha travellers
checks?

MCHUKUZI: Lazima uende benki au labda utaweza
kubadilisha hotelini. Ngoja hapa mimi nitakupatia teksi.

DEREVA: Unakwendea wapi, bwana?

MGENI: Nataka kwenda hoteli. Tafadhali nipeleke kwenye
hoteli nzuri na ya bei ya kiasi.

DEREVA: Unapendelea hoteli ya mjini au ya nje ya mji?

MGENI: Naona bora unipatie ya mjini.

DEREVA: Hoteli ya New Africa ingekufaa? Kama unataka
hoteli ya karibu na pwani, nitakupeleka Palm Beach.

MGENI: Palm Beach ni maili ngapi kutoka mjini?

DEREVA: Kiasi cha maili tatu.

MGENI: Aa-a ni mbali kidogo. Bora unipeleke hoteli ya
New Africa. Unaweza kunivunjia noti hii ya shilingi
ishirini? Sina noti ndogo zaidi.

## Soma halafu jibu maswali yafuatayo: *Read, then answer, the questions.*

Mgeni huyu aitwaye Bwana Anderson kwao ni
Amerika. Sasa amekuja Daressalaam kwa matembezi ya
muda mfupi. Anatazamia kukaa hapa mjini Dar kwa muda
wa wiki mbili. Bado hajui atakaa mahali gani kwa hivyo
hajui anwani yake. Ingawa bado hana anwani anaweza
kutumia anwani na nambari ya simu ya ofisi ya Ubalozi wa
Amerika. Bwana Anderson ilimlazimu apate teksi kwendea
mjini. Mchukuzi alimpatia teksi hapohapo. Yeye alimtaka
dereva ampatie hoteli ya karibu na mji ambayo ni nzuri na
ya bei kiasi. Hakuitaka hoteli ya Palm Beach kwa kuwa iko
mbali na mji, na badala yake alikwenda hoteli ya New
Africa. Labda anapendelea hoteli ya mjini ili aweze kuuona
mji kwa urahisi.

## MAZOEZI

### Jibu maswali haya.

Mgeni huyu anatoka wapi?

Amekuja Daressalaam kufanya nini?

Anatumai kukaa hapa kwa muda mrefu?

Anwani yake ni ipi?

Hoteli gani anaitaka kukaa? Iko mahali gani?

Alifikaje hotelini?

Kwa nini aliikataa hoteli ya Palm Beach?

Alitaka kubadilisha kitu gani?

### Badilisha sentensi hii.

|        | Utafikia mahali gani? |
|--------|------------------------|
| pita   | Utapitia mahali gani?  |
| fanya  | Utafanyia mahali gani? |
| pata   | Utapatia mahali gani?  |
| andika | Utaandikia mahali gani? |
| ngoja  | Utangojea mahali gani? |
| soma   | Utasomea mahali gani?  |
| jaribu | Utajaribia mahali gani? |

|        | Utanipitia lini?   |
|--------|---------------------|
| fanya  | Utanifanyia lini?  |
| piga   | Utanipigia lini?   |
| pika   | Utanipikia lini?   |
| andika | Utaniandikia lini? |
| pata   | Utanipatia lini?   |
| jibu   | Utanijibia lini?   |
| peleka | Utanipelekea lini? |
| weka   | Utaniwekea lini?   |
| leta   | Utaniletea lini?   |
| soma   | Utanisomea lini?   |

|        | Nitamnunulia zawadi yake.  |
|--------|-----------------------------|
| chukua | Nitamchukulia zawadi yake. |
| chagua | Nitamchagulia zawadi yake. |
| pokea  | Nitampokelea zawadi yake.  |

## Soma maneno haya halafu uyatumie katika sentensi zako mwenyewe: *Read these words, then use them in your own sentences.*

pita     > pitia
pata    > patia
suka    > sukia
soma   > somea
sema   > semea
nunua  > nunulia
kaa     > kalia
sahau   > sahaulia
ng'oa   > ng'olea
jibu    > jibia
samehe  > samehea

## Badilisha sentensi hizi.

| | Nataka kalamu ya kuandikia. |
|---|---|
| sufuria, pika | Nataka sufuria ya kupikia. |
| chumba, kaa | Nataka chumba cha kukalia. |
| uzi, fuma | Nataka uzi wa kufumia. |
| kitabu, jifunza | Nataka kitabu cha kujifunzia. |
| kitabu, soma | Nataka kitabu cha kusomea. |
| sauti, sema | Nataka sauti ya kusemea. |
| pesa, nunua | Nataka pesa za kununulia. |

| | Anatafuta mtu wa kumfanyia kazi. |
|---|---|
| nunua, chakula | Anatafuta mtu wa kumnunulia chakula. |
| wao, chakula | Anatafuta mtu wa kuwanunulia chakula. |
| mimi, vitu | Anatafuta mtu wa kuninunulia vitu. |
| sisi, pata | Anatafuta mtu wa kutupatia vitu. |
| wewe, uliza | Anatafuta mtu wa kukuulizia vitu. |
| ninyi, uliza | Anatafuta mtu wa kukuulizieni vitu. |
| uliza | Anatafuta mtu wa kuwaulizieni vitu. |
| wao, uliza | Anatafuta mtu wa kuwaulizia vitu. |

## Sema kwa Kiswahili.

*Mr. Anderson, please show me your passport.*
- Here it is.

*Where is your visa?*
- I was told in America that I would get it here.

*For how long will you stay here?*
- For about two or three weeks.

*At which place here in town will you stay?*
- I hope to get myself a room in a hotel in town.

*Do you have the address and the telephone number of your hotel?*
- I don't have it yet, but you may use the address of the American Embassy.

*Where is your luggage?*
- Those two black ones.

*Do you have anything to declare (anything on which one should pay tax)?*
- No, I don't.

*Please give me your baggage tickets.*
- Here they are. Where can I change some travelers' checks?

*You will have to go to the bank or you may be able to change them at the hotel.*
- Wait here, I'll get you a taxi.

*Where do you want to go?*
- I want to go to a hotel. Please take me to a good hotel of moderate price.

*Do you prefer a hotel in town or one outside?*
- I think better in town.

*Will the New Africa Hotel suit you? If you want a hotel near the beach, I will take you to the Palm Beach Hotel.*
- How far is the Palm Beach Hotel from the town?

*About three miles.*
- Can you change this twenty shilling note for me? I don't have a smaller one.

## MANENO MAPYA

paspoti, pasi — *passport*
-ambiwa — *told*
-patia — *get for*
-sahau — *forget*
-fuma — *knit*
mchukuzi, mpagazi — *porter, carrier*
-vunja — *break, change*
viza — *visa*
ushuru — *duty, tax*
-chagua — *select*
-suka — *braid, plait*
ingawa — *although*
hundi — *check*
hundi ya wasafiri (za wasafiri) — *traveler's checks*

## MAELEZO

**KIMALIZO -i- AU -e-:** *THE SUFFIX -i- OR -e-*

This unit has illustrated the use of the two suffixes -i and -e two suffixes which grammarians have labeled prepositional. Either of these suffixes is used to indicate that the action of the verb is carried out for someone else or with something else. The choice of one suffix over the other is conditioned by a rule of vowel harmony between the root of the verb and its suffix. This rule governs the agreement of all the verbal suffixes in Swahili. The agreement which occurs is thus:

1. When the final vowel of the verb root is -i-, -u- or -a- the suffix is -i-

2. When the final vowel of the verb root is -e- or -o- the suffix is -e:
   pit - a "pass" becomes pitia
   pat - a "get" becomes patia
   fut - a "wipe" becomes futia

let - a *"bring"* becomes **letea**

som - a *"read"* becomes **somea**

3. When the verb root ends with a vowel, an *-l-* is inserted between this vowel and that of a suffix:

nunu - a *"buy"* becomes **nunulia**

chuku - a *"take"* becomes **chukulia**

poke - a *"receive"* becomes **pokelea**

4. When the verb root is monosyllabic, the rule of vowel harmony prevails in most cases:

-ja *"come"* becomes **jia**

-la *"eat"* becomes **lia**

-pa *"give"* becomes **pia**

-nya *"come out"* becomes **nyia**

but

nywa *"drink"* becomes **nywia** or **nywea**

-chwa- *"set"* becomes **chwia** or **chwea**

-cha *"rise"* becomes **chia**

-cha *"fear"* becomes **chia**

## MAANA YA KIMALIZO -i-/-e-: *THE MEANING OF THE SUFFIX* -i-/-e-

When a verb appears with the suffix -ia/-ea a new participant and a new level of participation is introduced in the sentence. The meaning of the verb is then extended to this other participant who may be the actor himself or another person or thing. The English equivalents of verbs appearing in Swahili with this suffix require the use of lexical items, such as *to, for, of, on behalf of, at, with, from,* and *toward.* The real meaning in Swahili depends on the number of participants in the sentence, the extension of the notion of the verb from the actor to the new participant, that is, the co-actor, and on the lexical item with which the suffix appears.

**Mtoto analia.** *The child is crying.*

**Mtoto anamlilia mama yake.** *The child is crying for his mother.*

**Mgeni alihama.** *The foreigner moved (from his place of residence).*

**Mgeni alihamia nyumba ile.** *The foreigner moved to that house.*

The new participant may not be present but still the extension of the meaning of the verb is clear:

**mafuta ya kupika** *cooked oil (no suffix added, no extension of meaning of verb)*

**mafuta ya kupikia** *oil which people use to cook with (suffix added, participant understood, meaning of verb extended)*

## VITENDO VYENYE VIMALIZO VIWILI: *VERBS WITH DOUBLE SUFFIXES*

Some Swahili verbs occur with a reduplication of the suffix -i- or -e-. These were probably originally used to indicate emphasis but later developed a slight change of meaning. We find in some the original meaning co-existing with the new one:

| | | | |
|---|---|---|---|
| **penda** | *like* | **pendea** | *like for someone* |
| | | pendelea | *favor, like for some someone* |
| enda | *go* | endea | *go to* |
| | | **endelea** | *continue going, progress* |
| vuma | *growl* | vumia | *growl toward, blow* |
| | | vumilia | *endure* |
| shika | *hold* | shikia | *hold for at* |
| | | shikilia | *keep on holding, insist* |
| tazama | *look* | tazamia | *look for* |
| | | tazamilia | *consult a medicine man* |
| ona | *see* | onea | *see for someone bully* |
| sema | *say* | semea | *say for someone tell on someone* |

(*The last two verbs do not reduplicate the suffix but have also acquired a new meaning.*)

*The passive of the verb with -i-/-e*

**Alikata kitambaa.** *He cut fabric (no suffix)*

**Kitambaa kilikatwa na yeye.** *The fabric was cut by him.*

**Alinikatia kitambaa.** *He cut fabric for me. (suffix introduces another participant)*

**Nilikatiwa kitambaa na yeye.** *The fabric was cut for me by him.*

## VITENDO VYENYE ASILI YA KIGENI: *VERBS OF FOREIGN ORIGIN*

When the verb ends with -i or -e, -a is added:

| | | |
|---|---|---|
| samehe | *forgive* | samehea |
| bariki | *bless* | barikia |
| -ripoti | *report* | ripotia |
| -fasiri | *translate* | -fasiria |

When the verb ends with -u, the -u is dropped and -ia is added:

| | | |
|---|---|---|
| -azimu | *intend* | azimia |
| -jaribu | *try* | jaribia |
| -kufuru | *expiation atonement* | kufuria |
| -dhoofu | *weaken* | dhoofia |

When the verb ends with two vowels, -lia is added:

-sahau **sahaulia**

The following sentences further illustrate the use of these two suffixes, -e and -i:

**Nilimwandikia Ali barua.** *I wrote Ali a letter (for or to).*

**Nitakwendea kwa Ali.** *I will go to Ali's place.*

**Nitamwendea Ali.** *I will go for Ali's sake or I will go in order to see Ali.*

**Nitakwendea basi.** *I will go by bus.*

**Nitakwendea vitabu.** *I will go for the books.*

**Nilikatia kisu.** *I cut with a knife.*

**Nilijikatia kisu.** *I cut myself with a knife or I carved a knife for myself.*

**kisu cha kukatia** *a knife to cut with*

**mafuta ya kupikia** *oil to cook with*

**mafuta ya kupika** *cooked oil*

# 35 Somo La Thelathini Na Tano Kutafuta Msaidizi: *Looking for a Servant*

## MAZUNGUMZO

JIM ANDERSON: Natafuta mtu wa kunisaidia kazi za nyumba.

ALI: Utapenda mtumishi wa kike au wa kiume?

ANDERSON: Bora nipate wa kiume.

ALI: Namfahamu kijana mmoja wa kiume anayetafuta kazi.

ANDERSON: Utaweza kuniitia niseme naye?

ALI: Ngoja nitakwenda kukuletea sasa hivi.
(Ali anarudi)

ALI: Huyu ni mtu niliyekwambia ataweza kukufanyia kazi unayotaka.

ANDERSON: Je, jina lako nani?

MTUMISHI: Jina langu Hasani Juma.

ANDERSON: Hasani, je utapenda kufanya kazi kwangu?

HASANI: Nitapenda bwana, lakini kwanza niambie kuna kazi za namna gani?

ANDERSON: Kazi zote za nyumba. Uliwahi kufanya kazi popote?

HASANI: Ndiyo, nilikuwa nikifanya kazi kwa Bwana Coates, mwalimu mkubwa wa chuo cha ualimu. Yeye ni mwalimu aliyetoka Canada.

ANDERSON: Ulimfanyia kazi kwa muda gani?

HASANI: Nilikaa kwake miaka yote mitatu aliyokuwa hapa.

ANDERSON: Basi unazifahamu kazi zote za nyumba. Kazi zangu zitakuwa kama kunipikia, kunisafishia nyumba, kunifulia, kuniendea sokoni, na kunifanyia kazi za bustani. Utaziweza kazi zote hizi?

HASANI: Ndiyo, nitaziweza. Nilikuwa nikimfanyia Bwana Coates kazi hizohizo.

ANDERSON: Vizuri sana. Mshahara wako utakuwa kiasi gani? Mshahara wa kawaida unaotakiwa utolewe na Wizara ya Kazi ni shilingi mia mbili kwa mwezi. Lakini mimi ni peke yangu hapa kwa hivyo sitakuhitajia kutwa. Unaweza kunifanyia kazi kwa muda wa saa chache tu kila siku.

HASANI: Unataka nije saa ngapi na kwa muda gani kila siku?

ANDERSON: Itakuwa vizuri ikiwa utaweza kufika hapa asubuhi saa moja ili unitengenezee chakula cha asubuhi, na utaweza kuondoka saa sita za mchana.

HASANI: Hutaki nirudi jioni kukutengenezea chakula cha usiku?

ANDERSON: Hapana nitakuwa nikila hoteli.

HASANI: Je wewe utapendelea kunipa kiasi gani?

ANDERSON: Unaonaje nikikupa shilingi mia na khamsini kwa mwezi. Zitakutosha?

HASANI: Unataka nianze kazi lini?

ANDERSON: Unaweza kuanza hata kesho kama uko tayari.

HASANI: Vizuri. Tutaonana kesho tukijaaliwa.

ANDERSON: Haya tutaonana kesho. Huu ndio ufunguo wako.

## MAZOEZI

### Jibu maswali haya.

Bwana Anderson anataka apate nini?

Alimzungumzia nani habari hii?

Bwana Ali aliweza kumpatia Bwana Anderson mtumishi?

Hasani atamfanyia Bwana Anderson kazi za namna gani?

Mshahara wa kawaida unaotakiwa na Wizara ya Kazi ni kiasi gani?

Bwana Anderson atamlipa Hasani mshahara huohuo? Kwa nini?

Lini Hasani ataanza kumtumikia Bwana Anderson?

Hasani pia aliwahi kumtumikia nani na kwa muda gani?

### Badilisha sentensi hizi.

|        | Nilimpelekea rafiki yangu barua. |
|--------|----------------------------------|
| -leta  | Nilimletea rafiki yangu barua.   |
| -andika | Nilimuandikia rafiki yangu barua. |
| -tuma  | Nilimtumia rafiki yangu barua.   |
| -pata  | Nilimpatia rafiki yangu barua.   |
| kazi   | Nilimpatia rafiki yangu kazi.    |
| -zuia  | Nilimzuilia rafiki yangu kazi.   |

|          | Tuliwaarifu watu habari hizi.     |
|----------|-----------------------------------|
| -peleka  | Tuliwapelekea watu habari hizi.   |
| -toa     | Tuliwatolea watu habari hizi.     |
| -hutuba  | Tuliwahutubia watu habari hizi.   |
| -zungumza | Tuliwazungumzia watu habari hizi. |
| -kataa   | Tuliwakatalia watu habari hizi.   |
| -uliza   | Tuliwaulizia watu habari hizi.    |
| -ambia   | Tuliwaambia watu habari hizi.     |

### Tumia maneno haya katika sentensi za namna hiyo:

*Use these words in sentences constructed like those in the previous exercise.*

tengeneza, kata, pata, lima, penda

142

## Badilisha sentensi hizi.

| | |
|---|---|
| Aliandika kwa kalamu. | > Aliandikia kalamu. |
| Alikata kwa kisu. | > Alikatia kisu. |
| Alikwenda kwa ajili ya kazi. | > Alikwendea kazi. |
| Alikwenda kwa ajili ya motokaa. | > Alikwendea motokaa. |
| Alikwenda kwa motokaa. | > Alikwendea motokaa. |
| Alisafiri kwa ndege. | > Alisafiria ndege. |
| Aliona kwa macho. | > Alionea macho. |
| Alioga kwa maji ya baridi. | > Aliogea maji ya baridi. |
| Alikwenda kwa Ali. | > Alikwendea kwa Ali. |
| Alikwenda kwa ajili ya Ali. | > Alimwendea Ali. |
| Alifanya kwa Ali. | > Alifanyia kwa Ali. |
| Alifanya kwa ajili ya Ali. | > Alimfanyia Ali. |
| Alikasirika kwa nini? | > Alikasirikia nini? |

## Badilisha sentensi hii.

| | Tafadhali nisomee barua yangu. |
|---|---|
| leta | Tafadhali niletee barua yangu. |
| -peleka | Tafadhali nipelekee barua yangu. |
| -tuma | Tafadhali nitumie barua yangu. |
| -andika | Tafadhali niandikie barua yangu. |
| -pata | Tafadhali nipatie barua yangu. |
| sisi | Tafadhali tupatie barua yetu/zetu. |
| yeye | Tafadhali mpatie barua yake/zake. |
| wao | Tafadhali wapatie barua yao/zao. |
| wewe | Tafadhali jipatie (ujipatie) barua yako. |
| nyinyi | Tafadhali jipatieni (mjipatie) barua yenu/zenu. |

| | Nikuambie maneno gani? |
|---|---|
| sisi | Tukuambie maneno gani? |
| yeye | Akuambie maneno gani? |
| wao | Wakuambie maneno gani? |
| wewe | Ujiambie maneno gani? |
| nyinyi | M(u)jiambie maneno gani? |

## Tumia maneno haya katika sentensi za namna hiyo:

*Use these words in sentences constructed like those in the previous exercise.*

-uliza-, -jibu, -sema, -taka, -zungumza, -eleza, -chagua, -weka, -pika, -chukua

## Badilisha sentensi hizi.

| | Unataka nikufanyie nini? |
|---|---|
| leta | Unataka nikuletee nini? |
| pika | Unataka nikupikie nini? |
| pata | Unataka nikupatie nini? |
| nunua | Unataka nikununulie nini? |

| | Ninataka uninunulie chakula. |
|---|---|
| leta | Ninataka unileletee chakula. |
| pika | Ninataka unipikie chakula. |
| pata | Ninataka unipatie chakula. |
| nunua | Ninataka uninunulie chakula. |

| | |
|---|---|
| wewe sisi | Unataka unifanyie nini? |
| wewe yeye | Unataka utufanyie nini? |
| wewe wao | Unataka umfanyie nini? |
| wewe wewe | Unataka uwafanyie nini? |
| | Unataka ujifanyie nini? |
| nyinyi nyinyi | Mnataka mjifanyie nini? |
| yeye sisi | Anataka atufanyie nini? |
| wao sisi | Wanataka watufanyie nini? |
| wao mimi | Wanataka wanifanyie nini? |

## Soma na ufasiri.

Mgeni aliyefika jana ni rafiki yao.
Mtalii anayetoka Sweden ni rafiki yao.
Mwalimu atakayefundisha darasa hili ni yule.
Mwalimu atayefundisha darasa hili ni yule.
Mtu yule ambaye amevaa shati jekundu ni mgeni.
Mtu atokaye Amerika huitwa Mwamerika au Mmarekani.
Wageni waliofika jana ni rafiki zao.
Watalii wanaotoka Sweden ni rafiki/marafiki zao.
Walimu watakaofundisha darasa hili ni wale.
Walimu wataofundisha darasa hili ni wale.
Watu wale waliovaa mashati mekundu ni wageni.
Watu wale ambao wamevaa mashati mekundu ni wageni.
Watu watokao Amerika huitwa Waamerika au Wamarekani.
Mtu yeyote atakayesikia jambo hili atastaajabu.
Watu wowote watakaosikia jambo hili watastaajabu.

## Badilisha sentensi hizi.

| | Mtoto aliyemwona ni huyu. |
|---|---|
| watoto | Watoto aliowaona ni hawa. |
| kikombe | Kikombe alichokiona ni hiki. |
| vikombe | Vikombe alivyoviona ni hivi. |
| msahafu | Msahafu aliouona ni huu. |
| misahafu | Misahafu aliyoiona ni hii. |
| ngao | Ngao alizoziona ni hizi. |
| Biblia | Biblia alizoziona ni hizi. |
| kasha | Kasha aliloliona ni hili |
| makasha | Makasha aliyoyaona ni haya. |
| ufagio | Ufagio aliouona ni huu. |
| fagio | Fagio alizoziona ni hizi. |
| mahali | Mahali alipopaona ni hapa. |

## Soma sentensi hizi na zifasiri: *Read these sentences then translate them.*

| | |
|---|---|
| Kitu alichokileta ni kile. | *The thing, which he brought, is that one.* |
| Kitu asichokileta ni kile. | *The thing, which he did not bring, is that one.* |
| Kitu ambacho hakukileta ni kile. | *The thing, which he did not bring, is that one.* |
| Kitu anachokitaka ni kile. | *The thing, which he wants, is that one.* |
| Kitu asichokitaka ni kile. | *The thing, which he does not want, is that one.* |

| Kitu ambacho hakitaki ni kile. | The thing, which he does not want, is that one. |
| Kitu atakachokinunua ni kile. | The thing, which he will buy, is that one. |
| Kitu ambacho hatakinunua ni kile. | The thing, which he will not buy, is that one. |
| Kitu hatachokinunua ni kile. | The thing, which he will not buy, is that one. |

## MANENO MAPYA

mshahara — *salary*
-tosha — *suffice*
-tumika — *be of service, serve*
-zuilia — *withhold*
Mmarekani — *an American*
msahafu — *the Qur'ān, Koran*
Biblia — *the Bible*
kasha — *box (wood or metal)*
ufagio — *broom*
Wizara ya Kazi — *Ministry of Labour*
-tuma — *send (a messenger)*
kuhutubu, hotubu — *to lecture*
hutuba, hotuba — *a lecture*
-kataa — *refuse*
Wamarekani — *American people*
ngao — *shield*
-kasirika — *be cross*

## MAELEZO

### KIJINA CHA UHUSIANO: *RELATIVE PRONOUN*

This unit has illustrated the use of the relative pronouns. The relative pronoun -o- is a neutral marker which may be used for animate and inanimate classes singular and plural. The marker -ye-, however, is used only for animate class singular. For inanimate nouns, the pronoun prefix of the appropriate class and number is also used with this particle -o-. The same relative pronouns are used to refer to both subject or object of the sentence. These are:

| CLASS | | PRONOUN PREFIX | | RELATIVE PRONOUN | |
|---|---|---|---|---|---|
| Singular | Plural | Singular | Plural | Singular | Piural |
| Ki - + | Vi - | Ki | Vi | -cho- | -vyo- |
| M - + | Mi - | u | i | -o- | -yo- |
| N - + | N - ( | i | zi | -yo- | -zo- |
| (+ all names of countries) | | | | | |
| Ji - + | Ma- | li | ya | -lo- | -yo- |
| U - + | N - | u | zi | -o- | -zo- |
| Locative | | ku | | -ko- | |
| | | pa | | -po- | |
| | | mu | | -mo- | |

These relative pronouns occur in the following positions:

1. As an affix after the verb marker **-na-**, **-li-** and **-taka-/-ta-**:

| mtu anayekwenda safari | the man who is going on a journey |
| mtu aliyekwenda safari | the man who went on a journey |
| mtu atakayekwenda safari | the man who will go on a journey |
| *or* | |
| mtu atayekwenda safari | |

The relative pronoun does not occur after **-me-**, **hu-**, **-ki-** and **-ka-**.

2. As a suffix when no verb marker is indicated:

| mtu aendaye safari | the man who is going/who goes on a journey |

3. As a suffix to the particle **amba-**:

| mtu ambaye anakwenda safari | the man who is going on a journey |
| mtu ambaye alikwenda safari | the man who went on a journey |
| mtu ambaye atakwenda safari | the man who will go on a journey |
| mtu ambaye amekwenda safari | the man who has gone on a journey |
| mtu ambaye huenda safari | the man who goes on a journey |
| mtu ambaye yuaenda safari | the man who goes or is going on a journey |

4. As a suffix to **na** "with":

| Nani anacho kitabu changu? | Who has my book? |
| Ninacho. | I have it. |

5. As a suffix to **ndi-**:

| Hiki ndicho kitabu changu. | This is my book. My book is this one. |

6. As a suffix to the copula **-li-**:

| mtu aliye shujaa | the man who is a brave man |
| watu walio wagonjwa | the people who are sick men |
| mtu aliye na mali | the man who is with wealth; that is, who has wealth |
| mtu aliye na mgonjwa | the man who has a sick person |

### KIJINA CHA UHUSIANO KATIKA MTUNGO WA KUKATAA: THE RELATIVE PRONOUN IN A NEGATIVE CONSTRUCTION

There are three ways of negating a sentence that has a relative pronoun:

1. By the use of the negative particle **-si-**:

| a-si-ye-taka | who is not wanting |
| | who does not want |
| | who did not want |

2. *By negating the main verb and suffixing the relative to* **amba-:**

| mtu ambaye haendi | *the man who is not going* |
| mtu ambaye hakwenda | *the man who did not go* |
| mtu ambaye hatakwenda | *the man who will not go* |

3. *By negating the main verb when referring to the future:*

| mimi sitayekwenda kesho | *I who will not go tomorrow* |

| mtu hatayekwenda kesho | *the man who will not go tomorrow* |

*The negative construction of a verb with a relative pronoun will be illustrated further in the next unit.*

## THE DROPPING OF THE SUBJECT PREFIX

*In speaking, the subject prefix is often dropped when it appears with a referential marker:*

| Kalamu **aliyonunua** | > | Kalamu **alonunua** |
| Mlango **aliofunga** | > | Mlango **alofunga** |
| Nyumba **anayokaa** | > | Nyumba **anokaa** |
| Mtu **anayemjua** | > | Mtu **anemjua** |
| Shule **atayojenga** | > | Shule **atojenga** |

145

# 36 Somo La Thelathini Na Sita
## Hotelini: *At the Hotel*

## MAZUNGUMZO

MWENYE HOTELI: Karibu bwana. Habari za safari?

MGENI: Starehe bwana. Safari ilikuwa nzuri.

MWENYE HOTELI: Je nikufanyie nini?

MGENI: Utaweza kunipatia chumba cha mtu mmoja na chenye choo cha kuogea.

MWENYE HOTELI: Unakitaka kwa muda gani?

MGENI: Kwa wiki moja tu, lakini kwanza niambie itanibidi nilipe nini kwa wiki na pia kwa usiku mmoja.

MWENYE HOTELI: Utapenda chumba kilichokuwa na eyakandishan au chumba kisichokuwa na eyakandishan?

MGENI: Nitalipa kiasi gani kwa chumba kilichokuwa nacho na nini tofauti ya hicho na chumba kisichokuwa nacho?

MWENYE HOTELI: Chumba kilicho na eyakandishan ni shilingi arbaini na tano kwa usiku mmoja na shilingi mia tatu kwa wiki. Kisichokuwa nacho ni shilingi arbaini kwa usiku mmoja na shilingi mia mbili na sabini kwa wiki.

MGENI: Ninakitaka hicho kilichokuwa nacho.

MWENYE HOTELI: Nitakupa chumba chenye nambari ishirini na moja na huu hapa ndio ufunguo wako. Iwache mizigo yako hapa na utaletewa chumbani mwako.

MGENI: Ahsante. Naweza kupata chakula hapa?

MWENYE HOTELI: Ndiyo, unaweza kula hapahapa hotelini. Orodha iliyo na nyakati za kula utaikuta chumbani mwako, na chakula chenyewe si kibaya.

MGENI: Sasa sina njaa lakini nitakula kabla sijatoka nje. (Mgeni yuko chumbani kwake)

MGENI: Kwa hisani yako niletee taula nyingine hii ni i maji kidogo. Vile vile niletee sabuni. Utaweza kunipatia chai isiyokuwa na maziwa? Ninataka kununua kadi na stempu za ndege. Kuna duka humu hotelini lenye kuuza vitu hivi?

MTUMISHI: La, hakuna, lakini unaweza kuvipata dukani si mbali na hapa.

MGENI: Duka li wazi wakati huu au limefungwa?

MTUMISHI: Nadhani li wazi. Kwa kawaida hufungwa saa moja na hufunguliwa asubuhi saa tatu.

MGENI: Sasa inakaribia saa moja, basi bora niende huko kwanza kabla duka halijafungwa.

MTUMISHI: Je kesho utapenda uletewe chai ya asubuhi au hutaki uamshwe?

MGENI: Nitapenda niletewe chai kwa sababu nataka niamshwe mapema. Rafiki zangu watanipitia kwenda safari kiasi cha saa mbili basi nitapenda kujitayarisha.

## MAZOEZI
### Jibu maswali haya.

Mgeni alitaka chumba cha namna gani?

Itambidi alipe kiasi gani kwa chumba alichokitaka? Chumba hicho kina nini?

Alimuagizia mtumishi amletee nini?

Alitaka anunue nini na aliambiwa ataweza kuvipata vitu hivyo mahali gani?

Kwa nini alitaka chai ya asubuhi?

### Maliza sentensi hizi.

|       |                                                          |
|-------|----------------------------------------------------------|
|       | Chumba kilichokuwa na watu wengi ni kile.                |
| mji   | Mji uliokuwa na watu wengi ni ule.                       |
| nchi  | Nchi iliyokuwa na watu wengi ni ile.                     |
| soko  | Soko lililokuwa na watu wengi ni lile.                   |
| ua    | Ua uliokuwa na watu wengi ni ule.                        |
| mahali| Mahali palipokuwa na watu wengi ni pale.                 |
| mtu   | Mtu aliyekuwa na watu wengi ni yule.                     |

|       |                                                          |
|-------|----------------------------------------------------------|
|       | Vyumba vilivyokuwa na watu wengi ni vile.                |
| miji  | Miji iliyokuwa na watu wengi ni ile.                     |
| nchi  | Nchi zilizokuwa na watu wengi ni zile.                   |
| masoko| Masoko yaliyokuwa na watu wengi ni yale.                 |
| nyua  | Nyua zilizokuwa na watu wengi ni zile.                   |
| watu  | Watu waliokuwa na watu wengi ni wale.                    |

|        |                                                                     |
|--------|---------------------------------------------------------------------|
|        | Chumba kilichokuwa na madirisha madogo hakina mwangaza wa kutosha.  |
|        | Chumba kilicho na madirisha madogo hakina mwangaza wa kutosha.      |
|        | Nyumba iliyo na vyumba vingi ni ghali.                              |
| vyumba | Vyumba vilivyo na madirisha madogo havina mwangaza wa kutosha.      |
| nyumba | Nyumba zilizo na vyumba vingi ni ghali.                             |

|          |                                                      |
|----------|------------------------------------------------------|
|          | Sikipendi chumba kisichokuwa na madirisha.           |
| mji watu | Siupendi mji usiokuwa na watu.                       |
| nchi     | Siipendi nchi isiyokuwa na watu.                     |
| soko     | Silipendi soko lisilokuwa na watu.                  |

### Sema na ufasiri.

| | |
|---|---|
| Sikipendi chumba kisichokuwa na madirisha. | *I do not like a room which has no windows.* |
| Sikipendi chumba kisicho na madirisha. | |
| Sikipendi chumba kisicho madirisha. | |
| Sitaki chumba kisichokuwa cha karibu. | *I do not like a room which is far.* |

146

Sitaki chumba kisichokuwa
 karibu.
Sitaki chumba kisicho
 karibu.

Sitaki chumba kilichokuwa      *I do not like an ugly room.*
 kibaya.
Sitaki chumba kilicho
 kibaya.

Sitaki nyumba iliyokuwa       *I do not like an ugly house.*
 mbaya.
Sitaki nyumba iliyo mbaya.

## Sema na ufasiri.

| | |
|---|---|
| Mwanamke mwenye watoto wengi ni yule. | *The woman with many children is that one.* |
| Kizazi chenye watoto wengi ni kile. | *The generation with many children is that one.* |
| Mji wenye watoto wengi ni ule. | *The town with many children is that one.* |
| Nchi yenye watoto wengi ni ile. | *The country with many children is that one.* |
| Duka lenye watoto wengi ni lile | *The store with many children is that one.* |
| Ukoo wenye watoto wengi ni ule. | *The lineage with many children is that one.* |
| Mahali penye watoto wengi ni pale. | *The place with many children is that one.* |

## Maliza sentensi hizi.

Wanawake wenye watoto wengi ni wale.
Vizazi vyenye watoto wengi ni vile.
Miji yenye watoto wengi ni ile.
Nchi zenye watoto wengi ni zile.
Maduka yenye watoto wengi ni yale.
Koo zenye watoto wengi ni zile.

## Tumia maneno haya katika sentensi zako mwenyewe: *Use these phrases in your own sentences.*

kitabu chenye picha
chakula chenye ladha
mkono wenye pesa
kalamu yenye wino
duka lenye vitu
moyo wenye huruma
uzee wenye maarifa
uhuru wenye faida
ubao wenye maandishi
mahali penye nafasi
mtoto mwenye akili
kijana mwenye heshima
ulimwengu wenye misukosuko

## Soma na fasiri.

Nilipanga chumba kidogo lakini chumba chenyewe ni kizuri, na kina nafasi ya kutosha.
Nilizuru mji mmoja tu lakini mji wenyewe nilikaa muda mrefu.
Tulitembea nchi moja lakini nchi yenyewe iko mbali sana.
Nilimwona mtu lakini mtu mwenyewe (wenyewe) sikumfahamu jina.

## Tumia maneno haya katika sentensi za namna hii:
*Use these words in sentences such as these.*

soko, duka, uzi, upanga, nyumba, nguo, chakula, mahali, vitu, milima, mgeni, watalii

## Tumia maneno haya katika sentensi:
*Use these phrases in sentences.*

mtoto wenyewe (mtoto mwenyewe), mji wenyewe, siku yenyewe, chakula chenyewe, sanduku lenyewe, mahali penyewe, ulimwengu wenyewe

## Sema na ufasiri.

Mwandishi yule aliandika kitabu cha "Hazina iliyopotea."
Kitabu cha "Hazina iliyopotea" kiliandikwa na mwandishi yule.
Mgeni alifungua mizigo yake.
Mizigo ilifunguliwa na mgeni.
Mwenye duka alimuuzia mgeni vitu vibaya.
Mgeni aliuziwa vitu vibaya na mwenye duka.
Mwenye hoteli alimfungulia mlango mtalii.
Mtalii alifunguliwa mlango na mwenye hoteli.
Msafiri alimpa mchukuzi mizigo.
Mchukuzi alipewa mizigo na msafiri.
Mwanafunzi alilijibu swali vyema.
Swali lilijibiwa vyema na mwanafunzi.
Mbwa alipondwa na dereva kwa motokaa.
Mbwa alipondwa kwa motokaa.
Mbwa alipondwa na motokaa.

## Badilisha vitendo hivi kuwa umbo la kutendwa:
*Change these verbs into passive form.*

| | | |
|---|---|---|
| fanya | > | fanywa |
| leta | > | letwa |
| nunua | > | nunuliwa |
| jibu | > | jibiwa |
| samehe | > | samehewa |
| uza | > | uzwa |
| soma | > | somwa |
| pokea | > | pokewa |
| pokelea | > | pokelewa |
| sahau | > | sahauliwa |
| la | > | liwa |
| piga | > | pigwa |
| chukua | > | chukuliwa |

```
hitaji    >  hitajiwa
fahamu    >  fahamiwa
nywa      >  nywiwa
             nywewa
```

## Tumia maneno haya katika sentensi za mtungo wa kutendwa: *Use these words in passive construction.*

fanya
pokea
sahau
uza
pika
kula
piga
soma
kunywa
chukua
peleka
samehe
nunua
hitaji

## Badilisha kuwa umbo la kutendwa *(passive): Change into passive form.*

Mwenye hoteli alimpatia chai mgeni.
Mgeni alipatiwa chai na mwenye hoteli.
Rafiki wawili walimpitia mgeni.
Mgeni alipitiwa na rafiki wawili.
Mwenye hoteli alimpa mgeni ufunguo.
Mgeni alipewa ufunguo na mwenye hoteli.
Mtumishi alimletea mgeni taula nyingine.
Mgeni aliletewa taula nyingine na mtumishi.

## Sema kwa Kiswahili.

*What can I do for you?*
- *Can I get a single room with a bath?*
*For how long do you want it?*
- *For a week. What will I have to pay for one week and what would I have to pay per night?*
*Do you want a room with an air conditioner?*
- *Please tell me the cost of a room with an air conditioner and of one without.*
*The room with an air conditioner is 45 shillings a night and 300 shillings a week and the room without is 40 shillings a night and 270 shillings a week.*
- *I would like a room with an air conditioner.*
*I will give you room number 21 and here is your key. Leave your luggage here, it will be brought up for you.*
- *Can I get a meal here?*
*Yes, you can eat here in the hotel; the list of mealtimes is in your room. The food is not bad.*
- *I am not hungry now but I will eat before I go out. Please bring me another towel, this one is a little dirty. Also bring me some soap.*
  *I want to buy some postcards and stamps. Is there a shop inside the hotel which sells these things?*

*No, there isn't, but you can get them at a shop not far from here.*
- *Is the shop open at this time or has it closed?*
*I think it's open. Usually it closes at seven o'clock.*
- *It's almost seven. I had better go quickly.*
*Would you like morning tea brought to you tomorrow or shouldn't you be awakened?*
- *Yes, I would like tea brought to me because I want to wake up early. Two of my friends will call for me at about eight o'clock to go on a safari.*

## MANENO MAPYA

-wacha, -acha — *leave*
kwa hisani yako — *kindly*
-ingine — *another, other*
postkadi — *postcard*
wazi — *opened*
-amshwa — *be woken up, be awakened*
ukoo — *lineage, descent*
ladha — *taste*
mwenye duka — *shopkeeper*
orodha — *a list*
taula — *towel*
sabuni — *soap*
stempu — *a stamp*
kwa kawaida — *usually*
wino — *ink*
maandishi — *writing*
muandishi — *author*
hazina iliyopotea — *lost treasure*
mwenye hoteli — *hotel manager*
akili — *sense, intelligence*
heshima — *respect*
maarifa — *experience, knowledge*
asili — *origin*

## MAELEZO

**KIJINA CHA UHUSIANO PAMOJA NA -KUWA:** *THE RELATIVE PRONOUN WITH* -kuwa

In this unit we have illustrated the use of the relative pronoun with the verb **kuwa** 'to be' both in the affirmative and in the negative construction:

**chumba kilichokuwa na eyakandishan**
*the room (which is) with an air conditioner*
*the room (which was) with an air conditioner*
**chumba kisichokuwa na eyakandishan**
*the room (which is) without an air conditioner*
*the room (which was) without an air conditioner*

The verb **kuwa** *may be omitted, as in* **chumba kilicho na eyakandishan.** *The difference in meaning between the sentence with* **kuwa** *and the one without is that the former can refer to both past and present while the latter can refer only to the present. The same difference in usage and meaning applies to the negative construction.*

KUTUMIA -enye NA -enyewe: *THE USE OF* -enye *AND* -enyewe

-enye *appears with a pronominal prefix as a qualifier to a preceding noun with a meaning of being with or having something:*

**mtu mwenye hoteli** *the man with a hotel/a hotel owner*

**kitabu chenye maana** *book with meaning*

*The pronoun prefix used is that of the appropriate class and number. Thus, the forms for the different classes are:*

| SINGULAR | | PLURAL | |
|---|---|---|---|
| mtu | mwenye | watu | wenye |
| mti | wenye | miti | yenye |
| kitu | chenye | vitu | vyenye |
| nguo | yenye | nguo | zenye |
| soko | lenye | masoko | yenye |
| ubao | wenye | mbao | zenye |
| ulimwengu | wenye | malimwengu | yenye |
| ubaya | wenye | mabaya | yenye |
| kucheza | kwenye | | |
| nyumbani | kwenye | | |
| | penye | | |
| | mwenye | | |

*When a suffix* -we *is added to* -enye, *the meaning changes to "-self" or "selves":*

**mtu wenyewe** *the man himself*

**watu wenyewe** *the men themselves*

**kitu chenyewe** *the thing itself*

**vitu vyenyewe** *the things themselves*

*The singular personal class has two other forms besides* **mwenyewe**. *These are:*

**mtu wenyewe** *the man himself*

**mtu yenyewe** *the man himself*

*The preceding noun may be left out in the animate class singular and plural, since it refers to a closed class,* *someone understood by both speaker and listener:*

**Mwenyewe hayuko.** *The man himself is not here/the owner is not here.*

**Wenyewe hawako.** *The owners are not here.*

*Of the three singular personal forms for* -enyewe, *only the* **mwenyewe** *form is used without the antecedent noun.*

*The difference in meaning between the* -enye *construction and the construction with* -a, *which we have already discussed, is illustrated in the following sentences:*

| -a- | -enye |
|---|---|
| mtu wa watu | mtu mwenye watu |
| *man of people* | *man with (who has) people* |
| mtu wa maarifa | mtu mwenye maarifa |
| *man of knowledge* | *man with knowledge* |
| mtu wa Nairobi | mtu mwenye Nairobi |
| *man of Nairobi* | *man with Nairobi* |
| mtu wa asili | mtu mwenye asili |
| *man of origin (i.e., ancient man)* | *man with origin (high class)* |
| mtu wa tatu | mtu mwenye tatu |
| *man of third position (third man)* | *man with three* |
| mtu wa mbao | mtu mwenye mbao |
| *man of wood* | *man with wood* |

*The above sentences show that in the relationship between the two nouns in the* -a- *construction the first noun has the quality of the second one. With respect to the two nouns in the* -enye *construction, the first, the subject, possesses the second, the object. The sentences with* -enye *may be replaced by* **aliye na** *"who is with," but replacing* **wa** *by* **aliye na** *will change the meaning of these sentences.*

# 37 Somo La Thelathini Na Saba
## Mgeni anakaribishwa: *A guest is welcomed.*

### MAZUNGUMZO

BAKARI: Karibu, karibu bwana.

ANDERS: Starehe, bwana Bakari. Je habari za siku nyingi?

BAKARI: Salama tu. Je, na wewe u hali gani? Hatukukuona kitambo sasa.

ANDERS: Mzima ila kazi zilinishughulisha kidogo. Nyumba yako nzuri na mapambo yake yamependeza sana.

BAKARI: Ahsante. Ni kazi ya bibi yangu. Yeye atakuja sasa hivi. Anamlaza mtoto wetu mdogo. Huyu ni rafiki yangu, Bwana Mhina. Naye pia anafundisha na anafanya kazi nawe bwana katika Wizara ya Elimu.

ANDERS: Nimefurahi kuonana nawe bwana.

MHINA: Na mimi pia nimefurahi kuonana nawe. Je, upo kitambo hapa mjini?

ANDERS: Ni wiki mbili hivi tangu nifike.

MHINA: Umekwisha uona mji wetu? Unauonaje umekupendeza?

ANDERS: Naam, nimeupenda sana, lakini bado sijauona vyema.

BAKARI: Bwana Anders, tafadhali njoo nikujulishe na bibi yangu. Huyu ni mama watoto, Fatuma.

ANDERS: Hujambo bibiye?

FATUMA: Sijambo bwana. Habari za Sweden?

ANDERS: Nzuri lakini ni kitambo tangu niondoke huko.

FATUMA: Niwie radhi sikuwapo hapa kukukaribisha ulipofika. Nilikuwa nikimlaza mtoto.

ANDERS: Si kitu. Watoto hawajambo?

FATUMA: Hawajambo. Wamekwisha kuamkia? Mtoto wetu mdogo haoni vizuri. Mwenziwe alimuangusha ngazini, akajiumiza kidogo mguu.

ANDERS: Maskini! Hajambo sasa?

BAKARI: Hawa ni watoto wetu wengine, Shaabani na Rajabu.

ANDERS: Shaabani wewe umetimia miaka mingapi, na mdogo wako ana miaka mingapi sasa?

SHAABANI: Mimi ninekwisha timiza miaka tisa, na Rajabu atafika miaka sita mwezi wa Juni. Ndugu yetu mdogo ni miaka miwili. Yeye ameshalala.

ANDERS: Mna watoto wazuri sana.

BAKARI: Kweli wazuri lakini watundu mno. Kutwa wanamtaabisha mama yao. Utapenda kunywa nini, bwana Anders?

ANDERS: Kuna kinywaji gani?

BAKARI: Kuna wiski, jin, biya, kokakola na maji ya machungwa.

ANDERS: Nitapenda maji ya machungwa tafadhali.

BAKARI: Na barafu?

ANDERS: La, bila ya barafu.

FATUMA: Chakula ki tayari. Bwana, wakaribishe wageni mezani.

BAKARI: Tukiisha kula tutakwenda mjini tukamtembeze bwana Anders, tumwonyeshe mji wetu ulivyo.

ANDERS: Ahsante sana bwana, lakini msijitaabishe sana.

BAKARI: Utatufurahisha ukikubali kwenda.

FATUMA: Tafadhalini ongezeni chakula.

ANDERS: Chakula kizuri na kitamu lakini nimeshiba sana. Umetulisha na kutunywisha bila kiasi.

### Sema na maliza: *Say and complete.*

| | Mwimbaji alitustarehesha sana. |
|---|---|
| -cheka | Mwimbaji alituchekesha sana. |
| -furahi | Mwimbaji alitufurahisha sana. |
| -imba | Mwimbaji alituimbisha sana. |
| -penda | Mwimbaji alitupendeza sana. |
| -ngoja | Mwimbaji alitungojesha sana. |

| | Mwenyeji wetu alitupendeza sana. |
|---|---|
| -kula | Mwenyeji wetu alitulisha sana. |
| -kunywa | Mwenyeji wetu alitunywisha sana. |
| -shiba | Mwenyeji wetu alitushibisha sana. |
| -enda | Mwenyeji wetu alituendesha sana. |
| -kasirika | Mweneji wetu alitukasirisha sana. |

| | Tulistarehe sana. |
|---|---|
| rafiki yetu sisi | Rafiki yetu alitustarehesha sana. |
| kula | Rafiki yetu alitulisha sana. |
| kunywa | Rafiki yetu alitunywisha sana. |
| shiba | Rafiki yetu alitushibisha sana. |
| sema | Rafiki yetu alitusemesha sana. |
| ngoja | Rafiki yetu alitungojesha sana. |

| | Mwimbaji alitustarehesha sana. |
|---|---|
| cheka | Mwimbaji alituchekesha sana. |
| imba | Mwimbaji alituimbisha sana. |
| furahi | Mwimbaji alitufurahisha sana. |
| mwenyeji wetu | Mwenyeji wetu alitufurahisha sana. |
| kula | Mwenyeji wetu alitulisha sana. |
| kunywa | Mwenyeji wetu alitunywisha sana. |

## Badilisha sentensi hizi.

| | Wenyeji walimkaribisha mgeni wao. |
|---|---|
| amka | Wenyeji walimuamsha mgeni wao. |
| jua | Wenyeji walimjulisha mgeni wao. |
| kula | Wenyeji walimlisha mgeni wao. |
| kunywa | Wenyeji walimnywisha mgeni wao. |
| tembea | Wenyeji walimtembeza mgeni wao. |
| sikia | Wenyeji walimsikiliza mgeni wao. |
| sikia nyimbo | Wenyeji walimsikilizisha nyimbo mgeni wao. |
| ona mji | Wenyeji walimwonyesha mji mgeni wao. |
| fahamu | Wenyeji walimfahamisha mgeni wao. |

## MAZOEZI

### Sema kwa Kiswahili.

*How are you? We haven't seen you for a while now.*

*I'm fine, but I was a little busy.*

*You have a beautiful house and the decorations are very pleasing.*

*My wife will come just now. She is putting our youngest child to sleep.*

*This is my friend, Mhina. He is also teaching and working in the Ministry of Education.*

*I'm pleased to meet you, sir.*

*Have you been here in town for long?*

*It's two weeks since I arrived.*

*Have you already seen our town? How do you find it? Do you like it?*

*I like it very much.*

*Come, let me introduce you to my wife, the children's mother, Fatuma.*

*What's the news from Sweden?*

*It's quite a while since I left.*

*Forgive me, I wasn't here to welcome you when you arrived. I was putting the child to sleep.*

*How are the children?*

*They are well, except my youngest child who is not feeling well. Her friend caused her to fall on the stairs and she has hurt her leg a little bit.*

*These are our other children.*

*How old are you, Shaaban, and how old is your younger brother?*

*I have already completed nine years and my brother will be six in June. Our youngest sibling is two. She is already asleep.*

*True, they are beautiful, but naughty. They bother their mother all day long.*

*The food is ready. Please ask the guests to the table.*

*After eating, we will go to town to take Mr. Anders around to show him our town.*

*Thank you very much but don't bother yourselves too much.*

*You will make us happy if you agree to go.*

*Eat a little bit more.*

*The food is delicious but I'm very full. You have fed us and made us drink a lot.*

## Fasiri kwa Kiingereza baadhi ya sentensi hizi na halafu tazama majibu: *Translate some of these sentences into English.*

Tulimfungisha mgeni mzigo wake.
Tulimfungisha mgeni.
Tuliufungisha mzigo.
Nilimpikisha mpishi chakula.
Nilikipikisha chakula.
Nilimpikisha mpishi kuku.
Nilimpikisha mpishi. Nilimpikisha kuku.
Tulimwonyesha mgeni nyumba.
Tulionyesha nyumba.
Tulimwonyesha mgeni.
Nilimchemshisha mpishi mayai.
Nilimchemshisha mayai.
Niliyachemshisha mayai.
Nilimchemshisha mpishi.
Nilimchemsha kuku.
Niliyachemsha mayai.
Nilimshikisha mwizi kwa askari.
Nilimshikisha mwizi.
Nilimshikisha mwizi kamba.
Tulimsikilizisha Ali sauti yao.
Tulimsikiliza Ali.
Tuliisikiliza sauti.
Tulimsikilizisha Ali.
Walimpigisha mtoto kwa mama yake.
Walimpigisha Ali kwa rafiki yake.
Walimpigisha Ali Fatuma.
Walimpigisha Fatuma kwa Ali.
Walimpigisha Fatuma Ali.
Walimwonyesha Fatuma Ali.
Walimpikisha mpishi kuku.
Walimpikisha kuku mpishi.
Ali alinisikiliza.
Ali alinisikilizisha mashairi.
Jiwe liliniumiza.
Mwenyeji wangu alinijaza chakula.
Mwenyeji wangu alinijazisha sahani chakula.

### Fasiri kwa Kiswahili.

*We had the guest pack his luggage.*
*We had the guest locked up.*
*We had the guest lock something.*
*We had the luggage packed.*
*I had the cook, cook the food.*
*I had the food cooked by someone.*
*I had the cook, cook the chicken.*
*I had the cook, cook something.*
*I had the chicken cooked.*
*We showed the guest the house.*
*We showed the house.*
*We showed the guest.* or *We had the guest see.*
*I had the cook boil the eggs.*
*I had someone boil the eggs.*

*I had the eggs boiled by someone.*
*I had the cook boil something.*
*I boiled the chicken.*
*I boiled the eggs.*
*I had the thief caught by the police.*
*I had the thief caught.*
*I had the thief hold something.*
*I had the thief hold a rope.*
*We had Ali listen to their voices.*
*We listened to Ali.*
*We listened to the voice.*
*We had Ali listen to something.*
*They had a child beaten by his mother.*
*They had Ali beaten by his friend.*
*They had Ali beat Fatuma.*
*They had Fatuma beat Ali.*
*They showed Ali to Fatuma.*
*They had Fatuma see Ali.*
*They had the cook, cook the chicken.*
*They had the cook cook the chicken.*
*Ali listened to me.*
*Ali made me listen to the poems.*
*The stone hurt me.*
*My host (hostess) filled me with food.*
*My host made me fill the plate with food.*

## Soma sentensi hizi na zifasiri kwa Kiingereza:

*Read these sentences and translate them into English.*

Ni watu waliompendesha Ali mji huu.
Watu wa mji huu walimpendeza Ali.
Nguo ya rangi ya buluu imempendeza Fatuma.
Jaji alimuapisha Rais siku ya kutawala kwake.
Sipendi kumuapiza mtu hata kama ni adui yangu.
Mwenyeji alimjulisha mgeni wake kwa wakuu wa mji.
Mwenyeji alimjulisha mgeni Asha.
Mwenyeji alimjulisha mgeni habari nyingi.
Mama alimjuvya mwanawe mambo mema.
Mwimbaji alitusikilizisha sauti yake nzuri.
Tuliisikiliza sauti nzuri ya mwimbaji.
Bibi alimchemshisha mtumishi maji ya moto.
Mtumishi alichemsha maji ya moto.
Sauti yake ilimuumisha Fatuma kichwa.
Sauti yake ilimuumiza kichwa.
Chakula kilimuumisha Fatuma tumbo.
Jiwe lilimuumiza Fatuma kichwani.
Jiwe lilimuumiza Fatuma.
Dharau ilimuumizisha Fatuma mwanawe.
Ali alimfanyisha Fatuma sanamu wa mti.
Ali alimfanyiza Fatuma sanamu wa mti.
Ali alimfanyizisha Fatuma sanamu wa mti.
Mama alimlaza mtoto.
Baba alimlazisha mama mtoto.
Baba alimlalisha mama mtoto.
Mungu alimwongoza mtoto.

Mungu alimwongozesha mama mwanawe.
Mungu alimwongolesha mama mwanawe.

## Yatumie maneno haya katika sentensi: *Use these words in sentences.*

pendesha na pendeza
apisha na apiza
julisha na juvya
sikilizisha na sikiliza
chemshisha na chemsha
umisha, umizisha na umiza
fanyisha, fanyiza na fanyizisha
lalisha na laza, lazisha
ongolesha, ongoza na ongozesha
lipisha na lipiza, lipizisha

## Badilisha yafuatayo: *Change the following:*

|  | Alikuwa akinunua vitu. |
|---|---|
| fanya kazi | Alikuwa akifanya kazi. |
| andika barua | Alikuwa akiandika barua. |
| kwenda nyumba | Alikuwa akienda nyumbani. |
| ngoja basi | Alikuwa akingoja basi. |
| zungumza Ali | Alikuwa Akizungumza na Ali. |
| vaa nguo | Alikuwa akivaa nguo. |
| chemka maji | Alikuwa akichemsha maji. |
| soma kitabu | Alikuwa akisoma kitabu. |
| soma Ali | Alikuwa akimsomesha Ali. |
| kula chakula | Alikuwa akila chakula. |
| kula mtoto | Alikuwa akimlisha mtoto. |
| kula mkahawa | Alikuwa akila mkahawani. |

## Badilisha hizo sentensi zilizotangulia kuwa:

*Change the previous sentences to:*

a. wao
b. nyinyi
c. sisi

## Sema na ufasiri.

Ameondoka.
Alikuwa amekwisha kuondoka.
Alikuwa amekwisha ondoka.
Alikuwa ameshaondoka.

## Badilisha sentensi hii.

|  | Alikuwa amekwisha fika. |
|---|---|
| wewe | Ulikuwa umekwisha fika. |
| mimi | Nilikuwa nimekwisha fika. |
| wao | Walikuwa wamekwisha fika. |
| Wajumbe | Wajumbe walikuwa wamekwisha fika. |
| wote | Wajumbe wote walikuwa wamekwisha fika. |
| nyinyi nyote | Nyinyi nyote mlikuwa mmekwisha fika. |
| sisi sote | Sisi sote tulikuwa tumekwisha fika. |
| wao wote | Wao wote walikuwa wamekwisha fika. |
| vitu vyote | Vitu vyote vilikuwa vimekwisha fika. |

**Fasiri sentensi hizi kwa Kiingereza:** *Translate these sentences into English.*

Nimefurahi kukuona.
Tumeshiba sana.
Nimechoka kufanya kazi hiyohiyo kila siku.
Wamechelewa kazini leo.
Ali ameoa mke mzuri.
Nimestarehe sana.
Bakari amelala sasa.
Nilimwona amesimama karibu na mlango.
Aliniona nimekaa kitako ninasoma.
Fatuma amenenepa sana siku hizi.
Amevaa koti zito kwa sababu kuna baridi kali leo.
Chai imejaa sukari, siwezi kuinywa.
Hawajachoka kufanya kazi bado.
Hajaoa bado; anatumai kuoa mwakani.
Mgeni wetu hajafika bado; tunamngojea.
Nilipofika alikuwa amekwisha ondoka.
Walipofika tulikuwa tumekwisha kula.
Nilipopiga simu ulikuwa umekwisha toka.
Nilipomuuliza alikuwa amekwisha nunua vitu.
Aliporudi nilikuwa nimekwisha funga mizigo yangu.

## MANENO MAPYA

-laza — *put to sleep*
ila — *except*
-timia — *complete*
-oa — *marry (used by a male)*
-shughulisha — *make busy*
-furahi — *be happy*
niwie radhi — *excuse me*
kukaribisha — *to welcome*
-amkia — *greet*
mtundu — *naughty, mischievous*
taabu — *difficulty*
-olewa — *be married (used by a female)*
wiski — *whiskey*
biya — *beer*
-kubali — *agree*
-nenepa — *become fat*
mkahawa — *restaurant, coffee house*
ziara — *a visit*
sanamu — *statue, idol, doll*
jin — *gin*
barafu — *ice*
-tembeza — *take around*
-shiba — *be satiated, full*
-konda — *become thin*
-tangulia — *precede*
dharau — *carelessness, scorn*
-dharau — *scorn, despise, neglect*
shairi — *verse, poem*

## MAELEZO

### KIMALIZO CHA KUTENDESHA: *THE CAUSATIVE SUFFIX*

The causative form of the verb in Swahili is made by adding **-sha** or **-za** as a suffix to the verb. **-v-** indicates the vowel, which is either **-i-** or **-e-** depending on the Swahili rule of vowel harmony:

**pika** *cook* **pik-isha** *cause one to cook*
**soma** *read* **som-esha** *cause one to read*

*A few verbs appear with a different suffix as a result of some phonological changes in the final consonant of the verb root:*

**takata** *clean, shine* **takasa** *to cause to shine*
**ruka** *jump* **rusha** *to cause to jump*

*Some verbs occur with either* **-isha** *or* **-iza** *as a suffix but with some difference in meaning:*

**Alimuapisha.** *He caused him to take an oath.*
**Alimuapiza.** *He cursed him/He put an oath on him.*

*This difference in meaning results from the number of participants in the sentence together with the shape of the suffix that appears with the verb. When a sentence has three participants the syntactic structure is thus:*

Participant 1 -Causer, i.e., Originator
Participant 2 -Actor, i.e., Agent
Participant 3 -Affected person or affected object or other

**Ali alimfungisha Fatuma mlango.**
*Ali caused Fatuma to close the door.*

*The syntactic structure differs when the same verb appears with a* **-za** *suffix. First, the number of participants is reduced to two, the first one being the causer or actor and the second the affected person or the affected object:*

**Ali alimuumiza Fatuma.**
*Ali hurt Fatuma (caused Fatuma to be hurt).*
**Ali alimliza Fatuma.**
*Ali caused Fatuma to cry.*
**Ali alimkataza Fatuma.**
*Ali forbade Fatuma.*

*For the second participant to be the actor the verb that has a* **-za** *suffix must take an* **-isha** *suffix as well:*

**Ali alimuumizisha Fatuma mwanawe.**
*Ali caused Fatuma to hurt her child.*
**Ali alimlizisha Fatuma Rajabu.**
*Ali caused Fatuma to make Rajabu cry.*
**Ali alimkatazisha Fatuma Rajabu.**
*Ali caused Fatuma to forbid Rajabu.*

*The meaning of a sentence is ambiguous when the suffix is* **-isha** *and there are only two participants in the sentence instead of three. The first participant is still a causer but the second may be either an actor or an affected person:*

**Ali alimpikisha Fatuma.**
*may mean either*
*Ali had Fatuma cooked.*
*or*
*Ali caused Fatuma to cook.*

This ambiguous meaning, which results from the use of two participants with the -isha suffix, does not arise when the two participants occur with the -iza suffix, since in this case the second participant is always an affected person or object and never an actor.

However, there <u>are</u> verbs which appear with the -isha suffix and with two participants and yet result in no ambiguous meaning:

**Ali alimuapisha Fatuma.**
*Ali caused Fatuma to take an oath.*
**Ali alimchemsha Fatuma.**
*Ali caused Fatuma to boil.*
*i.e., Ali boiled Fatuma!*

In both these sentences, Fatuma is the affected person and for Fatuma to be the actor both these sentences will require another causative suffix and preferably another participant:

**Ali alimuapishisha Fatuma mwanawe.**
*Ali caused Fatuma to make her child take an oath.*
**Ali alimchemshisha Fatuma mayai.**
*Ali caused Fatuma to boil the eggs.*

When the verb appears with a double suffix the second participant is the actor even when the third participant is missing: This redundant use of the suffix makes the meaning clearer even without the use of the third participant. Such reduplication of suffixes can only occur as a combination of -iza and -isha:

**uma** > **umizisha** *cause one to hurt*
or with a doubling of an -isha suffix:

**safi** *clean* **safisha** *to make clean* **safishisha** *to cause someone to clean*

Therefore the ambiguous meaning of the suffix -isha is eliminated either by using a third participant or by using two suffixes instead of one.

Here are other verbs that require two suffixes in order to bring out the causative meaning of the sentence:

**-tokota** *bubble*
**tokosa** *to boil, to make it boil*
**tokosesha** *to cause to boil*

**-takata** *clean*
**takasa** *to make clean*
**takasisha** *to cause to clean*

**-koma** *end*
**komesha** *to make end*
**komeshesha** *to cause to end*

**-kopa** *borrow*
**kopesha** *to lend*
**kopeshesha** *to cause to lend*

**-uma** *hurt, bite*
**umiza** *to hurt*
**umizisha** *to cause to hurt*

In all these examples, regardless of the lexical item or the meaning of the verb when it occurs with a suffix -isha or -iza, the first participant in the sentence is an instigator of the action or an actor. If there are two participants, the first one is the actor and the second is the affected person or else the meaning of the sentence is ambiguous. The meaning of the suffix -isha appears, then, to be "to cause someone to act," while the suffix -iza means to act on someone." If there are three participants, the first one is the causer (instigator), the second the actor, and the third the affected person or object.

Certain verbs, which in their basic form indicate the notion of causation, do not take the suffix -z- and consequently appear only with the causative -sh-. It is assumed that the agent cannot be forced to perform the action of the verb and the suffix -sh- indicates that he is <u>caused to act</u> rather than being acted upon.

| VERB STEM | | CAUSATIVE FORM | |
|---|---|---|---|
| -la | eat | -lisha | cause to eat |
| -nywa | drink | -nywisha | cause to drink |
| -zunga | go round | -zungusha | cause to go round |
| -fahamu | understand | -fahamisha | cause to understand |
| -rudi | go back, return | -rudisha | cause to go back, cause to return |
| -kumbuka | remember | -kumbusha | cause to remember |
| -nyoka | become straight | -nyosha | cause to straighten |
| -vika | dress | -visha/valisha | cause to dress |
| -fikiri | think | -fikirisha | cause to think |

Besides the two causative suffixes -z- and -sh- so far discussed, there is a third causative suffix -y- which, it has been suggested, was the original causative suffix in Proto-Bantu. This suffix still appears with a few verbs with the meaning of "to <u>make</u> the agent perform" the action, as is the case with the suffix -z-. These verbs are:

**-lewa** *become drunk*
**-levya** *make drunk*
**-lewesha** *cause to become drunk*

**-rowa, lowa** *become wet*
**-rovya, lovya** *make wet*
**-rowesha, lowesha** *cause to become wet*

**-ona** *see*
**-onya** *make see (warn)*
**-onyesha** *cause to see, show*

**\*-fana** *do, make*
**-fanya** *make do*
**-fanyiza** *make to do*
**-fanyisha** *cause to make*

| VERB STEM | | CAUSATIVE FORM | |
|---|---|---|---|
| -andika | write | andikiza | write, register |
| | | andikisha | cause to write |
| -pika | cook | pikisha | cause to cook |
| -piga | hit | pigisha | cause to hit |
| | | pigiza | make one hit |
| -fanya <*fana* | do, make | fanyisha | cause to do |
| | | fanyiza | make one do |
| -pata | get | patisha | cause to get |
| | | patiza | make one get |
| | | pasha | cause to get (information) or cause to warm up something |
| | | pasa | made to, has to |
| -funga | close | fungisha | cause to close |
| | | fungiza | make one close |
| -apa | take oath | apisha | cause to take oath |
| | | apiza | curse (someone), swear (at someone) |
| | | umisha | cause to bite (hurt) |
| | | umiza | make one hurt (hurt) |
| -sema | speak | semesha | cause to speak |
| | | semeza | make one speak |
| -penda | like | pendesha | cause to like |
| | | pendeza | make one pleased (suit) |
| -kataa | refuse | katalisha | cause to deny |
| | | kataza | forbid |
| -vaa | put on | valisha, visha | cause to put on dress |
| -ongoa | guide | ongoza | to make someone go straight |
| -jua | know | julisha | cause to know, introduce |
| -jaa | become full | jazisha | cause to fill |
| | | jaza | to make full, fill |
| -karibu | near | karibisha | cause to come near, welcome |
| | | karibiza | make to come near |

* An asterisk preceding a word indicates that the form does not appear.

# Mtihani: *A Quiz*

**Andika vitendo hivi katika umbo la kutendea:** *Give the prepositional/applied forms of these verbs.*

-pita, -funga, -pata, -ona, -piga, -karibu, -la, -nywa, -sahau, -kataa, -pokea, -lia

**Andika vitendo hivi katika umbo la kutendesha:** *Give the causative forms of the following verbs.*

-weza, -penda, -la, -lala, -funda, -ogopa, -kataa, -starehe, fahamu, chemka, -ona, -jua

**Tunga sentensi kwa kutumia amba- pamoja na Kianzo cha uhusiano cha Klasi ya wa- na ma- kwa kitu kimoja na vingi:** *Make sentences using amba- with the relative prefixes of the wa- and ma- classes of nouns (singular and plural).*

**Fasiri sentensi hizi kwa Kiswahili.**

1. I am pleased to meet you.
2. Sorry, I can't eat any more. I am very full.
3. I am tired. I want to rest for a while.
4. Why is the milk late today?
5. Has the newspaper come?
6. I found them asleep.
7. Our guest hasn't arrived yet. We will have to wait for him.
8. He sold me bad things, and I returned them.
9. I am looking for someone to carry my suitcases for me. Can you help me?
10. Although we waited for them for a long time we were not able to see them.
11. The guest who arrived yesterday from Nairobi left this morning.
12. They went shopping to buy gifts for their friends.
13. What should I bring you from the store?
14. Do you want me to buy you anything?
15. I would like you to get me some Swahili books.
16. Should I send them by air or by sea?
17. That is the teacher who will teach us Swahili.
18. I do not have the books that he wanted us to get.
19. Do you know the store where they sell these books?
20. I tried to look for them at two places where they sell Swahili books but they did not have them.
21. Did you try to look in the University bookstore?
22. No I didn't. Is the bookstore open at this time?
23. When I reached his place, he had already left.
24. When they came to visit us, we had already eaten.
25. When I telephoned you, you had already left your office.

**Andika insha fupi juu ya mojawapo:** *Write a short essay on one of the following:*

Safari ya Afrika ya Mashariki.
Wewe ni mgeni ndiyo kwanza ufike kijijini, jijulishe kwa wenyeji.
Andika hotuba utakayowatolea wafanyaji kazi wa idara yako.
Kuishi au kutoishi ndiyo tashwishi.
Mchague mtu mmoja umtakaye na ueleze maisha yake.
Eleza ajali uliyoishuhudia.

# 38 Somo La Thelathini Na Nane
## Mchezo Wa Futboli: *The Football Game*

## MAZUNGUMZO

JUMA: Jana nilikwenda mpirani. Si mpira huo! Ulikwenda?

ALI: La sikwenda. Je, mpira ulikuwaje?

JUMA: Ulikosa mambo. Kwani wewe si mtazamaji wa mpira?

ALI: Hutokea nikaenda mara nyingine.

JUMA: Ningalijua kuwa ulitaka kwenda basi ningalikwambia tufuatane.

ALI: Hebu nieleze mpira ulikuwaje.

JUMA: Mpira ulikuwa u moto. Watu walishindana, waligombana, walisukumana hata walikaribia kupigana.

ALI: Lo! basi kweli nilikosa mambo! Wachezaji walikuwa ni nani?

JUMA: Wachezaji wa Daressalaam walipambana na wachezaji wa Unguja?

ALI: Walioshinda ni nani? Timu ya Unguja?

JUMA: Hapana. Waliocheza vizuri sio walioshinda na walioshinda hawakucheza vizuri. Timu ya Dar es salaam ilipata magoli matano kwa matatu ya wachezaji wa Unguja.

ALI: Ukienda Ijumaa ijayo, tafadhali niarifu na mimi. Nitapenda kufuatana nawe.

JUMA: Ningalijua unataka kwenda jana ningalikupitia.

ALI: Jana nisingaliweza kwenda kwa sababu nilikuwa na shughuli nyingine.

## MAZOEZI

### Jibu maswali yafuatayo.

Juma alikwenda kutazama mchezo gani? Nani waliokuwa wachezaji?

Mchezo ulikuwa vipi?

Nani walioshinda? Je walioshinda ndio waliocheza vizuri?

Kwa nini Ali asingaliweza kufuatana na Juma jana?

Eleza mechi ya futboli uliyopata kuiona, na kama hukupata, eleza mchezo mwingine uliouona.

### Fasiri.

Ningalimwona ningalisema naye.
Ungalimwona ungalisema naye.
Angalimwona angalisema naye.
Ningelimwona ningelisema naye.
Ningemwona ningesema naye.

## Fasiri kwa Kiingereza.

Ningalijua utakwenda ningalifuatana nawe.
Ningalifahamu anapokaa ningalikwenda kumwangalia.
Angaliniuliza swali lolote ningalimjibu.
Usingalimwita asingalikuja.
Ningalijua unataka kwenda ningalikupitia.
Angalinionyesha duka ningalikwenda mimi mwenyewe.
Wangalitukaribisha nyumbani kwao bila shaka tungalikwenda.
Mngalivitafuta vile vitu mngaliweza kuvipata.
Mngalifika mapema mngalikutana nao hapa.
Ningelikuwa nina nafasi ningelikwenda kuonana naye.
Ningelijua ningelimwambia.
Ungefika mapema ungemwona.

## Maliza sentensi hizi.

Ningalikwenda _____
Angalitaka _____
Ungalijua anataka nini _____
Tungaliwaona njiani _____
Mngalipenda kwenda _____
Wangaliniuliza _____
Juma angalizisikia habari hizi _____
Karani yule angalipata kazi _____
Wanafunzi wangalifundishwa vizuri _____
Wageni hawa wangalikaa mjini kwa muda mrefu _____
Waziri angaliwasikiliza watu shida zao _____
Angalitualika kwenye karamu yake _____

## Fasiri.

Ukija nitafurahi na nitakushukuru sana sana.
Akifanya kazi yake kwa bidii, ataendelea vizuri.
Akikuuliza usimwambie neno, lakini mwonyeshe barua hii.
Wakisafiri mwaka huu, watarudi mwakani.
Wakijitaabisha kwenda, hawatapoteza wakati wao.
Akikukaribisha nyumbani kwake, usikatae kwenda.

## Maliza sentensi hizi.

watoto

Yule mtoto mdogo aliyeanza shule yumo ndani.
Wale watoto wadogo walioanza shule wamo ndani.

| | |
|---|---|
| | Kile kidani kizuri kilichofika leo kimo sandukuni. |
| vidani | Vile vidani vizuri vilivyofika leo vimo sandukuni. |
| | Ule mchezo mzuri uliofika leo umo sandukuni. |
| michezo | Ile michezo mizuri iliyofika leo imo sandukuni. |
| | Ile nyumba nzuri iliyojengwa na serikali iko karibu na kwangu. |
| Nyumba | Zile nyumba nzuri zilizojengwa na serikali ziko karibu na kwangu. |
| | Lile soko zuri lililofunguliwa leo liko karibu na kwangu. |
| masoko | Yale masoko mazuri yaliyofunguliwa leo yako karibu na kwangu. |
| | Ule ua mzuri uliovunjika leo uko karibu na kwangu. |
| nyua | Zile nyua nzuri zilizovunjika leo ziko karibu na kwangu. |
| mahali | Pale mahali pazuri palipojengwa bustani pako karibu na kwangu. |
| pahali | Pale pahali pazuri palipojengwa bustani pako karibu na kwangu. |

## Sema na fasiri.

Yule mtoto mdogo atakayeanza shule leo yumo ndani.
Yule mtoto mdogo atayeanza shule leo yumo ndani.
Wale watoto wadogo watakaoanza shule leo wamo ndani.
Wale watoto wadogo wataoanza shule leo wamo ndani.

## Tumia maneno haya katika sentensi kama hizo zilizotangulia: *Use these words in sentences constructed like those in the previous exercise.*

mgeni, askari, kiongozi, kikombe, mkoba, nguo, kabati, uso

Yule mtoto mdogo anayeanza shule leo yumo ndani.
Wale watoto wadogo wanaoanza shule leo wamo ndani.

## Tumia maneno haya katika sentensi kama hizo zilizotangulia: *Use these words in sentences constructed like those in the previous exercise.*

nchi, lugha, kibanda, kikapu, meza, njia, dirisha

Yule mtoto mdogo atokaye Kenya yumo ndani.
Wale watoto wadogo watokao Kenya wamo ndani.

## Tumia maneno haya katika sentensi kama hizo zilizotangulia.

mgeni, chuo kikuu, mji, mkahawa, kabati, ubao

## Maliza sentensi hizi.

Mtu anayecheza ni mchezaji au mchezi.
Mtu anayeimba ni _____
Mtu anayeogelea ni
Mtu anayepika ni _____ au _____
Mtu anayetazama ni _____
Mtu anayesoma ni _____
Mtu anayelima ni _____ au _____
Mtu anayekimbia ni _____ au _____
Mtu anayefundisha ni _____ au _____
Mtu anayelea mtoto ni _____ au _____
Mtu anayeuguza mgonjwa ni _____ au _____

## Soma na fasiri sentensi hizi: *Read and translate these sentences.*

Nilimkuta Ali njiani akienda sokoni.
Nilikutana na Ali njiani akienda sokoni.
Juma alimpiga Ali bila ya sababu.
Juma alipigana na Ali bila ya sababu.
Tulimwona rafiki yako shule.
Tulionana na rafiki yako shule.
Ali alimfuata rafiki yake mpirani.
Ali alifuatana na rafiki yake mpirani.
Mimi na Ali tulikutana njiani.
Juma na Ali walipigana bila ya sababu.
Sisi na rafiki yako tulionana shule.
Ali na rafiki yake walifuatana mpirani.

## Tumia maneno haya katika sentensi.

-patana, -juana, -pendana, -gombana, -gongana, -shindana, -ulizana, -fahamishana, -pigiana simu, -uziana, -elezana, -husiana, -chukiana

## MANENO MAPYA

-kosa — *miss*
hutokea — *it happens*
-fuata — *follow*
mchezaji — *player*
-shinda — *overcome, win*
-gombana — *argue with each other*
-sukumana — *push each other*
-pambana — *confront each other*
-kutana — *meet*
mechi — *match*
-alika — *invite*
-poteza — *lose*
Ulikosa mambo! — *You missed something!*
-fuatana — *go with, accompany*
timu — *team*
-shindana — *compete with each other, overcome each other*
-gomba — *rebuke*
-chukia — *hate*

goli — *goal*
mchezo — *play, dance, game*
-kuta — *find*
waziri — *minister*

## MAELEZO

### KIMALIZO CHA KUTENDANA -n<u>a</u>: *THE RECIPROCAL SUFFIX -na.*

The **na**, which has the meaning of "and" or "with," is suffixed to any verb stem to indicate that the participants in the sentence share the action of the verb. There is a reciprocal relationship between them:

**Wanapiga.** *They hit.*
**Wanapigana.** *They hit each other. (i.e., They fight.)*
**Wanaona.** *They see.*
**Wanaonana.** *They see each other. (i.e., They meet.)*
**Wanapendana.** *They like each other.*
**Ali anapendana na Fatuma.** *Ali likes Fatuma and Fatuma likes Ali.*
**Ali na Fatuma wanapendana.** *Ali and Fatuma like each other.*
**Vijana wanapendana.** *The young people like each other.*

When the two participants are separate, another **na** precedes the second participant:

**Ali anapendana na Fatuma.**
*Ali shares feelings of affection with Fatuma.*
**Ali anapendana naye.**
*Ali shares feelings of affection with her.*

This **na** sometimes occurs after another suffix as, for example:

1.  After a prepositional suffix:
    **hitilafiana hitilaf-ia-na**   *differ from each other*
    **andikiana andik-ia-na**   *write to each other*

**kataliana kata-lia-na**   *refuse each other*
**ngojeana ngoj-ea-na**   *wait for each other*

2.  After a causative suffix:
    **fundishana fund-isha-na**   *cause each other to learn*
    **katazana kat-aza-na**   *forbid each other*
    **pendezana pend-eza-na**   *please each other*
    **umizana um-iza-na**   *hurt each other*

3.  After a stative suffix -ka:
    **julikana ju-lika-na**   *be known by others*
    **onekana on-eka-na**   *be seen by others*

The stative form of the verb will be illustrated and discussed in the next unit.

### MAJINA YANAYOTOKANA NA VITENDO: *NOUNS WHICH ARE DERIVED FROM VERBS*

Some animate nouns are derived from verbs. This is done by adding to a verb stem an animate class prefix **m-/mu-** and a suffix **-ji**. This indicates the performer of an action.

**mpikaji chakula**   *one who cooks the food*
**muimbaji**   *one who sings*

This suffix **-ji** is optionally omitted when a nominal object follows this noun:

**mpikaji chakula**   *or*   **mpika chakula**   *one who cooks the food*

Sometimes a second noun is formed from the same verb by adding a suffix **-zi** or **-i** to the root. A sound change may be involved. This second noun is different in meaning from the first noun.

**kupika**   *to cook*   **mpikaji**   *one who cooks*
**mpishi**   *a professional cook*

Here are some examples of nouns that have been derived from verbs:

| VERB STEM | | VERB STEM +ji | | VERB ROOT + -zi/-i | |
|---|---|---|---|---|---|
| -cheza | *play* | mchezaji | *one who plays* | mchezi | *player* |
| -andika | *write* | mwandikaji | *one who writes* | mwandishi | *writer* |
| -tumika | *serve* | mtumikaji | *one who serves* | mtumishi | *servant* |
| -sema | *speak* | msemaji | *one who speaks* | msemi | *chatterbox* |
| -zika | *bury* | mzikaji | *one who buries* | mzishi | *caretaker* |
| -lea | *bring up* | mleaji | *one who brings up* | mlezi | *guardian* |
| -nunua | *buy* | mnunuaji | *one who buys* | mnunuzi | *buyer* |
| -chukua | *take* | mchukuaji | *one who takes* | mchukuzi | *porter* |
| -chagua | *select* | mchaguaji | *one who selects* | mchaguzi | *selector, voter* |
| -fuata | *follow* | mfuataji | *one who follows* | mfuasi | *follower* |
| -zaa | *bear* | mzalishaji | *midwife (one who causes one to bear children)* | mzazi | *parent* |
| | | mzaaji | *one who produces a great deal* | | |
| -la | *eat* | mlaji | *one who eats* | mlafi | *glutton* |
| -simama | *stand* | msimamaji | *one who stands* | msimamizi | *overseer* |
| -okoa | *save* | mwokoaji | *one who saves* | mwokozi | *savior, God* |

| VERB STEM | | VERB STEM +ji | | VERB ROOT + -zi/-i | |
| --- | --- | --- | --- | --- | --- |
| -shona | sew | mshonaji | one who sews | mshoni | tailor |
| -finyanga | mold | mfinyangaji | one who molds | mfinyanzi | potter |
| -fuga | to keep animals | mfugaji | one who keeps animals | | |
| -chunga | herd | mchungaji | one who herds | | |
| -vuna | harvest | mvunaji | one who harvests | | |
| -chuma | collect by picking | mchumaji | one who collects by picking | mchumi | one who makes money |
| -lima | cultivate | mlimaji | one who cultivates | mkulima | farmer |
| -vua | take off | mvuaji | one who takes off | mvuvi | fisherman |
| -kosa | miss | mkosaji | one who misses | mkosi | one who is at fault |
| | | | | mkosefu | one who lacks |
| -lewa | get drunk | mlewaji | one who drinks | mlevi | drunkard |
| -iba | steal | mwibaji | one who steals | mwizi | thief |
| -penda | like | mpendaji | one who likes | mpenzi | sweetheart |
| -kimbia | run | mkimbiaji | one who runs | mkimbizi | runner, refugee |
| -uguza | take care of a sick person | muuguzaji | one who takes care of a sick person, a nurse | muuguzi | nurse |

# 39 Somo La Thelathini Na Tisa
## Mbugani: *At the National Park*

## MAZUNGUMZO

SCOTT: Jambo gani lililokufurahisha zaidi katika safari yako? Tafadhali tueleze.

ANDERS: Kwa muda mrefu nilitamani kuizuru mbuga ya Serengeti ili niweze kuwaona wale wanyama waonekanao kwenye sinema zetu siku zote. Nilipopata likizo langu nilifunga safari kwenda Tanzania. Baada ya safari ya muda wa saa kumi na nane nilijiona niko kiwanja cha ndege cha Daressalaam. Kama nilivyoazimu sikupoteza wakati bali siku ya pili yake niliitembelea Serengeti.

Tanzania kuna mbuga za wanyama wa maporini nne nazo ni Serengeti, ziwa Manyara Mikumi na Bonde la Ngurdoto. Katika nchi zote tatu za Afrika ya Mashariki; Kenya, Uganda na Tanzania, Tanzania ndiyo iliyo na sehemu kubwa zaidi ya mbuga za kuhifadhi wanyama.

Kiongozi wa afisi ya hapo mbugani alituzungusha kwenye mbuga ya Serengeti katika gari lake la jipu. Mandhari ya mbuga hiyo ni ya kustaajabisha. Uwanda unaotandazika kiasi cha maili za eneo elfu sita. Kwa upande wa magharibi unaweza kufikia ziwa la Nyanza Viktoria, upande wa kaskazini uko mto Mara, na kwa upande wa mashariki ni nchi ya Wamasai, Genge la Ngorongoro na Bonde la Olduvai. Kimo cha ardhi ni futi elfu tatu mpaka elfu sita hivi.

SCOTT: Mliona nini?

ANDERS: Tulifurahi sana kuona wanyama, wa aina mbali mbali, wametawanyika kila mahali. Vikundi vya wanyama wa namna moja utawakuta wanaishi kwenye ardhi wanayoipenda na kwenye mimea inayowafaa kwa chakula chao. Nchi hiyo hubadilika, tangu uwanda mpaka vichaka na miti mifupi ya miiba, mpaka unafika kwenye mwitu.

SCOTT: Ulikwenda lini?

ANDERS: Tulikwenda katika mwezi wa Juni, kwa hivyo, hali ya hewa ilikuwa nzuri, na tulipata bahati ya kuona punda milia na nyati wakihama kuelekea upande wa magharibi. Tuliona wanyama wa kila aina ambao sijapata kuwaona maisha yangu yote. Simba, tembo, viboko, twiga, vifaru, nyati, nyumbu, chui, duma, paa wa namna mbalimbali, bweha, mbwa wa mwitu, nguruwe mwitu, na nyoka. Tulimkuta duma akila mawindo yake, na tuliambiwa kwamba pia simba na chui chakula chao ni wanyama wadogo, wanaowashambulia au walio wagonjwa wasioweza kukimbia. Nilikuwa na kamera yangu, basi nilipiga

picha nyingi kwa ukumbusho wa siku za mbele. Kwa bahati mbaya, sikumpata kiboko wala mamba hata mmoja.

SCOTT: Wanyama hawo wana faida yoyote kwa nchi?

ANDERS: Wanyama hawa wa mwitu huiletea nchi mandhari ya kupendeza, ni mafundisho ya maana kwa watazamaji, na ni uchumi wa faida kwa Serikali. Kuhifadhiwa kwa wanyama hawa ni jambo linalotakika sana. Siku hizi Serikali inakataza wanyama hawa kuwindwa, si kama zamani walivyowindwa na mashujaa kuonyesha ushujaa wao, au kwa ajili ya biashara, ili wafanyaji wa biashara wapate pembe za ndovu na vipusa vya vifaru, au waliwindwa na watu walipotaka kujihifadhi wao wenyewe na kuhifadhi mazao yao.

Safari yetu hii ya Serengeti ilikuwa ni ya kufurahisha mno, maarifa yetu yaliongezeka na|nyoyo zetu zilipambazuka.

## MAZOEZI

**Funika maneno ya mkono wa kulia halafu badilisha maneno ya mkono wa kushoto katika umbo la kutendeka na uyatumie katika sentensi:** *Cover the words in the right-hand column, then change the words in the left-hand column into stative form and use these in sentences.*

| | | |
|---|---|---|
| -pita | > | -pitika |
| -ona | > | -oneka, onekana |
| -hifadhi | > | -hifadhika |
| -tawanya | > | tawanyika |
| -taka | > | -takika |
| -tandaza | > | -tandazika |
| -penda | > | -pendeka |
| -jenga | > | -jengeka |
| -staajabu | > | -staajabika |
| -jibu | > | -jibika |
| -tofauti | > | -tofautika |
| -piga | > | -pigika |
| -samehe | > | -sameheka |
| -furahi | > | -furahika |
| -badili | > | -badilika |
| -ongeza | > | -ongezeka |
| -sahau | > | -sahaulika |

## Soma na fasiri sentensi hizi: *Read and translate these sentences.*

*My pen is broken.*
*This road is passable, but that one is not.*
*This question is unanswerable.*
*That kind of food is obtainable from that market.*
*The door has been opened (is opened).*
*The door has been closed (is closed).*
*The stars are invisible.*
*The story cannot be forgotten.*
*This meat won't cut.*
*His voice cannot be heard.*

## Fasiri kwa Kiingereza.

Barua yake ilisomeka na ilijibika.
Chakula hiki kina chumvi nyingi hakiliki.
Neno hili linatamkika kwa urahisi.
Maneno yake hayafahamiki.
Njia hii ina matope haipitiki.
Kibanda chake kilivunjika kwa upepo.
Vitu hivi vinapatikana sokoni.
Nyota zilionekana mbinguni.
Mtoto huyu hakataziki.
Habari hii inajulikana na kila mtu.

## Badilisha sentensi hizi.

|         | Nilifanya alivyosema.         |
| ------- | ----------------------------- |
| -taka   | Nilifanya alivyotaka.         |
| -penda  | Nilifanya alivyopenda.        |
| -amrisha| Nilifanya alivyoamrisha.      |
| -agiza  | Nilifanya alivyoagiza.        |

|         | Anafanya atakavyo.            |
| ------- | ----------------------------- |
| -jua    | Anafanya ajuavyo.             |
| -sema   | Anafanya asemavyo.            |
| -penda  | Anafanya apendavyo.           |
| -weza   | Anafanya awezavyo.            |

|          | Tutafanya atakavyotuambia.        |
| -------- | --------------------------------- |
| -jibu    | Tutafanya atakavyotujibu.         |
| -agiza   | Tutafanya atakavyotuagiza.        |
| -taka    | Tutafanya atakavyotutaka.         |
| -elekeza | Tutafanya atakavyotuelekeza.      |

|         | Tulipofika alikuwa ameshaondoka.      |
| ------- | ------------------------------------- |
| kuja    | Tulipokuja alikuwa ameshaondoka.      |
| -rudi   | Tuliporudi alikuwa ameshaondoka.      |
| -ingia  | Tulipoingia alikuwa ameshaondoka.     |
| kwenda  | Tulipokwenda alikuwa ameshaondoka.    |

|         | Mngoje mpaka afikapo.         |
| ------- | ----------------------------- |
| -rudi   | Mngoje mpaka arudipo.         |
| kwenda  | Mngoje mpaka aendapo.         |

|         | Mngoje mpaka ajapo.           |
| ------- | ----------------------------- |
| kuja    | Mngoje mpaka ajapo.           |
| -sema   | Mngoje mpaka asemapo.         |

## Badilisha sentensi zilizotangulia kuwa: wao, yeye: *Change the sentences in the previous exercise to* wao *then to* yeye.

## Fasiri kwa Kiswahili.

*When we arrived, he had already left.*
*When we entered the house, he had already left.*
*When we returned, they had already left.*
*When I saw him, we were going to school.*
*When we entered, they were leaving the house.*
*When we came, they were going out.*
*Wait for him until he returns.*
*Wait for him until he goes.*
*Wait until he speaks.*
*Wait until they come.*

## Eleza kwa maneno yako mwenyewe safari yako ya mbugani kutazama wanyama, au ya kwenye zuu: *Describe in your own words your visit to the game park or to the zoo.*

## Eleza umbo na tabia ya wanyama hawa bila ya kutaja majina yao ili mtu mwingine awatambue: *Describe the shape and habits of these animals (without mentioning their names) so that someone else can recognize them.*

simba
tembo
twiga
kiboko
mamba

## MANENO MAPYA

-azimia — *intend*
wakati ulipoadia, ulipowadia — *when the time came*
kupakia — *to load*
pori — *forest*
wanyama wa maporini — *wild animals*
bonde - *crater, valley*
-hifadhi — *preserve*
staajabika — *surprising*
-tandazika — *extend*
-tawanyika — *spread out*
-takika — *desired*
pembe — *ivory, tusk, corner*
vipusa — *rhinoceros horns*
vifaru — *rhinoceros*
tembo, ndovu — *elephant*

kiboko — *hippopotamus*
twiga — *giraffe*
nyati — *buffalo*
punda milia — *zebras*
nyumbu — *mule*
mbuni — *ostrich*
chui — *leopard*
duma — *cheetah*
pofu — *eland*
paa — *antelopes, deer*
fisi — *hyena*
kongoni — *hartebeest*
bweha, mbweha — *fox, jackal*
mbwa wa mwitu — *wolf*
mawindo — *prey*
-shambulia — *attack*
nyoyo, moyo sg — *hearts*
mamba — *crocodile*
-staajabu — *be surprised*
-tamka — *pronounce*
-tambua — *recognize*

## MAELEZO

### UMBO LA KUTENDEKA: *THE STATIVE FORM*
*The stative form of the verb is made by suffixing* -ik-
*or* -ek- *to the verb stem. It states an action without
reference to the actor.*
Kikombe kimevunjika. *The cup has been broken.*
Hadithi ilifahamika. *The story was understood.*

*The rule of vowel harmony that was illustrated for the
prepositional suffix also applies to the stative.*

| | | | |
|---|---|---|---|
| **pita** | *pass* | **pitika** | *passable* |
| **kata** | *break, cut* | **katika** | *breakable* |
| **funga** | *close* | **fungika** | *closable* |
| **soma** | *read* | **someka** | *readable* |
| **leta** | *bring* | **leteka** | *bringable* |

*When the verb root ends with a vowel, either a* -liki- *or*
-k- *suffix is added.*

| | | | |
|---|---|---|---|
| **nunu-a** | *buy* | **nunulika** | *purchasable* |
| **kata-a** | *refuse* | **katalika** | *refusable* |
| **fu-a** | *wash clothes* | **fulika** | *washable* |
| **fungu-a** | *open* | **funguka** | *openable* |
| | | **fungulika** | *openable* |

| | | | |
|---|---|---|---|
| **sugu-a** | *rub* | **suguka** | *able to be rubbed* |
| | | **sugulika** | *able to be rubbed* |

*Foreign verbs are treated differently. When the verb
stem ends with* -i- *or* -e-, *suffix* -ka *is added.*

| | | | |
|---|---|---|---|
| **rudi** | *return* | **rudika** | *returnable* |
| **samehe** | *forgive* | **sameheka** | *forgivable* |

*When the verb stem ends with* -u, **u** *is dropped and* -ika *is
added.*

| | | | |
|---|---|---|---|
| **jibu** | *reply* | **jibika** | *able to be replied to* |
| **fahamu** | *understand* | **fahamika** | *understandable* |

*When the verb stem ends with two vowels,* -lika *is
added.*

| | | | |
|---|---|---|---|
| **sahau** | *forget* | **sahaulika** | *forgettable* |
| **dharau** | *look down, ignore* | **dharaulika** | *ignorable* |

### VIJINA VYA UHUSIANO -vyo- NA -po-: *THE RELATIVE PRONOUNS* -vyo- *AND* -po-:
*The relative pronoun* -vyo- *is used to show that the
action is done in the required way (the manner in which):*
Nilisema alivyoniambia. *lit., I said what he told me.*
          *I said the way he told me.*
Nilijibu alivyouliza. *I answered the way he asked.*

*The relative pronoun* -po- *indicates a location of place or
time depending on the context, for example,* Muulize
anapokaa *may mean "Ask him when he sits down" or "Ask
him where he lives." The negative of sentences with* -vyo-
*and* -po-:
Anafanya anavyopenda. *He does what he likes.*
Hafanyi asivyopenda. *He does not do what he does
   not like.*
Atafanya atakavyopenda. *He will do what he
   likes.*
Hatafanya hatakavyopenda. *He will not do what he
   does not like.*
Hatafanya asivyopenda. *He will not do what he does
   not like.*
Anapolala hapendi kelele. *He does not like noise when
   he sleeps.*
Asipolala anapenda kelele. *He likes noise when he is
   not asleep.*
Atakapokwenda atamwona. *When he goes, he will see
   him.*
Hatakapokwenda hatamwona. *When he does not go,
   he will not see him.*

# 40 Somo La Arbaini
# Watalii Wa Kiamerika
# Wanatembelea Daressalaam:
## *American Tourists Visiting Daressalaam**

### Imeandikwa na Ali Ahmed Jahadhmy

**MAZUNGUMZO**

Watalii wanne wa Kiamerika, baba James, mama Janet, msichana Janice na kaka yake Jerry wamefika Daresalaam. Wamemkodi kiongozi mmoja kuwatembeza mjini na kuwaonyesha mahali muhimu katika mji huu. Daresalaam ni mji mkuu wa Tanzania.

JAMES: Tutafurahi kuzunguka mjini na kuona majenzi na vitu muhimu. Je, u tayari?

KIONGOZI: Ndiyo, hii ndiyo kazi yangu. Twendeni njia hii.

JANET: Kwani, njia hii kuna nini?

KIONGOZI: Mmeona jumba lile? (Anawaonyesha kwa kidole.)

JANET: Jumba gani lile?

KIONGOZI: Lile ni Ikulu, jumba analokaa Rais wa nchi hii.

JERRY: Tunaweza kumwona Bwana Rais hivi leo?

JANICE: Wewe huna akili, ingawa ni kaka yangu. Unadhani unaweza kumwona mtu mtukufu kama Rais pasina kufanya matengenezo? Kiongozi (Anamgeukia Jerry) na huku anacheka: Basi ndugu yako amekwisha kukujibu.

JANET: Jengo zuri kabisa na anapata hewa safi ya pwani!

JAMES: Je, lile nalo ni jenzi gani?

KIONGOZI: Lile ni bunge.

JAMES: Tunaweza kuchungulia ndani?

KIONGOZI: Ndiyo, ni ruhusa kwa mtu ye yote kutembelea Bungeni.

JERRY: Kuna wanasiasa wangapi hapa Tanzania?

KIONGOZI: Sina hakika, lakini wengi. Nadhani hawapungui wanasheria mia moja na hamsini.

JANICE: Wanasiasa wa huku wanachaguliwa na wananchi au wanachaguliwa na Rais?

KIONGOZI: Wengi wanachaguliwa kwa sauti za wananchi, yaani kwa voti, lakini wachache wanachaguliwa na Bunge lenyewe na wengine wanachaguliwa na Rais.

JANET: Jenzi la Bunge limekaa mahali pazuri na safi kabisa. Tena jenzi la kisasa.

KIONGOZI: Lile mbele yetu ni kanisa la katoliki, kuna makatoliki wengi humu mjini.

JANICE: Je, dini gani nyingine ziko Tanzania?

KIONGOZI: Aa! Huku kwetu kuna kila aina ya dini hasa watu wengi ama ni Wakristo ama Waislamu.

JERRY: Waislamu wanaabudu ndani ya kanisa kama Wakristo?

KIONGOZI: La, Waislamu wanabudu ndani ya msikiti.

JERRY: Msikiti? Msikiti ni nini?

JANICE: Kiongozi kakwambia kwamba msikiti ni nyumba ya ibada ya Waislamu kama ilivyo kanisa ni nyumba ya ibada ya Wakristo na Hekalu ni nyumba ya ibada ya Mabaniani! Zote nyumba za Mungu.

JERRY: Je, iko misikiti hapa Daressalaam?

KIONGOZI: Ndiyo, iko misikiti mingi, mingine mikubwa, mingine midogo.

JANET: Naona nyumba nzuri kule? Nyumba gani ati?

KIONGOZI: Ile ni nyumba ya makumbusho, makumbusho ya vitu vya kale.

JAMES: Huu ni mji wa zamani sana?

KIONGOZI: Ndiyo ni mji wa kale. Nadhani mji wa Daressalaam ulibuniwa yapata sasa karne tisa au kumi hivi. Jina lake la zamani lilikuwa ni Mzizima.

JAMES: Hili jina la Daressalaam maana yake nini?

KIONGOZI: Hili ni neno la Kiarabu na maana yake ni "Mahali pa salama"; jina lake la pili zamani lilikuwa "Bandari Salama"; maana "Bandari ya Salama." Lakini sasa jina hili hulisikii tena ila kwa nadra.

JANET: Jina zuri kabisa - pwani yake ni shuari na salama. Jina lililofanana kabisa.

JANE: Kuna majumba mazuri njia hii ya pwani?

KIONGOZI: Majumba haya ni wizara mbali mbali za serikali. Jumba hili, kwa mfano ni wizara ya sheria;

*From Ali Ahmed Jahadhmy, *Swahili Plays* (Madison, Wis: University of Wisconsin Press, 1969).

lile pembezoni ni wizara ya fedha; na kule, iko wizara ya elimu. Wizara ya ukulima iko mbali kidogo-hatuwezi kuiona hapa tuliposimama. Mtaa huu ndio makao makubwa ya serikali.

JANICE: Naona ngoma na watu wamejipanga kando za njia na wamechukua bendera Kuna nini leo?

KIONGOZI: Leo atafika Rais wa Mali kwa ziara rasmi ya siku tatu. Tazameni upande ule! Mmeona! Zile ni motakari za mawaziri zinakwenda kiwanja cha ndege kumpokea Rais wa Mali. Labda Rais wetu naye vilevile atapita sasa hivi kwenda kumpokea mgeni wetu mtukufu. Akipita Rais motokari yake itakuwa imeandamwa na askari juu ya pikipiki. Leo kutakuwa na sherehe na ngoma kutwa.

JAMES: Wananchi wa Tanazania wanaonyesha kuwa wana furaha katika nyuso zao, tena wana adabu na urafiki. Unasemaje kiongozi?

JANET (akatia lake): Hakika si Watanzania tu, lakini Waafrika wote tabia yao ni namna hii hii. Kila tulikokwenda ndani ya Afrika, wenyeji wetu wametupokea na kutukaribisha kwa wema mkubwa na bashasha. Wametupa kila msaada, tena basi, pasina kutaraji malipo.

KIONGOZI: Asanteni kwa sifa zenu kuwasifu wananchi wa Afrika. Hakika malezi na mafunzo yetu yanasisitiza sana wema, hisani na adabu nzuri hasa kwa wageni!

JANET: (anamgeukia mumewe): Bwana wee, tumechoka mwendo wa miguu. Bora tupumzike mkahawani kidogo, tule aiskrimu, kisha tuendelee na matembezi yetu kwa motakari.

JAMES: (anaonyesha ugumu kutumia pesa): E, mwanamke wee, pesa za teksi ziko wapi?

JANE: Kumradhi, Bwana, nimechoka, hata ukinichinja, katu siendi tena kwa miguu leo! Pesa unazo tele; wacha ugumu wako, James (sauti imekuwa kali sasa). (Watoto wanamsaidia mama yao)

JANICE NA JERRY: Kweli, baba; sote tumechoka; bora tutembee kwa gari.

JAMES: (anakubali ashindwe); Vema, vema! Nyinyi mtakalo lazima mpate! Mmezoea raha; lazima mjifundishe kutaabika vilevile maana maisha hayendi namna moja siku zote; leo hivi, kesho hivi.

(Wanaingia mkahawani na wanaagizia vinywaji vya baridi. James anamwomba kiongozi apige simu kuita teksi. Punde kidogo teksi inafika. Wote wanapanda teksi.)

DEREVA: Je, mtapenda kwenda wapi?

KIONGOZI: Mnasemaje? Si bora tutembelee kijiji cha Oyster Bay? Kuna ufuo mzuri wa bahari na labda mtapenda kuogelea.

JANICE: Ndiyo kabisa! Nimetamani kuyaoga maji ya bahari ya Bara Hindi.

(Gari inafika Oyster Bay; Dereva anasimamisha gari na wote wanateremka. Upepo wa pwani unawapiga na wote wanavuta kwa hima ili kujaza mapafu yao hewa safi ya mahali hapa.)

JANICE: (anavua viatu vyake na kukanyaga mchanga):

Baba, umeona mchanga wa pwani hapa namna ulivyo mweupe na laini! Utadhani ni mchanga wa theluji! Ama mandhari ya ajabu! Unavuma upepo wa bahari mtamu na minazi yapepea, maji yajaa kufanya mngurumo kama mngurumo wa Simba. Mwezi ukitoka usiku, Oyster Bay (sina shaka) inakuwa pepo ya dunia! Laiti mpenzi wangu, Alfred, angalikuwa hapa nasi! Natamani tungejenga nyumba yetu na tukakaa hapa daima.

JERRY: Mawazo yako, mtoto wewe, yote ni mawazo ya mapenzi tu, sivyo?

JANICE: Mtoto mwenyewe! Nyie watoto wa kiume maisha hamkui lakini mimi ni mwanamke lazima nifikiri mume.

(James, Janet, Kiongozi na dereva wanacheka wakiona ndugu wawili wanashambuliana. Sasa James na watoto wake wanaingia majini na kuogelea kwa nusu saa hivi. Wakitoka majini wanajifuta maji kwa tauli na kuvaa nguo zao. Dereva anatia moto gari na wanatembelea kijiji cha Oyster Bay.)

JANET: Ama mtaa mzuri huu. Naona nyumba nyingi zimo katika kujengwa na mabarabara kupanuliwa. Hakika kila unapopita mji huu, unaona njia na nyumba mpya zinajengwa, maduka yamejaa bidhaa tele, na mikahawa yafanya kazi. Meli nyingi zimefunga gatini na viwanda vinatoa mvuke. Dalili huu ni mji wenye neema. Unasemaje mwananchi? (Anamgeukia dereva.)

DEREVA: Nyumba zote hizi unazoziona kujengwa ni nyumba za manaizi na mabenzi, si za kabwela kama mimi!

JANET: Nini maana ya "manaizi" na nini maana ya "mabenzi"?

DEREVA: Naizi ni mtu mwenye cheo na mbenzi ni mtu anayeweza kumiliki gari la "Benz" — yaani ni mtu mwenye mafuta!

JANET: Mtu mwenye mafuta maana yake nini? Wewe unasema Kiswahili cha ndani. Vile vile sijui maana ya "kabwela."

DEREVA SASA ANACHEKA: Mtu mwenye mafuta ni mtu mwenye neema ya mali, mfano wa mnyama mwenye mafuta! Babakabwela ni mtu kama mimi, mfanyakazi ambaye hapati pato la kutosha kwa haja zake za maisha.

KIONGOZI: Wacha uwongo wako we, dereva! Nyinyi maderava mna pato kubwa, lakini pato lenu limejificha. Hapana mtu anayeweza kujua pato la dereva ila dereva mwenyewe. Lakini sina shaka madereva hawana haki kujiita mababakabwela. (Dereva anacheka lakini hajibu kitu.)

JANET: Na (nyumba) ile je!

KIONGOZI: Ile ni nyumba ya Konseli ya mji wa Daressalaam.

JERRY: Aa-na hapa iko Konseli ya mji?

KIONGOZI: Kila mji mkubwa na hata mdogo una Konseli yake, na madiwani wanakutana kushauriana juu ya mipango ya mema ya mji.

JERRY: Je, madiwani wa konseli wanachaguliwa na kulipwa kama kwetu Amerika?

KIONGOZI: Madiwani huchaguliwa na wananchi lakini hawalipwi kitu. Wanafanya kazi hii kuwa ni wajibu wao tu. Ni kazi yenye hadhi kidogo.

JANET: Naona wanawake wamevaa nguo ndefu nyeusi na wengine wamefunika nyuso zao! Kwa nini eh?

KIONGOZI: Wale wanawake wa Kiislamu; wanavaa mabuibui. Wasichana wa Kiislamu wanaokwenda shule hawavai tena mabuibui.

JAMES: Jua kali sasa; tumetembea muda mrefu, bora tupumzike mkahawani tule kidogo chakula cha mchana kabla ya kuendelea na matembezi yetu. Wasemaje, Mzee Kiongozi?

(Kiongozi na wote wanacheka.)

JANET: Nasikia kengele zinalia? Kuna nini eh?

KIONGOZI: Kengele hizo zinalia katika hekalu la Mabaniani.

JERRY: Baba anasema tupumzike tule?

JANICE: Basi twende mkahawa ulio karibu na pwani - tutaona maji ya bahari, mashua na meli zikipita na upepo mzuri. Unasemaje, Baba?

JAMES: Kama upendavyo, mwanangu.

JERRY: Haya majumba makubwa mapana ni ya nini?

KIONGOZI: Haya ni maghala- bidhaa zikitoka melini zinatiwa humu ghalani, kisha matajiri wanakuja kuzichukua. Kwa Kingereza yanaitwa "Go-downs" nafikiri!

JANET: Ndiyo. Jamaa, tusisahau kwamba tuna safari saa nane za alasiri na tumeambiwa tufike kiwanja cha ndege saa saba na nusu. Sasa ni saa sita na robo. Lazima tumalize matembezi yetu sasa hivi.

JAMES: Kweli kabisa. Ingawa nasikitika hatuwezi kufika mahali pawili au patatu, Chuo Kikuu cha Daressalaam, sokoni, na Manzese (klabu ya pombe.)

## MAZOEZI

Jifanye mtalii uko Daressalaam na ueleze matembezi yako ya mjini.

Jifanye kiongozi umtembeze mgeni wa Amerika katika mji wa New York.

Linganisha mji mmoja wa Afrika ya Mashariki na mji mwingine unaoujua.

### Eleza maana ya maneno haya kwa Kiswahili. Tazama kwenye kamusi maneno usiyoyajua: *Give the meanings of these words. Look up in the dictionary those you do not know.*

| | |
|---|---|
| bunge | mwanabunge |
| siasa | mwanasiasa |
| sheria | mwanasheria |
| hewa | mwanahewa |
| adamu | mwanaadamu |

| | |
|---|---|
| mume | mwanamume |
| mke | mwanamke |
| haramu | mwanaharamu |
| mwari/mwali | mwanamwali |
| funda/funzi | mwanafunzi |
| chama | mwanachama |

## MANENO MAPYA

(ma) jenzi — *building*
-fanya matengenezo — *make arrangements*
Bunge — *parliament, parliament building*
kuchungulia — *to peep, to have a look in*
mwanasiasa — *politician (child of a politics)*
mwanasheria — *lawyer*
watungasheria — *lawmakers*
kisasa — *modern, up-to-date*
-kanyaga — *tread on*
hima — *haste*
ibada — *worship*
katu — *never*
daima — *always*
tele — *plenty*
kale — *ancient times, antiquity*
pasi — *without*
madiwani — *councillors*
-sisitiza — *emphasize*
-burudisha — *cool, refresh*
Kumradhi, Kunradhi — *Pardon me.*
mashua — *a sailing boat*
ufuo — *reef*
bidhaa — *goods*
mapafu — *lungs*
hadhi — *reputation, an important position or rank*
kamusi — *dictionary*
mchanga — *sand*
mvuke — *steam*

## MAELEZO

**ALAMA YA KITENDO -a-:** *THE VERBAL MARKER -a-:*
*The final verb marker to discuss is the marker -a-, which is used mainly by Mombasa and Tanga speakers. The traditional Swahili grammarians considered -a- a marker of the simple present tense different from -na-. Yet observation and experience show that the function and meaning of -a- is to indicate an uncompleted action just as -na- does. The verbal marker -a- is considered to be a dialectal variant of -na-, both indicating the same meaning. (I discuss this in my "The Swahili Present Tense: a new formulation," M.A. thesis, Columbia University, 1968.)*

*In this unit -a- has been used in the following constructions:*

**Minazi yapepea.** *The coconut palms are swaying.*

**Maji yajaa.** *lit., The water is filling; The tide is coming in.*

Mikahawa yafanya kazi. *Coffeehouses are doing business.*

The verbal marker -a- occurs with all persons and numbers:

N-a-taka. *I want/I am wanting/I do want.*
W-a-taka. *You want/You are wanting.*
A-taka. (A+a+taka) *He/she wants/is wanting.*
Tw-a-taka. (tu+a+taka) *We want/are wanting.*
Mw-a-taka. (Mu+a+taka) *You (pl.) want/are wanting.*
W-a-taka. (Wa+a+taka) *They want/are wanting.*

**KIONGEZO -ji-:** *THE AFFIX -ji-:*
*There are two -ji- affixes in Swahili:*

1. *Reflexive -ji- occurs with verbs in the object prefix position and indicates that the two participants are identical: the actor and the object are the same person.*

   Nilijiuliza. *I asked myself.*
   Tulijiuliza. *We asked ourselves.*
   Ulijiuliza. *You asked yourself.*
   Mlijiuliza. *You asked yourselves.*
   Alijiuliza. *He/she asked himself/herself.*
   Walijiuliza. *They asked themselves.*

   *In this unit this prefix has appeared with the following verbs:*

   wamejipanga. *They have arranged themselves.*
   Mjifundishe. *You should teach youselves.*
   Wanajificha. *They are hiding themselves.*
   Wanajifuta. *They are wiping themselves down.*
   kujiita *to call oneself*

   *The affix -ji- is not inflected for person or number.*

2. *The second -ji- occurs with nouns and intensifies the size of the nouns. When this affix occurs with a ki prefix, a marker that indicates less than normal (a diminutive), the addition of ji makes the noun much smaller.*

   mbuzi    *a goat (usual size)*
   kibuzi    *a little goat*
   kijibuzi    *a tiny goat*

   mlima    *a mountain*
   kilima    *a small mountain*
   kijilima    *a hill*

   mwiko    *a ladle*
   kimwiko    *a small ladle*
   kijiko    *a spoon*

   *(There is no intermediate form kiko, since there would be confusion with kiko, "a pipe.")*

   mji    *a town*
   kimji    *a small town*
   kijiji    *a village*

kapu    *a large basket*
kikapu    *a small basket*
kijikapu    *a tiny basket*

jumba    *a large building*
kijumba    *a small house*
kijijumba    *a tiny house*

nyumba    *a house*
chumba    *a room (diminutive of nyumba)*
kijichumba    *a tiny room*

ua    *a flower*
kiua    *a small flower*
kijiua    *a tiny flower*

*When ji does not appear with the prefix ki-, the intensifying effect increases the size of the object to which it is attached.*

kapu    *a huge basket*
jikapu    *a large basket*
mkapu    *a large basket (possibly ugly)*
mjikapu    *a very large basket*

mlima    *a mountain*
jilima    *a large mountain*
mjilima    *a very large mountain*

sanduku    *a box, suitcase*
msanduku    *a huge box (possibly ugly)*
jisanduku    *a huge box*
mjisanduku    *a very huge box*

*The double intensifying effect may also be produced by the reduplication of the subject prefix.*

kijikilima    *a very tiny hill*
mjimlima    *a very large mountain*

*The concordial agreement of the diminutive category is that of the ki- and vi- class.*

Kijikapu kile kidogo kimepotea. *That tiny basket is lost.*
Kijipaka kile kidogo ni changu. *That tiny kitten is mine.*

*The concordial agreement of the augmentative category is either that of the ji- and ma- class or that of the m- and mi- class.*

Jikapu lile kubwa limepotea. *That huge basket is lost.*
Jipaka lile kubwa ni langu. *That huge cat is mine.*
Mjikapu ule mkubwa umepotea. *That huge (ugly) basket is lost.*

# Mtihani: *A Quiz*

**Andika vitendo hivi kuwa umbo la kutendeka:** *Give the stative forms of the following verbs.*

-vunja, -kata, -haribu, -funga, -la, -nywa, -pita, -nunua, -soma, -sema

**Andika vitendo hivi kwa umbo la kutendana:** *Give the reciprocal forms of the following verbs.*

-jua, -shinda, -fuata, -husu, -kuta, -penda, -eleza, -ona, -oa, -samehe, -fahamu, -gomba

**Maliza sentensi zifuatazo:** *Complete the following sentences.*

1. Aendeshaye motokaa huitwa _____ .
2. Achukuaye mizigo huitwa _____ .
3. Asafiriaye huitwa _____ .
4. Achaguaye huitwa _____ .
5. Achezaye huitwa _____ .
6. Apikaye huitwa _____ .
7. Atazamaye mchezo huitwa _____ .
8. Alimaye huitwa _____ .
9. Auzaye vitu huitwa _____ .
10. Aandikaye vitabu huitwa _____ .
11. Aibaye vitu vya watu huitwa _____ .
12. Aimbaye huitwa _____ .

## Fasiri kwa Kiswahili.

1. Had I known that you wanted to go, I would have called for you.
2. Had I known where they were living, I would have gone to see them.
3. Had you looked for it, you would have found it.
4. If I had had the time, I would have come to see you.
5. If I knew, I would tell you.
6. If you had come earlier, you would have found him here.
7. If they ask you, don't tell them anything.
8. If they start school this year, they will finish next year.
9. Had you not called him, he would not have come.
10. If I were here, I would go with you.

## Tumia maneno haya katika sentensi.

bunge, ikulu, mwanasiasa, rais, makamu wa rais, wizara, waziri, ziara, rasmi, diwani

## Fasiri kwa Kiswahili.

1. I did what he asked me to do.
2. We did what he wanted.
3. We will do what he will ask us to do.
4. He does what he wants to do.
5. Wait until they come (the time they come).
6. They will wait until he speaks (the time he speaks).
7. If he does not go, he will not meet them.
8. If they didn't come today, they will come tomorrow.
9. I met Ali when I was going to the market.
10. I accompanied your friend when he went to the library.

# Sehemu ya Pili: Kusoma
## *Part II: Readings*

This section introduces you to some readings and comprehension exercises of a more advanced nature. They concern life and situations in East Africa, past and present. The topics include a description of an East African family, village life, town life, the daily activities of different peoples and other aspects of Swahili culture and social life.

Each reading contains the sentence patterns that have been introduced in the units, followed by an exercise to test understanding and to foster the building of Swahili sentences of a degree of complexity comparable to those used in the readings themselves. This is followed by a listing of the new words introduced in the passage.

The entire passage should first be read to acquire its overall meaning. The passage should be read three times before you attempt to answer the questions that follow it. At the first reading the overall meaning should·be grasped, the import of the words becoming clear from their contexts. The second reading should be accompanied by reference to the word list to make sure of the exact meaning of the unknown vocabulary, and an effort should be made to memorize these without writing them down. If, after the third reading, certain words still remain elusive, they should be written on flash cards for later use. Only after all of this should the questions be answered.

**Jamaa: baba, mama na watoto wao:** *A Swahili family*

# 1 Jamaa kwa Waswahili: *Swahili Family*

## JAMAA NI WA NAMNA TATU: *THREE TYPES OF CLOSE RELATIONSHIPS*

Kila umma unaeleza hili neno jamaa kwa namna yake wenyewe. Kwa watu wengine, jamaa ni mume, mke na watoto wao. Kwa wengine, jamaa ni kikundi cha watu kikubwa kuliko hicho. Katika Afrika ya Mashariki, jamaa ni watu waliohusiana, waliofariki na waliohai, wa karibu na wa mbali.

Jamaa wa karibu ni wale waliohusiana sana. Hawa ni wana pamoja na baba au mama yao. Mama na baba nao wamehusiana sana na wazazi wao, wa kuukeni na kuumeni. Pia ndugu kwa baba na mama, ndugu kwa mama, na ndugu kwa baba. Jamaa wa mbali ni wengi zaidi na wanahitilafiana katika uhusiano wao. Katika hao, wa karibu zaidi ni mashangazi, mababa wadogo, wajomba na mama wadogo. Wa mbali kidogo, ni waume au wake wa hawa waliotangulia pamoja na wana wao na ndugu zao. Jamaa wa mbali sana ni wale wenye udugu wa kirafiki.

Kuna uhusiano wa namna tatu. Wa kwanza, ni uhusiano wa damu. Huu ni uhusiano wa mzazi na wanawe, mtu na nduguze, mjukuu na babu au bibi yake wa kuukeni na wa kuumeni, na mtoto na shangazi au mjomba, na mama mdogo au baba mdogo. Hawa huwa ni watu wa ukoo mmoja, nasaba moja au wa kabila moja.

Uhusiano wa pili, ni ule unaoletwa kwa kuoana. Watu hawa ni mume na mkewe, mke au mume na wakweze, mke au mume na shemeji yake, na mke na wifi yake. Pia watoto wa mume au mke kwa mke au mume mwingine, yaani watoto wa mama au baba wa kambo. Hawa pengine huweza kuhusiana kwa damu, kama mtu akioa jamaa au akiolewa na jamaa wa damu moja. Baadhi ya watu hupendelea kuoa jamaa wa upande wa kuumeni, lakini kuna makabila mengine Afrika ya Mashariki ambayo jamaa kwa jamaa hawaoani, hata wakiwa na umbali wa vizazi vitatu au vinne.

Uhusiano wa namna ya tatu si wa damu bali ni wa kupanga. Kwa mfano ndugu wa kunyonya, ndugu wa kuchanjia, mwana wa kulea au utani.

Watu waliohusiana kwa damu huwa na ushikamano mkubwa, na huwa na wajibu maalumu juu ya wenzao. Inawapasa kuwajua jamaa zao wote na kuwasaidia wanapokuwa na shida. Uhusiano wa damu ni wa nguvu zaidi kuliko uhusiano wa kuoana. Dhamana ya mume ni juu ya mkewe, lakini pia na juu ya wazazi wake na jamaa zake wengine. Mtoto tangu akianza kupata fahamu hufundishwa majina ya jamaa zake wote, wa kuukeni na wa kuumeni. Yeye mwenyewe hupewa jina lake, la baba yake, la babu yake na hata lile la babu wa babu yake. Pengine mtu huweza kuhesabu majina ya upande wa baba mpaka daraja au vizazi saba. Makabila mengi ya Afrika ya Mashariki hutaja ukoo wao kwa upande wa baba, kama wafanyavyo Waswahili, na ni makabila machache tu yanayofuata upande wa mama. Wao huchukua jina kwa upande wa mama na hupata urithi wao kwa upande wa mama badala ya upande wa baba, kama walivyo Waswahili. Kuna watu wachache Afrika, kwa mfano Wayako na Waherero, ambao huonyesha kizazi chao kwa pande zote mbili.

## KAWAIDA NA MILA ZA ARUSI: *MARRIAGE CUSTOMS AND TRADITIONS*

Mwanamke akiolewa huwa ameolewa si na mumewe tu bali na jamaa zima la mumewe. Vile vile mwanamume akioa mwanamke huwa inampasa awaheshimu wakwe zake na wakiwa na haja au wakitaka msaada inambidi awatimizie haja yao au msaada wao. Kijana wa kiume huwashauri wazazi wake juu ya masala ya msichana anayefaa kumwoa. Anaweza kuwa na mke mmoja au zaidi ya mmoja, lakini kila mke ana haki ya kupata nyumba yake au chumba chake mwenyewe. Pengine bwana arusi anapooa msichana humchukua yule biarusi kukaa nyumbani kwa wazazi wake, ama ikiwa anajiweza hujenga au hupanga nyumba yake mwenyewe. Kwa wazazi mume na mke huishi pamoja na jamaa wengine, kama vile babu na

**Muuguzi wa hospitali ya
Nairobi anazungumza na
mgonjwa nje ya nyumba yake:**
*A health visitor from a Nairobi
hospital chats with a patient
outside her flat.*

bibi na hata pengine shangazi au baba mdogo na watoto wao. Baadhi ya makabila mke hukaa kwao mpaka
baada ya kuzaa mtoto wa kwanza ndipo anapohamia kwa mumewe au kwa wazazi wa mumewe.

Aghlabu, wavulana huoa wanapokuwa baina ya miaka kumi na saba mpaka thelathini. Wasichana
huwa tayari kuolewa wanapotimia miaka kumi na mitano. Ndoa na arusi hutengenezwa na wazazi ambao
kwanza huchungua juu ya uwezo wa mchumba wa binti yao. Kama atatweza kumtunza mwana wao na
kumtimizia kila lililomuwajibikia. Msichana anaweza kumkataa mchumba, lakini mara nyingi hufuata
shauri la wazazi wake. Ni wajibu wa wazazi wa msichana kumfundisha na kumuusia mwana wao awe mke
mwema kwa mumewe. Humfundisha usafi, uchangamfu, upishi, kazi za nyumba, na mengineẏo. Mahari
hulipwa na mvulana na hutegemea uwezo wa mtu. Ikiwa ni ng'ombe, hutolewa ng'ombe watano mpaka
ishirini. Ikiwa ni fedha, hutolewa shilingi mia tano mpaka elfu tatu. Wazazi wa msichana huyapokea hayo
mahari, kutoka kwa wazazi wa mchumba wa mtoto wao, na wao hutengeneza vitu vya nyumba ili kumpa
mwana wao anapohamia kwake. Pia bwana arusi huwapa wazazi wa msichana zawadi ya pesa kuwa ni
kilemba chao.

Nyumbani kwake mke huwa na kazi zake maalumu na mume huwa na zake. Kazi za mke ni kulea
watoto, kumtunza mumewe, kumpikia, kumsafishia nyumba, kumtayarishia nguo zake, na wakiishi
shambani, kuteka maji na kulima, na mara nyingine kulisha ng'ombe. Ni wajibu wa mke kuwa pamoja na
mumewe wakati wo wote anaomhitajia. Hana ruhusa ya kutoka bila ya ruhusa yake. Wajibu wa mume ni
kumpenda na kumlinda mkewe, kumlisha, na kumvisha yeye na wanawe. Wakiishi shambani au kijijini, kazi
yake ni kuchunga mifugo, kuvua samaki, kufyeka konde jipya, ili mkewe aweze kulitumia kwa kupanda
vitu, na kufanya kazi ngumu nyineginezo.

Mume huweza kumuacha mkewe, endapo akimwona ana sababu ya kuachika, kama vile akimfumania,
au akitoweza kuzaa, na hata akiwa ni mvivu tu. Wajibu wake utakuwa ni kumrudisha mke kwa wazazi wake
alikomchukua. Wazazi wa mke na wa mume mara nyingi huchukia wana wao kuachana, basi hujaribu

kumzuia mume asitowe talaka, na hujaribu sana kuwapatanisha yeye na mkewe. Ni taabu kwa mwanamke kutaka kuachwa, na jambo hili likiyumkinika, basi humpasa mwanamke amrudishie mumewe mahari aliyompa ikiwa ni ng'ombe au fedha. Siku hizi mambo yanabadilika, na sheria mpya inaweza kumruhusu mwanamke kupata talaka akiwa na haki ya kuipata.

Watoto hulelewa na jamaa zima, na wazee huamini lile fumbo linalosema ''Mwana umleavyo ndivyo akuavyo,'' na lile lisemalo ''Udongo upate ulimaji.'' Mwandishi Bwana Mathias Mnyampala anatufahamisha wajibu wa ujamaa katika kitabu chake **Mbinu za Ujamaa** kwa kusema haya.

## WATOTO NA MALEZI: *CHILDREN AND THEIR UPBRINGING*

Amana tuliyopewa na Mwenyezi Mungu ni watoto. Watoto tukipewa tuna wajibu mkubwa sana wa kuwatunza na kuwalea kama inavyotakiwa kwa kufuata mapenzi na maagizo ya Mungu. Kazi yetu kubwa hasa ni kuwalea kuwajibikia hali zetu tulizo nazo. Yatupasa kuwalea kwa adabu njema na usitawi mwema. Malezi mema ndiyo mbegu bora ya ukoo na msingi wa kabila lenye ustaarabu. Watoto wetu wafunzwe wadilifu kwa jumla. Waonywe hasara ya wizi inayompata mwizi akamatwapo; waambiwe mara kwa mara kwamba wizi ni kosa kubwa mbele ya muumba wetu Mungu, ni dhambi. Wafundishwe heshima kuwapa kila mtu aliye mkubwa na mdogo; mwanamume na mwanamke. Watanabahishwe kwamba uvivu ni nyumba ya njaa na kwamba bidii ya mtu ni ngazi ya kupandia. Wafundishwe kwamba majivuno si maungwana. Kuwaelimisha watoto wetu vya kutosha ndicho kitu muhimu kwa karne hii ya leo na kesho. Huu ni ufanisi unaotegemea maongozi ya kumuweka Mungu mbele ya mambo yote mengine, nao ndio mwanzo wa hekima kwa jumla. Mafundisho yetu yatolewe mapema kwao kabla hawajakomaa na kufuata matashi yao tu. Kuna methali isemayo ''Fua chuma wakati kingali na moto,'' na ile isemayo ''Ongoa mtoto njia impasayo.''

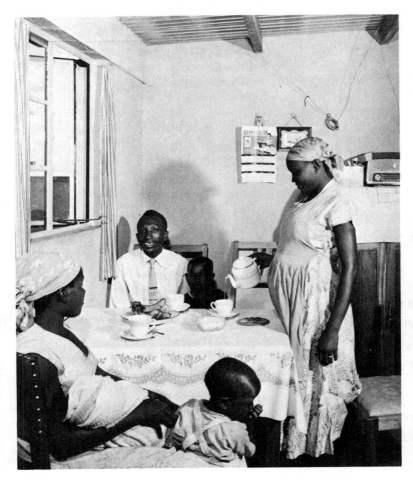

**Jamaa wanakunywa chai pamoja na jirani yao, katika chumba cha kuzungumzia, cha nyumba yao ya kisasa iliyoko Nairobi. Nyumba hizi za City Council zenye chumba cha kuzungumzia, chumba cha kulalia, jiko, choo na mahali pa kuogea, kodi yake, mwaka 1970, ilikuwa sh. 102/50 kwa mwezi:** *A family together with a neighbor, having tea in the living room of their modern flat in Nairobi. The rent of these City Council flats, each comprising a living room, bedroom, kitchen, toilet, and shower was, in 1970, sh. 102/50 per month.*

## MAZOEZI

**Funika maneno ya upande wa kulia halafu badilisha maneno ya upande wa kushoto yawe klasi ya u- na uyatumie haya katika sentensi:** *Cover the words in the right-hand column. Then change the words in the left-hand column into u- class nouns and use these in sentences.*

| | |
|---|---|
| changamfu | uchangamfu |
| safi | usafi |
| mpishi | upishi |
| huru | uhuru |
| moja | umoja |
| sitawi | usitawi |
| weza | uwezo |
| rafiki | urafiki |
| ndugu | udugu |
| mwalimu | ualimu |
| masikini | umasikini |
| mstaarabu | ustaarabu |
| muumgwana | uungwana |
| mkulima | ukulima |
| mzee | uzee |
| kijana | ujana |
| mwanachama | wanachama (uanachama) |
| dhaifu | udhaifu |

**Eleza maana ya mafumbo haya:** *Explain the meanings of these proverbs.*

Mwana umleavyo ndivyo akuavyo.
Mcha mwana kulia hulia yeye.
Udongo upate ulimaji.
Damu nzito kuliko maji.
Majivuno si maungwana.
Ongoa mtoto njia impasayo.
Mtaka cha mvunguni sharti ainame.
Mla nawe hafi nawe ila mzaliwa nawe.
Kheri maadui kuliko marafiki wadanganyifu.
Akufaaye kwa dhiki ndiye rafiki.

**Eleza tofauti na usawa uliopo baina ya jamaa wa Kiswahili na jamaa wa kabila jingine unalolijua:** *Explain the differences and similarities between a Swahili family and a family of another ethnic or tribal group that you know.*

**Eleza kawaida na mila za arusi za Waswahili:** *Describe the marriage customs and traditions of Swahili-speaking people.*

**Waswahili wana ujamaa wa namna ngapi? Eleza namna zote:** *How many types of close relationship exist among the Swahili-speaking people. Describe the different types.*

**Hawa wafuatao ni watu gani?** *Who are these people?*

mjomba   shangazi,   ndugu   kaka   bibi au nyanya   babu   mjukuu   kitukuu   kirembwe   mkwe   shemeji   wifi   mtani   ndugu wa kunyonya   mwana wa kulea   ndugu wa kupanga

**Yaandike haya kwa urefu:** *Cover the words in the right-hand column. Then change the words in the left-hand column into their extended form.*

| | | |
|---|---|---|
| mwanao > | mwana | wako |
| wanawe > | wana | wake |
| nduguze > | ndugu | zake |
| kakangu > | kaka | yangu |
| babako > | baba | yako |
| mumeo > | mume | wako |
| wenzao > | wenzi | wao |
| wanao > | wana | wako |
| nduguzo > | ndugu | zako |
| dadako > | dada | yako |
| kakako > | kaka | yako |
| mkeo > | mke | wako |
| mumewe > | mume | wake |
| wakweze > | wakwe | zake |
| bibiye > | bibi | yake |

## MANENO MAPYA

umma — *nation, people*
-husiana — *be related to each other*
-fariki — *die (v.)*
kuukeni — *maternal side*
baba mdogo — *father's younger brother*
mkwe — *in-law*
wifi - *sister-in-law (used by a female)*
baba wa kambo — *stepfather*
kabila — *tribe*
ndugu wa kunyonya — *sibling of the breast, i.e., suckling sibling*
ndugu wa kike — *sister*
ndugu wa kiume — *brother*
utani — *clanship*
wajibu — *responsibility*
urithi — *inheritance*
masala — *questions concerning*
biarusi — *bride*
kujiweza — *to support oneself, to have the means*

aghlabu — *often*
shauri — *decision*
mahari — *bridewealth, bride-price*
uwezo — *capability*
kundi — *group*
kikundi — *small group*
-husu — *be related*
-hai — *alive*
kuumeni — *paternal side*
mjomba — *mother's brother*
nasaba — *lineage*
shemeji — *brother-in-law*
mama wa kambo — *stepmother*
kupanga — *arrange*
ndugu wa kuchanjia — *brother or sister by arrangement,*
    *blood brotherhood*
kulea — *to bring up, to rear*
ushikamano — *holding together, having a hold on*
daraja — *stage, bridge*
bwana arusi — *bridegroom*
arusi, harusi — *wedding*
ndoa — *marriage, betrothal*
-hamia — *move to*
-tegemea — *depend*
maalumu — *special*
kulinda — *to protect*
konde — *field*
kuzaa — *to produce*
talaka — *divorce*
sheria — *law, rule*
methali, mithali — *example, proverb*
amana — *trust*
mapenzi — *love, devotion*

adabu — *manners*
msingi — *foundation, principle*
uadilifu — *righteous conduct*
-tanabahishwa — *be made to realize*
maungwana — *honorable, honor*
ufanisi — *prosperity, success*
-komaa — *fully grown*
chuma — *iron (n.)*
udongo — *clay, mud*
-inama — *bend down*
dhiki — *distress*
mila — *custom, tradition*
kirembwe — *great-great-grandchild*
fyeka — *clear and prepare land*
-fumania — *discover someone doing what he should not do,*
    *come upon, surprise adulterers*
kuachana — *to separate, to leave one another, to divorce*
kupatanisha — *to reconcile someone*
fumbo — *proverb, parable*
malezi — *upbringing*
maagizo — *message*
usitawa — *flourishing manner*
ustaarabu — *civilization*
hasara — *loss, damage*
majivuno — *conceit*
karne — *century*
hekima — *wisdom*
matashi — *desires*
kucha — *to fear*
-ongoa — *guide to go right*
danganyifu — *deceitful*
kawaida — *custom, principle*
kitukuu — *great-grandchild*

**Njia mpya na majumba mapya yanajengwa penye njia na majumba ya kizamani. Hapa barabara kuu inajengwa katika Unguja:** *Old roads and buildings give way to new ones. A new major road is under construction in Zanzibar.*

# 2 Kijiji cha Pwani: *A Coastal Village*

## MJENGO WA KIJIJI: *THE STRUCTURE OF THE VILLAGE*

Kijiji cha Pangani kipo maili ishirini kutoka mjini. Kijiji hiki kina nyumba zinazopata sabini na tano, na jumla ya watu wanaoishi hapo ni mia tatu na sabini na nane.

Nyumba za wenyeji haziko karibu sana na bahari bali zimejengwa kwa ndani kwenye ardhi ya rutuba inayofaa kwa kazi zao za ukulima. Wenyeji wa asili walijenga nyumba zao hapa, na hapa walianzisha makonde yao. Aghlabu, vijiji vingi huanza kwenye nchi yenye rutuba kama vile karibu na mito au vijito, kwenye kichwa cha bonde, kwenye miteremko ya vilima, au kwenye mwitu kama pana maji. Jina la kijiji hutokea likaonyesha hali ya nchi ilivyo au mazao yake, kama vile Maweni, Mtoni, Msasani, Mikoroshoni, Kilindini, Mfenesini, au hufahamisha historia ya mahali hapo kama vile Unguja ukuu, Mvita, Mazizini, Mangapwani, Chang'ombe kwa Wanubi, na Daressalaam.

Nyumba zilizoko hapo Pangani za zamani zilijengwa kwa boriti na udongo na kuezekwa makuti au majani. Nyumba nyingi za siku hizi huwa ni za mawe au matofali zilizotiwa saruji na kupakwa chokaa na nakshi za rangi mbalimbali. Vifaa vya kujengea hupatikana pale pale kijijini, kwa mfano magogo ya miti, mikoko, mikonge, mchanga na udongo hununuliwa kwa urahisi.

Takriban nyumba zote za hapo Pangani ni za chini, kama zilivyo nyumba nyingi za vijiji vingine. Pana nyumba mbili za ghorofa, zilizojengwa hivi karibuni, na zipo karibu na pwani. Hizi ni nyumba za wageni wafikao hapo Pangani kwa matembezi tu. Nyumba za chini huwa zina vyumba kutoka viwili mpaka sita. Ukiingia mlangoni utakuta ukumbi ambao huigawa nyumba hiyo sehemu mbili. Nusu ya vyumba viko upande mmoja na nusu viko upande wa pili. Mwisho wa ukumbi pana mlango mwingine, yaani mlango wa nyuma, ambao ni wa kutokea kwendea uani. Ua mkubwa, wa makuti au majani, umeizunguka nyumba hiyo. Uani pana vyumba vingine vidogo vitatu. Hivi hutumiwa kwa choo, jiko, na ghala. Ghalani huwekwa vitu na vyakula, na pengine wanyama, wadogo kama mbuzi au kuku. Mbele ya nyumba huwapo baraza na taa ya kandili imetundikwa. Hapa wenye nyumba na wageni wao hukaa jioni kuzungumza, kucheza bao, dama, karata, au wanawake husuka ukili na husokota kamba. Pia mbele ya nyumba pengine huwapo bustani ndogo ya mboga, migomba miwili mitatu, mipilipili au milimau michache. Kwa upande wa pili mpunga, unaotoka kijiji kingine, umetandazwa ili ukauke. Labda kesho utatwangwa na mchele utakaopatikana utapikwa wali wa nazi, wa maji au wa pilau.

## MAISHA NA KAZI: *LIFE AND WORK*

Hapo kijijini pana maduka madogo mawili ambayo watu huweza kupata vitu kama mkate, chai, sukari, chumvi, unga, mchele, sabuni, sigireti na mafuta. Soko la kijiji liko karibu na pwani. Wachuuzi huleta hapo viteweo kama vile samaki, pweza, kaa, nyama, kuku, mayai na pia matunda. Wenyeji huotesha vitu vingi wenyewe. Kwenye mashamba yao hupatikana vyakula kama ndizi, viazi, mihogo, mboga na baadhi ya matunda.

Mashamba yao na konde zao zipo karibu na nyumba zao ili mabibi wasipate taabu ya safari ya kwenda kwa miguu wanapokwenda kulima kila asubuhi na wanaporudi saa za jioni. Mabwana ndio wavuvi. Juu ya hivyo, wao hufanya kazi maweni za kuotesha tumbaku, kupanda pilipili, kukwea minazi na kuchoma chokaa. Hizi ni kazi zao.

Msikiti upo katikati ya kijiji. Hapa Waislamu wanaume hukutanikia kusali sala ya magharibi au sala za nyakati nyingine. Watu wengi hupenda kupanda basi kwenda mjini kusali sala ya Ijumaa. Karibu na msikiti pana kisima. Wanawake na watoto huja hapa kuteka maji. Hubeba madebe yao au mitungi yao vichwani au kwenye baiskeli. Kiasi cha maili mbili kutoka hapo pana kanisa na siku ya Jumapili Wakristo hufika hapo kusali. Kiasi cha maili moja kutoka hapo, pana pango kubwa karibu na jabali. Wenyeji pengine huja hapo kutimiza kafara za mizimu, hasa pakiwa kijijini pana upungufu wa mvua, au uchache wa chakula, au pakiwa na magonjwa mengi, au hufika hapo kwa ziara ya ukumbusho wa wazazi wao waliofariki, au kwa ajili ya kuomba mtoto.

Kijijini kuna mikahawa miwili inayouza chai, kahawa, pombe, soda, sambusa, maandazi na bajia. Hapa wanaume hukutanika kuzungumza habari za uvuvi, za kilimo, za siasa na mengineyo. Redio ndogo huwaletea habari za ulimwengu na muziki za nchi mbalimbali. Wanawake hawafiki mikahawani. Wao wakirudi nyumbani kutoka makondeni hutayarisha chakula cha jioni kwa waume zao na watoto wao.

Gari huja kijijini kutoka mjini kutwa mara moja. Huleta mikate na vyakula vikavu vingine viuzwavyo madukani, nalo huchukua mjini viteweo, nazi, matunda, kuni, tumbaku, usufi na kamba. Wachuuzi huenda mjini asubuhi na hurudi jioni wamechukua nguo, majembe, mabati, masufuria na vyakula.

Pana shule moja ya serikali karibu na hospitali ndogo ya dispensari. Pia stesheni ya polisi iko karibu na hapo. Watoto wa kike na wa kiume hujifunza kwenye shule hiyo. Watuwazima wachache hufika hapo shuleni katika saa za jioni kujifunza kusoma na kuandika. Watoto wakitoka shuleni, huenda mitini kuokota embe, machungwa na ubuyu ili wajisaidie mpaka jioni watakapokula muhogo, ndizi au wali kwa samaki na chai. Asubuhi kabla ya mtoto kuondoka kwenda shule, kifungua kinywa chake ni muhogo wa kuchemsha au viazi vya kuchemsha na chai, au maandazi au bofulo na chai, au pengine uji au maharagwe. Mara nyingine ikiwa kuna uporo, yaani chakula kilichobaki jana usiku, hupashwa moto akapewa kula.

Kiwanja cha mpira hakiko mbali na sokoni. Vijana hufika hapo jioni kucheza futboli. Pakiwa na ugomvi wowote kijijini, baina ya watu wawili au nyumba mbili, wagombanao huenda kwa mkuu wa kijiji ambaye yeye anaweza kuwa ni sheha wa kijiji hicho. Alama ya nyumba yake ni bendera. Mkuu huyu wa kijiji pamoja na wazee wengine hujaribu kuwapatanisha wagombanao. Hapo nje karibu na nyumba ya sheha pana mshoni na cherehani yake. Hapa mabibi huleta kanga zao kupindiwa na mabwana mashati yao kushonewa. Watu wa kijiji hicho wengi wao wamehusiana, lakini juu ya hivyo mgeni akifika hukaribishwa kwa mikono miwili na hupewa mahali pa kukaa. Yeye humbidi aishi na wenyeji kwa kufuata sheria, desturi na mila zao.

Bwana Anders alipokuwa akizunguka kijijini alipita mahali pana mto. Hapo aliwakuta wanawake waliokuwa wakifanya kazi zao za kawaida. Wengine walikuwa wakifua nguo zao na wakizianika majanini. Kanga za namna kwa namna na za rangi mbalimbali zenye kupendeza zilikuwa zimetandikwa chini. Kwa mbali kidogo alimwona mkwezi akikwea mnazi na alimsikia akiimba nyimbo zake nzuri. Karibu na hapo aliposimama, wasichana wenye umri wa miaka kumi na miwili mpaka kumi na mitano hivi, walikuwa wakipiga usumba utakapokuwa tayari watausokota kamba. Wengine walikuwa wamebeba ndoo, madebe, na mitungi yao vichwani na wengine wakiteka maji kwenye kisima. Watoto wadogo, wa kike na wa kiume, walikuwa wakiokota kuni msituni. Kila mtu alikuwa ameshughulika na kazi yake. Bwana Anders alikuwa na kamera yake basi alipiga picha chungu nzima ili ziwe ukumbusho wa safari yake.

**Shule nyingi katika jimbo hili la Kenya zimejengwa kwa Mipango ya kujisaidia. Shule hii mpya ya Harambee Garissa Primary School ilijengwa kwa bidii ya mpango huo:** *Many schools in the province are built through the Self-Help project. This new Harambee Garissa Primary School was built on the initiative of the Self-Help scheme.*

*(above)* **Wakaazi wa vijijini huuza mazao yao kwenye masoko ya mji:** *Villages sell their produce in the town markets.*

*(below)* **Kina mama wamebeba pamba wanaipeleka kwenye duka la chama cha ushirika:** *Women carrying cotton to the cooperative store*

# MAZOEZI

## Jibu maswali yafuatayo.

Eleza nyumba za vijijini katika Afrika ya Mashariki
zilivyo, vifaa vinavyotumiwa na mjengo wake.

Eleza kazi tofauti zinazofanywa na watu wa kijijini.

Biashara na utegemeano gani huwapo baina ya watu wa
mjini na wale wanaoishi vijijini.

Andika mazungumzo yako na mwenyeji wa kijijini.

Eleza maisha ya mkazi wa kijijini kwa maneno yako
mwenyewe.

Maisha ya kijijini yanabadilika. Eleza mabadiliko hayo.

Eleza maana ya fumbo hili:

Jogoo la shamba haliwiki mjini.

Linganisha kazi za mwanamke wa kijijini na zile za
mwanamume wa hapo.

## MANENO MAPYA

-jenga — *build*
ardhi — *land*
rutuba — *fertile*
kijito — *stream*
mteremko – *slope*
mazao — *farm produce*
zamani — *long ago*
boriti — *pole*
mkoko — *mangrove*
gogo — *log*
ukumbi — *hall, vestibule*
takriban — *nearly*
ghala — *a storeroom*
baraza — *a stone seat joined to the outside wall of a house*
bao — *a game like chess*
dama — *a game like draughts or checkers*
-sokota kamba — *make rope*
-sokota — *twist*

mpunga — *unhusked rice*
-ezeka — *to roof*
makuti — *coconut palm frond*
mabati — *tin, corrugated iron*
mawe — *stones*
matofali, matufali — *bricks*
saruji, simenti — *cement*
vifaa — *apparatus*
mkonge, mkatani — *sisal plant*
ugomvi — *a quarrel*
kisima — *a well*
mtungi — *water pot*
pango — *a cave*
jabali — *a rock*
mchuuzi — *salesman*
masufuria — *saucepans*
hasa — *especially*
upungufu — *shortage*
sambusa — *meat pasties*
maandazi — *pastries (sweet)*
uamuzi — *decision*
halmashauri ya utawala — *administrative council*
usufi — *kapok*
mchele – *husked rice*
wali — *cooked rice*
pilau — *rice cooked with meat or chicken*
pweza — *octopus*
kaa — *crab*
tumbaku — *tobacco*
pilipili — *chili pepper*
-choma chokaa — *burn lime*
desturi — *customs*
majanini — *on the grass*
kuokota — *pick up*
bajia — *kind of cakes made from beans or lentils*
chungu nzima — *a whole lot, many*

**Daressalaam, mji mkuu wa Tanzania, unaonekana kutoka kwenye ndege:** *Daressalaam, the capital of Tanzania, seen from the air*

# 3 Miji ya Afrika ya Mashariki: *East African Towns*

Afrika ya Mashariki kuna miji ya namna tatu: mji wa zamani; mji wa kisasa ulio mkubwa, na mji wa kisasa ulio mdogo. Watu waishio katika miji hii huwa wamekuja kufanya biashara, kutafuta kazi, au kupata elimu. Wao wametoka vijijini mwao, au wametoka nchi nyingine na kuja kufanya maskani yao katika huu mji mpya. Baada ya kufanÍkiwa na matakwa yao, wengine watarudi kustakiri makwao.

Mji wa zamani ulisitawi kwa njia ya biashara. Historia yake ni ndefu na utamaduni wake ni wa zamani sana. Miji ya namna hii ni mingi kwenye pwani ya Afrika ya Mashariki katika hiyo ni Msumbiji, Unguja; Tumbatu, Kilwa, Sofala, Mombasa, Malindi, Lamu, Pate na Mogadishuu. Si yote katika miji hii ingali ikiendelea na usitawi wake. Ile ambayo ingali inaendelea ni Mombasa, Unguja, Mogadishuu na Msumbiji. Malindi, Lamu na Pate ni miji midogo kwenye mwambao wa Kenya, na Tumbatu ni kijiji na kisiwa kaskazini ya Unguja.

Tukiizingatia historia, tutaona kuwa mji wa Mombasa ulianza miaka elfu iliyopita kwenye kisiwa kidogo, mahali penye kufaa kujengea bandari na watu wake kuweza kujihifadhi. Kabla ya kuanzishwa utawala wa Kizungu, Waarabu, Waajemi, na Wahindi walifanya biashara na watu wa mahali hapo. Katika karne ya kumi na tano, Mreno alifika na kuwasumbua sana wenyeji kwa kuishambulia nchi hiyo mara nyingi. Katika karne ya kumi na tisa, Mwingereza aliwasili na utawala wa Kiingereza ukaanza na wageni wengi walifika kisiwani. Bidhaa kutoka nchi mbalimbali zilizidi na bandari ikaendelea kukua na kuenea. Katika mwaka 1896 njia ya reli kutoka hapo Kilindini kwendea bara ilianza kujengwa. Njia hiyo ilizidi kuwaunganisha watu wa bara na watu wa pwani na mji ukatawanyika. Kwa upande wa magharibi wa huu mji wa zamani, mji mwingine ukaanza kukua. Hatimaye Mombasa iliyokuwa kwanza na maili za eneo tano iliongezeka ikafikia maili za eneo sabini na tano. Maendeleo kwanza yalionekana karibu na bandari lakini si muda yalitapakaa. Majumba yaliongezeka kujengwa, viwanda vikafunguliwa tangu vya vyakula, vya mafuta, sabuni, vibiriti na saruji, hata vya mitambo ya magari, dawa za wadudu, viatu na vinginevyo.

Makabila tofauti kama vile Waafrika, Wahindi, Waarabu, Wazungu, Magoa, Mashelisheli, Machina na Wasomali waliishi pamoja na wangali wakiishi pamoja. Mji wa zamani uliendelea kuwapo na karibu yake mji mpya ulikua na kusitawi. Leo Ukiitembelea hii miji miwili utashangaa kwa tofauti zilizopo baina yake. Mji wa asili, ulioko upande wa Mashariki, una njia nyembamba na vichochoro, nyumba zake zimegandanagandana, maduka madogomadogo, maghala mengi na watu wengi wanaishi kwenye sehemu ndogo. Ukifika mji mpya, ulioko upande wa magharibi, utakuta njia pana, majumba yamepangika kwa nidhamu, maduka makubwa ya kupendeza, taa nyingi zinamulika na watu wengi wanaoishi sehemu hii ni katika wale wanaojiweza. Ingawaje, watu wa makabila mbalimbali wanaishi pamoja kwenye mtaa mmoja na hakuna mbaguano. Ni mji wa kila mtu, si wa kabila moja wala dini moja. Watu hawakutengana kwenye maskani yao kwa ukabila. Mtaa mmoja unaweza kukuta watu wa makabila mbalimbali. Ingawaje kila kabila lina mahali pake pa kuabudu. Wahindi wana mahekalu yao, Wakristo makanisa yao, na Waislamu misikiti yao. Kuna pia shule za serikali na zile za kikabila lakini shule za serikali au zenye kupata msaada wa serikali zinaongezeka na za kikabila zinapungua.

Asha, msichana wa hapo Mombasa, anakaa kwenye mtaa wa Majengo. Akimsikia muadhini asubuhi, huamka akaenda msalani, akaoga, akavaa nguo za shule, na akasuka nywele zake. Hapo tena huenda nyumba ya pili kununua mbaazi katika kibakuli chake. Hununua na mkate, akarudi nyumbani kula yeye na ndugu zake. Asha na dada yake Fatuma huenda shule moja, na kaka yao Ali huenda shule nyingine. Shule zao haziko mbali na wanakokaa, ni mwendo wa miguu wa dakika kumi na tano. Wanapokwenda shule, njiani huwapita wachuuzi watembezao maandazi, vitumbua, mbaazi, samaki na vyakula vinginevyo vya kufungulia kinywa. Vibarazani huwapo wauzaji magazeti ya Kiingereza na ya Kiswahili. Magari mengi na baiskeli nyingi huwa zinapishana. Kila mtu wakati huo wa saa mbili anakimbilia kazini. Wengine hupita posta kwanza, kuangalia barua zao kwenye masanduku yao. Wengine huwa wanakwendea sokoni kununua chakula cha mchana. Watoto wadogo, wenye umri wa miaka minne mpaka mitano na vijuzuu vyao, wanakwenda chuoni kusoma Kur'ani. Kila mmoja kukuru kakara anakimbilia mahali pake. Njia zimejaa watu.

Mji wa namna ya pili ni wa kisasa na ni tofauti na huu mji wa zamani. Mji huu wa kisasa umekua hivi karibuni. Mmoja katika miji hiyo ni mji wa Nairobi, ulioko Kenya, kiasi cha maili mia tatu na khamsini

**Nairobi, mji mkuu wa Kenya, unaonekana kutoka kwenye ndege:** *Nairobi, the capital of Kenya, seen from the air*

magharibi ya kaskazini ya Mombasa. Sababu moja ya kukua mji huu ni njia ya reli, iliyofika hapo mwaka 1899. Maisha yake ni mafupi ukiyalinganisha na yale ya mji wa Mombasa. Hapa ni mahali palipokuwa pakiendeshewa Serikali ya jimbo la Ukambani. Baadaye mji huu ukawa ni mji mkuu na kiti cha Serikali ya Kenya nzima. Sehemu hii ilikuwa imekaa mahali pazuri, ardhi iliyoinuka na yenye rutuba.

Walioanza kuishi mahali hapa ni wale wenyeji wa nchi waliokuwa hapo tangu zamani, wageni wa Kikalasinga waliotoka Punjab kuja kujenga njia ya reli, na Waingereza waliokuja kuitumikia Serikali ya Uingereza au waliokuja kuitumikia kampuni. Baadaye Waafrika wengine walikuja kutafuta kazi, Wahindi kufanya biashara, na Wazungu kufanya maskani yao. Majumba mengi yalianza kujengwa na maduka na viwanda kufunguliwa.

Hapa maskani ya watu yalikuwa ni tofauti na yale ya Mombasa. Kila kabila liliishi mahali pake na kuwa na shule, hospitali, mahali pa ibada, hapohapo mtaani pake. Wazungu waliishi kwenye sehemu ya kaskazini palipoitwa 'Uzunguni'. Wahindi waliishi kwenye nyumba za daraja ya pili katika Eastleigh. Baadhi ya nyumba zao za ghorofa mjini zilikuwa na maduka chini. Waafrika waliishi kwenye sehemu za Kariakoo na Pumwani. Nyumba zao zilikuwa ni za daraja ya tatu na zilikuwa karibu na mahali walipofanyia kazi. Wengi wao walifanya kazi kwenye stesheni ya reli, kwenye viwanda; madukani na mahotelini. Vijana wengi, waliopo hapo mjini, wamekuja kufanya kazi, na azma yao, wakishapata mahitaji yao, ni kurudi kwao vijijini au mashambani ili kuishi na wake zao na jamaa zao.

Mji wa Nairobi hufananishwa na mji wa New York. Katika Afrika ya Mashariki nzima, huu ni mji wenye watu wengi zaidi, majumba, maduka na mahoteli makubwa zaidi, na ni mahali penye kila tamasha. Kila kukicha na mji unazidi kukua. Jumla ya watu wanaoishi hapa hawapungui mia tano na themanini na

**Mombasa—mandhari ya njiani. Angalia mavazi mbalimbali ya wanawake:** *A street scene in Mombasa. Note the mixture of women's dress styles.*

tano elfu na eneo la mji hivi sasa ni maili za eneo 7100. Maofisi ya Serikali na ya biashara, maduka makubwa ya Wazungu na ya Wahindi, Jumba la taifa, idhaa ya habari, majumba ya michezo, mahoteli makubwa, chuo kikuu na shule nyingi nyinginezo, majengo yote haya utayakuta pamoja katika mji huu bila ya kutembea hatua ndefu. Anasa na tafrija za namna kwa namna unaweza kuzipata kama unajiweza. Ikiwa mji huu hauna kukuru kakara na vishindo vya New York, pia hauna utaratibu na upole wa mji wa Mombasa.

Mji wa namna ya tatu unalingana zaidi na Nairobi kuliko na ule wa Mombasa. Kwanza umekua hivi karibuni. Upo mahali palipowezekana kufikiliwa na watu kwa urahisi. Jambo hili limewezesha kuufanya mji huu makao ya Serikali kuitawala sehemu ya nchi iliyo karibu nayo. Kwa sababu hii mji kama huu hukua karibu na njia panda, karibu na njia ya reli, au karibu na ziwa; mahali panapowezekana safari. Pia hukua mahali panapoweza kupatikana kazi na biashara kama vile penye mashimo ya madini. Basi mji wa namna hii huwavuta wenyeji wa Kiafrika kutoka sehemu mbalimbali kuja kutafuta kazi. Kwa mfano mji wa Kahama uliopo Tanzania katika wilaya ya Kahama iliyomo katika mkoa wa Shinyanga.

Mji huu upo karibu na mashimo ya dhahabu ya Geita na mashimo ya almasi ya Mwadui na pia si mbali na mpaka wa Kongo. Hapa utawakuta Waafrika wa makabila mbalimbali, wengine wamekuja safari ndefu. Wanyamwezi, Wasukuma, Wazaramu, Wahaya, Wasumbwa, Wanyasa, Wanyanyembe, Wakikuyu, Wahehe, Wanyika na Wabembe. Walio wengi zaidi ni Wanyamwezi. Jumla ya watu waishio mji huu si kubwa kama ile ya Nairobi au Mombasa. Labda hawazidi sana watu elfu mbili. Ni wachache sana ukiwalinganisha na wale wanaoishi katika mji mkuu wa Tanzania, yaani Daressalaam, yenye watu wasiopungua laki mbili.

Wengi katika hawa watu wa Kahama ni Waafrika. Kuna Wahindi wachache wenye maduka madogo na Waarabu wachache. Wenye maduka huwabidi kwenda kwenye miji mingine, iliyo mikubwa zaidi, kama vile Daressalaam, Nairobi au Mwanza, kununua vitu, kwa bei ya jumla na kuja kuviuza hapo Kahama kwa bei ya rejareja. Wazungu wachache waliopo hapo ni wamisheni na wafanyaji kazi wa kampuni, watumishi wa Serikali au wa kwenye mashimo ya madini.

Kahama inafanana na Nairobi kwa vile maskani ya watu yamegawika kwa ukabila. Wazungu wana sehemu yao, Waafrika wana sehemu yao na Wahindi wana yao pia. Lakini Kahama hailingani na Nairobi wala Mombasa kwa upungufu wake wa anasa na tafrija na kwa uchache wake wa kazi. Wale wanaume, wasiofanya kazi kwenye mashimo, pamoja na wanawake kazi yao kubwa ni ukulima. Wenyeji hupanda pamba na tumbaku kwa mazao ya fedha. Mazao yao mengine ni karanga, ufuta na nafaka nyinginezo. Wengine kazi yao ni kurina asali na kuiuza asali na nta. Watu wachache wanafanya kazi kwenye hospitali moja iliyopo hapo mjini na kwenye dispensari za vijijini. Wachache ni walimu kwenye shule za katikati na shule za chini ziliopo. Wengi katika wafanyaji kazi wa Serikali walikuwa ni Waafrika wageni, waliokuja hapa kufanya kazi, kama vile Wahaya na Wazaramu, na wengi katika wakulima ni wenyeji wa asili wa mahali hapo. Siku hizi mambo yanabadilika.

Anasa si kama zile za Nairobi au Mombasa, lakini juu ya hivyo watu hujifurahisha kwa kucheza ngoma za kienyeji, hasa katika siku za kiangazi kazi za ukulima zinapopungua. Jumamosi jioni watu huweza kwenda kwenye mahali pa dansa kucheza. Huweza kukutana na wenzao kuzungumza kwenye klabu za pombe, sokoni, kwenye klabu ya Youth League (Yusi Lizi) au kwenye kiwanja cha mpira. Wakristo huweza kukutana na wenzao kwenye kanisa moja iliyopo hapo mjini, Waislamu kwenye misikiti yao, na Waswezi, watu wenye kuabudu dini ya kienyeji, kwenye mahali pao pa ibada. Miji hii ya namna tatu, tuliyoieleza, inaweza kuonekana Afrika ya Mashariki yote, tangu Uganda, Kenya mpaka Tanzania. Miji inabadilika, mingi inakua na kupanuka, watu kwa wingi wanahamia mijini, mila na desturi za watu zinabadilika, kazi za utawala wa nchi, mpango wa wafanyaji kazi, uchumi wa katika miji, mambo yote haya yamo katika kubadilika.

## MAZOEZI

Eleza kwa maneno yako mwenyewe namna tatu za miji
    uliyoelezwa.

Kuna tofauti gani katika miji hii?

Chagua miji mingine mitatu ya Afrika ya Mashariki ueleze
    habari zake. Je inafanana vipi ha hii?

Mwanakijiji akihamia kwenye mji itambidi aishi vipi?
    Maisha yake ya kawaida yakibadilika yatabadilika
    vipi?

Utapenda kuishi kwenye mji wa namna gani na kwa nini?

Jifanye mvulana au msichana wa katika mji mmoja wa
    Afrika ya Mashariki na ueleze maisha yako tangu
    ukiamka asubuhi mpaka ukienda kulala usiku.

## MANENO MAPYA

maskani — *settlement, dwelling place*
matakwa — *desires, wishes*
-stakiri — *establish oneself*
-ngali — *still*
-zingatia — *examine, consider*
bandari — *harbor*
utawala — *rule*
Waajemi — *Persians*
karne — *century*
-shambulia — *attack (v.)*
-wasili — *arrive*
tamasha — *amusement*
-cha — *sunrise*
idhaa — *broadcasting station*
jengo, jumba — *building*

anasa — *entertainment*
tafrija — *excitement*
vishindo — *noises*
upole — *slowness*
shimo la madini/maadeni — *mineral mine*
-vuta — *pull, attract*
wilaya — *province, district*
mitambo — *machines*
-shangaa — *surprise (v.)*
kichochoro — *alley*
nidhamu — *in an ordered way*
-mulika, murika — *shine (v.)*
muadhini — *a man who calls for prayer*
kibakuli — *a small dish*
kijuzuu — *a small book with a single chapter of the Qur'an*
Qur'an, Kur'ani — *Qur'an, Koran*
Kukuru kakara — *hustle and bustle*
Kalasinga — *Sikh*
azima — *intention*
-azimu — *intend*
mkoa — *district, region*
dhahabu — *gold*
almasi — *diamond*
mpaka — *boundary, until*
bei ya jumla — *wholesale price*
bei ya rejareja — *retail price*
karanga, njugu — *peanuts*
ufuta — *sesame*
nafaka — *grains, cereals*
mbegu — *seeds*
kurina asali — *to collect honey*
nta — *wax, beeswax*

**Kuchungulia bonde la Rift Valley katika Kenya:** *Looking down into the Rift Valley of Kenya*

# 4 Ardhi: *Land*

Umuhimu wa ardhi haukadiriki katika maisha ya watu wa Afrika ya Mashariki na hata wa Afrika nzima. Matatizo na masikilizano katika utumizi wa ardhi yamehusika na uchumi, ukabila, dini, siyasa na starehe ya watu wenyewe. Wote wanaomiliki ardhi yawalazimu watimize kawaida, sherehe na matambiko fulani. Ardhi huwaunganisha watu au huwagawanya. Yakiwapo masikilizano katika utumizi wa ardhi huwapo mapatano. Ugomvi baina ya watu mara nyingi husababishwa na hitilafu zinazotokana na kumiliki ardhi.

Kwa kawaida za kienyeji ardhi huwa ni ya kabila zima kama vile wanavyodai Wakikuyu au Waluhya na makabila mengine. Mtu anaweza kuwa na ardhi, ikiwa yeye ni mwana wa kabila, ambalo linadai kuwa watu wa kabila hilo walipewa ardhi hiyo na mzee wa kabila lao. Hii huwa ni ardhi ya kabila ambayo watu hawa kwa jumla huisimamia na kudai kuwa ni yao. Kila ukoo, jamaa, au kila mmoja katika wao ana dhamana ya sehemu yake. Sehemu hiyo aliirithi kwa jamaa zake, vizazi vilivyotangulia. Wao waliipata au kwa kufyeka mwitu wa asili, au kwa kubadilishana na watu wengine, au kwa kuiteka nchi wakati wa vita.

Ardhi ya ukoo au jamaa fulani haiwezi kuuzwa. Baba akifariki ardhi yake hurithiwa na wanawe au wa ndugu yake mwanamke. Mtoto mkubwa, hasa wa kiume, ndiye kwa kawaida ashikaye mahali pa baba yake. Yeye huisimamia ardhi hiyo ili kuhakikisha kwamba inatumiwa vyema na lazima itumiwe au ardhi hiyo inaweza kuchukuliwa. Ikiwa mmoja katika ndugu hao imembidi ahame mahali hapo, basi yeye anaweza kuwauzia au kuwapa nduguze sehemu yake ya shamba, lakini hawezi kuwauzia watu wa mbali ila ndugu zake wakiikataa ardhi hiyo. Ardhi ya kurithi haiuzwi ila ndugu wote washauriwe, na wakikubali, hapo tena wakuu wa mji au kijiji huarifiwa.

Pengine mtu akiwa hana ardhi ya kutosha kwa jamaa zake, anaweza kuazima ardhi kutoka kwa jamaa za mkewe. Pia mtu huweza kupata kipande cha ardhi ili ajilimie chakula endapo akishauriana na wenye ardhi hiyo na wakamruhusu kuitumia. Malipo yatakuwa ni mazao atakayowapa, pesa atakazowalipa au kazi atakazowafanyia wenye ardhi hiyo, lakini ardhi hiyo haiwi mali yake. Ardhi ni mali ya kabila, ukoo au jamaa. Pia ardhi huweza kuwa ni mali ya Serikali. Watu humiliki miti hawamiliki ardhi.

Ardhi hutumiwa kwa kilimo. Katika Afrika ya Mashariki kuna wakulima wengi sana, wasiopungua themanini kwa mia ya wakazi wote. Utajiri wa watu wengi unategemea mazao na mifugo yao kwa hivyo watu wengi ni wakulima na wafugaji. Kama ilivyo muhimu ardhi kwa mkulima, ndivyo ilivyo mifugo kwa mfugaji.

Ulimaji ni wa namna tofauti. Kuna ulimaji wa mbegu, kama vile katika kupanda mpunga, mtama, mahindi, maharagwe na njugu (karanga). Upandaji wa miche kuotesha vyakula vya mizizi, kama muhogo, viazi, viazi vikuu na majimbi. Upandaji wa miti ya matunda, kama migomba, michungwa, midimu, minazi na miti mingineyo, Kuna upandaji wa mazao yanayoleta fedha, kama tumbaku, buni, katani, karafuu, pamba na muwa, na kuna upandaji wa vyakula vya kila siku.

Baadhi ya watu ni wakulima na baadhi ya watu ni wafugaji. Makabila ambayo hujishughulisha kwa kazi za ukulima ni Wakikuyu, Wachagga, Wanyamwezi, Wahehe, Waganda na Wanyoro. Wafugaji ni Wamasai, Wasamburu, Wahima, Wagogo, Waturkana na Wakaramajong (Wakaramoja). Wao hufuga n'gombe, mbuzi, kondoo, ngamia, punda na kuku. Kazi yao ni kuhamahama kutafuta malisho na maji kwa wanyama wao. Wao wenyewe hunywa maziwa na wachache hunywa damu, na hula nyama wanayoiwinda, au wanayoipata kutoka kwenye mifugo yao. Chakula kingine wanachokila ni kile wanachohemera kwa jirani zao wakulima.

Zamani wakulima waliitayarisha ardhi ya kulimia kwa kukata mwitu na kufyeka majani au kuyaunguza moto. Hapo tena huichimbua ardhi kwa kutumia jiti la kuchimbulia, jembe au mtalimbo. Pengine hupiga matuta na huwa tayari kupanda mbegu au miche yao. Mbegu zikianza kuchipuka, mkulima huipalilia, huwinga ndege, na hufukuza wanyama wa mwituni, na huitegemea mvua kuirutubisha ardhi yake. Mazao yakiwa tayari kuvunwa; pengine marafiki na jamaa huja kumsaidia kuvuna. Baada ya kupata mavuno kwa kiasi cha miaka miwili, mkulima huyu hutokea akaiacha ardhi hiyo ipumzike na kusogea kulima sehemu yake nyingine yaani mahali penye udongo mzuri na wa rutuba.

Ingawa wakulima hawa walipata chakula cha kuwatosha, kilimo cha namna hii hakikuwawezesha kupata mazao na mapato ya kulinganisha na nguvu zao na jasho lao. Kazi ilikuwa kubwa na malipo madogo. Siku zilipoendelea, jumla ya watu walioishi kwenye ardhi moja ilizidi, rutuba ya ardhi ilianza kupungua, na sehemu kubwa haikufaa kwa kilimo kwa sababu ya mmomonyoko wa udongo na uharibifu wa ardhi. Watu waliishi kwa kubanana kwenye ardhi ndogo isiyokuwa ya kuwatosha bali iliyoweza kutumiwa kwa kilimo. Mavuno yaliyopatikana yalikuwa haba sana. Wale waliokuwa wafugaji ingawa jumla yao iliongezeka mifugo haikuongezeka. Jambo hili lilisabibisha vita na kunyang'anyana. Pia liliwafanya wafugaji kuwa ni walimaji vilevile, kama walivyo Wakaramoja na Wamasai.

Siku hizi kazi za ukulima na za ufugaji zimebadilika. Wakulima wanajaribu kuyaendeleza mbele mashamba yao kwa kuyafanya yawe mashamba bora, na kwa kufuga na kukuza wanyama wachache lakini wenye afya njema. Maendeleo haya yatasaidia kuendeleza na kusitawisha uchumi si wa mkulima tu bali uchumi wa nchi mzima. Mkulima wa leo anatumia vifaa bora ili apate mavuno bora na kwa urahisi. Mkulima siku hizi anatumia jembe la ng'ombe au plau inayovutwa na ng'ombe na hata pengine anatumia trekta. Anafuga ng'ombe ili wamsaidie kwa kazi hizi, wampatie mbolea na wamsaidie kwa chakula. Umuhimu wa mkulima katika nchi ya Tanzania unatiliwa nguvu na Rais wa Tanzania, Mwalimu Julius Nyerere, katika hotuba yake ya Utekelezaji wa Azimio la Arusha, anasema:

''Katika hali yetu ya sasa itatubidi tutilie mkazo maendeleo yetu katika vijiji,, na hasa katika ukulima. Vile vile itatubidi, kwa kadri ya uwezo wetu, tutumie vifaa vya kisasa zaidi. Lazima tutumie ufundi wa kisasa. Katika sehemu nyingi za nchi yetu tunaanza kufuata mashauri ya mabwana shamba. Lakini chombo chetu

**Mipango ya kujisaidia ya Wagiriyama. Hapa wakaazi wa vijijini wamekusanyika kufyeka ardhi:**
*Villagers joining communal work parties to clear land in a Giryama Self-Help scheme*

**Kunakuchwa:** *Evening falls.*

kikubwa cha ukulima ni jembe la mkono, na jembe la mkono haliwezi kututosheleza haja zetu za kisasa. Hatuna budi kulitelekeza jembe la mkono sasa, na tuanze kutumia jembe la ng'ombe au plau. Hatuwezi kuwa na maendeleo kwa kungoja mpaka kila mkulima amepata uwezo wa kununua trekta, aweze na kuliendesha na kulitunza. Kwa kweli tukisubiri wakati huo hatutaweza kamwe kuliacha jembe la mkono, maana njia za ukulima zitumikazo sasa hazifai kuleta uchumi katika nchi utakaotuwezesha kununua matrekta ya kutosha nchi nzima, au kuwafundisha watu kuyaendesha na kuyatunza matrekta hayo. Kwa wakati huu matrekta hatuyamudu, hatuna fedha wala mafundi; lakini tu tayari kabisa kutumia plau la kukokotwa na ng'ombe. Wanyama tunao na maplau yanaweza kununuliwa kwa bei ndogo, na hata kutengenezwa humu humu nchini nchini. Ni chombo kisichotaka ujuzi mwingi ambacho hata wakulima wetu wanaweza kwa upesi sana kujifunza kukitumia (maelfu hivi sasa wanakitumia); na vile vile ni chombo kinachofaa kutumiwa katika mashamba ya umoja ya vijiji vya ujamaa tunavyotarajia kuvijenga, au hata katika shamba la kutosha ambalo mkulima mwenye juhudi na jamaa yake wanamudu kulilima.

"Kama tunataka kutengeneza hali yetu ya maisha iwe bora zaidi lazima tutumie vifaa vya kisasa katika ukulima. Lakini hatuwezi kufanya hivyo kwa kumnunulia kila mtu trekta lake maana hatuna fedha wala mafundi wa kutosha kutuwezesha kufanya hivyo, au hata ile mipango ya kuyafanya matrekta hayo yatumike kwa faida. Hatuna budi kubadili hali hii kwa kutumia kwa juhudi yote vifaa tunavyomudu kuvinunua au kuvitengeneza; vifaa ambavyo ni rahisi mkulima kuvitumia bila ya matata au kuharibikaharibika; vifaa ambavyo vinafanana na mipango yetu ya sasa na ya miaka michache ijayo. Na hivyo tunaweza kufanya. Plau la ng'ombe, gari la ng'ombe, kutumikisha punda wetu ambao mpaka sasa wanakula majani yetu bila ya kufanya kazi yo yote, mambo yote haya yanaweza kutuongezea sana mazao, na hivyo kutuinulia maisha ya watu wetu. Lazima tuanze kutumia njia hizo kwa haraka iwezekanavyo. Halafu, baada ya kueneza mapinduzi hayo katika nchi nzima, ndipo tutakapoanza kuyaacha maplau na kusogea kwenye hatua ya matrekta. Lakini wakati huo haujafika bado, na kwa hiyo hatuna budi kutia juhudi zetu katika shabaha ya sasa.

"Nikisema hivyo sina maana kwamba hatutakuwa na matrekta yakitumiwa na wakulima mahali po pote katika Tanzania. Tutakuwa na matrekta kufanya kazi maalum au kutumika katika mashamba ya Taifa yaliyo makubwa na yenye mipango mizuri, kama ile ya kazi inayotakiwa katika kiwanda cha kisasa. Lakini kwa vishamba vyetu vilivyo vingi matrekta hayafai, na kwa vyo vyote vile hatuyamudu kuyanunua au hata kuyatumia katika njia ambayo itarudisha gharama yake".

## MAZOEZI

### Tumia maneno haya katika sentensi.

ardhi, mwitu, kilimo, mkulima, mifugo, mfugaji, nafaka, mbegu, miche, mzizi, mazao, kufuga, malisho, kuwinda, jembe, -palilia, -vuna, udongo, rutuba, wanyama, mbolea

### Katika Afrika ya Mashariki mtu anaweza kupata ardhi kwa njia gani?

### Shida gani zinahusiana na kumiliki ardhi?

### Kuna tofauti gani baina ya mkulima wa siku hizi na yule wa zamani?

### Andika maneno haya kwa kifupi: *Write these phrases in an abbreviated form.*

| dada | yake | > | dadaye, dadake |
|------|------|---|----------------|
| ndugu | yake | > | nduguye |
| babu | yake | > | babuye |
| kaka | yake | > | kakaye, kakake |
| wifi | yake | > | wifiye |
| shemeji | yake | > | shemejiye |
| shoga | yake | > | shogaye, shogake |
| mke | wake | > | mkewe |
| mume | wake | > | mumewe |
| mwana | wake | > | mwanawe |
| mjomba | wake | > | mjombawe, mjombake |
| shangazi | yake, lake | > | shangaziye, shangazile |
| mwenzi | wake | > | mwenzie, mwenzake |
| mama | yangu | > | mamangu |
| baba | yangu | > | babangu |
| ndugu | yangu | > | ndugu yangu |
| bibi | yangu | > | bibi yangu |
| mume | wangu | > | mume wangu |
| mke | wangu | > | mke wangu |
| mwenzi | wangu | > | mwenzangu |

## MANENO MAPYA

-kadirika — *estimated*
tatizo, matatizo — *entanglement, difficulty*
utumizi — *use (n.)*
-miliki — *own (v.)*
tambiko — *offering*
-unganisha — *unite*
-sabibishwa — *caused*
hitilafu — *difference*
-dai — *claim (v.)*

-simamia — *supervise, stand over*
-rithi — *inherit*
-teka — *capture*
-shika — *bold*
-hakikisha — *make certain*
-hama — *move from*
-shauriwa — *be consulted*
-arifiwa — *be informed*
malipo — *payment*
themanini kwa mia — *80 per cent*
miche — *shoots, cuttings*
mizizi — *roots*
ngamia — *camel*
punda — *donkey*
malisho — *pasture*
-hemera — *barter, buy food from the outskirts of the town*
-chimbua — *dig up*
jiti — *stick*
matuta — *beds of earth, trenches*
-chipuka — *start to grow*
-palilia — *weed*
-winga — *drive away*
-fukuza — *chase away*
mavuno — *a harvest*
-sogea — *move*
jasho — *sweat*
mmomonyoko — *crumpling*
uharibifu — *destruction*
-banana — *squeeze each other*
-bana — *squeeze*
haba — *little*
-nyang'anya — *snatch, plunder*
-endeleza — *develop*
mbolea — *manure*
Azimio la Arusha — *Arusha Declaration*
Utekelezaji wa Azimio la Arusha — *After the Arusha Declaration*
-tilia nguvu — *reinforce*
-tilia mkazo — *emphasize*
ufundi — *technology, skill*
chombo — *vessel, tool*
-tosheleza — *suffice, satisfy*
-telekeza — *leave*
-subiri — *wait patiently*
-kokotwa — *be dragged*
ujuzi — *knowledge*
kamwe — *at all*
mudu — *be able, extend oneself*
juhudi — *effort, endeavor*
-inulia — *raise for*
mapinduzi — *revolution, radical changes*
shabaha — *goal, aim*

**Uchimbaji wa mahodhi ya maji kwa ajili ya ng'ombe ni mmoja katika mipango ya Maendeleo ya Serikali ya Kenya. Ng'ombe ni mali ya jimbo la Kaskazini. (Waangalie ngamia waliopo kwenye sehemu ya nyuma ya picha.):** *Part of the government development planning in Kenya includes the digging out of water pans to give year round sustenance to the cattle on whom the life of the Northern province depends. (Note the camels in the background of the photograph.)*

# 5 Mazao na Mifugo: *Crops and Cattle*

## MAZAO: *CROPS*

Maisha ya watu wa Afrika ya Mashariki yanategemea sana mazao na mifugo ya wakulima na wafugaji. Wao pia wanaitegemea ardhi ilivyo na hali ya hewa. Ingawa ardhi ni kubwa lakini si udongo wote unaofaa kwa kilimo. Mvua inanyesha kwa kutosha lakini huweza ukawapo upungufu wa mvua, au mvua kunyesha kwa wingi sana na kusababisha mafuriko ya maji, au pengine kunyesha kabla ya wakati inayotazamiwa. Wadudu na maradhi ya mimea huongeza shida za mkulima na mfugaji. Haya yanazidi kutatizwa na ukosefu wa maarifa ya ukulima wa kisasa na ukosefu wa vifaa vya kisasa.

Mkulima huotesha na huvuna chakula cha kumtosha yeye mwenyewe na watu wake wa nyumbani, na kitakachomletea pesa kidogo za matumizi. Haoni sababu ya kuzidisha mavuno yake kwa kucha yasiharibike, ilivyokuwa hana njia au mahali pa kuyahifadhia. Watu wengi ni wakulima kwa hivyo wachuuzi ni wengi na washitiri ni wachache. Washitiri nao hawalipi malipo ya kutosha, basi mkulima hapati faida ya maana katika kazi yake ya kila siku. Mazao yake makubwa ni yale ya chakula cha kila siku atakayoweza kuvuna mapato yake kwa upesi. Mazao haya huwa ni nafaka kama mahindi, mtama, kunde, maharagwe, mpunga, mbaazi, na ufuta; matunda kama mabibo, maembe, ndizi, mananasi, machungwa, nazi, mapera na mengineyo; na vyakula vya mizizi, kama viazi vitamu, viazi vya Kizungu (mbatata), mihogo, majimbi na viazi vikuu. Wakulima wachache tu wa kienyeji hujishughulisha na mazao ya fedha kama vile pamba, chai, kahawa, katani na tumbaku. Kazi hii ilikuwa mikononi mwa wageni isipokuwa katika sehemu za Uganda au Kilimanjaro kwa Wachaga. Mazao haya yanahitaji fedha na kazi nyingi sana katika kuyapanda, kuyangojea yakue, kuyavuna, kuyapeleka vinuni, kuyashindika na kuyatayarisha kwa usafirishaji wa kuyauza nchi za ugenini. Inampasa mkulima angojee muda mrefu tangu wakati anapoanza kazi yake mpaka anapopata pato lake. Isitoshe, ili apate bei nzuri kwenye soko la dunia, mazao yake lazima yalingane kwa ubora na yale mazao ya sehemu nyingine za ulimwengu.

Ilivyokuwa kazi ya ukulima aliachiwa mwenyeji, asiyekuwa na ujuzi wa kisasa wa kutosha, mavuno hayakuendelea mbele sana ingawa ardhi ipo ya kutosha. Ingawa nchi zetu zinategemea kilimo, wachache katika wananchi wana ujuzi wa kazi hii; na ingawa maisha ya watu na uchumi wa nchi hutegemea kilimo, wachache tu waliyoiona faida yake na wengi waliidharau kazi hiyo. Wengi walikimbilia mijini kufanya kazi za maofisini na viwandani na kuwategemea kwa chakula wale wachache waliobaki mashambani. Nchi zote za Afrika ya Mashariki ziliwalazimu kuwategemea na zingali zikiwategemea mabingwa wa kigeni katika kuzishinda shida za mkulima. Wenyeji wenyewe wanaozifahamu shida hizo na watakaoweza kuzieleza kwa wenzao si wengi wanaokwenda kujifunza ukulima.

Katika miaka hii ya karibuni, madaraka ya wakulima na wafugaji, na nafasi zao za kuendeleza kilimo na mifugo zimebadilika. Serikali pamoja na wananchi wanachukua jitihada zaidi katika kutafuta njia za kuzidisha elimu ya mkulima, kuongeza mavuno yake, na kukuza pato lake. Wizara ya ukulima pamoja na halmashauri zake mbalimbali zinafanya kama ziwezavyo kumwonyesha mkulima njia ya kuyasitawisha mazao yake, kwa kuchagua mbegu zisizokuwa na maradhi na zitakazotowa mavuno bora, kuutunza udongo kwa kutumia mbolea na dawa za kuua wadudu, kuyahifadhi maji kwa kuchimba mifereji, kutengeneza njia za kusafirishia mazao yao, kuweka bei maalum na kumsaidia kupata soko la mjini na la nje ya mji. Serikali humkopesha fedha na humuazima vifaa vya kutumia. Vyuo vya kufundishia kazi hizi vimefunguliwa, na walimu wa kienyeji wanazunguka vijijini kuwasaidia wenzao. Wanafunzi wanaohitimu wanapata shahada kwa maendeleo yao. Siku hizi wakulima wa kienyeji wanaotesha mazao yanayoleta fedha, na vyama vya ushirika huyanunua mavuno yao na kuyaweka kwenye maghala mpaka yakiwa tayari kusafirishwa. Pamba inayopatikana kwa wakulima wa Tanzania hupelekwa Uchina, Ujapani, Hongkong na Singapore. Songea, Iringa na Urambo- Tabora wenyeji wengi wanalima tumbaku sasa. Pia Tanzania husafirisha katani, kahawa, tumbaku, chai na matunda. Ingawa wakulima wa Kizungu wangali wapo katika nchi ya Kenya, wakulima wa kienyeji wameongezeka sana. Kahawa na chai hupatikana kwa wingi na husafirishwa Uingereza. Nafaka

**Katika Afrika ya Mashariki mambo ya kizamani na ya kisasa huendelea pamoja. Hapa jembe la ng'ombe linafanya kazi. Mtu mmoja ameukamata mpini wa jembe na mwingine anawaongoza ng'ombe kwenye udongo mzito:** *The old and the new exist side by side in East Africa. An ox plow team at work. One man holds the handle of the plow while the other goads the oxen through the heavy soil.*

kama mahindi na ngano, sukari, pareto na maua huuzwa pia nchi za nje. Karafuu za Unguja huuzwa Indonesia, Singapore, Bara Hindi, na Urusi.

Kazi nyingi zilizohusiana na kilimo hufanywa na wanawake, hasa zile za wakulima wa mashamba madogo na wakulima wa binafsi. Wanaume hulitayarisha shamba kwa kufyeka mwitu, kuichimbua ardhi kuisafisha, na kupiga matuta. Mbegu hupandwa na wanawake. Wakati wa kuzipanda hutegemea hali ya hewa na zile namna ya mbegu zinazotaka kupandwa na mahitaji ya chakula ya mkulima na msaada atakaoweza atakaoweza kuupata. Kazi hii huanzia Januari mpaka Februari na kuweza kuendelea mpaka Aprili. Wanawake hupalilia, huwinga ndege na hungojea mavuno. Miche inapata mvua ya masika kuanzia mwisho wa mwezi wa Machi mpaka Mei. Kuvuna kunakuwa tayari katika mwezi wa Juni au Julai. Wakati huu wanawake pamoja na wasichana huvuna mapando yao. Mbegu zilizochelewa kupandwa huvunwa baada ya Julai.

Wanawake ndio waendao sokoni kuuza mazao. Siku ya Jumapili kila mama mkulima pamoja na wanawe, hasa wasichana, hukusanya vikapu vyao na kuvibeba vichwani mwao mpaka sokoni. Mahali hapa ni uwanja mkubwa sana wanapokusanyikia wauzaji wa kike na wanunuzi wao. Kila mtu huvitawanya chini vitu vyake alivyoleta kuuza. Huvipanga kwa mafungu kwenye majani ya mgomba au kwenye nguo au magazeti makukuu. Vipimo vyao ni mikebe, vikopo, madebe au mafungu. Mtu anaweza kununua chochote tangu pilipili, tungule, malimau, mayai, matunda, na hata nguo, vifungo au vyombo. Wauzaji wa nguo na vyombo ni wanaume si wanawake. Wanunuzi huja na mikoba au vikapu vyao, na huzunguka kwenye kila

**Katika baadhi ya kazi za shambani matrekta hutumiwa badala ya wanyama. Hapa mwanachama wa chama cha ushirika anaonekana akirudi kondeni baada ya kazi ya kutwa:** *Tractors have replaced draft animals for some farm tasks. Here a member of a cooperative farm returns from the day's work in the fields.*

duka kutazama vitu na kulinganisha bei. Mnunuzi lazima apatane bei ili asipunjwe. Ni mandhari ya kupendeza. Utawaona mabibi wamevaa nguo za rangi nzurinzuri na mishono mbalimbali na utawasikia wakigombania bei ya chini. Ukifika wakati wa kurudi majumbani katika saa za alasiri, mkulima muuzaji amefurahi kwa alichouza na mnunuzi amependezewa na alichonunua.


## MIFUGO: *CATTLE*

Wafugaji wa Afrika ya Mashariki hufuga ng'ombe, mbuzi, kondoo, punda, kuku na bata. Wenye thamani zaidi ni ng'ombe. Hawa hufugwa si kwa sababu ya chakula wanachotowa tu bali kwa sababu ng'ombe ni mali. Katika sehemu nyingi za Afrika ya Mashariki mtu akitaka apate mke hulipa ng'ombe ndiyo afunge ndoa. Ng'ombe anaowapata baba yake biarusi hutumiwa na mwanawe wa kiume kuolea mke Mara nyingi ng'ombe ni mali ya jamaa au ukoo. Jamaa au mtu mwenye ng'ombe wengi hupewa heshima kubwa na huwa na cheo kikubwa. Mfugaji alifanya jitahada yote awe na ng'ombe wengi ijapokuwa hakuweza, kuwapatia malisho ya kutosha. Ng'ombe wake walikonda na kuwa dhaifu lakini yeye hakujali ikiwa jumla yao ilikuwa kubwa.

Siku hizi wafugaji wanaanza kufahamu kwamba wanyama wao lazima wapewe malisho ya kutosha ili waweze kutoa maziwa mengi na nyama nzuri. Wanafahamu kuwa ng'ombe wenye maradhi au wanaosimbuliwa na wadudu lazima watibiwe. Ng'ombe wanafugwa ili watu wapate chakula, ngozi yao wafanyie viatu, na wapate mbolea kwenye mashamba yao. Wafugaji wanaagizia ng'ombe wa nchi za nje kuwafuga pamoja na ng'ombe zao wa kienyeji kuendeleza na kusitawisha vizazi vyao.

Mitambo ya maziwa inatengeneza maziwa ya maji, ya unga, siagi, samli na krimu. Baadhi ya vitu hivi vinatumiwa nchini na vingine vinasafirishwa kuuzwa nchi za nje. Wizara ya Kilimo inawapa shauri wafugaji juu ya kazi za ufugaji, na kama wafanyavyo katika ukulima wanajaribu kuwashawishi watu watumie njia za ufugaji wa kisasa.

Ng'ombe hupelekwa malishoni na wanaume au vijana wa kiume lakini pia wanawake wanasaidia katika kazi nyingine. Wao huenda kukata majani kwa sababu ya malisho, wao ndio wawakamao na wawapigao bomba la kuua wadudu, lakini kuchinja ng'ombe na kuuza nyama ni kazi za wanaume.

Serikali zinajitahidi kuendeleza vifaa vinavyotoka nchini katika jumla yake na ubora wake, ili kulikuza soko la katika nchi na la nje ya nchi vitu viweze kuuzwa na kununuliwa palepale nchini. Jambo hili litapunguza utegemeaji wa nchi za Afrika ya Mashariki juu ya nchi za nje katika mambo ya uchumi.

# MAZOEZI

**Badilisha vitendo hivi kuwa majina:** *Form nouns from these verbs:*

lipa    > lipo    malipo
zaa     > zao     mazao
pata    > pato    mapato
vuna    > vuno    mavuno
furika  > furiko  mafuriko
panda   > pando   mapando

fuga    > mfugo   mifugo
kopa    > mkopo   mikopo
goma    > mgomo   migomo
cheza   > mchezo  michezo
shona   > mshono  mishono
kutana  > mkutano mikutano

lima    > kilimo  vilimo
ziba    > kizibo  vizibo
funga   > kifungo vifungo
pima    > kipimo  vipimo

## Tumia maneno haya katika sentensi.

malipo, mazao, mavuno, mafuriko, mifugo, mgomo, mchezo, mshono, kilimo, kizibo, kifungo, kipimo, pato, vuno, zao

## Jifanye uko Afrika ya Mashariki ueleze ulivyopitisha siku ya Jumapili. *Pretend you are in East Africa and tell someone how you spent your Sunday.*

## Eleza shida za mkulima au mfugaji wa Afrika ya Mashariki. *Discuss the problems of an East African farmer or cattle herder.*

## Jifanye kuwa mkulima ueleze unavyoipitisha siku yako. *Pretend that you are a farmer and tell how you spend your day.*

## Mlinganishe mkulima wa Afrika ya Mashariki katika mwaka 1940 na wa mwaka huu. *Compare and contrast an East African farmer in 1940 and today.*

# MANENO MAPYA

mafuriko ya maji — *floods*
wadudu — *insects*
maradhi — *disease*
-tatiza — *complicate*
matumizi — *expenses*
washitiri — *buyers*
mazao ya fedha — *cash crops*
vinu — *mills*
-shindika, sindika — *processing*
-lingana — *comparable*
bingwa — *expert*
kigeni — *foreign*
-epukana — *avoid*
-tunza — *take care*
pamba — *cotton*
Uchina — *China*
Ujapani — *Japan*
ngano — *wheat*
pareto — *pyrethreum*
karafuu — *cloves*
Bara Hindi — *India*
Urusi — *Russia*
-tawanya — *spread (v.)*
kukuu, kuukuu — *old, worn-out thing*
kifungo — *button*
kopo — *tin cup*
mkebe    *a can*
kipimo — *measurement*
-punja — *cheat in price*
mshono — *style of dress*
bata — *ducks and drakes*
thamani — *value*
dhaifu — *weak*
-jali — *care (v.)*
mtambo — *machine*
maziwa ya unga — *milk powder*
siagi — *butter*
samli — *ghee*
krimu — *cream*
kukama — *to milk, to squeeze*
-goma — *strike (v.)*
-shona — *sew*

**Mvuvi mpweke anajitayarisha kuliteremsha tanga lake katika kukaribia kwake nchi kavu:** *A solitary fisherman prepares to dismantle his sail as he approaches the village landing.*

# 6 Pwani ya Afrika ya Mashariki:
## East African Coast

### BIASHARA: *TRADE*

Pwani ya Afrika ya Mashariki inaanzia kwenye mto Ruvuma, digri 11 kwa kusini ya Equator, na kumalizikia karibu na Pate, digri 2 kusini ya Equator. Huu ni urefu usiopungua maili mia nane. Visiwa viliopo kwenye pwani hii ni Kerimba, Mafia, Bajun, Unguja, Pemba na Tumbatu. Pwani hii iliyopo upande wa magharibi wa Bahari ya Hindi iliwaunganisha Wabantu, waliohamia sehemu hii kutoka upande wa Magharibi na Kusini na watu wa nchi za Arabuni, Uajemi, Bara Hindi na Indonesia. Wataalamu hawana hakika juu ya historia kamili ya pwani hii kabla ya karne ya kumi na tatu, na wanasema kwamba inahitaji uwepo uchimbaji wa zaidi ndipo watakapoweza kuifahamu historia hiyo. Magofu machache ya misikiti na makaburi yamechimbuliwa lakini hakuna maandishi yaliyohifadhi habari za kale. Tarehe ya kwanza inayojulikana kwa hakika ni mwaka A.D. 1107 iliyoandikwa kwa maandishi ya 'Kufa ('Kufic) na iko katika msikiti wa Kizimkazi, Unguja. Magofu mengine yanayoweza kuonekana hata sasa ni Kilwa Songo Mnara, Kunduchi na Kaole karibu na Bagamoyo, Tongoni kusini ya Tanga, Pate, Lamu, Gedi na Ungwana (Kipini) katika Kenya. Mabaki mengine ya vitu vilivyopatikana ni sarafu zilizotumika katika karne ya kumi na tatu pamoja na magae ya vyombo vya sini vilivyotoka Ghuba ya Uajemi na Uchina.

Pwani hii ilijulikana na watu wa bahari ya Mediterranean tangu miaka elfu mbili iliyopita. Yasemekana kwamba watu walioishi kwenye nchi hizi za pwani walifanya biashara na Waarabu, Waajemi, Wahindi na Wachina. Biashara hiyo imetajwa katika kitabu cha *Periplus of the Erythraean Sea* kilichoandikwa na msafiri wa Kigiriki katika mwanzo wa karne ya tatu A.D.

Majira ya pepo za musimu yalisaidia kuleta majahazi kutoka nchi za ng'ambo. Mpaka hivi sasa, wafanyaji biashara hutegemea sana pepo hizi. Vyombo vya baharini hufika pwani ya Afrika ya Mashariki katika mwezi wa Desemba mpaka Machi, wakati ambao upepo wa Mashariki ya Kaskazini uvumapo, na hurudi katika miezi ya Aprili na Mei, uvumapo upepo wa Magharibi ya Kusini. Zamani wafanyaji biashara hawo walileta silaha kama visu na mikuki, vitambaa, vyombo vya udongo na shanga. Siku hizi huleta pia samaki wakavu, ubani, tende, mazulia, mitungi, chumvi, na samli. Wao nao waliporudi walichukua pembe, vipusa, magamba ya kasa, dhahabu, nazi, mafuta ya nazi, na watumwa. Biashara ilisitawi na miji ikakua. Katika karne ya kumi na mbili Waajemi wa Shirazi walifika kwa ajili ya biashara na walifanya maskani yao kwenye kisiwa cha Kilwa. Huu ulikuwa ni mji uliositawi sana na uliokuwa tajiri zaidi kuliko miji yote mingine ya pwani hiyo. Mingine ni Lamu Pate, Malindi, na Mombasa, yote iko katika Kenya. Kilwa na Unguja Ukuu iko Tanzania. Katika karne ya kumi na sita walipofika Wareno, umuhima wa miji hii ulipungua na mwisho kufifia kabisa. Biashara ilianza tena katika kufika kwa Waarabu wa Omani, mnamo karne ya kumi na nane. Bandari ya Unguja ilikua, na wafanyaji biashara waliaanza safari zao kutoka hapo kwenda nchi za bara. Biashara ikaanza kutapakaa nchi za bara na lugha ya Kiswahili ilianza kuenea. Hata karne ya kumi na tisa walipofika Wazungu, bandari kubwa zenye maji marefu zilihitajiwa. Basi umuhimu wa bandari ndogo kama ile ya Unguja na Bagamoyo ulianza kupungua. Bandari za Mombasa na Daressalaam zikakua na kushika mahali pa hizo ndogo. Meli kubwa zilianza kutia nanga na kufunga gati, na bidhaa nyingi zililetwa na watalii wengi walianza kufika.

Nchi zote za pwani utaweza kukuta wasemaji wa Kiswahili. Si kwenye nchi za pwani tu bali mahali pote pengine katika Afrika ya Mashariki penye maziwa ya maji, kama vile Nyanza, Kyoga, Malawi, Tanganyika, na Albert. Wasemaji wa Kiswahili, waliposafiri kufanya biashara, walieneza lugha ya Kiswahili kwa kuoa wanawake wa kienyeji wa miji waliyopita kama vile, Tobora, Dodoma au Ujiji. Uhusiano wa Waswahili na biashara, na uhusiano wao na watu wa nchi za ng'ambo, unaonekana katika lugha ya Kiswahili. Maneno mengi yanayohusika na bahari na vyombo vya baharini yametokana na lugha za Kiajemi, Kiarabu na Kihindi, lakini lugha ya Kiswahili si lugha ya biashara tu kama walivyodai baadhi ya waandishi. Lugha ya Kiswahili ni lugha yenye serufi yake wenyewe. Serufi hiyo imefanana na ile ya lugha nyinginezo zinazo semwa kusini ya Sahara na zinazojulikana kwa jina la "Bantu." Kiswahili si lugha iliyoletwa na wageni.

Imeazima tu maneno ya kigeni kama zifanyavyo lugha nyingine za ulimwenguni. Kiswahili hakitumiwi kwa biashara tu, bali ni lugha inayotumiwa kila siku katika maisha ya watu wa pwani, na hutumiwa na watu wa makabila mbalimbali kwenye sehemu kubwa ya Afrika ya Mashariki na Afrika ya kati.

## UVUVI: *FISHING*

Waswahili, ilivyokuwa wanaishi karibu na pwani au karibu na maziwa ya maji, aghlabu huwa ni wavuvi, lakini kazi ya uvuvi bado haileti pato la kutosha kwa nchi za Afrika ya Mashariki. Wavuvi wengi pia ni wakulima. Kuvua ni kazi wanayoifanya kwa baadhi ya wakati tu. Uvuvi huwa zaidi katika miezi ya Januari, Februari na Machi, katika majira ya kaskazi, upepo unapokuwa shuwari. Kuna uvuvi wa namna tatu, wa baharini, kwenye maji marefu kwa kutumia madau makubwa na nyavu, wa karibu na miamba, kwenye maji mafupi kwa kutumia mashua ndogo kama ngalawa na mitumbwi, ndoana na mishipi na madema au nyavu, na wa kuchokoa chaza na pweza ufukoni maji yanapokupwa. Wanawake huchokoa pweza au hutanda dagaa tu na wanaume ndio wanaokwenda baharini kuvua.

Wavuvi wa baharini hutoka usiku katika mashua, ngalawa au mitumbwi. Huchukua nyavu zao, majarife, madema, nyuzio, nyunda au mishipi, ndoana na chambo. Mvuvi huwa na chombo chake mwenyewe au hupanga chombo, au hutumia chombo cha jamaa. Wavuvi watokao usiku, hurudi nchi kavu asubuhi na mapema; watokao alfajiri, ikiwa wanavua karibu, hurudi saa nne; na watokao mchana, hurudi jioni. Wachuuzi na wanunuzi hufika pwani kununua samaki. Vikapuni huwamo samaki wa kila aina na wa

**Samaki wanateremshwa. Wavuvi wakifika na samaki wao, wakaazi wa kijijini hukusanyika pwani:** *The catch is landed. Villagers gather as the fishermen bring in their catches.*

**Magofu ya Kilwa. Kumbukumbu za makazi ya Kishirazi ya zamani kwenye pwani ya Afrika ya Mashariki:** *Ruins at Kilwa. Relics of the past Shirazi settlement along the Swahili coast*

rangi mbalimbali. Papa, nguru, jodari, taa, chewa, pono, kolekole, mkundaji, chafi, muzia, changu, dagaa, na kamba. Samaki hawa watafaa kwa kiteweo kuliwa na wali, ugali, ndizi mbichi au matoke. Vyakula vitatu vikuu vya watu wa Afrika ya Mashariki. Samaki hawa huchukuliwa mjini vikapuni, katika malori au kwenye baiskeli, na ikiwa hakuna malori wakati huo, huchomwa au hukaushwa ili wasiharibike na pengine hutiwa kwenye mitambo ya barafu.

Uchunguzi unaoendelezwa siku hizi Afrika ya Mashariki juu ya uvuvi wa baharini, huenda ukaongeza pato la wavuvi na kuleta faida si kwa wavuvi wa pwani tu, bali kwa wavuvi wa maji matamu wa bara pia. Jambo hili litasaidia sana katika uchumi wa nchi za Afrika ya Mashariki.

**Gati ya Daressalaam: Jahazi la Arabuni lakaribia gati mpya:** *Daressalaam harbor: An Arabian dhow approaches the modern harbor.*

# MAZOEZI

## Jibu maswali haya.

Taja miji iliyoko pwani ya Afrika ya Mashariki. Itafute miji
hii kwenye ramani ya sehemu hii.

Miji hii ilifanya biashara na watu gani? Biashara ya namna
gani?

Kwa nini wataalamu hawana habari ya hakika juu ya
historia ya kabla ya karne ya kumi na tatu?

Pepo zipi husaidia majahazi kufika Afrika ya Mashariki?

Lugha ya Kiswahili ni lugha ya namna gani?

Taja namna tatu za uvuvi.

Taja vyombo vya baharini vinavyotumiwa na wavuvi.

Taja namna mbalimbali za samaki. Kusanya picha za samaki
hawa.

## Tumia maneno haya katika sentensi.

karne, magofu, sarafu, biashara, silaha, pembe,
dhahabu, bandari, bidhaa, msafiri

## Badilisha maneno haya kuwa wingi: *Change these into plural form.*

gofu, sarafu, silaha, ubani, uzio, zulia, chaza, dagaa,
wavu, mshipi, papa, nguru, kamba, unda, mtambo,
uchunguzi, ndoana, taa, pembe, samaki

## Eleza mithali hizi kwa maneno yako mwenyewe: *Explain these proverbs in your own words.*

Samaki mmoja akioza ni utungo pia.

Chombo kilichopikiwa samaki hakiachi kunuka vumba.

Nahodha wengi jahazi huenda mrama.

Hasira za mkizi furaha ya mvuvi.

Avumaye baharini papa.

Dau la mnyonge halendi joshi.

Kila chombo kwa wimbile

Usisahau ubaharia kwa sababu ya unahodha

## MANENO MAPYA

wataalamu — *scholars*
uchimbaji — *excavation, digging*
magofu — *ruins*
makaburi — *graves*
mabaki — *remains*

sarafu — *coins*
magae — *potsherds*
silaha — *weapon*
mikuki — *spears*
samaki wakavu — *dry fish*
ubani — *frankincense*
tende — *dates*
mazulia — *carpets*
magamba ya kasa — *tortoise shells*
watumwa — *slaves*
Shirazi — *a town in Persia*
Kilwa — *a town in Tanzania, south of Daressalaam*
kutia nanga — *to anchor*
serufi, sarufi — *grammar*
miamba — *reef*
chaza — *oyster*
maji yanapokupwa — *when the tide is low*
kupwa — *to ebb*
dagaa — *sardines*
nyavu (wavu, sing.) — *nets*
dau — *boat made of planks and may have a sail*
mashua — *boat larger than a dau and having a sail*
ngalawa — *dugout canoe, outrigger*
mtepe — *sewn boat*
mtumbwi — *canoe made from one piece of wood*
majarife, madema —*fishing traps*
nyuzio (uzio, sing.) — *fishing fences*
nyunda — *fishing spears*
mishipi — *fishing lines*
ndoana — *fishing hooks*
chambo — *bait*
nchi kavu — *dry land*
papa — *shark*
nguru — *kingfish*
taa — *ray*
chewa — *rock cod*
kolekole — *horse mackerel*
mkundaji — *mullet*
chafi — *spinefoot (fish)*
muzia — *barracuda*
changu — *bream*
kamba — *crawfish, prawn, shrimp*
kambare — *fresh water fish*
mitambo ya barafu, joko la barafu — *frigidaires*
uchunguzi — *investigation, findings*
maji matamu — *fresh water*

**Kiwanda cha Saruji cha Tanzania katika Kawe:** *Tanzania Cement Factory at Kawe*

# 7 Madini na Viwanda: *Minerals and Factories (Industry)*

Serikali za Afrika ya Mashariki zinajaribu kuleta usitawi bora katika uchumi wa nchi zao kwa kuongeza kazi nchini za madini na viwanda. Kazi hizi bado hazikusitawi vyema, lakini maendeleo makubwa yamekwishaonekana hasa kutoka viwandani. Wataalam wa habari za mawe (*geologists*) na wa viwanda wamo katika kuchungua zaidi njia za kuongeza uchumi huu, kuvumbua madini mapya na bidhaa mpya, na kutafuta njia nyingine mpya za kutumia vile vitu viliyomo nchini.

Hivi sasa Afrika ya Mashariki ina madini ya aina mbalimbali, lakini madini hayo hayaleti faida kubwa katika Jumla ya Pato la Nchini (*Gross Domestic Product*) Pato la madini ya Tanzania la mwaka 1968 limepungua ukililinganisha na la mwaka uliotangulia. Gharama za uchimbaji, usafishaji, na usafirishaji wa madini, ni kubwa na hakuna soko nchini, kwa hiyo mara nyingine ni urahisi kwa nchi za Afrika ya Mashariki kununua madini wazitakazo kuliko kutengeneza zao wenyewe. Inasemekana kwamba kuna sehemu kubwa ya majabali yenye madini yasiyojulikana bado, na yale yaliyochimbwa yanakaribia kumalizika katika migodi, na mengineyo kama chuma na makaa hayatumiwi sana au bado hayajatumiwa.

Madini yanayoweza kupatikana ni ya namna nyingi, lakini ambayo ni ya thamani kubwa zaidi ni almasi. Hizi hupatikana kwenye mashimo/machimbo ya Williamson ya Mwadui, yaliyopo katika wilaya ya Shinyanga, Tanzania. Pato lake ni sehemu nne kwa tano ya madini yapatikanayo nchi hiyo. Mali hii nusu inamilikiwa na chama cha Maendeleo ya Taifa ya Tanzania (*National Development Corporation*) na nusu inamilikiwa na kampuni ya Wilcroft. Madini nyingine, yaliyo muhimu yanayopatikana, ni shaba ambayo huchimbwa Kilembe katika Uganda, na magadi na chumvi yanayopatikana kwa wingi kwenye Ziwa Magadi katika Kenya. Dhahabu pia hupatikana kwa uchache kwenye sehemu nyingi lakini haileti faida kubwa. Gharama ya kuichimba na kuitayarisha ni kubwa, kwa hiyo ni urahisi kununuliwa kutoka nchi za nje. Bei ya dhahabu imeanguka na migodi iliyobaki kusini ya ziwa Nyanza inatazamiwa kufungwa. Ilivyokuwa mashimo ni madogo hayaleti faida kuachwa wazi. Katika madini mengine yanayopatikana ni bati, ulanga, fedha, vito vya rangi, mbolea yenye chumvi (*phosphate*), na mengineyo. Hivi sasa kampuni ya Kiitalia inajaribu kutafuta mafuta na gas katika Tanzania. Kampuni nyingine pia ya Kiitalia inazidi kuchungua madini ya ''uranium'' katika Kenya, na kampuni ya Kifaransa inachungua madini ya niobium yaliyogunduliwa kusini kwa Mombasa. Wataalamu wanatwambia kwamba Afrika ya Mashariki haiwezi kutegemea madini kwa kukuza uchumi wa nchi lakini inaweza kutegemea kilimo na viwanda. Viwanda na vinu vinatoa pato kubwa zaidi kuliko madini.

Ingawa vingi katika viwanda vya Afrika ya Mashariki vimejengwa katika miaka ya karibuni, maendeleo ya uchumi yanafanikiwa kwa vile bidhaa zinazotoka viwandani zinaongezeka. Nchi za Kenya, Tanzania na Uganda zilikuwa zikiagiza karibu bidhaa zake zote kutoka nchi za nje. Baadhi ya bidhaa hizi zilikuwa zikifanywa kwa vile vitu vilivyonunuliwa kutoka Afrika ya Mashariki. Hivi karibuni viwanda vingi vimejengwa katika Nairobi, Mombasa, Daressalaam, Arusha, Kampala na Jinja. Sehemu hizi zilichaguliwa kwa sababu ya urahisi wake katika kusafirisha na kupokea bidhaa, na katika kupata wafanyaji kazi. Inasemekana kwamba Uganda peke yake katika mwaka 1968 ilikuwa na viwanda 2,240, na 22 katika hivi viliandikishwa katika mwezi wa Oktoba. Kweli vingi katika hivi ni vidogo na viko Kampala, lakini kuna vichache vikubwa katika Jinja. Viwanda vingi zaidi huonekana katika Nairobi, mji mkuu wa Serikali na wa biashara katika Kenya. Kenya ina viwanda vingi zaidi kuliko Tanzania na Uganda.

Umuhimu wa Nairobi ulitokana na wingi wa viwanda vyake na wingi wa aina za bidhaa zake. Nairobi kulikuwa na Wazungu na Wahindi wengi waliotoa rasilmali kuanzisha viwanda hivyo. Pia kulikuwa na watu wengi wenye mishahara ya kumudu kununua vitu vilivyotengenezwa, kwa hiyo soko lilikuwako nchini na nje ya nchi. Karibu viwanda na vinu vyote vya Afrika ya Mashariki vilimilikiwa na Wazungu au Wahindi. Vilikuwa ni mali ya mtu binafsi au ya kampuni. Waafrika walifanya kazi ya kibarua wakapata mshahara. Mara nyingi iliwabidi waondoke vijijini mwao na waishi mijini karibu na kazi zao.

Serikali siku hizi imeanza kushirikiana na makampuni katika pato la viwanda na uongozi wake. Shirika la Taifa lenye kuangalia Maendeleo (*National Development Corporation*) linasaidia kuleta rasilmali nchini na kuunda viwanda vya Taifa. Serikali zinajaribu kupunguza kutegemea vitu vinavyoagiziwa nchi za

(above) **Mkonge umeanikwa kwenye jua la Afrika ya Mashariki:** *Sisal out to dry in the East African sun*

(below) **Kinu cha pamba katika Malindi: Pamba inafunguliwa ili itiwe mtamboni kusafishwa:** *A scene at the Malindi Ginnery: the cotton is being unpacked so that it may be passed through the first cleaning process.*

nje kwa kufungua viwanda zaidi, na viwanda vinatumia vitu vinavyopatikana nchini. Vingi katika viwanda vipya vinajengwa nje ya mji mkuu, kwa mfano serikali ya Tanzania imeanza kuvisambaza viwanda katika Arusha, Iringa, Singida, Mwanza, Bukoba na Mtwara. Jambo hili litasaidia kupunguza uhamiaji wa wafanyaji kazi. Viwanda hivi vya Afrika ya Mashariki vinatumia aghlabu vitu vinavyotoka mlemle nchini, kama pamba, mbegu za pamba, mawe ya saruji, mchanga, udongo, tumbaku, nazi na matunda. Vile vinavyopatikana kutoka nchi za nje ni petroli na vitu vya chuma. Katika viwanda vilivyositawi sana ni viwanda vya nguo kama kanga, vitenge na vitambaa vingine; viatu, vyakula kama unga, mafuta, sukari na matunda; vinywaji kama biya na soda; vifaa vya kujengea kama simenti (saruji) na matofali; sigara, na utengenezaji wa magari. Vitu vingine vinavyopatikana ni mbolea, sabuni, dawa ya mbu, karatasi, vibiriti, betri, magunia, kamba, vitu vya mpira na vitu vya nyumba. Baadhi ya vitu hivi vinatumiwa nchini na vingine husafirishwa.

Utalii pia unasaidia sana katika uchumi wa nchi, na watalii wanaongezeka kila mwaka katika nchi zote tatu. Mahoteli makubwa kama Apolo Hotel ya Uganda, Kilimanjaro ya Tanzania na Stanley ya Kenya, hazitoshi kwa wageni wanaofika. Ofisi za watalii zinafunguliwa katika nchi mbalimbali, kama vile London, New York na Frankfurt.

Serikali za nchi zote tatu za Afrika ya Mashariki zinatilia nguvu mipango itakayotumia vifaa vya nchini, itakayowaletea kazi wenyeji na itakayotoa vitu vitakavyoweza kupata soko nchi za nje. Zinajaribu kuongeza uchumi ili waongeze wastani wa kipato cha kila mtu kutoka shilingi mia nne na kuwa shilingi mia tisa kwa mwaka ili wananchi waweze kumudu kuishi maisha mema. Ni nia ya serikali kumiliki viwanda viliyopo na kuwalipa fidia wenye mali yao. Serikali ya Tanzania imekwishafanya kuwa mali ya Taifa bengi, vinu vya unga, na vyama vya bima. Katika baadhi ya shida zinazokabili uendeshaji wa viwanda ni kuwa kila nchi ya Afrika ya Mashariki inatoa bidhaa zake, na nyingi katika bidhaa hizo zinafanana, basi bidhaa zinazopatikana huwa hazina washitiri wengi. Shida ya pili ni kuwa hakuna wenyeji wa kutosha wenye elimu na maarifa ya kuviendeleza viwanda hivyo, na kwa hivi sasa nchi lazima zitegemee kiasi mabingwa wa nchi nyingine. Nchi za Afrika ya Mashariki zote tatu zimo katika chama cha Maendelezo ya Uchumi na zinajaribu kuzishinda pingamizi hizi na nyinginezo.

**Mtambo wa nguo katika Mombasa:** *A clothes factory in Mombasa*

## MAZOEZI

### Jibu maswali haya.

Taja mambo matatu wanayojaribu kufanya wataalamu wa
habari za mawe na wa viwanda.

Kwa nini mara nyingine ni urahisi kwa nchi za Afrika ya
Mashariki kununua madini wazitakazo?

Andika majina matano ya madini unazozijua

Viwanda vya kwanza vilijengwa mahali gani?

Vifaa vya kutumia viwandani vilitoka wapi?

Taja baadhi ya bidhaa zinazopatikana kutoka kwenye
viwanda vya Afrika ya Mashariki.

Vifaa vya kutumia viwandani vilitoka wapi?

Serikali za Afrika ya Mashariki zinafanya nini kusitawisha
kazi za viwanda?

Bidhaa gani za Afrika ya Mashariki huweza kupatikana
katika nchi yako?

### Badilisha sentensi hizi.

Pato la nchini la mwaka 1968 limepungua ukililinganisha
na la mwaka uliotangulia. (kazi; watalii; wafanyaji
kazi; bidhaa; madini; viwanda)

Madini yanayoweza kupatikana ni ya namna nyingi (vitu;
viwanda, kazi, bidhaa, mafuta, nyumba, wafanyaji
kazi; vifaa.)

Viwanda vilivyo vikubwa vinatoa bidhaa nyingi (vinu, kinu,
mashimo, shimo, nchi, miji, mji, mashamba, shamba,
duka)

Viwanda vingi vikubwa vimejengwa mwaka huu. (nyumba,
shule, mahoteli, vyuo vikuu, ndege, vinu)

Vingi katika viwanda vipya vinajengwa nje ya mji. (nyumba,
majumba; ofisi, viwanja vya ndege, mabweni)

### Tumia maneno haya katika sentensi.

almasi, dhahabu, madini, kiwanda, pato, chimbwa,
fidia, ongezeka, vifaa, uchumi

## MANENO MAPYA

madini — *mineral*
viwanda — *factories*
makaa — *coal*
mashimo, machimbo — *mines*
shaba — *copper*
magadi — *soda ash*
bati — *tin*
fedha — *silver*
ulanga — *mica*
vito vya rangi — *colored gemstones*
wingi — *abundance*
rasilmali — *capitol*
uongozi — *policy, guidance, leadership*
-sambaza — *spread ( v.)*
fidia — *compensation*
vyama vya bima — *insurance firms*

**Mchezaji ngoma wa Kisukuma. Angalia mavazi yake ni mchanganyiko wa vitu vya kizamani na vya kisasa—njuga miguuni, shanga na mapambo ya majani pamoja na nguo za kizungu na kifungo chenye muhuri wa Tanzania:** *A Msukuma dancer. Note the mixture of old and new in his attire—the bells around his ankles, beads and decorative grasses along with western-type clothing and the emblem of Tanzania.*

# 8 Sanaa: *Art*

Mpenzi Maryamu,

Nakushukuru sana kwa barua yako niliyoipata kabla sijaondoka New York. Nilifurahi sana kusikia ya kuwa utakuwapo Daressalaam mwezi ujao na tutaweza kuonana nitakapotembelea huko. Natazamia kukutana nawe kwa furaha.

Nilifika hapa Mombasa juzi. Hakika ni siku tatu tu tangu nifike Afrika ya Mashariki lakini nina mengi ya kukueleza. Basi ilivyokuwa umenitaka nikuarifu habari za safari yangu, nitaanza kwa kukueleza nilivyopitisha siku yangu ya jana. Siku ambayo sitaweza kuisahau daima.

Jana wenyeji wa hapa Kenya waliisherehekea siku ya kupatikana uhuru. Rafiki yangu, Fatuma, pamoja na mwenziwe walikuja alasiri kunichukua nikatembee pamoja nao. Wao wote wawili walivalia vizuri na walijipamba mapambo ya dhahabu. Kila mmoja alivaa bangili, kidani, na herini zilizofuliwa kwa ustadi mkubwa. Kanzu zao zilishonwa vizuri na walivaa viatu vya kupendeza.

Waliniambia kuwa tunakwenda ngomani, na baada ya mwendo wa basi wa nusu saa tulifika mahali palipokuwa na maelfu ya watu. Watu wa kila kabila, wake kwa waume, wadogo kwa wakubwa. Kila vazi lilionekana hapo. Watu walivalia kienyeji na kisasa kama vile ngozi, mablangeti, kanga, kaniki, kanzu za kike na za kiume, na suti. Kulikuwa na kiasi cha ngoma arbaini hivi, na kila ngoma ilikuwa na wachezaji thelathini hivi.

Ngoma ya kwanza tuliyoiona ilichezwa na wanawake na wanaume. Wachezaji walijipanga kwa duara, walizunguka huku wakicheza kufuata mdundo wa ngoma na nyimbo zao walizokuwa wakiziimba kwa umoja wao na huku wakipiga kofi. Katika kucheza kwao, walitikisa kichwa, mabega, na kiwiliwili kizima. Miguuni walivaa njuga zilizotoa sauti nzuri walipoziliza. Wengi wao walikuwa wamevaa manyoya meupe kiunoni na kichwani na juu walivaa ngozi zilizopambiwa shanga na kaure ndogondogo. Shingoni walivaa vidani vilivyofanywa kwa waya na shanga. Usoni walijipaka rangi nyeupe na kujiremba mistari myekundu na myeusi. Mikononi walivaa vipande vya ngozi vilivyoshonewa shanga ndogondogo kwa nakshi ya kupendeza. Wachache walikuwa wameweka vichwani vipande vya mbao vilivyochongwa na kutiwa nakshi kwa ustadi. Nakshi hizi zilikuwa ni mistari iliyopangwa kufanya maumbo mbalimbali. Katikati ya duara hilo kulikuwa na watu watatu labda wao ni manju, wawaongozao wachezaji katika kuimba na kucheza kwao. Wao walikuwa, mara kwa mara, wakiruka juu na kujitupa chini, huku wakiomboleza kwa maneno ambayo sikuweza kuyafahamu. Wote watatu walikuwa wamevaa vifuniko usoni vya namna mbalimbali. Fatuma aliniambia kwamba kila kifuniko au kinyago kilikuwa na maana fulani, na ni alama ya jambo fulani katika dini na mila yao. Mavazi yao yalikuwa ni tofauti kidogo na yale ya wachezaji wengine. Wao walichukua mikuki na walikamata ngao kubwa za ngozi zilizochorwa nakshi kwa rangi za udongo. Wapigaji ngoma wanne walikuwapo katikati. Ngoma zao zilitofautiana kwa umbo na ukubwa lakini zote zilitengenezwa kwa mti na ngozi. Ngoma hizi zote zilipigwa kwa pamoja lakini kila moja ilikuwa na mdundo wake. Alikuwapo pia mpiga kayamba na mpiga marimba.

Mzee mmoja alikuwa amekaa kwenye kibao. Yeye alikuwa amevaa ngozi kubwa tangu juu mpaka chini na alikamata mwigizo uliopambwa kwa shanga. Kibao chake cha mti kilikuwa kimepigiliwa vipande vya bati vya umbo mbalimbali. Alikuwa akivuta kiko kilichofanywa kwa udongo. Labda yeye alikuwa ni mkuu wa kabila hilo, kwa sababu kichwani alivaa taji la kupendeza lililopambwa vizuri, na bakora yake ilikuwa na kichwa cha ndovu. Karibu na hapo, mabibi waliokuwa na watoto wachanga walikaa kitako kwenye mkeka uliosukwa kwa ukili mwekundu, buluu, kijani, mweusi na mweupe. Wao walisaidia kupiga makofi kuimba, kushangilia, na kupiga vigelegele. Ngoma hii moja tu iliweza kuunganisha sehemu mbalimbali za utamaduni wa wenyeji wa Afrika ya Mashariki.

Ngoma ya pili iliyokuwa ikichezwa karibu na hapo, wachezaji walikuwa ni wanaume tu. Hawakuvaa manyoya wala ngozi, bali walivaa kanzu nyeupe, kofia nyeupe na viatu vya ngozi. Wao walijipanga safu mbili na walikamata panga. Katikati palikuwa na mpiga pembe ya nyati na wapiga tari.

Nilipitisha wakati mrefu kwenye ngoma tofauti. Mapambo yao yalikuwa tofauti kidogo, lakini nakshi zake zilifanana, nyingi ni mistari ya maumbo mbalimbali.

Kulikuwa na maduka yaliyokuwa yakiuza vitu vya aina nyingi. Nilimuuliza Mkamba mmoja bei ya sanamu za miti alizokuwa akiziuza. Sanamu hizo alizokuwa akizichonga kwa tezo, zilikuwa ni mfano wa wanyama wa mwituni na ndege. Kulikuwa na simba, nyati, twiga, paa, punda milia, ndovu na korongo. Pia alikuwa na ngao, visu, vijiko na mabakuli. Yeye alionyesha ujuzi mkubwa katika kazi yake. Rafiki yake Fatuma alinifahamisha kuwa mchongaji huyo alitengeneza sanamu na vinyago vile si kwa sababu ya biashara tu bali kwa ajili ya sherehe za mila na dini za kabila lake. Yeye alijua mti wa mamna gani unafaa kuchongwa na lini huwa tayari kukatwa. Kazi hii alijifunza kwa baba yake tangu alipokuwa mtoto mdogo. Mimi nilitaka kununua sanamu ya Mmasai amekamata mkuki na ngao pamoja na sanamu ya mwanamke anayetwanga. Fatuma aliniambia kuwa nisinunue hapo kwa kuwa nitaviona asubuhi vitu kama hivyo nje ya hoteli yangu na pia nitaweza kununua kwa Wamakonde wa Tanzania. Ningependa ninunue kifuniko cha uso lakini havikuwapo vizuri kama vile nilivyoviona ngomani. Fatuma alinicheka na kusema kuwa vile vifuniko nilivyoviona hutumiwa katika sherehe za arusi, uzazi, jando, unyago, mazishi, vita, wakati wa mavuno, katika kuomba mvua, kukaribisha na kuaga wageni na shughuli nyinginezo. Wenyeji hupeleka maombi yao kwa Mungu kwa njia ya kutumia sanamu wanazozichonga. Kila kabila huwa na sanamu zake lakini nyingi hufanana. Sanamu hizo si sawa na zile tunazouziwa sisi watalii!

**Sanamu na vinyago vya kimakonde:** *Makonde sculpture*

**Muziki na ngoma kwa Wamasai wa Tanzania ya Kaskazini. Shujaa wa Kimorani anamngoja mzee apige zumari lake:** *Music and dance among the Masai of Northern Tanzania. A Moran warrior waits while an elder blows his horn.*

Baada ya hapo tulisimama kwenye duka la vikapu. Vikapu vya kila ukubwa na kila umbo vilikuwapo. Vilifanywa kwa nyasi, ukili au mwanzi. Pia palikuwa na vifuniko vya meza, vilivyofanywa kwa magome ya mti na vilishonewa nakshi kwa nyuzi za ukili wa rangi.

Tulipoondoka hapo tulikwenda kwenye duka la picha za kuchora kwa rangi. Picha zilizokuwapo zilichorwa kwenye turbali kwa uhodari kabisa. Picha za wachoraji zilionyesha ufundi na ustadi wa kienyeji na wa kigeni wa kisasa. Niliziona picha nzuri za mabwana Abdulla Farhan, Sam Ntiro, Y. Kalanzi na Elimu Njau na wachoraji wengine. Picha zao zilionyesha maisha ya wenyeji wa Afrika ya Mashariki, mahali pao, na kazi zao.

Mwisho tukaenda duka la vitu vya madini. Hapa tulikuta mapambo ya aina kwa aina yaliyofuliwa kwa fedha, dhahabu na shaba. Nilitamani ninunue kasha la njumu lakini bei ilinishinda, badala yake nikanunua sinia ndogo ya fedha na dele la kahawa la shaba. Rafiki yangu Fatuma alinunua vidude vya jivu vya shaba na herini za dhahabu. Tulirudi nyumbani mfuko mweupe!

Siku moja hiyo niliyoipitisha ngomani, niliweza kuona utamaduni kamili wa Afrika ya Mashariki, kwa vile nilivyoona sanaa zake mbalimbali. Niliweza kuona mavazi na mapambo ya watu, kuona ngoma zao, kusikiliza nyimbo zao, kuona kazi zao za mikono, kama uchongaji wa vitu vya miti, uchoraji wa picha za rangi, ufuaji wa vitu vya madini na ususi wa vikapu. Vitu vilivyohusika na kazi zao, mila na dini zao, na shughuli zao za furaha na za huzuni. Niliiona Afrika ya Mashariki ya zamani na ya sasa.

Nisalimie sana watu wote nyumbani.

Akupendaye rafiki yako,

Janet

## MAZOEZI

### Jibu maswali haya.

Barua hii iliandikwa na nani na kupelekewa nani?

Siku gani Janet hataweza kuisahau daima.

Alikwenda pamoja na nani?

Fatuma na mwenziwe walivalia vipi?

Mahali palipokuwa na ngoma palikuwa vipi?

Eleza ngoma ya kwanza waliyoiona

Mavazi

Muziki

Mchezo

Watu gani wengine walikuwapo hapo?

Walivalia vipi na walifanya nini?

Ngoma ya pili aliyoiona Janet na rafiki zake ilikuwa vipi?

Ngoma walizoziona zilihitilafiana na kufanana vipi?

Mchongaji alichonga nini?

Ufundi gani inampasa awe nao mchongaji?

Janet alipenda kununua vitu gani?

Vifuniko vya uso na sanamu nyingine alizoziona Janet hutumiwa lini?

Vikapu walivyoviona vilikuwa vya namna gani?

Eleza kazi ya wachoraji wa picha za rangi.

Duka la mapambo ya madini lilikuwa na vitu vya namna gani?

Ngoma zimeunganisha sehemu zote za utamaduni wa Afrika ya Mashariki. Eleza.

### Andika maana ya maneno haya kwa Kiswahili au Kiingereza: *Write the meanings of these words in Swahili or English.*

Njuga, marimba, zumari, ngoma, mdundo, kayamba, manju, wachezaji, vinyago, sanamu, vifuniko vya uso, ngao, kibao, maumbo, nakshi, taji, kasha la njumu, kiko, bakora, pembe ya nyati

### Tunga maneno haya katika sentensi: *Make sentences using these words.*

imba, cheza, chora, chonga, fua, pamba, nakshi, picha, sanamu, vifuniko

### Fasiri sentensi hizi:

Ngoma iliyokuwa ikichezwa karibu na hapo ilikuwa ya kupendeza sana.

Wapigaji ngoma walikuwa wakipiga ngoma vizuri sana.

Wachezaji walikuwa wakicheza kwa kufuata mdundo.

Wachezaji walikuwa wamevaa manyoya na wamesimama kwa duara.

Nyimbo walizokuwa wakiziimba zilinifurahisha mno

Njuga zao zilitoa sauti nzuri walipokuwa wakiziliza.

Mikononi walivaa vipande vya ngozi vilivyoshonewa shanga ndogondogo kwa nakshi ya kupendeza.

Wachache walikuwa wameweka vichwani vipande vya mbao vilivyochongwa na kutiwa nakshi kwa ustadi.

Nakshi hizi zilikuwa ni mistari iliyopangwa kufanya maumbo mbalimbali.

Kila kifuniko au kinyago kilikuwa na maana fulani na ni alama ya jambo fulani katika mila na dini ya kabila.

### Badilisha sentensi hizi:

Wachache walikuwa wameweka vichwani vipande vya mbao. (sisi, nyinyi, mmoja, mchezaji, yeye, mimi, wewe.)

Yeye alikuwa amevaa ngozi kubwa tangu juu mpaka chini. (wao; wewe, nyinyi, mimi, sisi)

Mzee mmoja alikuwa amekaa kwenye kibao cha mti. (mimi, wewe, yeye, sisi, nyinyi, wao, Maryamu na Ali, wachezaji, mimi na wewe, mimi na yeye, wewe na yeye, kila mtu.)

Kibao chake kilikuwa kimepigiliwa vipande vya bati vya umbo mbalimbali. (kiti, meza, nyumba, sanduku, kasha, mlango, mti.)

## MANENO MAPYA

-fua — *work metal, strike*

ustadi — *skill*

duara — *circle*

mdundo — *a beat*

kutikisa - *to shake*

kiwiliwili — *body*

njuga - *bells worn at dances*

manyoya — *feathers*

kaure — *shells*

waya — *wire*

-remba, lemba — *adorn (ritual marking)*

nakshi — *a design*

kuchonga — *to carve*

maumbo — *shapes*

manju — *one who leads the singing at dances, musical band conductor*

vifuniko — *masks, covers*

kayamba — *a rattle*

mwigizo — *a fly swatter/whisk*

kibao — *stool, a piece of wood*

mtoto mchanga — *baby*

kupiga (ma)kofi/kofi — *to clap hands*

kushangilia — *to rejoice*

kupiga vigelegele — *to ululate, to howl, to wail*

safu — *in a line*

tari — *small flat drum*

tezo — *adze*

kutwanga — *to pound*

uzazi — *birth*

jando — *male initiation rite*

unyago — *female initiation rite*

mazishi — *funeral*

kuaga — *to say goodbye*

maombi — *appeals, requests*

nyasi — *reed*

mwanzi — *bamboo*
gome — *bark of a tree*
picha za kuchora — *paintings, drawings*
turbali — *canvas*

kutamani — *to wish, to long*
sinia — *tray*
dele la kahawa — *coffeepot*
vidude vya jivu — *ashtrays*

**Rais Mwalimu Julius K. Nyerere anakutana na wanachama wa Baraza La Kuimarisha Kiswahili Tanzania (BAKWATA). Yeye mwenyewe ni mfasiri wa michezo ya Shakespeare:** *President Julius K. Nyerere, himself a translator of Shakespearean drama, meets with members of the National Swahili Council of Tanzania.*

# 9 Mapokeo na Maandishi ya Kiswahili: *Swahili Oral Tradition and Literature*

Kukua kwa maandishi ya Kiswahili kunaweza kugawika katika vipindi vinne. Kipindi cha kwanza ni mapokeo ya mdomo. Kipindi cha pili ni uandikaji wa mashairi ya kienyeji, ulioanzishwa kwa kufika kwa Uislamu katika nchi za pwani ya Afrika ya Mashariki. Kipindi cha tatu kilifuata kufika kwa Wazungu kulikosababisha upigaji chapa wa tafsiri za vitabu vya kigeni. Kipindi cha nne na cha mwisho ni hiki tulionacho cha utungaji wa vitabu vya Kiswahili.

## 1. MAPOKEO YA MDOMO: *ORAL TRADITIONS*

Maandishi ya Kiswahili ya kizamani na ya kisasa yanafahamisha maisha na desturi za wenyeji wake. Yanajulisha falsafa yao, utamaduni wao, na mila na adabu zao. Yanatusaidia kufahamu mabadiliko katika lugha ya Kiswahili, na yanatuonyesha itisali iliyokuwako baina ya wenyeji na watu wengine. Maandishi haya, mengine ni mapokeo ya mdomo na mengine ni vitabu vilivyotungwa nyakati mbalimbali. Takriban yote yalikusudiwa kuwa ni mafunzo ya kuwaongoa wadogo na kuwakumbusha wakubwa wajibu wao, ili kila mmoja aweze kuishi maisha mema. Maisha haya ni safari ndefu yenye misukosuko mingi kama vile ioneshwavyo hadithini. Msafiri ili aweze kulifikilia lengo lake la kupata maziwa ya chui, au ndege wa dhahabu anayeimba, au kupata asali aliyokwenda kuirina, au kumpata Binti Matlai Shamsi mwanamke mzuri wa ajabu, inamlazimu kwanza afuate maagizo ya bi kizee, au apate radhi ya wazazi wake wote wawili, au awe na imani ya Mungu, kwani mcha Mungu si mtovu na mtaka cha mvunguni sharti ainame. Mwendo wake uwe mwema, vitendo vyake viwe vya kusifika na awe na haki na uadilifu pamoja na kumiliki elimu.

Vijana huyapokea mafunzo ya namna hii ama kwa njia ya mawaidha na nasaha katika nyimbo zao za michezo, katika mithali na mafumbo au kwa kusikiliza hadithi za mambo yaliyopata kutokea, au hekaya zilizobuniwa kuwafurahisha watoto pamoja na kuwafunza. Mafunzo haya yangali yakiendelea, na mara nyingi jioni vijana hupenda kukusanyika na kuwasikiliza nyanya au bibi zao wakiwatolea hadithi za mazimwi na majini, za mfalme na maskini, za ujinga wa sultani na uovu wa waziri, za binti Sultani na za Kibaraka, za hila za Abunuwasi, za ujanja wa kaka Sungura na werevu wa mwewe. Hadithi hizi hutolewa na watuwazima hasa walio wazee, hazitolewi na vijana au watoto. Hakuna kijana wa Kiswahili asiyeufahamu mwanzo wa hadithi "Paukwa" na kujibu "Pakawa" na msimulizi huendelea:

> "Kaondokea chenjagaa,
> Kajenga nyumba kakaa,
> Mwanangu mwana Siti,
> Kijino kama chikichi,
> Takujengea kijumba/kikuta,
> Na vilango vya kupita.
> Palikuwako —————— " na hapa msimulizi huianza kuisimulia hadithi yake. Vijana hao pia

wanapoendelea na kazi zao za uvuvi, ukwezi au za makondeni hujipumbaza kwa nyimbo walizowasikia wazazi wao wakiziimba. Hizi huwa ni nyimbo zilizotungwa kwa ushairi, walizozisikia mara nyingi hata wakaweza kuzihifadhi, maneno na sauti, bila ya kuziandika. Kila mtoto huona kuwa ni uhodari kuweza kuzihifadhi kwa moyo na hivi labda ndivyo ilivyokuwa katika karne nyingi zilizotangulia. Waswahili basi walikuwa na hadithi zao na nyimbo zao zilizoeleza maisha yao, fikira zao, na imani yao kwa maneno ya mdomo yaliyotoka vichwani mwa bibi na babu zao, na baadhi ya mapokeo haya yaliandikwa baadaye.

# MAANDISHI YA USHAIRI: *THE WRITING OF POETRY*

Walipofika Waislamu katika nchi za pwani ya Afrika ya Mashariki na kuwafundisha wenyeji kusoma na kuandika, baadhi ya wanavyuoni waliokuwa na nafasi walianza kuyaandika mafunzo yao ya elimu au maelezo ya matendo ya dini kwa herufi za Kiarabu. Mawazo yalikuwako, na utungo wa mawazo hayo ulikuwako kabla ya kufika kwa Waislamu, bali uandikaji wa mawazo yao ulitokana na kufika kwa Uislamu kulikoleta herufi za Kiarabu na fikira za dini ya Kiislamu. Katika lugha za Kibantu zote, Kiswahili ni lugha ya kwanza kuandikwa, na ni lugha iliyoandikwa kabla ya kufika kwa Wazungu. Maandishi mengi, ya karne ya kumi na nane, yaliyokusanywa na baadaye kupigwa chapa na kutolewa vitabuni, takriban yote yaliandikwa kwa ushairi. Inasemekana kwamba mengi yalikusanywa katika sehemu za karibu na Lamu, mahali ambako kunahesabika kuwa ni shina la ushairi na kumeendelea kuwa hivyo mpaka hivi karibuni. Inafikiriwa kwamba shairi lililopatikana la zamani kabisa ni utenzi wa Tambuka, ulioandikwa na Mwengo katika mwaka wa 1728. Lugha iliyotumiwa katika kutunga mashairi hayo ni ya kikale na yenye ufasaha mkubwa. Jambo hili linamfanya mtu kuamini kuwa mashairi haya kuweza kufikilia ustadi wa kutumia lugha kama hiyo lazima yalianza kutungwa zamani sana, kabla ya watu kujishughulisha kuyaandika.

Mashairi haya yalitungwa yaimbwe, kwa hiyo mashairi ni nyimbo za arusini, ngomani, maulidini na jandoni nyimbo za hafla na za kila siku. Hutumiwa wakati wa furaha au wa msiba, kwa kumkaribisha mgeni au kumuaga mwenyeji, na kwa kumsifu au kumlaumu rafiki. Mashairi haya hutungwa si kwa ajili ya mafunzo ya dini tu bali na ya kidunia. Kulikuwa na mashairi ya mapenzi, ya hekima na uadilifu, na ya matokeo ya kila siku. Mkuu au mzee aliweza kumnasihi mdogo, na mdogo aliweza kumjibu mkuu kwa njia ya kutungiana mashairi. Mtu aliweza hata kumlaumu au kumtukana mwenziwe kwa kumpelekea shairi na asikasirike. Barua na salamu ziliandikwa kwa ushairi na mpaka sasa kila siku, magazeti ya Kiswahili yana ukurasa wa mashairi.

Si mashairi yote yalikuwa ni ya dini na nasaha, mashairi mengine yalieleza historia ya nchi za pwani. Ingawa si yote yaliyosemwa mashairini ni historia ya kweli, lakini mna ufununu wa kweli, kama vile mashairi yanayoeleza hadithi ya shujaa mashuhuri wa karne ya kumi na mbili, Fumo Liyongo. Mashairi ya Muyaka Haji al-Ghassany (1776-1840) mmoja katika washairi wa karne ya kumi na nane na mfanyaji biashara aliyezaliwa na kuishi Mombasa katika utawala wa Mazrui, yanafahamisha baadhi ya historia ya sehemu hizo na zaidi yanafahamisha maisha ya watu yalivyokuwa na lugha yao. Maisha ya mshairi huyu pamoja na baadhi ya mashairi yake yalikusanywa katika kitabu cha Diwani ya Muyaka. Mashairi ya bwana huyu ni tangu nyimbo za kuwanasihi maliwali wa Kimazurui, ya kuwashambulia wafalme wa Oman hata ya hekima, ya urafiki na pendo mpaka yale ya kujinasihi yeye nafsi yake juu ya kutekeleza ahadi, kuwa na ukweli na uaminifu, na kujipa moyo wa ushujaa.

Mashairi huhitilafiana katika urefu wake na taratibu za vina vyake. Kitabu cha marehemu K. Amri Abedi kiitwacho, <u>Sheria za kutunga Mashairi na Diwani ya Amri,</u> kinaeleza kanuni za ushairi. Ingawa mashairi ya lugha ya Kiswahili yanafanana na yale ya Kiarabu au Kiajemi kama vile kasida au rubaiyati lakini utungo na taratibu ya mashairi hayo si sawa. Mashairi ya Kiarabu na ya Kiajemi yanatumia vina kama yatumiavyo mashairi ya Kiswahili lakini hayatumii mizani yaani hesabu maalumu ya silabi katika kila mstari ambayo ni msingi wa kanuni ya utungaji wa mashairi ya Kiswahili. Umbo la shairi huweza kuwa limefanana lakini umbo hili limeongezwa hata limebadilika.

Kuna mashairi ya Kiswahili ya namna nyingi lakini takriban yote yana vina. Mashairi guni, yaani yale yasiyokuwa na vina kama baadhi ya nyimbo za mavugo, ni machache. Vina ni silabi namna moja zinazotokea mwisho au kati ya mstari katika ubeti. Mashairi yaliyo marefu huwa na mizani chache. Haya huitwa utenzi au utendi. Mizani ya kila mstari wa shairi la namna hii mara nyingi huwa na silabi nane na vina vyake ni mwisho wa mstari tu. Mistari mitatu ya kwanza ya kila ubeti huwa na kina kimoja na kina cha mstari wanne yaani wa mwisho huwa kinarudiwa katika kila mstari wa nne. Ubeti huu umechukuliwa kutoka Utenzi wa Adamu na Hawa:

Baada ya kwisha Mungu  
Kuumba nti na mbingu  
Aliwaweka kifungu  
malaika wote pia  
Chini ya enzi-cha kiti  
kurusi ya Jabaruti  
Ilahi alipoketi  
malaika kawambia  

*After God had finished*  
*creating the earth and the skies,*  
*He gathered in one crowd*  
*all the angels*  
*under the Chair of Power,*  
*the Throne of Omnipotence,*  
*on which God sat,*  
*He spoke to the angels.*  

Mashairi ya utenzi yalikusanywa na wataalamu wengi. Baadhi ya tenzi hasa za kabla ya karne ya kumi na tisa, zinaeleza matokeo au mafunzo ya kidini kama vile Ras al-Ghuli, Vita vya Uhud, Kutawafu Nabii, Maulidi ya Barzanji, Maisha ya Nabii Adam na Hawa na mengi mengineyo. Mengine yanaeleza historia hasa ya mwisho wa karne ya kumi na tisa kama vile tenzi za Chuo cha Tambuka, Al-Akida, Al- Inkishafii, Vita vya Wadachi kutamalaki Mrima na Vita vya Maji Maji. Tenzi nyingine ni za nasaha tu kama vile Mwana Kupona, au wa Hati na wa Adili, tenzi mbili za marehemu Shaaban Robert.

Mashairi ya namna ya pili ni yale yenye mizani zaidi ya nane katika kila mstari. Yanayotungwa sana hata hivi sasa ni yenye mizani kumi na sita katika mstari. Yale yaliyo na mistari minne katika ubeti huitwa rubaiyati. Mashairi haya hutofautiana na utenzi kwa vile aghlabu kila mstari umegawika sehemu mbili, na kila kipande cha mstari kinamalizika kwa kina lakini utenzi hauna kina kati. Vina vya mistari mitatu ya kwanza ni sawasawa, na vina vya mstari wanne, mstari wa mwisho na ni wa kituo, huweza kuwa ni tofauti lakini hufanana na vina vya kila mstari wa nne na mara nyingine mstari mzima wa nne hurudiwa. Vina vya rubaiyati huweza vikawa a . . . b; a . . . b, a . . . b, a . . . b, au a . . . b, a . . . b, a . . . b, c . . . d. au a . . . b, a . . . b, a . . . b, b . . . c. Hili Shairi la Shaaban Robert liinaonyesha rubaiyati isiyobadili vina mistari yote minne.

Rangi pambo lake Mungu, rangi haina kashifa
*Color is God's ornament, far from demerit,*
Ni wamoja walimwengu, wa chapati na wa mofa
*All are the same whether they eat wheat bread or millet*
Walaji ngano na dengu, wazima na wenye kufa
*Eaters of wheat and lentils, living and dead*
Rangi pambo lake Mungu, si alama ya maafa
*Color is God's ornament, far from a mark of demerit.*

Hupamba Nyota na Mbingu, na mawaridi na afu
*He adorns the stars and the heavens, roses and jasmin*
Rangi adhama ya Mungu, na mwilini si uchafu
*Color is God's majesty and on the body it's not uncleanness*
Si dalili ya machungu, dhambi wala upungufu
*It is neither a mark of bitterness, nor sin nor blemish*
Rangi heba yake Mungu, Mwenyezi Mkamilifu
*Color is the beauty of the Perfect God Almighty.*

Rubaiyati inayobadili vina vya mstari wa nne ni hili shairi la Muyaka:
Risala alipokuja na maneno kunambia
*When the messenger came and told me the news,*
Nalikaa kukungoja, nawe hukunitokea
*I sat and waited for you but you did not appear before me*
Likupeteni mmbeja? Lililo kukuzuia?
*What happened to you, negligent one? What kept you away?*
Leo wanitenda haya — kesho utanitendaje?
*Today you do this to me — what will you do to me tomorrow?*

Si vyema, hivyo, si vyema; umekwisha jitendea
*It is not right, that is not right; you brought it on yourself.*
Muungwana ni kalima, lakwe likatimilia
*An honorable person is as good as his word*
Na kwamba hutaandama ujibupo si vibaya
*To say you will not come is not a crime.*
Leo wanitenda haya — kesho utanitendaje?
*You do this to me today — what will you do tomorrow?*

**Wanafunzi wa shule ya Kenya wanajifunza nyimbo za mapokeo ya kizamani:** *School children in Kenya learning traditional songs*

Nudhuma za mistari ya shairi hubadilika, huweza kuongezeka ikawa mitano na kuitwa takhmisa au kupungua kuwa mitatu na kuitwa tathlitha. Nyimbo za tarabu huwa na mistari mitatu na mizani isiyozidi kumi na mbili. Baadhi ya nyimbo hizi zilikusanywa katika kitabu cha <u>Waimbaji wa Juzi</u>. Mashairi huweza pia kuwa na mizani kumi na moja, kumi na tatu au kumi na nne. Mashairi ya namna yote yangali yakitumika, lakini yanayopendwa sana ni ya mizani kumi na sita kwa mistari minne, na ya mizani kumi na mbili kwa mistari mitatu.

Mithali ya Kiswahili ni vichwa vya baadhi ya mashairi. Mithali hii pia hutumika sana katika usemi wa watu wa kila siku, na pia huonekana kwenye kanga za mabibi. Mithali hiyo imekusanywa katika vitabu vya mithali na mafumbo ya Kiswahili.

Katika inayojulikana sana ni:
Akili yapita mali.
Aliyeko juu mngojee chini.
Baada ya dhiki faraji.
Chema chajiuza, kibaya chajitembeza.
Dawa ya moto ni moto.
Haba na haba hujaza kibaba.
Haraka haraka haina baraka.
Heri kenda shika, kuliko kumi nenda uje.

Heri adui mwerevu kuliko rafiki mpumbavu.

Kimya kingi kina mshindo mkuu.

Mchagua jembe si mkulima.

Mwangaza mbili moja humponya.

Mstahamilivu hula mbivu.

Mtaka cha mvunguni sharti ainame.

Mgema akisifiwa tembo hulitia maji.

Mtegemea nundu haachi kunona.

Nazi mbovu harabu ya nzima.

Njia ya mwongo ni fupi.

Paka akiondoka panya hutawala.

Usiache mbachao kwa msala upitao.

Wapiganapo fahali wawili ziumiazo ni nyasi.

Wengi wape usipowapa watachukua kwa mikono yao.

Mashairi ya Kiswahili ni taabu kidogo kufahamika kwa sababu mshairi, ili aweze kutimiza mizani na vina, humbidi afupishe au aongeze baadhi ya maneno au ageuze nidhamu ya maneno na hata serufi. Jambo hili pamoja na utumiaji wa maneno yasiyo kuwa ya usemi wa kila siku, na utumiaji wa mithali na mafumbo, huyafanya mashairi kuwa na maana ya ndani yasiyofahamika kwa wepesi. Juu ya hivyo apendaye kuyasoma mashairi haya anaweza kupata baadhi ya tafsiri zake katika vitabu tutakavyovitaja baadaye.

## MAANDISHI YA NATHARI: *THE WRITING OF PROSE*

Kipindi cha tatu ni baada ya karne ya kumi na tisa. Walipofika wamishoni na Wazungu wengine, shule zilifunguliwa na wanafunzi walihitaji vitabu. Wakati huu ndipo yalipoanza kukua maandishi ya nathari. Haya ni maandishi ya hadithi za desturi za watu wa kale, hekaya za kubuniwa, maisha ya watu na michezo ya kuiga. Kabla ya wakati huu, maandishi ya nathari hayakuwapo isipokuwa kwa tarikhi chache zilizopatikana na zinazoeleza historia ya Lamu, Pate, habari za Wakilindi na desturi na safari za Waswahili. Kupatikana kwa mtambo wa kupiga chapa vitabu vya namna nyingi viliweza kuchapishwa, watu wa shule na wa makanisa ndio walioweza kuvinunua, kwa hivyo vitabu vilivyopigwa chapa vilikuwa ni vitabu vya dini au vya shuleni, kwa hivyo hata hivi sasa hakuna vitabu vingi vinavyofaa kusomwa na watuwazima. Walimu walihitaji vitabu vya kuwafundishia wanafunzi wao kusoma, kwa hivyo katika kiasi cha mwaka 1925, vitabu vya Kiingereza au vilivyoandikwa kwa Kiingereza, vilianza kufasiriwa kwa Kiswahili. Vitabu kama Mashimo ya Mfalme Sulemani, Hadithi za Guliva, Alifu Lela Ulela, na vinginevyo vilipatikana kwa matumizi ya shuleni. Vitabu vya namna hii havikufundisha sana ufasaha wa lugha wala uandishi, ila viliwapa wanafunzi kitu cha kusoma. Baadhi ya vitabu kama vile Zamani Mpaka siku Hizi, Historia ya Unguja na ya Pemba au Kenya na Wenyeji wake viliwafahamisha kidogo jiografia na historia ya nchi hizo. Vitabu vya dini kama Biblia, Agano Jipya na Kurani Tukufu vilifasiriwa pia. Katika kiasi cha mwaka 1940 baadhi ya hadithi za kienyeji kama vile Kisa cha Mwana wa Mfalme Mohamed bin Selemani na hadithi nyingine za kubuniwa zilipigwa chapa. Katika kiasi cha mwaka 1950 vitabu vichache vya maelezo ya desturi za makabila mbalimbali ya Afrika ya Mashariki kama vile Wachaga, Wanyamwezi pamoja na visa vya wavumbuzi wa Kizungu viliandikwa. Vitabu vyote hivi vilitumiwa siyo kwa ajili ya kuwafurahisha wasomaji wake bali kwa kuwajuvya yaliyotokea na yanayotokea. Shabaha hii ya kutunga vitabu kwa ajili ya mafunzo ya watoto iliendelea mpaka hivi karibuni sana. Kwa sababu hii, takriban vitabu vyote vya Kiswahili vimehusika na maelezo ya maisha ya kila siku ya watu wa Afrika ya Mashariki au ya kumhusu kila mtu, yaani kumkumbusha mtu kupigania kuwa na maisha mema, kwa kushika dini na kuwa na utu wema na kwa kutafuta elimu. Mafunzo haya ya hekima na adili yanaonekana waziwazi katika vitabu vya mwandishi mashuhuri wa karibuni marehemu Shaaban Robert (1909–1962) Mafunzo yake yanaelezwa kwa ufasaha mkubwa wa lugha na utungo katika vitabu vyake kama Kusadikika, katika maelezo ya maisha yake, katika kitabu chake pia cha Wasifu wa Siti Binti Saad, Katika insha zake kama, Insha na Mashairi na Kielezo cha Fasili. Mwandishi huyu aliendeleza kutumia mashairi katika maandishi yake ya nathari lakini alijaribu

**Sheikh Shaaban Robert (1909–1962)**

kuvumbua mizani nyingine zake mwenyewe pamoja na utungo mwingine wa maandishi ya nathari kama asemavyo mwenyewe katika shairi lake hili la Kiswahili:

> Nashikilia ukale ambapo hapana budi
> > *I hold to tradition when there is no choice*
>
> Na huacha vilevile iwapo haunifidi
> > *and I abandon it when there is nothing to*
> > *be gained from it.*
>
> Nitabadalili milele siwezi kuwa abidi,
> > *I will always change, I cannot be a slave*
>
> Wa kutenda yale yale kuzuia juhudi
> > *to doing the same thing all the time and*
> > *holding back endeavor.*

Vitabu vya kipindi cha nne, yaani baada ya mwaka 1960, vingine vinaendeleza mafunzo na taratibu za utungo wa hapo zamani. Vitabu vya mwandishi Mathias Mnyampala, (1917—1969) kama vile Mrina Asali na Nduguze Wawili au Mbinu za Ujamaa, vina mafunzo kwa njia ya nathari na kwa ushairi. Mnyampala ni katika wale walioanzisha chama cha UKUTA (Usanifu wa Kiswahili na Ushairi Tanzania) katika mwaka 1959. Mwandishi huyu pia anajulikana kwa mashairi yake ya Ngonjera. Haya pia ni mashairi ya mafundisho lakini si mafundisho ya dini tu bali na ya utamaduni wa kienyeji na ya siasa.

Hadithi fupi za watu na wanyama zilizotungwa na Yussuf Ulenge, Nguzo ya Maji na hadithi za David E. Diva, Hadithi na Vitendo, pia zina mafunzo yake. Waandishi wachache wameanza kupunguza mafunzo ya hekima na ya kidini. Vitabu hivi vilivyopigwa chapa vinaeleza makazi ya watu wa mji fulani, maisha yao, na utamaduni wao. Kimoja katika hivyo ni hadithi ya mapenzi, ya Kurwa na Doto, kilichoandikwa na Muhammed Saleh Farsy, na kingine ni hadithi ya askari kanzu iliyoandikwa na Muhammed Said Abdulla katika kitabu chake Mzimu wa watu wa Kale na cha Kisima cha Giningi.

Si yote maandishi ya nathari yaliwafaa watoto tu. Michezo ya kuiga ya Kiswahili ilitumiwa kuwafurahishia wanafunzi wa shule za kati na za juu pamoja na wazazi wao. Michezo hii iliyopigwa chapa ilitungwa baada ya mwaka 1950. Michezo hii huwa imetungwa iwe kichekesho, pia ni njia ya kuzilaumu, kuzifanyia mzaha, na kuzikejeli baadhi ya mila za kienyeji na kuonyesha mabadiliko katika fikira za watu. Kwa mfano michezo miwili katika hiyo michache iliyochezwa, Nakupenda Lakini na Nimelogwa Nisiwe Na Mpenzi, inafahamisha mashaka anayoyapata kijana wa kiume katika kutafuta mahari ya kumwoa msichana ampendaye. G. Ngugi katika Nimelogwa Nisiwe Na Mpenzi, anaonyesha kuwa malipo ya mahari ni sawasawa na kununua mtumwa au bidhaa yoyote nyingine. Baadhi ya michezo ya kuiga imefasiriwa kutoka lugha nyingine katika hiyo ni Julius Caesar na Mabepari wa Venisi iliyofasiriwa na Rais wa Tanzania, Mchuuzi Muungwana uliofasiriwa na A. Morrison na mingineyo kama Macbeth ambao umo kupigwa chapa.

Ukuzaji wa maandishi ya Kiswahili unaendelea polepole. Wizara ya Maendeleo na Utamaduni, Ukuta, Chama cha Uchunguzi wa lugha ya Kiswahili na East African Literature Bureau zinafanya jitihada katika kuwatia moyo waandishi kutayarisha vitabu vya Kiswahili. Mashindano ya waandishi yaliyokuwa yakisimamiwa na Inter-territorial Language Committee yanaendelezwa na Chama cha Uchunguzi wa lugha ya Kiswahili pamoja na magazetini. Inawapasa wasomaji wa Kiswahili wafasiri vitabu viliyo bora vya lugha mbalimbali na waandike vingine. Ilivyokuwa Kiswahili ni lugha ya taifa na ni lugha iliyokuwa kwa haraka, maandishi katika lugha hii yanabidi yakuzwe kwa haraka pia.

Baadhi ya vitabu vilivyohusika na utungaji wa mashairi ya Kiswahili au na maandishi ya Kiswahili:

K. Amri Abedi, Sheria za Kutunga Mashairi na Diwani ya Amri, Nairobi, Dar es Salaam, Kampala, East African Literature Bureau, 1963.

Sheikh Mubarak Ahmadi, Kurani Tukufu, Tabora, Tanzania, Ahmadiyya Muslim Mission, 1967.

Biblia Takatifu, Tabora, Tanzania, T.M.P. Book Department, 1967.

Lyndon Harries, Swahili Poetry, New York, Oxford, 1962.

W. Hichens and Mbarak bin Ali al-Hinawy, Diwani ya Muyaka, Johannesburg, University of Witwatersrand, Press, 1940.

Jan Knappert, Traditional Swahili Poetry, Leiden, E. J. Brill, 1967.

Waimbaji wa Juzi, ed. S. Matola, Mw. Shaaban, W. H. Whiteley, na A. A. Jahadhmy, Dar-es-Salaam, Chuo cha Uchunguzi wa Lugha ya Kiswahili, 1966.

Mathias E. Mnyampala, Waadhi wa Ushairi, E.A.L.B., 1965.

———, Diwani ya Mnyampala, E.A.L.B., 1967.

A. H. Prins, The Swahili-Speaking Peoples of Zanzibar and the East African Coast, London, London International African Institute, 1961.

Shaaban Robert, Almasi za Afrika na Tafsiri ya Kiingereza, Tanga, Tanzania, Art and Literature Private Bag, 1960.

K. H. A. Akilimali Snow-White, Diwani ya Akilimali, E.A.L.B., 1963.

Wilfred Whiteley, Swahili — The Rise of a National Language, London, Methuen, 1969.

## MAZOEZI

### Jibu maswali yafuatayo.

Kukua kwa maandishi ya Kiswahili kunaweza kugawika katika vipindi vinne. Eleza.

Maandishi ya Kiswahili ya zamani na ya sasa yamefanana vipi?

Chagua hadithi moja fupi ya Kiswahili isome na upambanue maelezo na utungo wake.

Maandishi ya Kiswahili takriban yote yana mafunzo. Eleza.

Eleza sheria ya kutunga utenzi au rubaiyati.

Andika maana ya maneno haya na tazama mashairi ya Kiswahili upate mfano mmoja juu ya kila neno: ubeti; vina, mizani, kipande, kituo, mashairi ya gungu.

Taja namna mbalimbali za maandishi ya nathari yaliyomo katika lugha ya Kiswahili.

Nani Muyaka Hajji al-Ghassany? Shaaban Robert? Mathias Mnyampala?

### Chagua shairi moja fupi la Kiswahili lisome halafu lieleze kwa maneno mepesi: *Select a short Swahili poem. Then write it in simple prose.*

### Maliza mithali hii: *Complete these proverbs:*

Mchagua jembe si _____
Mcha mwana kulia _____
Mtaka cha mvunguni _____
Nazi mbovu _____
Mtegemea nundu _____
Mgema akisifiwa _____
Haraka haraka _____
Usipoziba ufa _____
Baada ya dhiki _____
Mcha Mungu si _____
Udongo upate _____
Mtafunwa na nyoka akiona _____

### Yapange mafungu ya maneno yafuatayo yalete maana kamili: *Add a phrase from column B to a phrase from column A to make a complete proverb.*

| A. | B. |
|---|---|
| Mtegemea Mungu | hawakai zizi moja |
| Haba na haba | haina baraka |
| Fahali wawili | si mtovu |
| Haraka haraka | panya hutawala |
| Paka akiondoka | hujaza kibaba |
| Chema chajiuza | kina mshindo mkuu |
| Kimya kingi | si mkulima |
| Mchagua jembe | kibaya chajitembeza |
| Njia ya mwongo | tembo hulitia maji |
| Mgema akisifiwa | ni fupi |

### Andika Kiswahili cha mithali hii: *Write the Swahili equivalents of these proverbs*

*Haste makes waste. Hurry, hurry has no blessing.*

*Take care of the pence and the pounds will take care of themselves. Many a mickle mak's a muckle.*

*Slow water runs deep. Slow but sure.*

*Once bitten twice shy.*

*Every cloud has a silver lining.*

*A bad coconut spoils the good ones.*

*A good farmer does not quarrel with his tools.*

*If the palm-wine tapper is praised for his wine, he dilutes it with water.*

*Do not leave your old mat for a praying-mat which passes. Do not leave what is stable for that which is transitory.*

*He who wants what is under a bed stoops for it.*

*When two bulls are fighting, it is the grass that suffers.*

*A bird in the hand is worth two in the bush. Better nine in the hand than ten come and go (i.e., as a promise).*

*When the cat is away the mice will play. When the cat is away the mouse is master.*

*Pride comes before a fall. He who is above waits for him below.*

## MANENO MAPYA

mapokeo — *tradition*
vipindi — *phases*
mapokeo ya mdomo — *oral tradition*
tafsiri — *translation*
falsafa — *philosophy*
itisali — *contact, meeting*
-kumbusha — *remind*
misukosuko — *disturbances*
radhi — *blessing*
hekaya za kubuniwa — *legends*
mazimwi — *ghosts, demons*
majini — *genie, devil*
ujinga — *ignorance*
uovu — *evilness, evil*
hila — *device, trick*
ujanja — *cunning*
werevu — *cleverness, shrewdness*
mwewe — *hawk*
msimulizi — *narrator*
-simulia — *narrate, tell a story*
chikichi — *nuts from palm oil tree*
sauti, tuni — *tune*
wanavyuoni — *religious scholars*
mawazo — *thoughts, content*
tarakimu — *numbering*
kupigwa chapa — *to be printed*
ushairi — *verse*
mshairi — *poet*
marehemu — *the late*

utenzi, utendi — *epic poem*
ubeti, beti — *a verse*
mafunzo — *training, instruction*
shina — *root, cradle*
ufasaha — *eloquence*
-sifu — *praise (v.)*
-laumu — *blame, criticize*
-tukana — *insult (v.)*
-kasirika — *get cross*
ufununu — *notion, inkling*
ukweli — *truthfulness*
uaminifu — *honesty*
vina — *rhyme syllables*
taratibu — *arrangement*
mizani — *a number of syllables in a line*
mavugo — *wedding dance*
-rudiwa — *repeated*
rubaiyati — *four-line verse*
nudhuma — *organization, structure*
takhmisa — *verse in five lines*

tathlitha — *verse in three lines*
tarabu — *a glee club*
usemi — *speech*
nathari — *prose*
hadithi za desturi za watu wa kale — *folk tales*
maisha ya mtu — *biography*
michezo ya kuiga/kuigiza — *drama*
tarikhi — *chronicles*
mtambo wa kupiga chapa — *printing press*
kisa — *adventure*
wavumbuzi — *explorers*
utungo — *composition, form*
-tunga — *compose*
kichekesho na mzaha — *satire*
-kejeli — *scorn (v.)*
-logwa — *bewitched*
mashindano — *competition*
Chama cha Uchunguzi wa Lugha ya Kiswahili — *Institute of Swahili Research*

**Viongozi wa nchi zinazojitawala za Afrika ya Mashariki (Kutoka kushoto kuendea kulia): Rais wa Jamhuri ya Kenya, Mzee Jomo Kenyatta, Rais wa Jamhuri ya Uganda, Rais Milton Obote, na Rais wa Jamhuri ya Tanzania, Mwalimu Julius K. Nyerere:** *Leaders of the independent states of eastern Africa (from left to right): President of the Republic of Kenya, Mzee Jomo Kenyatta, President of the Republic of Uganda, President Milton Obote, and President of the Republic of Tanzania, Mwalimu Julius K. Nyerere*

# 10 Serikali: *Government*

Nchi zote tatu za Afrika ya Mashariki Kenya, Tanzania na Uganda zilikuwa chini ya mamlaka ya Serikali ya Kiingereza mpaka baada ya mwaka 1960, zilipoanza kupata uhuru na kujitawala. Wakati huo Serikali ya kigeni ya kikoloni iliondolewa na nchi ilipata Katiba yake kuiwezesha kuwa na mamlaka ya Kiafrika. Tangu hapo mpaka hivi sasa Waafrika wa nchi hizi tatu wanajitawala wenyewe, na kila nchi ina Serikali inayojaribu kuleta umoja kwa watu wake, na kuwa na Serikali ya Taifa inayomfikilia kila raia, kwa kuziunganisha sehemu zote za nchi, kuwatia moyo raia kulijenga Taifa lao, na kulionea fahari, na kuchukua juhudi katika kuendeleza hali zao na uchumi wa nchi, kwani "Uhuru na kazi na uhuru ni kujitegemea."

Nchi tatu hizi kila moja ilijenga Serikali yake kwa muundo wake. Hapa hatuna nafasi kuzieleza zote tatu, basi tutaieleza Serikali ya Tanzania kwa vile ilivyokuwa ni nchi ya demokrasi yenye chama kimoja; muundo wa mbali na ule wa nchi za Kenya na Uganda.

Jina la zamani la nchi hii ni Tanganyika. Tanganyika ilikuwa nchi ya kwanza kupata uhuru katika Afrika ya Mashariki. Kwanza ilikuwa chini ya utawala wa Wajerumani, tangu mwaka 1885-1917. Baadaye ikawa katika mamlaka ya Uingereza chini ya Ushirika wa Mataifa, na halafu, chini ya Utaratibu wa Udhamana wa Mkataba wa Umoja wa Mataifa, tangu 1919-1961.

Uhuru kamili ulipatikana tarehe 9 Desemba, mwaka 1961. Mkataba wa Udhamana wa Tanganyika ukakatika, na nchi ikaingia katika uanachama wa Umoja wa Mataifa, na kubaki katika Jumuiya ya Madola. Nchi ikawa chini ya mamlaka na uongozi wa Waziri Mkuu, Mwalimu Julius Kambarage Nyerere, ambaye alikuwa ni Rais wa chama cha Tanganyika African National Union (TANU). Chama hiki kiliundwa July 7, 1954 kutokana na kile chama cha Tanganyika African Association. Tarehe 9 Des., 1962, Tanganyika ikawa Jamhuri, na kuwa na Rais aliyechaguliwa na watu wenyewe, Rais Nyerere. Katika mwaka 1963, serikali ilikata shauri kuwa na chama cha siasa kimoja tu, TANU. Tarehe 26 April, 1964 Zanzibar, nchi iliyopata uhuru kutoka kwa Serikali ya Kiingereza mwaka 1963 na baada ya mapinduzi yaliyotokea Januari mwaka huo, iliungana na Tanganyika na kuunda Jamhuri ya Muungano wa Tanganyika na Zanzibar na baadaye nchi mbili hizi zikaitwa Tanzania.

Jamhuri ya Tanzania ni muungano wa nchi mbili, Jamhuri ya Tanganyika na Jamhuri ya Watu wa Zanzibar. Mkuu wa nchi na wa Serikali ni Rais wa Jamhuri ya Muungano wa Tanzania na Amiri Majeshi, Mwalimu Julius K. Nyerere ambaye pia ni Rais wa chama na baba wa Taifa. Chama cha TANU na chama cha Afro-Shirazi cha Zanzibar vinahisabika kuwa ni chama kimoja.

Sheria zilizohusu muungano zinafanywa na Baraza la Taifa. Baraza la Taifa lina wanachama waliochaguliwa na watu, 107 kutoka Tanganyika, 10 walioteuliwa na Rais kutoka Tanganyika na Zanzibar, 15 waliochaguliwa na Baraza la Taifa kutoka wizara mbalimbali, Kamishna wa Mikoa 20, wajumbe wa Baraza la Mapinduzi la Zanzibar wasiozidi 32, na wajumbe wengine wa Zanzibar wasiozidi 20 walioteuliwa na Rais kwa kukubaliana na Makamu wa Rais wa kwanza ambaye ni Rais wa Zanzibar Abeid A. Karume. Mkuu wa Serikali ni Rais wa Baraza Kuu la Taifa pamoja na kabineti yake. Kuna Makamu wa Rais wa kwanza na wa pili pamoja na mawaziri wenye dhamana ya wizara na idara zao mbalimbali. Wanachama wa kabineti wanateuliwa na Rais kutoka kwenye Baraza la Taifa. Rais anapasisha mswada wa sheria kwa kushauriana na wanachama wa Bunge. Wabunge huchaguliwa kwa muda wa miaka mitano.

Jamhuri imegawika katika mikoa ishirini, kumi na saba iko Tanganyika na mitatu iko Zanzibar. Mikoa ya Tanganyika ni Arusha, Pwani, Dodoma, Iringa, Kigoma, Kilimanjaro, Mara, Mbeya, Morogoro, Mtwara, Mwanza, Ruvuma, Shinyanga, Singida, Tabora, Tanga, Magharibi ya Ziwa. Mikoa ya Zanzibar ni Zanzibar Mjini, Mashamba na Pemba.

Kila mkoa una Kamishna wa Mkoa ambaye pia ni mbunge. Mkoa una wilaya. Kuna wilaya sitini kwa jumla. Kila wilaya ina Kamishna wa wilaya ambaye ni mjumbe wa chama cha TANU, na ni mwanasiasa mwenye madaraka kuona tume ya chama inatimizwa. Kila wilaya imegawika sehemu mbili, sehemu ya Mashamba na ya mjini. Pia kuna madiwani waliohusika na kukusanya kodi na kusimamia huduma za mitaa yao. Kuna mahkama ya daraja tatu na zote zimeunganishwa: za kienyeji, za wilaya na za majaji. Mahkama yote yako chini ya Mahkama Kuu.

**Rais Julius K. Nyerere akihutubia mkutano wa watumishi wa Serikali ya Tanu kwenye ukumbi wa Diamond Jubilee:** *President Julius K. Nyerere addresses the National Executive Meeting of Tanu at Diamond Jubilee Hall.*

Tume ya Serikali ujamaa na imani yake ni kujenga nchi ya ujamaa. Misingi ya Ujamaa inatajwa katika Katiba ya Taifa na ya TANU. Kila raia ni sehemu ya Taifa na ana haki kushiriki sawa sawa na wengine katika Serikali ya Mitaa, ya Mikoa na Serikali Kuu. Katiba inahakikisha haki ya kila mtu bila kujali rangi, dini au ukabila "Uhuru na Umoja."

## MAZOEZI

### Jibu maswali yafuatayo.

Nchi za Afrika ya Mashariki zilitawaliwa na nani kabla ya kupatikana uhuru?

Uhuru ulipatikana lini? Unazikumbuka tarehe za uhuru wa nchi zote tatu?

Serikali ya Tanzania ina vyama vya siasa vingapi?

Tanganyika ilikuwa katika mamlaka ya nani na lini?

TANU ni chama kipi? Vyama vya Afrika ya Mashariki vingine ni vipi?

Nchi zipi za Afrika ya Mashariki ziliungana?

Taja majina ya marais wa nchi za Afrika ya Mashariki. Eleza maisha ya rais mmoja.

Baraza la Taifa la Tanzania lina wanachama wepi?

Nani mkuu wa Serikali?

Jamhuri ya Tanzania imegawika sehemu ngapi?

### Tumia maneno haya katika sentensi:

Serikali, katiba, raia, chama, Umoja wa Mataifa, Jamhuri, uhuru, Baraza la taifa, mjumbe, mswada, tume, mahkama, misingi, bunge.

kujitawala, chaguliwa, teuliwa, kuunganisha, kujitegemea, kata shauri, kuunda, shauriana.

### Mueleze mtu au andika muundo wa Serikali ya nchi yako: *Explain to someone orally or in writing how your country is governed.*

### Hizi ni Wizara mbalimbali eleza kazi zake kwa kifupi: *These are different ministries. Explain briefly the work of each ministry.*

Wizara ya Mambo ya Nchi za Nje.
Wizara ya Kilimo, Misitu na Wanyama wa Porini.
Wizara ya Fedha.
Wizara ya Uchumi na Mipango ya Maendeleo.
Wizara ya Viwanda, Madini na Umeme.
Wizara ya Tawala za Mikoa.
Wizara ya Njia na Ujenzi.
Wizara ya Elimu.
Wizara ya Ardhi, Makaazi na Maji.
Wizara ya Kazi.

**Mzee Jomo Kenyatta, Rais wa Jamhuri ya Kenya, akihutubu katika Kerugoya kwenye jimbo la Kirinyagga, mnamo mwaka 1963:** *President Jomo Kenyatta of the Republic of Kenya speaking at Kerugoya in the Kirinyagga district in 1963*

Wizara ya Mambo ya Ndani.
Wizara ya Nyumba.
Wizara ya Biashara na Vyama vya Ushirika
Wizara ya Habari na Utalii
Wizara ya Afya.
Wizara ya Maendeleo na Utamaduni.

## MANENO MAPYA

serikali — *government*
mamlaka — *rule, authority, dominion*
-tawala — *govern*
kikoloni — *colonial*
katiba — *constitution*
raia — *citizen*
fahari — *pride*
muundo — *structure*
chama — *party*
demokrasi — *democracy*
Ushirika wa Mataifa —,*League of Nations*
Utaratibu wa Udhamana wa Mkataba wa Umoja wa Mataifa —
    *trusteeship system under the charter of the U.N.*
uanachama — *membership*

Umoja wa Mataifa — *United Nations*
jumuiya ya madola — *commonwealth*
Waziri Mkuu — *Prime Minister*
jamhuri — *republic*
-chaguliwa — *be elected*
kuunda — *to build*
amiri majeshi — *commander-in-chief of the army*
Baraza la Taifa, Halmashauri ya Taifa — *National Assembly*
-teuliwa — *be appointed*
kamishna — *commissioner*
mjumbe — *representative*
Baraza la Mapinduzi — *Revolutionary Council*
Kabineti — *Cabinet*
mswada — *bill*
tume — *policy*
mahkama — *judiciary*
Mahkama Kuu — *High Court*
ujamaa — *socialism*
imani — *creed*
serikali ya mitaa — *government at local level*
serikali ya mikoa — *government at regional level*
serikali kuu — *government at national level*

**Chuo kikuu cha Daressalaam kikionekana kwa angani:** *University College, Daressalaam, seen from the air*

# 11 Elimu: *Education*

## ELIMU YA KIZAMANI: *TRADITIONAL FORM OF EDUCATION*

Watu wa Afrika ya Mashariki kama walivyo watu wengine ulimwenguni wanaitilia nguvu elimu na wanafanya kila jitihada ili watoto wao wapate nafasi ya kwenda shule. Muandishi na mshairi, marehemu Shaaban Robert, katika utenzi wake wa ADILI, uliopigwa chapa mwaka 1947, anaimba yafuatayo katika beti 48 mpaka 58 ya shairi hilo. Anasema haya juu ya thamani ya elimu.

Tano lililo adhimu,
Ni kujifunza elimu,
Ina mwanga maalum,
Elimu kwa 'elewaye.

Maisha bila elimu,
Hayafai mwanadamu,
Sababu mambo magumu.
Mengi sana mbelee.

Milango wazi adimu,
Kwa asiye na elimu,
Kwa mwenye nayo gumu,
Hujifungua wenyewe.

Ingawa dunia pana,
Nyembamba sana huona,
Mtu asiyeona,
Kwa akili na machoye.

Elimu aliye nayo,
Amepata ufunguo,
Mbele ya mazuio,
Katika maishaye.

Onyo kwa mafunzo,
Silifanyie mzozo,
Wapewa iwe nguzo,
Mafunzo ugemee.

Kadhalika mwalimu,
Mkuza yako fahamu,
Naye ana sehemu,
Heshimayo apewe.

Ana madai ya haki,
Kwako ya urafiki,
Sababu alishariki,
Ujingani utolewe.

Yote atakayo kwako,
Hayapunguzi mfuko,
Ni kumbukumbu kuwako,
Bainayo na yeye.

Ingawa hili waona,
Kuwa dogo sana,
Lakini lina maana,
Akupaye mpe naye.

Aliyokupa si haba,
Amekupa ya kushiba,
Fadhili hii kuiba,
Kubwa sana aibuye.

Kabla ya kufika kwa Wazungu elimu ilikuwa ni ya kienyeji tu iliyopatikana nyumbani kwa kusikiliza hadithi mafundisho na nasaha za wazee. Kuiga mwendo wao kutimiza mafunzo fulani iliyohusika na mila za kienyeji, kujifunza lugha yao, na kujifunza kazi. Ikiwa ni msichana, hujifunza kazi za nyumba ili aweze kusaidia nyumbani na awe mke bora kwa mumewe. Ikiwa ni mvulana, hujifunza kazi za baba yake kama ni ukulima, uvuvi, uchungaji, au uhunzi, ili aweze kuendesha maisha yake na ya nyumbani kwake pamoja na kusaidia jamaa zake na wengine. Kwa wote wawili, msichana na mvulana, mafunzo haya yatawawezesha kufahamu, kuthamini na kuendeleza mila, desturi, na utamaduni wa taifa lao. Mtoto mchanga anapozaliwa huwa ni dhamana ya wazazi wake na jamaa zake wote, yaani ni dhamana ya kila mtumzima, na huwa ni dhamana yao mpaka yeye naye anapokua mtumzima na kuweza kuchukua madaraka katika jamaa hilo.

**Shule hii ya Kenya ilijengwa kwa mpango wa kujisaidia:** *A Self-Help village school in Kenya*

Lazima awe na heshima na adabu kwa watuwazima wote, na awe na haki na huruma kwa wadogo zake. Asipoyatimiza mafunzo anayopata utotoni mwake, huwa anaharibu si jina lake tu, bali jina la jamaa wote wa kabila hilo. Mtoto huyu tangu anapotimia miaka mitano huanza kusaidia nyumbani, kama vile kwa kuwatunza ndugu zake wadogo, kutumwa madukani, kukusanya kuni, kufagia, na kwa kufanya kazi nyingine aziwezazo.

Msichana au mvulana yeyote hufanya kazi hizo si kwasababu anapenda kuzifanya tu bali kwa sababu ni wajibu wake kuzifanya na ni aibu kwake asipozifanya. Hupata nafasi kucheza michezo yake kama vile foliti, nage, kipande, gololi, majumba au bandia, lakini wakati wa kazi lazima afanye kazi.

**Shule ya St. Augustine katika Mombasa Kenya:** *St. Augustine School, Mombasa, Kenya*

## ELIMU YA KISASA: *MODERN FORM OF EDUCATION*

Ingawa kulikuwako vyuo vikuu Afrika, kama vile Timbaktu tangu karne ya kumi na tatu, mpango wa elimu ya kisasa tulio nao Afrika ya Mashariki, isipokuwa kujifunza kusoma na kuandika Kur'ani, ulianza katikati ya karne ya kumi na tisa walipofika Wamisheni na kuanza kuwafundisha wenyeji kusoma Biblia. Wanafunzi, waliochukuliwa katika shule hizi, iliwabidi waache dini na mila zao na wafuate dini na mila za kigeni. Jambo hili liliwafanya baadhi ya watu kama vile Waislam kutopeleka watoto wao shuleni na liliwafanya baadhi ya watu kuacha mila na desturi zao za kienyeji. Kwa hivyo elimu ya kisasa ilianza kwenye shule za mishini/misioni na baadaye Wahindi na Wazungu walifungua shule zao katika Kenya na Unguja, na Wadachi walifungua zao Tanganyika. Shule za serikali zilifuata, Unguja katika mwaka 1904, Kenya katika mwaka 1911, Tanganyika katika mwaka 1920 na Uganda ilifunguliwa shule ya ufundi katika mwaka 1920 na shule zote zingine zilikuwa za misioni. Kulikuwako shule za Serikali na zile zisizokuwa za Serikali na Shule hizo ziligawika kwa ukabila. Kulikuwa na shule za Wazungu, Wahindi na za Waafrika.

Mpango wa elimu uligawanyika sehemu tatu: shule za chini au primari zilipokea wanafunzi wa miaka mitano au sita na kuwafundisha kwa muda wa miaka saba au minane. Shule zingine za Kenya zilifundisha kwa lugha za kienyeji au Kiingereza. Shule za Uganda zilifundisha kwa lugha za kienyeji na Kiingereza, Tanganyika na Unguja zilifundisha kwa Kiswahili. Wanafunzi walijifunza Kiingereza baada ya darasa la nne, na kwa miaka ya karibuni baada ya darasa la kwanza. Shule za Kiislamu zilifundisha pia Kiarabu, na za Kihindi zilifundisha Kigujrati. Katika shule za Primari masomo mbalimbali yalifundishwa: Hesabu Historia, Jiografia, Afya, Elimu ya mimea na wanyama, Upishi useremala, uhunzi, kupiga chapa na Ushoni. Baada ya darasa la nane au la saba, wanafunzi walifanya mtihani wa kuingilia shule ya juu, yaani shule ya Sekondari. Shule hizi zilikuwa chache kwa hivyo si wengi waliopata bahati ya kuingia. Masomo ya hapa yalikuwa ni ya miaka minne na yalifundishwa kwa Kiingereza tu. Mwisho wa miaka minne wanafunzi walifanya mtihani wa Cambridge School Certificate. Huu ulikuwa ni mtihani uliotungwa na uliotayarishwa Uingereza na Cambridge Examination Syndicate. Orodha ya masomo (silibasi) ilitengenezwa huko Cambridge na masomo yaliyofundishwa yalikaribia kuwa kama yale ya shule za Kiingereza.

Baada ya masomo ya sekondari wanafunzi waliweza kujifunza katika darasa la tano na la sita, ili wajitayarishe kwa chuo kikuu baada ya kufanya mtihani wa General Certificate of Education wa London. Baada ya kufuzu mtihani, wanafunzi hawa walisafiri Uingereza na wachache walisafiri Amerika au Bara Hindi na kadhalika.

Zilikuwapo pia shule za biashara, za ufundi, za kazi na za kilimo. Shule hizi zilichukua wanafunzi waliomaliza shule ya primari, lakini shule hizi hazikuwa za kutosha.

Wanafunzi walioingia vyuo vya ualimu walikuwa ni wale waliomaliza shule ya chini, au walioanza kusoma katika shule za sekondari, au waliomaliza kufanya mtihani wa Cambridge. Ingawaje wengi waliofuzu mtihani wa Cambridge walipendelea kwenda chuo kikuu au kutafuta kazi zisizokuwa za kufundisha ambazo zilizowaletea mshahara bora kuliko ule wa kazi ya ualimu.

Chuo kikuu cha mwanzo cha Afrika ya Mashariki ni Makerere, kilichofunguliwa mwaka 1922, katika Kampala, Uganda. Wanafunzi waliotoka Uganda, Kenya na Tanzania walikuja hapa kujifunza na walirudi makwao kupumzika wakati wa likizo. Nairobi kulikuwa na Royal Technical College of East Africa tangu mwaka 1956 na mwaka 1961 chuo kikuu cha Nairobi kilifunguliwa. Mwaka huohuo chuo kikuu cha Daressalaam kilifunguliwa na kuanza kufundisha uanasheria. Vyuo vitatu hivi vilivyoko Kampala, Nairobi na Daressalaam viliungana katika mwezi wa Juni mwaka 1963 kuwa chuo kikuu cha Afrika ya Mashariki. Kila kimoja kilihusika na masomo fulani, kwa mfano, Kampala kulikuwa na shule za udaktari, ukulima, ualimu na sanaa. Nairobi kulikuwa na shule za biashara, injinia, sanaa, ujenzi, na udaktari wa maradhi ya wanyama. Chuo cha Daressalaam, ilivyokuwa kimefunguliwa karibuni, wakati huo kilikuwa na shule ya uanasheria tu sasa kuna shule ya kilimo injinia na ya udaktari. Muungano huu uliendelea kwa muda wa miaka sita lakini hivi sasa vyuo vikuu vya Afrika ya Mashariki vinafikiriwa kuwa vitatu kila kimoja kinajaribu kujenga shule na idara zake.


## SHABAHA YA ELIMU: *EDUCATIONAL GOAL*

Shabaha ya elimu ya namna hii ilikuwa ni kuwaelimisha wachache ili waweze kufanya kazi za kuendesha nchi. Mpango wa elimu ulikuwa ni ule uliofanana na mpango wa elimu wa shule za Kiingereza. Wanafunzi wengi zaidi waliokwenda shule za primari walikuwa ni wale waliokuwa wakiishi mjini kwa kuwa waliweza kufika shule kwa urahisi; wengi walikuwa ni wanaume kwa sababu wasichana walihitajiwa kusaidia majumbani na makondeni au waliolewa; na wengi walitokana na makabila fulani kwa kushirikiana kwao na wamisioni. Hata hivyo si wote walioingia shule za primari waliweza kuendelea na masomo ya sekondari. Nafasi katika shule hizi zilikuwa chache na ada ya shule katika baadhi ya miji ziliwashinda watu wengi. Kwa wanafunzi wengi wakati huu ulikuwa ndio kikomo cha masomo yao. Wale wasiochaguliwa kwenda shule hizi wakati huu walikuwa na umri wa miaka kumi na minne. Iliwabidi watafute kazi wafanye, au waolewe na wakae majumbani au wazunguke majiani. Elimu yao ilikoma kabla ya kuwafaa katika maisha yao. Baadhi yao walijiona kuwa wamepata elimu iliyowafanya kuwa ni tofauti na jamaa au rafiki zao vijijini, kwa hiyo walio wengi walikataa kuyarudia maisha yao ya zamani. Wengi walibaki mijini na kupoteza wakati wao kutafuta kazi, bali kazi hazikuwako za kutosha au kazi zilizokuwako zilihitaji elimu zaidi kuliko ile waliyokuwa nayo wao; au zilihitaji elimu tofauti na ile waliyokuwa nayo. Watu

**Rais Mwalimu Julius K. Nyerere, mkuu wa Chuokikuu cha Daressalaam, akiongoza sherehe ya wanafunzi kupata shahada zao:** *President Mwalimu Julius K. Nyerere as chancellor of the University College Daressalaam walks to the dais to conduct the year's graduation ceremony.*

wengi walikuwa na elimu zaidi kuliko iliyohitajiwa na kazi zilizokuwapo, na hawakuwa na elimu ya kutosha kwa kazi walizotumai kuzifanya. Ile shabaha moja ya kupata elimu, kuwa kizazi kiweze kurithi na kudumisha mila, desturi, na maarifa ya kizazi kilichotangulia ili watu waweze kuchukua madaraka na wajibu wa kulitumikia taifa, haikuweza kutimizwa. Mpango wa elimu ulikuwa ni wa kigeni gharama yake ilikuwa kubwa na haukuweza kulingana na uchumi wa nchi.

Ilivyokuwa si wengi waliopata kumaliza shule ya juu na kujifunza ualimu, shule nyingi za sekondari mpaka sasa zina walimu wa kigeni, waliotoka Uingereza, Amerika au Bara Hindi na kadhalika, na wachache tu ni wa kienyeji.

Siku hizi mpango wa elimu wa Afrika ya Mashariki umebadilika ili uwe na manufaa kwa taifa zima. Serikali za nchi hizi tatu zinajaribu kuongeza nafasi za shule na kuondoa shule za kikabila kwa kufungua shule zaidi mijini na vijijini, kwa kuzisaidia kwa fedha shule za kimisioni na za kikabila ili zichukue wana wanafunzi wengine, kwa kuondoa ada ya shule ili wanafunzi wengi waweze kuingia shuleni.

Walimu wanaletwa kutoka nchi nyingi zaidi kama vile kutoka Denmark, Sweeden, Ujapani, Afrika ya Magharibi na nchi nyinginezo. Pia walimu wa kienyeji wanapelekwa nchi mbalimbali kujifunza, na katika nchi zao wanafahamishwa njia wanazojifunzia watoto wa kienyeji na wanafundishwa kuthamini na kuheshimu mila zao wenyewe na kuweza kuchagua katika mila na desturi za kigeni zile zitakazowasaidia katika maisha yao.

Shule za chini zinatilia nguvu kufundisha kazi za ukulima ili ziwape wanafunzi elimu iliyohusika na haja ya taifa. Baadhi ya shule zina mashamba ili wanafunzi waweze kujifunza na kujizoeza ukulima. Shule

237

zisizokuwa na mashamba, wanafunzi hupelekwa vijijini kufanya kazi kwa baadhi ya wakati wao wa shule. Watu wa vijijini wanajitolea kuwasaidia wanafunzi. Utamaduni wa Kiafrika na historia ya Afrika ni katika masomo yanayofundishwa. Lugha ya kienyeji kama vile Kiswahili inatiliwa nguvu, na elimu ya sayansi na ya siyasa na uraia ni katika yanayofahamishwa.

Mtihani wa kuingilia shule za sekondari umekwisha ondolewa Tanzania, na mtihani uliokuwa wa Cambridge inasemekana kuwa sasa unatungwa na kamati ya kienyeji katika Afrika ya Mashariki. Shule za watuwazima zinaongezeka na mipango ya kueneza ujuzi wa kuweza kusoma na kuandika inatiliwa nguvu. Katika baadhi ya sehemu za Afrika ya Mashariki, televisheni na redio inatumiwa kuwafundishia watoto. Ingawaje bado si watoto wote wanaopata elimu na kwenda shule si jambo la lazima kwa kila mtu.

Mabadiliko yote haya yanatendeka kuongeza jumla ya wenye elimu, na kupunguza matatizo yanayosababishwa na utegemeaji wa taifa zima juu ya wale wachache wenye elimu. Yafuatayo ni maneno ya Rais wa Tanzania, mwalimu Julius K. Nyerere, katika hotuba yake juu ya Elimu ya kujitegemea, aliyoitoa katika mwezi wa Machi mwaka 1967, ''Jambo kubwa zaidi ni kubadili mambo tunayotaka yatendeke shuleni. Mambo wanayofundishwa watoto wa shule za msingi yasipangwe kutokana na mambo anayotaka kuyajua daktari, injinia, mwalimu, mtaalamu uchumi, au Bwana Shauri. Watoto wetu walio wengi hawatafanya kazi hizo kamwe. Mambo wanayofundishwa watoto wa shule za msingi yawe yale ambayo wavulana na wasichana wanapaswa kuyajua, yaani ufundi wa kazi anayotakiwa afanye, na maadili anayotakiwa awe nayo ili aishi vema na kwa furaha katika nchi ya ujamaa ambayo ni ya wakulima, na kusaidia kuinua hali ya maisha ya kijiji chake. Macho yetu yawatazame walio wengi, hao ndio tuwafikirie tunapoamua masomo gani yafundishwe. Wale watakaofaa kwa masomo ya juu zaidi bado watajitokeza, na wala hawatapata taabu yo yote. Maana shabaha yetu siyo kutoa elimu hafifu kuliko ile inayotolewa sasa. Shabaha ni kutoa elimu ya aina tofauti, ya masomo yanayopangwa kutimiza shabaha ya umma, ya elimu itakayolifaa taifa la Tanzania. Na hivyo hivyo katika shule za Sekondari. Shabaha ya mafundisho iwe kutoa elimu, ufundi na fikara ambazo zitamfaa mwanafunzi wakati atakapoishi katika nchi ya kijamaa inayobadilika; shabaha yake isiwe kuingiza wanafunzi katika Chuo Kikuu.''

## MAZOEZI

### Jibu maswali yafuatayo.

Watoto wa Afrika ya Mashariki walipata elimu ya namna gani kabla ya kufika kwa Wazungu?

Elimu ya kisasa ilianza lini na vipi?

Mpango wa elimu umegawika vipi?

Taja masomo yaliyofundishwa katika shule za chini. Je wewe ulijifunza masomo gani?

Wanafunzi walifanya nini baada ya darasa la nane au saba?

Masomo yalifundishwa kwa lugha gani katika shule za sekondari? Katika shule za primari?

Wanafunzi wasiochaguliwa kwenda sekondari walifanya nini?

Wale waliochaguliwa walifanya nini baada ya kumaliza masomo yao?

Chuo kikuu cha kwanza cha Afrika ya Mashariki ni kipi na kilifunguliwa lini?

Kuna vyuo vikuu vingapi sasa na viko wapi?

Mabadiliko gani yanayotokea katika elimu ya wanafunzi wa Afrika ya Mashariki?

Umepata kuonana na mwanafunzi wa Afrika ya Mashariki? Anafanya nini hapa?

Kuna usawa na tofauti gani baina ya mpango wa elimu wa nchi yako na ule wa nchi mojawapo ya Afrika ya Mashariki? Mabadiliko gani ungependa kuyaona?

### Funika maneno ya upande wa kulia. Halafu uandike maneno ya upande wa kushoto kwa kirefu: *Cover the phrases in the right-hand column. Then write out the words in the left-hand column in their expanded form.*

| | | |
|---|---|---|
| Primari | > | shule ya chini/ya kwanza |
| Sekondari | > | shule ya juu |
| mbeleye | > | mbele yake |
| elewaye | > | aelewaye |
| machoye | > | macho yake |
| maishaye | > | maisha yake |
| heshimayo | > | heshima yako |
| bainayo | > | baina yako |
| aibuye | > | aibu yake |

### Badilisha vitendo hivi viwe kazi zenyewe na watu wenyewe: *Change these verbs into nouns denoting people and their work.*

| Kitendo | Kazi | Mtu |
|---|---|---|
| kulima | > ukulima/kilimo | > mkulima |
| kuvua | > uvuvi | > mvuvi |
| kuuguza | > uuguzaji | > muuguzaji/muuguzi |
| kutibu | > udaktari/utabibu | > daktari/tabibu |
| kufundisha | > ualimu | > mwalimu |
| kupika | > upishi | > mpishi |
| kushona | > ushoni | > mshoni/mshonaji |

## Maliza sentensi hizi.

| | |
|---|---|
| Waliacha shule. | Iliwabidi waache shule. |
| Waliolewa wadogo. | Iliwabidi waolewe wadogo. |
| Walitafuta kazi. | Iliwabidi _____ |
| Walikaa nyumbani. | Iliwabidi _____ |
| Walizunguka mjini. | Iliwabidi _____ |
| Walilima mashamba yao. | Iliwabidi _____ |
| Waliwauguza wagonjwa wao. | Iliwabidi _____ |
| Walikwenda kuvua. | Iliwabidi _____ |
| Walivua samaki wengi. | Iliwabidi _____ |
| Walianza shule wadogo. | Iliwabidi _____ |
| Walipata elimu ya kutosha. | Iliwabidi _____ |
| Nilikwenda kumtazama. | Ilinibidi niende kumtazama. |
| Nilifika mapema. | Ilinibidi _____ |
| Niliwaomba wanifanyie. | Ilinibidi _____ |
| Nilibaki mjini kutwa. | Ilinibidi _____ |
| Nilipoteza wakati wangu. | Ilinibidi _____ |

## Fasiri sentensi hizo zilizotangulia kwa Kiingereza:

*Translate the sentences of the previous exercise into English.*

## Fasiri sentensi zifuatazo kwa Kiswahili.

*I had to leave school.*
*She got married when she was young.*
*He had to look for a job.*
*We had to go round the town.*
*I had to get there early.*
*I asked them to do it for me.*
*They wasted their time.*
*I had to waste my time.*
*The nurses took care of their patients.*
*We had to go and see them.*
*They had to obtain sufficient knowledge.*
*Did you have to stay home?*

## Badilisha sentensi hizi.

Kazi zilizokuwapo zilihitaji elimu zaidi kuliko ile
     waliyokuwa nayo.
     (yeye; sisi; mimi; wao; wewe; wenyeji; Fatuma, mshahara
     waliotaka; nafasi)
Wale wachache waliopata bahati waliingia shule za
     sekondari.
     (fuzu; chaguliwa; fika; taka; kubali)
Wanafunzi walioingia vyuo vya ualimu walikuwa ni wale
     waliomaliza shule ya chini.
     (toka; jifunza; maliza; fuzu; fundisha)

## Tumia maneno haya katika sentensi.

Mila na desturi za kienyeji.
chakula cha kienyeji
utamaduni wa kienyeji
mavazi ya kienyeji
lugha ya kienyeji

## Hawa ni watu gani? *Who are these people?*

mkulima, mchungaji, mhunzi, mwalimu, muuguzi,
mwanasheria, mshoni, mwanasiasa, mvuvi, mkaguzi

## Tumia maneno haya katika sentensi.

elimu, mafunzo, masomo, darasa, shabaha, maarifa,
ujuzi, likizo

## Eleza shairi hili kwa maneno yako mwenyewe:

*Paraphrase this verse in your own words.*

Milango wazi adimu,
Kwa asiye na elimu,
Kwa mwenye nayo gumu,
Hujifunga wenyewe.

## MANENO MAPYA

adili — *righteous behavior*
adhimu — *great, important*
mazuio — *obstacles*
onyo — *warning*
mzozo — *quarrel*
nguzo — *pillar*
mkuza — *one who increases*
kumbukumbu — *incident to be remembered*
nasaha — *advice*
mwendo — *behavior, way of life*
mizungu — *initiation rites, devices*
uhunzi — *forging, smithing*
huruma — *kindness, sympathy*
foliti — *hide and seek*
nage — *a children's game in which one team tries to knock
     down a pile of stones and to build its own "tower"
     without being caught by its defenders*
kipande — *a game similar to "tiddlywinks" played with two
     pieces of wood*
mchezo wa majumba — *hopscotch*
bandia — *doll*
elimu ya mimea — *botany*
elimu ya wanyama — *zoology*
silibasi — *syllabus*
-pendelea — *prefer*
kikomo — *an end*
kukoma — *to end*
injinia — *engineer*
ujenzi — *architecture*
udaktari wa maradhi ya wanyama — *veterinary medicine*
kudumisha — *maintain*
uraia — *citizenship*
-ondolewa — *be abolished, be removed*
mtaalamu uchumi — *economist*
shule za msingi — *elementary schools*
-amua — *decide*
hafifu — *light, flimsy, poor quality*

**Mandhari ya Magomeni katika Daressalaam kwa angani. Haya ni majumba yaliyojengwa na Shirika la Taifa la Ujenzi. Hospitali ya Muhimbili inaonekana kwenye sehemu ya mbele ya picha. Mji wa zamani uko karibu na ghuba:** *Aerial view of Magomeni, Daressalaam. Houses built by the National Housing Corporation and Muhimbili hospital can be seen in the foreground. The old city lies on the bay.*

# 12 Mabadiliko na Maendeleo: *Change and Development*

Mabadiliko si kitu kigeni katika Afrika ya Mashariki. Tangu zama za kale wazee waliyalinganisha maisha yao na yale ya "watoto wa siku hizi." Wengine waliyakubali mabadiliko na wengine waliyapinga. Hatuwezi kuyazuia mabadiliko, tukipenda tusipende yatatokea. Lililo muhimu ni kuwa mabadiliko hayo yaandamane na uongozi bora ili yalete maendeleo yatakayosaidia maisha na hali za mtu mwenyewe na za watu wote kwa jumla. Nasaha ya mshairi wa karne ya kumi na tisa, Muyaka Hajji al-Ghassany katika shairi lake la Kiswahili inatukumbusha wajibu wa kila mtu:

## TWANGALIANA KWA MATO: *WE ARE ONLY LOOKING AT EACH OTHER*

Yaulizeni ya leo mukumbuke na ya jana,
> *Ask about the affairs of today and remember those of yesterday,*
Mambo jinsi yendao usikuwe na mtana
> *How things come to pass day and night.*
Ulimwengu ni upeo, mamboye hadi hayana
> *The world stretches distantly, its events have no end.*
Twachana kuambiana, twangaliana kwa mato
> *We cease telling each other, we are only looking at each other.*
Twachana kuambiana, nenole limepotea
> *We cease telling each other, the word is lost.*
Zamani zikidangana, hugeuka watu nia
> *When time deludes, people change their plans.*
Wavyele huwa vijana mambo yakiwatatia
> *Parents become children, when things confuse them.*
Ambapo yawele haya, twangaliana kwa mato
> *When this happens, we look at each other.*


Ambapo yawele haya msinene ni maovu
> *When this happens, do not call it evil*
Ipese kuzingatia musiitwe wapumbavu
> *But deliberate, lest you be called ignorant.*
Huwaje kuata ndia, mukashika ushupavu
> *How is it that you stop following the path and you cling to obstinacy?*
Huo ndio upotevu, twangaliana kwa mato
> *That is a waste, we are only looking at each other.*


Huo ndio upotevu wa kujitia mwituni
> *That is a waste putting yourself into the wilderness.*
Na ndia ya ulekevu si kwamba hamuioni
> *It is not that you do not see the right direction.*
Vitendo vya nguvu-nguvu mambo yakwe hayafani
> *Forceful resistance is not rewarding.*
Leo pana jambo gani? Twangaliana kwa mato!
> *What is happening today? We are looking at each other.*

Tukilinganisha maisha ya watu wa Afrika ya Mashariki ya leo na ya zamani, tunaona kwamba mambo mapya yako na yasiyobadilika yako. Tofauti baina ya zama za Muyaka na hizi za sasa ni kuwa mabadiliko sasa yamezidi na yanakuja kwa kasi, na yanaathiri maisha ya watu wengi. Ni kama kuwa mtu anatoka dunia moja anaingia ya pili, yenye nafasi kubwa zaidi kwa yeye kuweza kusogea popote apatakapo, akiwa anayo hamu na jitihada. Anapata cheo akipatacho kwa uwezo wake siyo kwa sababu amekirithi, au kwa sababu ya kabila lake au dini yake. Pia anaweza kuwa na madaraka na vyeo mbalimbali: mkulima, mhunzi, mwanasiasa, mfanyaji kazi wa Serikali, mbunge, wakili, dakitari, injinia na mengineyo. Ni huru kuacha kazi moja akatafuta ya pili. Kweli si kila mtu ana nafasi hii sawasawa na mwenziwe, lakini wengi zaidi wanayo kuliko vile ilivyokuwa katika utawala wa kikoloni, wakati ambao tabaka ya mtu, pato lake, na heshima aliyoipata ilitegemea kabila lake na mara nyingine hata dini yake. Siku hizi mtu ana hiari ya kubadilisha maisha yake; anaweza kuacha makazi yake na mila zake za kizamani, au anaweza kuyapinga mabadiliko, au anaweza kuchagua yenye suluhu naye katika yale ya kizamani na ya kisasa.

**Kikundi cha watu wanaotaka kujisaidia wanaitikia mwito wa "Harambee". Wamo kuteremsha udongo kilimani kwa kutumia jiti na gari la kusukuma ili wajenge njia:** *With the cry, "Harambee!" a Self-Help group moves loose earth downhill by means of a pole and wheelbarrow to make a road.*

**Mwanzo wa mfereji unaotilia maji eka 2,700 za Nguka Mpango wa kutilia maji wa Mwea-
Tebere katika jimbo la Kati la Kenya. Mfereji huu unapata maji yake kutoka mto Thiba
unaoteremka kutoka mlima Kenya:** *The start of the main canal which irrigates the 2,700 acres of
the Nguka Section of the Mwea-Tebere Irrigation Scheme, Central Province. This canal draws water
from the Thiba River, which flows down from Mount Kenya.*

Badiliko kubwa kabisa katika yaliyotokea tangu kupatikana uhuru ni kuwa cheo cha Mwafrika
kimebadilika katika mambo ya siasa, ya uchumi, ya muundo wa tabaka za watu, na katika fikira za watu.
Zamani Mwafrika alikuwa na cheo cha chini kabisa katika mambo yote yaliyohusika na nchi yake. Leo,
Waafrika wanajitawala na wanajipangia maisha yao wenyewe. Tumeona katika masomo yaliyotangulia
kwamba sasa Serikali imo mikononi mwa Waafrika. Waafrika wameshika kazi nyingi na vyeo vingi vya
maana katika wizara na idara mbalimbali. Ardhi iliyokuwa ikimilikiwa na Wazungu baadhi yake sasa
inamilikiwa na Waafrika, au Serikali ya Kiafrika. Nafasi za biashara zilizokuwa za Wahindi sasa zinapungua,
na za Waafrika zinaongezeka. Watoto wengi zaidi wa Kiafrika wanapata elimu ya kisasa na iliyohusika na
maisha yao. Haya ni baadhi ya mabadiliko!

Amri ya kuendesha huduma za nchi imo mikononi mwa Serikali Kuu kwa hivyo mabadiliko siku hizi
yanaletwa na Serikali Kuu. Shirika, kazi au vyama vyovyote vya kuleta mabadiliko, lazima vitu hivi
vikubaliwe na Serikali ya nchi kwa kuwa vina manufaa kwa nchi. Serikali huchungua yaliyo muhimu
kutangulizwa kuendelezwa katika Mipango ya Maendeleo ya Nchi.

Badiliko la kwanza, lililotiliwa nguvu na Serikali zote za Afrika ya Mashariki, ni kuyaunganisha maisha ya watu wa mashambani na watu wa mijini. Serikali zinafahamisha kuwa ilivyokuwa watu wengi wa Afrika ya Mashariki ni wakulima na wafugaji basi maendeleo ya nchi yatakuja kwa kilimo na mifugo, na ili kazi hizi zitimizwe kwa ustadi bora, inapasa watu wenyewe watiwe moyo kuwa na juhudi na maarifa ya kuziendeleza. Kulikuwa na tofauti kubwa baina ya maisha ya mjini na yale ya shamba kama isemavyo mithali ile ya "Jogoo la shamba haliwiki mjini." Ni nia ya Serikali zote tatu kupunguza tofauti hizo, kuunda mipango ya kusitawisha hali za waishio mashambani na vijijini, mipango itakayoweza kuwasaidia wakulima ili hali zao za afya na mali zitengenee, waeneze na waendeleze kilimo ili pato la nchi likue liweze kuendeleza mipango mingine ya uchumi itakayositawisha hali za taifa zima na kuleta maendeleo. Mabadiliko na maendeleo yamekwishaanza kuonekana katika serikali, uchumi na elimu na katika maisha ya watu kwa jumla lakini shida za njia za safari na za usafirishaji pamoja na shida za utangazaji wa mawazo na mipango zinaahirisha kidogo maendeleo.

Mabadiliko katika kazi za uchumi yamesababisha mabadiliko katika muundo wa jamaa. Vijana sasa wanahamia mijini kutafuta kazi. Amri za wazazi zimepungua, wajibu na madaraka ya mtoto kwa jamaa zake, jambo lililokuwa ni la lazima, sasa ni la hiari. Jamaa lililokuwa lazima likae pamoja na lifanye kazi pamoja kwa faida ya wote limetawanyika. Wajibu na dhamana ya mtu ni juu ya nafsi yake na jamaa zake wa karibu sana si kwa ukoo mzima. Kuambiana alikokutaja Muyaka katika shairi lake kumezidi kupungua. Maisha ya wanawake yamebadilika sana kwa vile wana uhuru zaidi, cheo chao kimebadilika na wanaweza kushirikiana na wanaume katika kuitumikia nchi yao. Mahali pao si nyumbani na kondeni tu bali ni ulimwenguni.

Jambo kubwa kabisa lililotokana na mabadiliko haya ni maendeleo ya watu katika fikira zao. La kwanza ni kujihisi kuwa wao ni watu na wana ubora na uwezo wa kufanya jambo kama yeyote mwingine ulimwenguni, kwa hivyo wanazingatia utamaduni na mila zao za kizamani kuchagua yaliyo bora kuendelezwa na kufuatwa, ilivyokuwa sasa wana ruhusa kuzirudia mila na sheria zao za kienyeji, mambo waliyozuiliwa kuyafuata siku za Serikali ya Kikoloni au na mafunzo ya dini. Sasa watu wanajiundia sheria za kulingana na maisha yao, na viongozi wanazidi kutilia nguvu wazo la kujisaidia na kujitegemea.

Serikali hizi tatu pia zinatilia nguvu kuyaunganisha maisha ya Kiafrika ya kizamani pamoja na maendeleo ya kisasa. Zinachagua yaliyo bora katika mila za kizamani kama vile ujamaa, wajibu wa watu kutumikia jamaa, haki na usawa wa kila mtu na kushirikiana katika uamuzi unaohusu maisha ya kila mmoja. Haya wanayaunganisha na mambo yaliyotokana na uvumbuzi na ujuzi wa kisasa kwa faida ya taifa zima. Wajibu ni "Harambee" kila mtu asukume mbele kwa pamoja, tukijiunga kwa taifa tutajiunga kwa kontinenti. Misingi ya shabaha hii ya kujenga taifa ni kuwapo heshima za kibindamu, kushirikiana mali inayotokana na juhudi za watu wenyewe, na kufuta unyonyaji. Uhuru wa Serikali ndio uliouletea Afrika mabadiliko mengi, na mabadiliko haya yanatazamiwa kuleta uhuru wa kila mtu; hayo ndiyo maendeleo.

## MAZOEZI

**Tumia maneno haya katika sentensi.**

mabadiliko, maendeleo, ustaarabu, kizamani, kisasa, cheo, ushupavu, upumbavu, upotevu, uongozi

au

**Chagua maneno mapya kumi kutoka somo hili uyatumie katika insha fupi yako mwenyewe:** *Select ten new words from this unit and use them in a short essay of your own.*

**Chagua mambo mawili katika maisha ya watu wa Afrika ya Mashariki na uandike insha fupi kueleza yalivyo badilika:** *Select two main changes that have taken place in the life of East African people then discuss these changes.*

**Tunga mchezo mfupi wa kuigiza kumfahamisha mtu "Afrika ya Mashariki ya kizamani na ya kisasa":** *Write a short play about "East Africa past and present."*

**Andika kielezo cha shairi la Muyaka lililotolewa katika somo hili:** *Paraphrase the poem by Muyaka that appeared in this unit.*

**Andika insha fupi kubuni Afrika ya Mashariki ya mwaka 2000:** *Write a short imaginative essay on East Africa in the year 2000.*

## MANENO MAPYA

mabadiliko — *changes*
maendeleo — *developments*
zama — *time, period*
-andamana — *follow, accompany*
-athiri — *affect (v.)*
hamu — *ambition, desire*
cheo — *status, rank*
suluhu — *fitting, peace, reconciliation, compromise*
muundo wa jamaa — *social organization*
hiari — *voluntary*
ustaarabu — *civilization*
uamuzi — *decision*
harambee — *pull together*

# Sehemu ya Tatu: Nyongeza
*Part III: Appendixes*

# MUHTASARI WA VITENDO VYA KISWAHILI: *SUMMARY OF SWAHILI VERBS*

## *SWAHILI VERBAL MARKERS*

| Marker | Affirmative Construction | Negative Construction |
|---|---|---|
| **-na-**<br>*Action has not stopped.*<br>*More often heard in*<br>*speech than -a- tense.* | **Anataka.** *He/She wants/is wanting.*<br>**Anakula.** *He/She eats/is eating.*<br>**Anakwenda.** *He/She goes/is going.* | **Hataki.** *He/She does not want.*<br>**Hali.** *He/She does not eat.*<br>**Haendi.** *He/She does not go.* |

**ku** *is retained in monosyllabic verbs and in* **kwenda** *and* **kwisha** *when they occur in the affirmative, if the verb does not have an object prefix.*

| | | |
|---|---|---|
| **-a-**<br>*Action has not stopped.*<br>*dialectal variant of -na-.* | **Ataka.** *He/She wants/is wanting.*<br>**Ala.** *He/She eats/is eating.*<br>**Aenda, Yuaenda.** *He/She goes/is going.* | **Hataki.** *He/She does not want.*<br>**Hali.** *He/She does not eat.*<br>**Haendi.** *He/She does not go.* |

**ku** *is not retained in monosyllabic verbs and in* **kwisha** *and* **kwenda.**

| | | |
|---|---|---|
| **-me-**<br>*Action has stopped.* | **Ametaka.** *He/She has wanted.*<br>**Amekula.** *He/She has eaten.*<br>**Amekwenda.** *He/She has gone.* | **Hajataka.** *He/She has not wanted.*<br>**Hajala.** *He/She has not eaten.*<br>{ Hajaenda,<br>Hajakwenda } *He/She has not gone* |

**ku-** *is retained in monosyllabic verbs and in* **kwisha** *and* **kwenda** *when these occur in the affirmative, if the verb does not have an object prefix.*

| | | |
|---|---|---|
| **-li-**<br>*Past tense* | **Alitaka.** *He/She wanted/did want.*<br>**Alikula.** *He/She ate.*<br>**Alikwenda.** *He/She went.* | **Hakutaka.** *He/She did not want.*<br>**Hakula.** *He/She did not eat.*<br>**Hakwenda.** *He/She did not go.* |

**ku** *is retained in monosyllabic verbs and in* **kwisha** *and* **kwenda** *when they occur in the affirmative, if the verb does not have an object prefix.*

| | | |
|---|---|---|
| **-ta-**<br>*Future tense* | **Atataka.** *He/She will want.*<br>**Atakula.** *He/She will eat.*<br>**Atakwenda.** *He/She will go.* | **Hatataka, Hatotaka.** *He/She will not want.*<br>**Hatakula, Hatokula.** *He/She will not eat.*<br>**Hatakwenda, Hatokwenda.** *He/She will not go.* |

**ku** *is retained in monosyllabic verbs and in* **kwisha** *and* **kwenda,** *if the verb does not have an object prefix.*

| | | |
|---|---|---|
| **-hu-**<br>*Time unspecified* | **Hutaka.** *He/She generally wants. (or I, we, you)*<br>**Hula.** *He/She generally eats.*<br>**Huenda.** *He/She generally goes.* | |

**ku** *is not retained in monosyllabic verbs and in* **kwisha** *and* **kwenda.** *This verb is not inflected for number or person. Independent pronouns may be used for clarity or emphasis.*

## The Different Verbal Markers Used with Object Affix

| | |
|---|---|
| **Unakileta./Wakileta.** | *You are bringing it/bring it.* |
| **Umekileta.** | *You have brought it.* |
| **Ulikileta.** | *You brought it.* |
| **Utakileta.** | *You will bring it.* |
| **Hukileta.** | *One generally brings or bring it.* |

*The morphological components of a simple affirmative verb:*

| Subject Prefix | Verb Marker | Object Prefix | Verb |
|---|---|---|---|
| ni | na | ki | leta |

*i.e.,* **ninakileta.** *I bring/am bringing it.*

*The independent pronoun is sometimes used for emphasis:*
**mimi, ninakileta** *As for me, I am bringing it*

## PRONOUNS

| Independent Pronouns | Subject Prefix | Object Prefix |
|---|---|---|
| **mimi, miye** *I, me* | **Ninajua.** *I know.* | **Ananijua.** *He/She knows me.* |
| **wewe, weye** *you (sing.)* | **Unajua.** *You know.* | **Anakujua.** *He/She knows you.* |
| **yeye** *he, she* | **Anajua.** *He/She knows.* | **Anamjua.** *He/She knows him.* |
| **sisi, siye** *us* | **Tunajua.** *We know.* | **Anatujua, Anawajua.** *He/She knows us.* |
| **ninyi, nyinyi, nyiye** *you (pl.)* | **Mnajua.** *You (pl.) know.* | **Anawajueni, Anakujueni.** *He/She knows you.* |
| **wao** *they (animate)* | **Wanajua** *they know* | **Anawajua.** *He/She knows them.* |

## IMPERATIVE VERBS

To make an imperative verb, drop the **ku** if the command is directed to a single person:

    **kufunga** *to close*    **Funga.** *Close.*

Leave out the final **a** and add **eni** if more than one person is being addressed. If the verb does not end in -a, add only -ni:

    **Funga.** *Close. (sing.)*    **Fungeni.** *Close (pl.)*
    **Fahamu.** *Understand. (sing.)*    **Fahamuni.** *Understand. (pl.)*

If the imperative verb is preceded by a subject or an object prefix, it ends with **e**:

    **Kifunge.** *Close it (the book).*    **Uende.** *(You) go.*

Some imperative verbs must take an object prefix.

    **Mpe.** *Give him/her (something).* **Mwone** *See (look at) him/her.* |**Mwambie.**| *Tell him/her.*

| Irregular Imperatives | Singular | Plural |
|---|---|---|
| **kuja—** *to come* | **Njoo.** *— Come.* | **Njoni, (Njooni)** *— Come.* |
| **kwenda** *— to go* | **Nenda** *— Go.* | **Nendeni** *— Go.* |
| **kuleta** *— to bring* | **Lete** *(sometimes* **Leta***)* *— Bring.* | **Leteni** *— Bring.* |

## NEGATIVE IMPERATIVES

The negative imperative is formed by inserting the negative **si** *after the subject prefix and changing the final* **a** *to* **e**:

    **Funga.** *Close.*        **Usifunge.** *Don't close. (sing.)*
                    **Msifunge.** *Don't close. (pl.)*

## NEGATIVES OF THE IRREGULAR IMPERATIVE VERBS

| | Singular | Plural |
|---|---|---|
| **Njoo** | **Usije** | **Msije.** *Don't come.* |
| **Nenda** | **Usiende** | **Msiende.** *Don't go.* |
| **Lete** | **Usilete** | **Msilete.** *Don't bring.* |

## TWO WAYS OF EXPRESSING CONCORDIAL AGREEMENT

1. By using Class Prefix
2. By using Pronoun Prefix

| Noun Classes | Class Prefix — Before C | Class Prefix — Before V | Class Prefix + Root (Descriptive) | | Class Prefix + Root (Numeral) | Pronoun Prefix — Before C | Pronoun Prefix — Before V | Pronoun Prefix + a (Descriptive Possessive) | Pronoun Prefix + a + Root (Direct Possessive) | Pronoun Prefix + o-ote | Pronoun Prefix + Demonstrative (Demonstrative) | |
|---|---|---|---|---|---|---|---|---|---|---|---|---|
| 1. M-  2. Wa-  *Including all other animates* | m-  wa- | m(w)-  w(a)- | mzuri  wazuri | mwepesi  wepesi | mmoja  watatu | a-/yu-  wa | w  w | wa  wa | wangu  wangu | ye yote  wo wote | huyu  yule  huyo | hawa  wale  hawo |
| 3. M-  4. Mi- | m-  m- | m(w)  my | mzuri  mizuri | mwepesi  myepesi | mmoja  mitatu | u  i | w  y | wa  ya | wangu  yangu | wowote  yoyote | huu  ule  huo | hii  ile  hiyo |
| 5. Ji-/∅  6. Ma- | ji-/∅  ma- | j-  m- | zuri  mazuri | jepesi  mepesi | moja  matatu | li  ya | l  y | la  ya | langu  yangu | lolote  yoyote | hili  lile  hilo | haya  yale  hayo |
| 7. Ki-  8. Vi- | ki-  vi- | ch-  vy- | kizuri  vizuri | chepesi  vyepesi | kimoja  vitatu | ki  vi | ch  vy | cha  vya | changu  vyangu | chochote  vyovyote | hiki  kile  hicho | hivi  vile  hivyo |
| 9. Ns.  10. Np.  *Including names of countries* | n-  n- | ny-  ny- | nzuri  nzuri | nyepesi  nyepesi | moja  tatu | i  zi | y  z | ya  za | yangu  zangu | yoyote  zozote | hii  ile  hiyo | hizi  zile  hizo |
| 11. U-(W-)  12. ∅(Ny-) | m-  n/ma | mw-  m- | mzuri  [nzuri / mazuri] | mwepesi  [nyepesi / myepesi] | mmoja  [tatu / matatu] | u  zi/ya | w  z/y | wa  za/ya | wangu  zangu/yangu | wowote  zozote | huu  ule  huo | hizi  zile  hizo |
| 13. Ku-  *No plural* | ku- | kw- | kuzuri | kwepesi | kumoja  kutatu | ku | kw | kwa | kwangu | kokote | huku  kule  huko | |
| Locative -ni | ku-  pa-  mu- | kw-  p-  mw- | kuzuri  pazuri  mzuri | kwepesi  pepesi  mwepesi | kumoja  pamoja  kutatu  patatu | ku  pa  mu | kw  p  mw | kwa  pa  mwa | kwangu  pangu  mwangu | kokote  popote  momote | huku  kule  huko | huku  kule  huko |

( ) alternative form     ∅ no prefix     s. singular     p. plural     c. consonant     v. vowel

Grammatical Points Discussed under **MAELEZO**:

## MUNGU IBARIKI AFRIKA: *TANZANIA NATIONAL ANTHEM*

*Composer: Enoch Sontonga (Copyright — Lovedale Press) arr. V. E. Webster*
*Words by group of Tanzanians*

Mungu ibariki Afrika
Wabariki Viongozi wake
Hekima Umoja na Amani
Hizi ni ngao zetu
Afrika na watu wake.

CHORUS: Ibariki A—frika
     Ibariki A—frika
     Tubariki Watoto wa Afrika.

Mungu ibariki Tanzania
Dumisha uhuru na Umoja
Wake kwa Waume na Watoto
Mungu ibariki
Tanzania na watu wake.

CHORUS: Ibariki Tanzania
     Ibariki Tanzania
     Tubariki Watoto wa Tanzania

*God Bless Africa*
*Bless its leaders.*
*Let Wisdom Unity and*
*Peace be the shield of*
*Africa and its people.*

*CHORUS: Bless Africa*
      *Bless Africa*
      *Bless the children of Africa.*

*God Bless Tanzania*
*Grant eternal Freedom and Unity*
*to its sons and daughters.*
*God Bless Tanzania and its People.*

*CHORUS: Bless Tanzania*
      *Bless Tanzania*
      *Bless the children of Tanzania*

## SALAMU YA KITAIFA YA KENYA: *KENYA NATIONAL ANTHEM*

Ee Mungu nguvu yetu
Ilete baraka kwetu
Haki iwe ngao na mlinzi
Na tukae na udugu
Amani na uhuru
Raha tupate na ustawi.

Amkeni ndugu zetu
Tufanye sote bidii
Nasi tujitoe kwa nguvu
Nchi yetu ya Kenya,
Tunayoipenda
Tuwe tayari kuilinda.

*O God of all creation*
*Bless this our land and nation*
*Justice be our shield and defender;*
*May we dwell in unity;*
*Peace and liberty;*
*Plenty be found within our borders*

*Let one and all arise*
*With hearts both strong and true.*
*Service be our earnest endeavour,*
*and our Homeland of Kenya,*
*Heritage of splendour,*
*Firm may we stand to defend.*

Na tujenge taifa letu
Ee, ndio wajibu wetu
Kenya istahili heshima
Tuungane mikono
Pamoja kazini
Kila siku tuwe na shukrani.

Let all with one accord
In common bond united,
Build this our nation together
and the glory of Kenya
The fruit of our labor
Fill every heart with thanksgiving.

# NYIMBO: *SONGS*

## NYIMBO ZA WATOTO WA SHULE: *SONGS SUNG BY SCHOOL CHILDREN*

**NASIKIA SAUTI:**
*I HEAR A VOICE*
Nasikia sauti
Nasikia sauti
Sauti ya mama
Sauti ya mama
Sasa saa sita
Sasa saa sita
Kwaheri mwalimu
Kwaheri mwalimu

**BABA NA MAMA:**
*DADDY AND MUMMY*
Babangu na mama wajua
Siwezi kuwalipa kitu
Bali sasa nategemea
Nitajaribu kuwatii

**KARIBU MGENI:**
*WELCOME THE GUEST*
Karibu mgeni mpenzi
Tunafurahi
Kutufikia sisi hapa shuleni
Tunafurahi
Kututazama sisi hapa nduguzo
Tunafurahi

**MTU MMOJA ALIKWENDA KULIMA:**
*ONE MAN WENT TO MOW*
Mtu mmoja alikwenda
Alikwenda kulima shambani
Mtu mmoja na mbwa wake
Alikwenda kulima shambani
Mtu mmoja alikwenda alikwenda kulima shambani

Watu wawili walikwenda
Walikwenda kulima shambani
Watu wawili, mtu mmoja na mbwa wake
Walikwenda kulima shambani

Watu watatu walikwenda
Walikwenda kulima shambani
Watu watatu, watu wawili, mtu mmoja na mbwa
wake
Walikwenda kulima shambani

Watu wanne walikwenda
Walikwenda kulima shambani
Watu wanne, watu watatu, watu wawili,
mtu mmoja na mbwa wake
Walikwenda kulima shambani

(mpaka watu kumi.)

**VIBATA VIDOGO:**
*LITTLE DUCKS*
Vibata vidogo vinaogelea
Vinaogelea vichwa katika maji na mikia juu
Vinapenda kutembea bila ya viatu bila ya viatu
katika shamba zuri la bustani

**MKULIMA:**
*THE FARMER*
Mkulima mwenye shamba
Alipanda viazi
Kwa kuchimba chimba chini
Akapata almasi
    Lo bahati
    Lo bahati
    Lo bahati
Kwa mtu mwenye shamba

Akatupa jembe upande
Akaenda mjini
Kununua motokaa na sasa yu tajiri
    Lo bahati
    Lo bahati
    Lo bahati
Kwa mtu mwenye shamba

**TWENDE SHULENI:**
*LET'S GO TO SCHOOL*
Ndugu twende shuleni
Ndugu twende shuleni
Na kuanza masomo tena ndugu
Ololiya twende shuleni

Kaka twende shuleni
Dada twende shuleni
Na kuanza masomo tena ndugu
Kwa nguvu yote

Ndugu twende shuleni
Ndugu twende shuleni
Na kuanza masomo tena ndugu
Kwa moyo wote

Kaka twende shuleni
Dada twende shuleni
Na kuanza masomo tena ndugu
Kwa nia yote

### SIMBA:
*THE LION*
Simba wa bara ni mnyama mkali mwituni
Simba wa bara ni mnyama mkali mwituni
Simba wa bara ni mnyama mkali mwituni

Hata tembo na ukubwa wake
Lakini simba humuua kama umeme
Simba wa bara ni mnyama mkali mwituni

Hata sungura na ujanja wake
Lakini simba humuua kama umeme
Simba wa bara ni mnyama mkali mwituni

Hata kiboko na unene wake
Lakini simba humuua kama umeme
Simba wa bara ni mnyama mkali mwituni

Hata twiga na urefu wake
Lakini simba humuua kama umeme
Simba wa bara ni mnyama mkali mwituni

### FUNGA MTINDO:
*BE PREPARED*
Ukitaka kulima funga mtindo wee
Ukitaka kulima funga mtindo wee
mama kulima, aaa funga mtindo wee
mama kulima, aaa-funga mtindo wee

Ukitaka kusoma funga mtindo wee
Ukitaka kusoma funga mtindo wee
mama kusoma, aaa funga mtindo wee
mama kusoma, aaa funga mtindo wee

Ukitaka kuvuna funga mtindo wee
Ukitaka kuvuna funga mtindo wee
mama kuvuna, aaa funga mtindo wee
mama kuvuna, aaa funga mtindo wee

Ukitaka kupika funga mtindo wee
Ukitaka kupika funga mtindo wee
mama kupika, aaa funga mtindo
mama kupika, aaa funga mtindo

### HARAMBE:
*LET'S PULL TOGETHER*
Harambe harambe tuimbe pamoja
Harambe harambe tuimbe pamoja
Harambe harambe tuimbe pamoja
tujenge Serikali

Watu wa Kenya hatuna ubaguzi
Watu wa Kenya hatuna ubaguzi
Watu wa Kenya hatuna ubaguzi
Kila rangi tunaipenda

Wengi walisema Kenya itakuwa matata
Wengi walisema Kenya itakuwa matata
Wengi walisema Kenya itakuwa matata
Watu wote wastaarabu

Harambe harambe tuimbe pamoja
Harambe harambe tuimbe pamoja
Harambe harambe tuimbe pamoja
tujenge serikali

### AFRIKA NCHI YETU:
*AFRICA OUR COUNTRY*
Watu wote wa Afrika tunataka kuungana
tujenge taifa letu lenye nguvu na umoja
na lakini ni lazima, tusahau ulegevu
unyang'anyi na uchoyo hizo ndizo zinadhuru
Twasimama mbele yenu, kama kionyesho kwenu
cha kusimama imara hilo ndilo lengo letu
O Afrika nchi yetu
O Afrika nchi yetu

### TANZANIA:
*TANZANIA*
Tanzania, Tanzania nakupenda kwa moyo wote.
Nchi yangu Tanzania jina lako li tamu sana.
Nilalapo nakuota wewe.
Niamkapo ni heri mama wee.
Tanzania, Tanzania nakupenda kwa moyo wote.

Tanzania, Tanzania nnapokwenda safarini,
kutazama maajabu biashara nayo makazi.
Sitoweza kusahau mimi
mambo mengi ya kweli hakika.
Tanzania, Tanzania nakupenda kwa moyo wote

## NYIMBO ZA KWENYE SAHANI ZA SANTURI: *SONGS ON PHONOGRAPH RECORDS*

### MALAIKA:
*THE ANGEL*
Malaika nakupenda malaika
Malaika nakupenda malaika
Nami nifanyeje kijana mwenzio

Nashindwa na mali sinawe, ningekuoa malaika
Nashindwa na mali sinawe, ningekuoa malaika

Kidege hukuwaza kidege
Kidege hukuwaza kidege

Nami nifanyeje kijana mwenzio
Nashindwa na mali sinawe, ningekuoa kidege
Nashindwa na mali sinawe, ningekuoa kidege

Pesa zasumbua roho yangu
Pesa zasumbua roho yangu
Jama nifanyeje kijana mwenzio
Nashindwa na mali sinawe, ningekuoa malaika
Nashindwa na mali sinawe, ningekuoa malaika

**HALI YA DUNIA:**
*THE STATE OF THE WORLD*
Ndiyo hali ya dunia
Nalia nasikitika
Machozi yanidondoka
Mpenzi wangu kanitoka
Kaniachia ukiwa
Mpenzi nyamaza kulia
Ndiyo hali ya dunia.

**WOTE WANIPENDA:**
*THEY ALL LOVE ME*
Baba na mama na dada zangu
na kaka zangu wote wanipenda.
na kaka zangu wote wanipenda.

Nilipokwenda kwetu nyumbani
nilipokewa na shangwe kubwa.
nilipokewa na shangwe kubwa.

Nilipokuwa nchi za nje
nilifikiri ndugu watanichukia.
nilifikiri ndugu watanichukia.

Baba na mama na dada zangu
na kaka zangu wote wanipenda.

# NYIMBO ZENYE MICHEZO: *CHILDREN'S GAME SONGS*

**NASAKA MKE WANGU:**
*I AM LOOKING FOR MY WIFE*
Nasaka mke wangu
Nasaka mke wangu
Hapa hayupo
Hapa hayupo
Nasaka mke wangu
Nasaka mke wangu
Hapa hayupo
Hapa hayupo
Hodi. Karibu
Hodi. Karibu.

OR

**NASAKA NDUGU YANGU:**
*I AM LOOKING FOR MY BROTHER/SISTER*
Nasaka ndugu yangu
Nasaka ndugu yangu
Hapa hayupo
Hapa hayupo
Kenda wapi?
Kenda wapi?
Kenda sokoni.
Kenda sokoni.
Kufanya nini?
Kufanya nini?
Kununua ndizi
Kununua ndizi
Hodi. Karibu
Hodi. Karibu

**MAMA KANAMBIA:**
*MOTHER SAID TO ME*
Mama kanambia niinge kuku
na mimi siwezi kuinga kuku
Nimejikalia kiwete wete
mtama wa mama waliwa na ndege
ish, ish, kuku we
ish, ish, kuku we

**SIMBA WANGU:**
*MY LION*
Simba wangu hali mtama
Simba simba mkali mno
Simba wangu hali mawele,
Simba simba mkali mno
Simba wangu hali mahindi,
Simba simba mkali mno
Simba wangu hali mchele,
Simba simba mkali mno.
Kale nyama simba
Kale nyamba simba.

**HAPA PANA NINI?**
*WHAT'S THERE HERE?*
Hapa pana nini?
Hapa pana nini?
Pana mwiba.
Pana mwiba.
Mwiba gani?
Mwiba gani?
Wa mchongoma.
Wa mchongoma.
Nikiukata?
Haukatiki.
Nikiukata?
Haukatiki.

**WATOTO MNARA:**
*CHILDREN SEE THE TOWER*
Watoto mnara
Mnara wa njiwa.
Akija baba,
takuja mwambia.
Kile kitendacho
kimebeuliwa.
Songoro mweusi kaota mkia.
Akosaye mfinye ukucha.
Akosaye mfinye ukucha.

**KINYURI**
Kinyuri nyurika.
Mwanangu mwana jumbe
Kavaa nguo mbili

Ya tatu kajiambika/katandika
Mkaka sina urembo,
Aliye juu na arushe.

## NYIMBO ZA KUBEMBELEZEA MTOTO: *LULLABY*

Nalikwenda matembezi
Upande wa bungi pwani
Nikakuta kijaluba
Chenye karafuu ndani
Kijaluba hali hiyo
Mwenyewe yu hali gani
Ho-oo-o Ho ooo mtoto
Ho-oo-o Ho ooo mtoto
Ho-oo-o Ho ooo mtoto

Siliye mama siliye
Ukaniliza na miye
Siliye wangu mtoto
Mla ubwabwa wa moto
Ho-oo Ho-ooo mtoto

Machozi yako yaweke
Nikifa unililiye
Jipigepige na mche
Watu wakuzuilie
Ho-ooo Ho-ooo mtoto

Ulale mwana ulale
Ulale ukiamka
Ugeuke simba ndovu
Ukitimka timka

Kile kidau kijacho
Hamkosi mna changu
Mna ushanga nitunge
Kadiri ya shingo yangu
Nimpe mama shangazi
Ajuaye siri yangu

## NYIMBO ZA DINI: *RELIGIOUS SONGS*

**MUNGU TUHURUMIE:**
*GOD HAVE MERCY UPON US*
Mungu Bwana wetu tunakuabudu
Mungu tuhurumie
Mungu tuhurumie

Utuonyeshe makosa yetu sikiliza sala zetu
Mungu tuhurumie
Mungu tuhurumie

Roho takatifu tunakuabudu
Mungu tuhurumie
Mungu tuhurumie

Utakase nyoyo zetu
Mungu tuhurumie
Mungu tuhurumie

Twangazie na roho zetu
Mungu tuhurumie
Mungu tuhurumie

Nyota yetu mtukufu tunakuabudu
Mungu tuhurumie
Mungu tuhurumie

Mungu mwema Mungu mmoja
Mungu tuhurumie
Mungu tuhurumie

Tupokee nguvu yako
Mungu tuhurumie
Mungu tuhurumie

**TUNATEGEMEA KWA MUNGU:**
*WE DEPEND ON GOD*
Tunategemea kwa Mungu zawadi zetu
zawadi zetu
zawadi zetu
zawadi zetu za sasa.

Baba tunakutolea matendo yetu
matendo yetu
matendo yetu
Baba tunakutolea maneno yetu

Baba tunakutolea michezo yetu
michezo yetu
michezo yetu
Baba tunakutolea michezo yetu ya heri

Baba tunakutolea mabuku yetu
mabuku yetu
mabuku yetu
Baba tunakutolea mabuku yetu ya leo

Baba tunakutolea sadaka yetu
Sadaka yetu
Sadaka yetu
Baba tunakutolea sadaka yetu ya leo

Sadaka yetu ni yako
Mwongozi wetu
Sadaka yetu ni yako
Mwongozi wetu wa kweli.

## SOME SWAHILI NEWSPAPERS AND JOURNALS

*Kenya:*

| | | |
|---|---|---|
| *Daily:* **Taifa** | *Daily Nation* | *Circulation Department* |
| | | *Daily Nation* |
| | | *Nairobi* |
| *Weekly:* **Baraza** | *East African Standard* | *Circulation Department* |
| | | *East African Standard* |
| | | *P.O. Box 30080* |
| | | *Nairobi* |

*Tanzania:*

| | | |
|---|---|---|
| *Daily:* **Uhuru** | *Mwananchi Publishing Co. Ltd.* | *P.O. Box 9221* |
| | | *Daressalaam* |
| **Ngurumo** | *Thakers Ltd.* | *P.O. Box 937* |
| | | *Daressalaam* |
| *Weekly:* **Mfanya Kazi** | *National Union of Tanganyika Workers* | *P.O. Box 25039* |
| | | *Daressalaam* |
| **Kweupe** | *Zanzibar Government* | *Information and Broadcasting Dept.* |
| | | *P.O. Box 1178* |
| | | *Zanzibar* |
| *Fortnightly:* **Kiongozi** | *Tanzania Episcopal Conference* | *P.O. Box 355* |
| | | *Tabora,* |
| | | *Tanzania* |
| *Monthly:* **Nchi Yetu** | *Ministry of Information and Tourism* | *P.O. Box 9142* |
| | | *Daressalaam* |
| *Bi-annually:* **Swahili** | *Institute of Swahili Research* | *P.O. Box 9184* |
| | | *Daressalaam* |

## MAAMKIO NA MANENO MENGINE YANAYOFAA KUYAJUA:
*GREETINGS AND OTHER USEFUL PHRASES*

Hodi?

*May I come in?*

Karibu.

*Come in.*

Shikamoo.

*Good morning or Good evening.*

Marahaba.

*Welcome. (reply to Shikamoo)*

Sabahlkheri. (*pronounced* Subalkheri)

*Good morning.*

Masaalkheri. (*pronounced* Msalkheri)

*Good afternoon/evening.*


Hujambo?

*How are you? (sing.)*

Sijambo.

*I am well.*

Na wewe hujambo?

*And how are you?*

Je wewe?

*What about you?*

Hamjambo?

*How are you (pl.)*

Hatujambo.

*We are well.*

Na nyinyi hamjambo?

*And how are you all?*

Hamjambo nyumbani?

*Are you all well at home?*

Watoto hawajambo?

*Are the children well? How are the children?*

Hawajambo.

*They are well.*

Bwana hajambo?

*How is your husband?*

Bibi hajambo?

*How is your wife?*

Hajambo.

*He/she is well.*

U hali gani?

*How is your health? How are you? (sing.)*

M hali gani?

*How is your health? How are you? (pl.)*

Mzima.

*I am well.*

Wazima.

*We are well.*

Habari?

*News?*

Habari za asubuhi.

*News of this morning?*

Habari za kutwa?

*News of the day?*

Habari za leo?

*News of today?*

Habari za tangu jana?

*News since yesterday?*

Habari za tangu juzi?

*News since the day before yesterday?*

Habari za tangu wiki iliyopita?

*News since last week?*

Habari za tangu mwezi uliopita?

*News since last month?*

Habari za siku nyingi?

*News of many days?*

Habari za kazi?

*How is work?*

Njema/Nzuri/Salama.

*Fine.*

Wajionaje sasa?

*How do you feel now?*

Sijambo kidogo.

*I am a little bit better.*


Jina lako nani?

*What is your name?*

Jina langu _____

*My name is _____*

Huyu ni mke wangu/bibi yangu.

*This is my wife.*

Huyu ni mume wangu/bwana wangu.

*This is my husband.*

Napenda uonane na bibi yangu.

*I would like you to meet my wife.*

Napenda uonane na bwana wangu.

*I would like you to meet my husband.*

Nataka uonane na bwana wangu.

*I want you to meet my husband.*

Nataka kukujulisha na bwana Hamisi.

*I would like to introduce you to Mr. Hamisi.*

Nimefurahi sana kukuona.

*I am very glad to meet you.*

Tafadhali kaa kitako.

*Please sit down.*

Ahsante, asante.

*Thank you.*

Tafadhali sema polepole.

*Please speak slowly.*

Tafadhali sema tena.

*Please repeat it.*

Niandikie.

*Write it down for me.*

Ninafahamu.

*I understand.*

| | |
|---|---|
| Sifahamu. | *I don't understand.* |
| Ninajua. | *I know.* |
| Sijui. | *I don't know.* |
| Sikusikia vizuri. | *I did not hear well.* |
| Ninasikitika. | *I am sorry.* |
| Unataka/Wataka nini? | *What do you want? (sing.)* |
| Mnataka/Mwataka nini? | *What do you want? (pl.)* |
| Unasema/Wasema Kiingereza? | *Do you speak English?* |
| Unajua/Wajua Kiswahili? | *Do you know Swahili?* |
| Unafahamu/Wafahamu Kiswahili? | *Do you understand Swahili?* |
| Unatoka wapi?/Watoka wapi? | *Where do you come from?* |
| Ninatoka/Natoka Amerika. | *I come from America.* |
| Unakaa/Wakaa wapi? | *Where do you live?* |
| Unakwenda/Waenda wapi? | *Where do you go?* |
| Unafanya/Wafanya kazi wapi? | *Where do you work?* |
| Unafanya kazi gani? | *What kind of work do you do?* |
| Unataka nini?/Wataka nini? | *What do you want?* |
| | |
| Ninasikitika. (Nasikitika) | *I'm sorry.* |
| Kitu gani kile? | *What is that?* |
| Hiki (ni) nini kwa Kiswahili? | *What is this (called) in Swahili? (inanimate)* |
| Huyu (ni) nani kwa Kiswahili? | *Who is this in Swahili? (animate)* |
| Kuna nini hapa? | *What's going on here?* |
| Nina haraka. | *I am in a hurry.* |
| Nina kazi. | *I am busy.* |
| Ngoja kidogo. | *Wait a moment.* |
| Nenda. (*sing.*) Nendeni. (*pl.*) | *Go.* |
| Njoo. (*sing.*) Njooni. (*pl.*) | *Come.* |
| Ingia (*sing.*) Ingieni (*pl.*) | *Enter.* |
| Nimechoka. | *I am tired.* |
| Nimechelewa. | *I am late.* |
| Nimefurahi. | *I am happy.* |
| Nimesahau. | *I have forgotten.* |
| Nimepotea. | *I am lost.* |
| Nimepoteza _____ | *I have lost _____* |
| Ni kweli. | *It is true.* |
| Si kweli. | *It is not true.* |
| Si kitu. | *It's nothing. You are welcome.* |
| Samahani./Kumradhi | *Sorry. Forgiveness.* |
| Nisamehe. | *Forgive me.* |
| Furaha ni yangu. | *The pleasure is mine.* |
| Haidhuru. | *It does not matter.* |
| Hiari yako. | *As you wish.* |
| Ni mamoja kwangu. | *It's all the same to me.* |
| Unasemaje kwa Kiswahili "progress." | *How do you say in Swahili "progress"?* |
| Nini maana ya neno hili "mbenzi." | *What's the meaning of the word "mbenzi"?* |
| Tafadhali nisaidie. | *Please help me.* |
| Unaweza kunisaidia? | *Can you help me?* |
| Nikufanyie nini? | *What can I do for you?* |
| Nikuulize swali? | *May I ask you a question?* |
| Choo cha wanawake kiko wapi? | *Where is the ladies' room?* |
| Choo cha wanaume kiko wapi? | *Where is the men's room?* |
| Tutaonana halafu. | *We will meet later.* |
| Tutaonana jioni. | *We will meet this evening.* |
| Tutaonana kesho. | *We will meet tomorrow.* |
| Tutaonana tukijaaliwa. | *We will meet, God willing.* |

Kwaheri ya kuonana.
Kwaheri (*sing.*) Kwaherini (*pl.*)
Kuwa na wakati mzuri. (*sing.*)
    Kuweni na wakati mzuri. (*pl.*)
Njia ya Kisumu ipi?
Shule ya Marangu iko wapi?

*Goodbye. We will meet again.*
*Goodbye.*
*Have a good time.*

*Which is the way to Kisumu?*
*Where is Marangu school?*

# Sehemu ya Nne: Kamusi
## *Part IV: Glossary*

Animate Nouns

Nouns in the Locative

Verbs

Words Used in Adjectival Phrases

## ANIMATE NOUNS

| | sing. | pl. |
|---|---|---|
| Pronominal Concord: | a/yu | wa |
| Adjectival Concord: | m | wa |

abiria (**ɸ** *or* ma-) — passenger

amri majeshi (**ɸ** *or* ma-) — commander-in-chief of the army

askari (**ɸ** *or* ma) — policeman

baba (**ɸ** *or* ma) — father or father's generation

baba mdogo (**ma . . . wa**) — father's younger brother

baba wa kambo (**ma . . . wa**) — stepfather

babu (**ɸ** *or* ma) — grandfather

balozi (**ɸ** *or* ma) — consul, ambassador

bata (**ɸ** *or* ma) — duck or drake

bepari (**ɸ** *or* ma) — capitalist

biarusi (**ɸ** *or* ma) — bride

bibi (**ɸ** *or* ma) — lady, Miss, Mrs., madam, grandmother, wife

bingwa (**ɸ** *or* ma) — expert

binti (**ɸ** *or* ma) — daughter

bwana (**ɸ** *or* ma) — gentleman, Mr., husband

bwana arusi (**ɸ** *or* ma) — bridegroom

chafi (**ɸ**) — spinefood (fish)

changu (**ɸ**) — bream (fish)

chatu (**ɸ**) — python

chaza (**ɸ**) — oyster

chewa (**ɸ**) — rock cod

chui (**ɸ — ma**) — leopard

dada (**ɸ** *or* ma) — elder sister, now also used to mean sister

daktari (**ɸ** *or* ma) — doctor

diwani (**ɸ** *or* ma) — councillor

dobi (**ɸ** *or* ma) — laundryman

duma (**ɸ** *or* ma-) — cheetah

fisi (**ɸ** *or* ma) — hyena

fundi (**ɸ** *or* ma) — skilled worker

fundi wa saa — watch repairer

fundi wa viatu — shoe repairer

jaji (**ɸ** *or* ma) — judge

jamaa (**ɸ**) — relative

jini (**ma**) — genie, devil

jirani (**ɸ** *or* ma) — neighbor

jumbe (**ɸ** *or* ma) — headman, chief, king

kaa (**ɸ**) — crab

kaka (**ɸ** *or* ma) — elder brother, now also used to mean brother

Kalasinga (**ɸ** *or* ma) — Sikh

Kamishna (**ɸ** *or* ma) — commissioner

karani (**ɸ** *or* ma) — clerk

kiboko (**vi**) — rhinoceros

kijana (**vi**) — youth

kinyozi (**vi**) — barber

kiongozi (**vi**) — leader, one who guides

kirembwe (**vi**) (*also* **ki** + **vi**-*class*) — great-great grandchild

kiumbe (**vi**) (*also* **ki-** + **vi**- *class*) — created thing

kolekole (**ɸ**) — horse mackerel

kondoo (**ɸ**) — sheep

kongoni (**ɸ**) — hartebeest

Kristo (**ɸ**) — Christ

makamu wa rais (**ɸ**) — vice president

malaika — angel

mama (**ɸ** *or* ma) — madam, Mrs., Miss, lady, mother, mother's generation

mama wa kambo (**ɸ** *or* ma) — stepmother

mamba (**ɸ**) — crocodile

manju (**ɸ** *or* ma) — one who leads the singing at dances

marehemu (**ɸ**) — the late

mbu (**ɸ**) — mosquito

mbunge (**wa**) — member of parliament

mbuni — ostrich

mbwa (**ɸ**) — dog

mbwa wa mwitu (**ɸ**) — wolf

mchezaji (**wa**) — player

mchuuzi (**wa**) — salesman

mchukuzi (**wa**) — porter

mdudu (**wa**) — insect

Mganda (**wa**) — Ugandan

mgeni (**wa**) — foreigner, stranger, visitor, guest

mjamzito (**wa . . . wa**) — pregnant woman

mgonjwa (**wa**) — invalid

mhasibu (**wa**) — treasurer

Mhindi (**wa**) — Indian

| | |
|---|---|
| Mhispania, Mspenish (wa) | Spanish |
| mjomba (wa) | mother's brother |
| mjumbe (wa) | representative |
| mkaguzi (wa) | inspector |
| mkalimani (wa) | interpreter |
| Mkanada (Wa) | Canadian |
| Mkenya (wa) | Kenyan |
| Mkristo (wa) | Christian |
| mkubwa (mkuu) wa shule (wa) | head of the school |
| mke (wa) | wife |
| mkulima (wa) | farmer |
| mkurugenzi (wa) | director |
| mkwe (wa) | in-law, affine |
| mkuza (wa) | one who increases |
| mkwezi (wa) | a man who climbs a coconut palm |
| mnunuzi (wa) | customer |
| mnyama (wa) | animal |
| mpagazi (wa) | porter |
| mpishi (wa) | cook |
| mpwa (wa) | nephew/niece |
| Mreno (wa) | a Portuguese |
| Mrusi (wa) | a Russian |
| msafiri (wa) | traveller |
| msaidizi (wa) | assistant |
| mshairi (wa) | poet |
| mshonaji, mshoni (wa) | tailor, dressmaker |
| msichana (wa) | girl |
| msimulizi (wa) | narrator |
| Mswahili (wa) | a native Swahili speaker |
| mshitiri (wa) | buyer |
| msimamizi (wa) | supervisor |
| mtaalamu (wa) | specialist, scholar |
| mtaalamu uchumi (wa) | economist |
| mtabiri wa hewa (wa) | meteorologist |
| Mtaliana, Mwitalia (wa) | an Italian |
| mtalii (wa) | tourist |
| Mtanzania | Tanzanian |
| mtoto (wa) | child |
| mtoto mchanga (wa . . . wa) | baby |
| mtoto wa kike (wa) | girl |
| mtoto wa kiume (wa) | boy |
| mtoto mwanamke, watoto wanawake | girls |
| mtoto mwanamume, watoto wanaume | boys |
| mtu (wa) | person |
| mtumishi (wa) | servant |
| mtumzima, watuwazima | adult |
| mtumwa (wa) | slave |
| muadhini (wa) | a man who calls for prayer |
| Muajemi (wa) | Persian |
| Muislamu (wa) | Muslim |
| mume, waume | husband |
| Mungu (ø or wa) | God |
| muuguzaji (wa) | nurse |
| muuzaji (wa) | shopkeeper, vendor |
| mvulana (wa) | boy |

| | |
|---|---|
| mvumbuzi (wa) | explorer |
| Mwafrika (w) | African |
| mwalimu (w) | teacher |
| Mwamerika (w) | American |
| mwanachama (w) | member |
| mwanachuoni (w) | religious scholar |
| mwanafunzi (w) | student |
| mwanamke, wanawake | woman |
| mwanamume, mwanamme, wanaume | man |
| mwananchi (w) | citizen, inhabitant |
| mwanasheria (w) | lawyer |
| mwanasiasa (w) | politician |
| mwandishi (w) | author, writer |
| Mwarabu (w) | Arab |
| mwele (wa) | invalid |
| mwenye duka (w) | shopkeeper |
| mwenye gereji/garaji (w) | garage owner |
| mwenye hoteli (w) | hotel owner |
| mwenyeji (w) | native, local person, host, hostess |
| mwewe (ø) | hawk |
| Mwingereza (wa) | Englishman |
| mwizi (wa) | thief |
| mwoga (wa) | coward, one who is afraid |
| Myahudi (wa or ma) | Jew |
| mzazi (wa) | parent |
| mzee (wa) | old person, parent, title |
| Mzungu (wa) | a person of European extraction |
| ndege (ø) | bird |
| ndovu (ø) | elephant |
| ndugu (ø) | actual and classificatory sibling |
| ndugu wa kike | sister |
| ndugu wa kiume | brother |
| ndugu wa kuchanjia (ø) | blood brotherhood |
| ndugu wa kunyonya (ø) | a sibling suckled at the same breast |
| ngamia (ø) | camel |
| nguru (ø) | kingfish |
| nguruwe (ø) | pig |
| ng'ombe (ø) | cow |
| nyanya (ø or ma) | grandmother |
| nyati (ø) | buffalo |
| nyoka (ø) | snake |
| nyumbu (ø) | mule |
| paa (ø) | antelope, deer |
| paka (ø) | cat |
| papa (ø) | shark |
| pepo (ø or ma) | demon |
| pweza (ø) | octopus |
| pofu (ø) | eland |
| punda (ø or ma) | donkey |
| punda milia (ø) | zebra |

| | | | |
|---|---|---|---|
| rafiki (∅ or ma) | friend | twiga (∅) | giraffe |
| raia (∅ or ma) | citizen | umbu (∅) | sibling of opposite sex, i.e., "sister," if said by a boy, and "brother" if said by a girl |
| rais, raisi (∅ or ma) | president | | |
| samaki mkavu (wakavu) | dry fish | | |
| shemeji (∅ or ma) | brother-in-law | waziri (∅ or ma) | minister |
| shoga (∅ or ma) | a term used by a female to refer to a female friend | Waziri Mkuu, Mawaziri Wakuu | Prime Minister |
| | | wifi (∅ or ma) | sister-in-law, used by a female |
| simba (∅ ma) | lion | zimwi (∅ or ma) | ghost, demon |
| taa (∅) | ray | | |
| tembo (∅) | elephant | | |

## ki and vi CLASS

| | | |
|---|---|---|
| Pronominal Concord: | ki | vi |
| Adjectival Concord: | ki | vi |

| | | | |
|---|---|---|---|
| chakula | food | kiazi kitamu | sweet potato |
| chakula cha asubuhi | breakfast | kibakuli | small dish |
| chakula cha jioni | dinner, supper | kibanda | hut |
| chakula cha mchana | lunch | kibao | stool, a piece of wood |
| chama | association, party | kibiriti, kiberiti | matches |
| chama cha bima | insurance firm | kiboko | whip |
| chama cha siasa | political party | kibuyu | calabash |
| chama cha Uchunguzi wa Lugha ya Kiswahili | Swahili Research Institute | kichaka | bush |
| | | kichekesho na mzaha | satire |
| chambo | bait | kichocho | bilharzia |
| chandarua, chandalua | mosquito net | kichochoro | alley |
| cheo | status, rank | kichwa | head |
| cheti | chit | kidani | necklace |
| chombo | vessel, dish | kidole | finger |
| chombo cha angani | space ship | kidonge | pill, small lump |
| chuma | iron | kielezo | chart, diagram |
| choo | toilet, bathroom | Kifaransa | French |
| choo kidogo, mkojo | urine | kifua | chest |
| choo kikubwa, mavi | solid excreta | kifuniko | mask, cover, lid |
| choo cha kuogea | bathroom | kifungo | button |
| choo cha wanaume | men's toilet | Kiingereza | English |
| choo cha wanawake | women's toilet | kijiji | village |
| chumba | room | kijiko | spoon |
| chumba cha kulalia, chumba cha kulala | bedroom | kijito | stream |
| | | kijuzuu | a small book containing a single chapter of the Qur'ān |
| chumba cha kulia, chumba cha chakula | dining room | kikapu | basket |
| chumba cha watoto | nursery | kikombe | cup |
| chumba cha kuzungumzia | living room | kikomo | an end |
| chuo | school (orig. class) | kikundi | a small group or pile |
| chuo kikuu | university | kikuza sauti | loudspeaker |
| chuo cha sala | prayer book | kilele | top, peak |
| chuo cha ualimu/walimu | Teachers' College | kilemba | headgear, turban |
| | | kilima | hill |
| kiangazi | hot season, summer | kilimo | agriculture |
| kiasi | amount, quantity | kina | rhyme syllable |
| kiatu | shoe | kinanda | a stringed musical instrument |
| kiazi, kiazi Ulaya | potato | | |

| | | | |
|---|---|---|---|
| kinu | mill, mortar | kitanda | bed |
| kinywa | mouth | kitendo | action, activity, verb |
| kinywaji | drink | kitenge | printed cotton |
| kioo | mirror | kiti | chair |
| kipande | a game similar to tiddledy-winks played with two pieces of wood | kito | jewel, stone |
| | | kito cha rangi | colored gemstone |
| kipimo | measurement | kitoweo, kiteweo | meat or fish eaten with main dish |
| kipindi | phase, period of time | kitu | thing |
| kipupwe | cool season (June-August) | kitukuu | great grandchild |
| kipusa | rhinoceros horn | kitunguu | onion |
| kisa | adventure | kituo | stop |
| kisahani | saucer | kituo cha bas | bus stop |
| kishindo | noise | kiu | thirst |
| kisima | a well | kiuno | waist |
| kisiwa | island | kiwanda | factory, plant |
| kisu | knife | kiwanja | courtyard, plot of land |
| Kiswahili | Swahili language | kiwanja cha mpira | football field |
| kitabu | book | kiwanja cha ndege | airport |
| kitambaa | cloth, material | kiwiliwili | body |
| kitambaa cha hariri | silk cloth | kizibau | vest, waistcoat |
| kitambaa cha naylon | nylon cloth | | |
| kitambo | a while | vifaa | apparatus |
| kitana | hair comb | vita (*also used with* n *class*) | war |

## n *and* n *CLASS*

| | | | |
|---|---|---|---|
| Pronominal Concord: | i | zi | |
| Adjectival Concord: | n | n | |

| | | | |
|---|---|---|---|
| ada | fee, custom | baada | after |
| ada ya shule | school fee | baadhi | some |
| adabu | manners | badala | instead, in exchange |
| adhabu | punishment | bado | still |
| adili | righteous behavior | bafta | white cotton |
| afadhali | preferred, favored | bahari | sea, ocean |
| afisi, ofisi | office | bahasha | envelope |
| Afrika | Africa | bahati | luck |
| Afrika ya Mashariki | East Africa | bahati nasibu | game of chance, lottery |
| afya | health | baina | between |
| aghlabu | often | baiskeli | bicycle |
| ahadi | a promise | bajia | kind of cakes made from beans or lentils |
| ahsante, asante | thank you | | |
| aina | kind | bandari | port |
| aina kwa aina | different kinds | bandia | doll |
| akili | sense, intelligence, ability | bangili | bangles |
| alasiri | afternoon | bara | mainland, hinterland |
| Alhamdulilah | praise be to God | barabara | road, highway, street |
| almasi | diamond | barafu | ice |
| amana | trust | Bara Hindi | India |
| anasa | entertainment | baraka | blessing |
| anwani | address | baraza | stone seat joined to the outside wall of a house, assembly |
| ardhi | land | | |
| asili | origin | | |
| asubuhi | morning | baridi | coldness, cold |
| azima | intention | barua | letter |

| | | | |
|---|---|---|---|
| bei | price | fahari | pride |
| bei ya jumla | wholesale price | faida | profit, gain |
| bei ya rejareja | retail price | falsafa | philosophy |
| bendera | flag | fafanusi | theory |
| benki, bengi | bank | fashifashi | fireworks |
| betri | battery | fataki | crackers |
| biashara | business, trade | fedha | silver, money |
| biblia | the Bible | fidia | compensation |
| bidhaa | goods, commodities | fikira, fikara | thought |
| bila shaka | no doubt | foliti | hide-and-seek |
| bila | without | foronya | pillowcase |
| bilauri | drinking glass | fulana | undershirt |
| binafsi | individual | furaha | happiness, joy |
| biya | beer | futboli | football, soccer |
| blauzi | blouse | | |
| bora | the best, better | galani | gallon |
| boriti | pole | ghala (∅ or ma) | storeroom |
| bunduki | gun | gharama | expense |
| buni | coffee beans | gilasi (∅ or ma) | drinking glass |
| bustani | garden, park | ghorofa | story, storey (of a building) |
| | | | |
| chai | tea | haba | little, few |
| chini | down, below | habari | news |
| | | hadhi | affluence, luck, position |
| daftari (∅ or ma) | ledger, exercise book | hadithi | story |
| dakika | minute | hadithi ya desturi za | |
| daraja (∅ or ma) | stage, bridge, rank | watu wa kale | folktale |
| darasa (∅ or ma) | class, subject | hadithi ya kubuniwa | legend |
| darubini | telescope | haja | need |
| dawa | medicine | haki | right, justice, truth |
| demokrasi | democracy | hakika | certainty |
| desturi | custom | halafu | then, later |
| dhahabu | gold | hali | condition, state |
| dhahiri | evident | hali ya hewa | the state of the weather |
| dharau | carelessness | halmashauri | advisory council |
| dhiki | distress | Halmashauri ya Taifa | National Assembly |
| digrii | degree | Halmashauri ya Utawala | Administrative Council |
| dini | religion | hamaki | anger |
| dira | compass point | hamu | ambition, desire |
| dola, dolari | dollar | haraka | hurry |
| dunia | world | harambee | pulling together |
| | | harusi, arusi | wedding |
| elimu | education, knowledge | hasa | especially |
| Elimu ya hesabu | Mathematics | hasara | loss, damage |
| Elimu ya Lugha | Linguistics | hasira | anger |
| Elimu ya Mimea | Botany | hatari | danger |
| Elimu ya nafsi | Psychology | hati | certificate, print, writing |
| Elimu ya siasa | Political Science | hatua | step |
| Elimu ya uhusiano wa | | hazina | treasure |
| Mataifa | International Relations | hekaya ya kubuniwa | legend |
| Elimu ya habari za binadamu | | hekima | wisdom |
| na jamaa lake pamoja na | | herini | earrings |
| utamaduni wao | Anthropology | hesabu | arithmetic, count |
| Elimu ya habari za jamaa | Sociology | hesabu za kugawanya | division problems |
| embe (∅ or ma) | mango | hesabu za kujumlisha | addition sums |
| enzi | dominion | | |

| | | | |
|---|---|---|---|
| hesabu za kutowa/kutoa | subtraction problems | karatasi | paper |
| hesabu za kuzidisha/mara | multiplication problems | karibu | near, come near, welcome |
| heshima | respect | karne | century |
| hiari | voluntary | kaskazi | northeast monsoon, summer |
| hila | device, trick | kaskazini | north |
| Historia | History | katiba | constitution |
| hitilafu | difference | kaure | shells |
| hodi | word used to draw someone's attention that a visitor is at the door, (lit., peace) | kawaida | custom |
| | | kazi | work |
| | | kazi ya hiari | voluntary work |
| homa | fever | kelele | noise |
| homa ya malaria | malaria | kengele | bell |
| huruma | kindness, sympathy | kesho | tomorrow |
| hutuba, hotuba | a lecture | kesho kutwa | day after tomorrow |
| | | kodi | tax |
| ibada | worship | kofia | hat, cap |
| idara | department | koo | throat |
| Idara ya Elimu | Education Department | korosho | cashew nut |
| idhaa | broadcasting station | krimu | cream |
| ikulu | presidency | Krismasi | Christmas |
| imani | creed, belief, ideology | kumbukumbu | incident to be remembered |
| inchi | inch | kura | vote |
| injinia | engineer | Kurani | Qur'ān, Koran |
| insha | written composition, essay | kusi | southwest monsoon, cool season |
| itisali | contact, meeting | | |
| | | kusini | south |
| Jamhuri | Republic | kutwa | all day |
| Jamhuri ya Muungano | United Republic | kwaheri | goodbye |
| jana | yesterday | | |
| jin | gin | la | no |
| Jiografia | Geography | ladha | taste |
| jozi | pair, walnut | lakini | but |
| juhudi | effort, endeavor | lazima | necessary, obligation |
| jumla | total | leo | today |
| juu | up, above | lugha | language |
| Jumuiya ya Madola | Commonwealth | | |
| juzi | the day before yesterday | maalumu | special |
| | | magharibi | west, the time the sun sets |
| Kabineti (ø or ma) | Cabinet | mahkama | judiciary |
| kabla | before (time) | Mahkama Kuu | High Court |
| kadi | card | maili | mile |
| kahawa | coffee | maili za eneo | square miles |
| kalamu | pen, pencil | majira ya hewa | season |
| kalenda (ø or ma) | calendar | maktaba | library |
| kamba | rope | mandhari | view |
| kampuni | company | mapema | early |
| kamwe | at all | mara | time |
| kando | edge, aside | marahaba | welcome (reply to shikamoo) |
| kanuni | principle | mashariki | east |
| kanga | cotton material with four borders | mashua | sailing boat |
| | | masika | heavy rainy season |
| kaniki | black calico | maulidi | birth of the prophet Muhammad |
| kanzu | dress, robe | | |
| kaptura | shorts | mbaazi | peas |
| karafuu | cloves | mbali | far |
| karamu | party | mbatata | potato |
| karanga, njugu | peanuts | | |

| | | | |
|---|---|---|---|
| mbegu | seeds | noti | money bill |
| mbele | front | nta | wax, beeswax |
| mboga | vegetable | nudhuma | organization, structure |
| mbolea | manure | nusu | half |
| mbuga | national park | nyama | meat |
| mechi | match, team | nyuma | behind, back |
| meli | boat, ship | nyumba | house |
| meza | table | nyumbani | home |
| mila | custom, tradition | | |
| Misri | Egypt | orodha | list |
| mithali, methali | example, proverb | | |
| miwani | eye glasses | pamba | cotton |
| motokaa | car, automobile | pareto | pyrethrum |
| Msumbiji | Mosambique | Pasaka | Easter |
| mvinyo | wine | paspoti, pasi | passport |
| mvua | rain | peke | self |
| | | pembea | a swing |
| naam | yes | pembe | ivory, tusk, corner |
| nafaka | grains, cereals | penseli | pencil |
| nafasi | time, opportunity | peremende | candy |
| nafuu | improvement | pesa | money |
| nage | a children's game in which | pete | ring |
| | one team tries to knock | petroli | petrol |
| | down a pile of stones and | picha | picture |
| | to build its own tower | pikipiki | motorcycle |
| | without being caught by | pilipili | chili pepper |
| | its defenders | pombe | beer, liquor |
| nakala | copy | porojo | propaganda |
| nakshi | design | posta, afisi ya posta | post office |
| nambari, namba | number | postkadi | postcard |
| namna | kind | pua | nose |
| nasaba | lineage | pumzi | air |
| nasaha | advice | pwani | beach, coast, shore |
| nathari | prose | | |
| nauli | fare | radhi | blessing |
| nazi | coconut | rafu | shelf |
| nchi | country | ramani | map |
| ndani | inside | rangi | color |
| ndege | airplane, aeroplane | rasilmali | capital |
| ndiyo | yes | ratili | pound (weight) |
| ndizi | banana | redio | radio |
| ndoa | marriage, betrothal | rehema | mercy, compassion |
| ndoana | fishhook | robo | quarter |
| ndui | smallpox | rubaiyati | four-line verse |
| ngao | shield | ruhusa | permission |
| ngazi | stairs, ladder, steps | rutuba | fertility |
| ngoma | drum, dance | | |
| ngozi | skin | saa | hour, time, watch, clock |
| ngurumo | roar | sabuni | soap |
| nguzo | pillar | safari | trip |
| nidhamu | in an ordered way | safu | in a line |
| njaa | hunger | sahani | plate |
| nje | outside | sahani ya santuri, | |
| njia | road, way, street | rekodi | records (music) |
| njia (ya) panda | crossroad | saladi | salad |
| njuga | bells worn at a dance | salama | peaceful, safe |
| | | sambusa | meat pasties |

| | | | |
|---|---|---|---|
| samli | ghee | stesheni ya bas | bus station |
| sanaa | art | stesheni ya polisi | police station |
| sanamu | statue, idol, doll | stesheni ya gari moshi | railway station |
| sarafu | coins | subira | patience |
| saruji, simenti | cement | sufuria (∅ or ma-) | saucepan |
| sauti | voice, tune | suluhu | peace, reconciliation, compromise, fitting |
| sawasawa | equal | | |
| sehemu | part, fraction | sukari | sugar |
| senema, sinema | cinema, movie | supu | soup |
| senti | cent | sura | face, form, feature |
| serikali | government | suruali | trousers |
| serikali kuu | government at national level | suruali kipande/fupi | shorts |
| serikali ya mikoa | government at regional level | taa | lamp, light |
| serikali ya mitaa | government at local level | taabu | difficulty |
| serufi, sarufi | grammar | tafadhali | please |
| shaba | copper | tafrija | excitement, entertainment |
| shabaha | goal, aim | tafsiri | translation |
| shahada | certificate | tai | tie |
| shanga | beads | taifa (∅ or ma-) | nationality |
| sharti (∅ or ma) | stipulation, on condition, compulsion | takhmisa | verse in five lines |
| | | talaka | divorce |
| shauri (∅ or ma) | decision | tamasha | amusement |
| sherehe | celebration | tarabu | a glee club |
| sheria | rules, law | taratibu | arrangement |
| shida | difficulty | tarehe | date |
| shikamoo | good morning/afternoon/evening (lit., I hold your feet.) | tari | small flat drum |
| | | tarikhi | chronicles |
| | | tarkimu | numbering |
| | | tathlitha | verse in three lines |
| shilingi | shilling | taula | towel |
| shingo | neck | teitei (∅ or ma-) | skirt |
| shirika (∅ or ma) | cooperative, cooperation | tende | dates |
| shokishoki | fruit of nambutan tree | tetekuwanga, tetewanga | chicken pox |
| shuka | sheet, loin cloth worn by men, bed sheet | thamani | value |
| | | theluji | snow |
| shule | school | thumni | fifty-cent piece |
| shule ya chini, shule ya msingi | elementary school | tikti | ticket |
| | | timu | team |
| shumizi | slip | tumbaku | tobacco |
| shurua, surua | measles | tume | policy |
| siagi | butter | tope (∅ or ma-) | mud |
| siasa | politics | treni | train |
| sidiria | brassiere | Ufaransa | France |
| sifa | praise | Uhabeshi | Ethiopia |
| sigara, sigareti, sigireti | cigarettes | Uingereza | England |
| siku | day | Ulaya | Europe |
| sikukuu | holy day, holiday | Unguja | Zanzibar |
| sikukuu ya taifa | national festival | viza | visa |
| silaha | weapon | vuli | rainy season (light) |
| silaha za viina | nuclear weapons | | |
| simu | telephone, telegraph | wiki | week |
| sindano | needle | wilaya | province, district |
| skuli | school | wiski | whiskey |
| sindano | needle | wizara | ministry |
| skati (∅ or ma-) | skirt | Wizara ya Elimu | Ministry of Education |
| stempu | stamp | | |
| stesheni | station | | |

| | | | |
|---|---|---|---|
| Wizara ya Kazi | *Ministry of Labor* | zamani | *long ago* |
| Wizara ya Watalii | *Ministry of Tourism* | zawadi | *gift, prize* |
| | | ziara | *visit* |
| zaidi | *more* | | |
| zama | *time, period* | | |

## m *and* mi CLASS

| | | |
|---|---|---|
| *Pronominal Concord:* | u | i |
| *Adjectival Concord:* | m | mi |

| | | | |
|---|---|---|---|
| mchana | *daytime* | mshahara | *salary* |
| mchanga | *sand* | mshipi | *fishing line, belt* |
| mche | *plant, shoot, cutting* | mshono | *style of dress* |
| mchele | *husked rice* | msikiti | *mosque* |
| mchezo | *play, game* | msingi | *foundation, principle* |
| mchezo wa kuiga/kuigiza | *drama* | msukosuko | *disturbance* |
| mchezo wa majumba | *hopscotch* | msuwaki | *toothbrush* |
| mchuzi | *curry, gravy* | mswada | *bill (government)* |
| mdomo | *lip* | mtambo | *machine* |
| mdundo | *a beat* | mtambo wa barafu | *frigidaire* |
| mfano | *example* | mtambo wa kupiga chapa | *printing press* |
| mfereji | *tap, faucet* | mtarimbo | *crowbar* |
| mfuko | *bag, basket* | mteremko | *slope* |
| mgomba | *banana plant* | mti | *tree* |
| mgomo | *a strike* | mtihani | *examination* |
| mgongo | *back* | mto | *river, pillow, cushion* |
| mguu | *leg, including foot* | mtumbwi | *canoe* |
| mji | *town* | mtungi | *water pot* |
| mkabala | *opposite side* | muda | *period of time* |
| mkahawa | *restaurant* | muhindi | *corn* |
| mkate | *loaf of bread* | muhogo | *cassava* |
| mkebe | *a can* | muundo | *structure* |
| mkeka | *mat* | muundo wa jamaa | *social organization* |
| mkoa | *region, district* | muungano | *unity, union* |
| mkoba | *bag, pocketbook* | muwa | *sugar cane* |
| mkoko | *mangrove* | mwaka | *year* |
| mkonge, mkatani | *sisal plant* | mwaka ujao | *next year* |
| mkono | *arm, including hand* | mwaka uliopita | *last year* |
| mkufu | *chain* | mwamba | *reef* |
| mkuki | *spear* | mwambao | *coastline* |
| mkutano | *meeting* | mwamvuli, mwanvuli | *umbrella* |
| mlango | *door* | mwangaza | *light* |
| mlima | *mountain* | mwendo | *behavior, way of doing things, distance* |
| mmea | *plant* | | |
| mmomonyoko | *crumpling* | mwezi | *month* |
| mnazi | *coconut palm* | mwigizo | *fly swatter, fly whisk* |
| moshi | *smoke* | mwisho | *last, end* |
| mpaka | *until, boundary* | mwitu | *forest* |
| mpango | *program, arrangement* | mzigo | *luggage* |
| mpira | *ball, rubber* | mzimu | *spirit* |
| mpunga | *unhusked rice* | mzizi | *root* |
| msaada | *aid, help, assistance* | mzozo | *quarrel* |
| msahafu | *the Qur'ān, Koran* | mzungu | *initiation rite, device* |
| msalaba | *the Cross* | | |

## ji and ma CLASS

| | | |
|---|---|---|
| Pronominal Concord | li | ya |
| Adjectival Concord | ∅ | ma |

| | |
|---|---|
| Agano Jipya | *New Testament* |
| agizo | *message* |
| andazi | *sweet pastry* |
| Azimio la Arusha | *Arusha Declaration* |
| | |
| badiliko | *change* |
| baki | *remain* |
| bao | *a game like chess, board* |
| bas(i) | *bus* |
| bati | *corrugated iron, tin* |
| Baraza la Mapinduzi | *Revolution Council* |
| Baraza la Taifa | *National Assembly* |
| bega | *shoulder* |
| birika | *teapot, jug, kettle* |
| bonde | *crater, valley* |
| buibui | *veil worn by purdah women* |
| bunge | *parliament, parliament building* |
| bweni | *dormitory* |
| | |
| chungwa | *orange* |
| | |
| dafu | *young coconut* |
| dagaa | *sardines* |
| dama | *a game like checkers or draughts* |
| daraja *(also n- Class)* | *bridge, stage, rank* |
| daraka | *responsibility* |
| darasa *(also n- Class)* | *class, subject* |
| dau | *boat* |
| dema | *fishing trap* |
| deski | *desk* |
| dirisha | *window* |
| duara | *circle* |
| duka | *store, shop* |
| duka la madawa | *drugstore, chemist's* |
| duka la nguo | *clothing store* |
| duka la viatu | *shoe shop* |
| | |
| embe *(also n- Class)* | *mango* |
| eneo | *area* |
| | |
| fumbo | *proverb, parable* |
| funzo | *training, instruction* |
| | |
| gae | *potsherd* |
| gamba la kasa | *tortoise shell* |
| gari | *vehicle* |
| gari la abiria | *passenger car* |
| gazeti | *newspaper* |
| garaji, gereji | *garage, filling station* |
| giza | *darkness* |
| gofu | *ruin* |

| | |
|---|---|
| gogo | *log* |
| goli | *goal (in football game)* |
| goti | *knee* |
| | |
| hekalu | *temple, synagogue* |
| hema | *tent* |
| hodhi | *pool, bath* |
| | |
| jabali | *rock* |
| jahazi | *dhow* |
| jambo | *matter, affair* |
| jani | *leaf* |
| jarida | *magazine* |
| jarife | *fishing trap* |
| jasho | *sweat* |
| jawabu, jibu | *a reply* |
| jengo/jenzi | *building* |
| jicho | *eye* |
| jiko | *kitchen* |
| jimbo | *state, province* |
| jina | *name* |
| jiti | *stick* |
| jiwe | *stone* |
| jivu | *ash* |
| joho | *cloak* |
| joto | *heat* |
| jua | *sun* |
| juma | *week* |
| jumba | *building* |
| | |
| kabati | *cupboard* |
| kabila | *tribe* |
| kaburi | *grave* |
| kamusi | *dictionary* |
| kanisa | *church* |
| kasha | *chest (wood or metal)* |
| kayamba | *a rattle* |
| konde | *field* |
| kontinenti | *continent* |
| kopo | *tin cup* |
| kosa | *mistake, error* |
| koti | *coat* |
| koti la kuogea | *bathrobe* |
| koti la mvua | *raincoat* |
| kuti | *coconut palm frond* |
| | |
| lengo | *aim* |
| limau | *lemon* |
| lipo | *payment* |
| | |
| maamkio | *greetings* |
| maana | *meaning* |
| maandamano | *demonstration* |
| maandishi | *writing* |
| maarifa | *experience, knowledge* |
| madini, maadeni | *mineral* |
| maendeleo | *development, progress* |
| mafua | *cold in the chest or head* |

| | | | |
|---|---|---|---|
| mafuta | oil | pango | cave |
| mafuta mazuri | perfume | papai | pawpaw, papaya |
| mafuriko ya maji | flood | pazia | curtain |
| magadi | soda ash | pendo | love |
| mahari | bridewealth | peni | penny |
| mahkama | judiciary | peya | pear, avocado pear |
| maisha ya mtu | biography | pori | forest |
| majani | grass, leaves | | |
| maji | water | sanduku | box, suitcase, trunk |
| maji ya baridi | cold water | shairi | verse, poem |
| maji matamu | fresh water | shamba | farm, plantation |
| maji ya moto | hot water | shati | shirt |
| majivuno | conceit | shimo, chimbo | mine, pit |
| makaa | coal | shina | root |
| malezi | upbringing | sikio | ear |
| malisho | pasture | silibasi | syllabus |
| mamlaka | rule, authority, dominion | soko | market |
| mapatano | agreement | somo | lesson, academic subject |
| mapenzi | love, devotion | suweta *(also* n- *class)* | sweater |
| mapinduzi | revolution, radical changes | swali, suali | question |
| mapokeo | tradition | | |
| mapokeo ya mdomo | oral tradition | taifa | nationality |
| maradhi | disease | tambiko | offering |
| marimba | xylophone | tanki, tangi | tank |
| mashindano | competition | tarumbeta | trumpet |
| masikilizano | understanding, agreement | tatizo | entanglement, difficulty |
| maskani | dwelling place, settlement | tikiti | watermelon |
| matashi | desires | tofali | brick |
| matengenezo | arrangement | tumbo | stomach |
| matumizi | expenses | tumbo la kuhara | dysentery |
| maumivi | pain | tunda | fruit |
| maungwana | honorable, honor | tuta | bed of earth, trench |
| mavugo | a wedding dance | | |
| mawazo | thoughts, content | ua | flower |
| mawingu | clouds | umbo | shape |
| maziwa | milk | | |
| mazoezi | exercise | vuno | harvest |
| mazungumzo | conversation | | |
| | | windo | prey |
| nanasi | pineapple | | |
| neno | word | yai | egg |
| | | | |
| onyo | warning | zao | farm produce |
| | | ziwa | lake |
| pafu | lung | zulia | carpet, rug |
| pambo | decoration | zumari | a wind instrument |

## u(w) *and* n(ny) CLASS

| | | |
|---|---|---|
| *Pronominal Concord* | u | zi |
| *Adjectival Concord* | m | n |

| | | | |
|---|---|---|---|
| moyo (nyoyo, *pl.*) | heart | uamuzi | decision |
| | | uanachama | membership |
| ua | fence | ubao | blackboard, plank |
| uadilifu | righteous conduct | ubaguzi | discrimination |
| uaminifu | honesty | ubalozi | embassy |

| | | | |
|---|---|---|---|
| ubani | frankincense | upana | width |
| ubeti | a verse | upanga | sword |
| uchaguzi | election | upepo | wind |
| uchimbaji | excavation, digging | upeo wa macho | horizon |
| uchunguzi | investigation, findings | upole | slowness, quietness |
| udaktari wa maradhi ya | | upungufu | shortage |
|    wanyama | veterinary | upuuzi | nonsense |
| udogo | smallness | uraia | citizenship |
| udongo | clay, mud | urefu | length |
| ufagio | broom | urithi | inheritance |
| ufanisi | prosperity, success | usafi | cleanliness |
| ufasaha | eloquence | usemi | speech |
| ufundi | technology, skill | ushairi | verse |
| ufunguo | key | ushikamano | holding together, have |
| ufununu | notion, inkling | | a hold on |
| ufuo | reef | | |
| ugali, ugari | a kind of stiff porridge | Ushirika wa Mataifa | League of Nations |
| ugomvi | a quarrel | ushuru | duty, tax |
| ugonjwa | illness, disease | usingizi | sleep |
| ugonjwa wa kuambukiza | infectious disease | usitawi | flourishing |
| uharibifu | destruction | uso | face |
| uhuru | freedom, independence | ustaarabu | civilization |
| uimbo | song | ustadi | skill |
| ujamaa | brotherhood, socialism | utajiri | wealth |
| ujanja | cunning | utambuzi | recognition |
| ujenzi | architecture | utangazaji | announcement, broadcasting |
| uji | porridge | utangulizi | introduction |
| ujinga | ignorance | utani | clanship |
| ujuzi | knowledge | utaratibu wa udhamana wa | trusteeship system under the |
| ukabila | racism, tribalism |    Mkataba wa Umoja wa | charter of the United |
| ukanda | belt |    Mataifa | Nations |
| ukili | straw for braiding/plaiting | utawala | rule |
| ukingo | edge | utenzi | epic poem |
| ukoo | lineage, descent | utukufu | glory |
| ukubwa | size, largeness | utumizi | use |
| ukulima | agriculture | utungo | composition, form |
| ukumbi | hall, vestibule | uuguzaji | nursing |
| ukurasa | page | uwanja | open space, courtyard |
| ukuta | wall | uwezo | capability, ability |
| ukweli | truthfulness | uzee | old age |
| ulanga | mica | uzi | string, thread |
| ulimi | tongue | uzuri | beauty |
| ulimwengu | universe, world | | |
| uma | fork | wajibu | duty, responsibility |
| umma (sing. only) | nation, people | wakati | time |
| umoja | unity, union | wali | cooked rice |
| Umoja wa Mataifa | United Nations | wavu | net |
| umri | age | waya | wire |
| unda | fishing spear | wembamba | narrowness, thinness |
| unyayo | foot | werevu | cleverness, shrewdness |
| uongozi | guidance, leadership | wingi | abundance |
| uovu | evilness | wino | ink |

## NOUNS IN THE LOCATIVE

Pronominal and
Adjectival Concord:
**ku**
**pa**
**mu**

| | |
|---|---|
| kaskazini | north |
| kusini | south |
| kuukeni | maternal side |
| kuumeni | paternal side |
| | |
| magharibi | west |
| mahali, pahali | |
| mahala, pahala | place |
| mashariki | east |
| mbinguni | heaven |
| msalani | bathroom |
| mwakani | next year |

All nouns + **ni** follow the same agreement.


## VERBS

| | |
|---|---|
| abudu | worship |
| achana | separate |
| adhimisha | honor |
| agiza | instruct, request, order |
| ahidi | promise |
| ajiri | employ |
| alika | invite |
| ambia | tell |
| amini | believe, trust |
| amka | wake up |
| amkia | greet |
| amua | decide, settle an argument |
| andama | follow |
| andika | write |
| angalia | take care, look after/at |
| anguka | fall down |
| anika | dry |
| anza | begin |
| arifu | inform |
| athiri | affect |
| azima | lend (except money) |
| azimia | intend |
| | |
| badilisha | change |
| bana | squeeze |
| bariki | bless |
| beba | carry |
| bidi | ought |
| burudisha | refresh, cool |
| | |
| cha | sunrise, fear |
| chagua | select, choose |
| chana | comb |
| chanja | split, vaccinate, cut |

| | |
|---|---|
| changamsha | make one lively |
| chanua | open out |
| chelewa | be late |
| chemka | boil |
| cheza | play, dance |
| chimbua | dig up |
| chinja | slaughter |
| chipua | start to grow, sprout |
| choka | become tired |
| choma | burn |
| chonga | carve |
| chora | scribble, draw |
| chukia | hate |
| chukua | pick up, carry |
| chungulia | peep, have a look in |
| chwa | sunset |
| | |
| dai | claim, owe |
| dhani | think, suppose |
| dharau | ignore, look down |
| dhuru | hurt |
| dumu | last |
| dumisha | maintain |
| | |
| elewa | understand |
| eleza | explain |
| elimika | be educated |
| enda | go |
| endesha | drive |
| endelea | continue |
| endeleza | develop |
| epuka | avoid |
| ezeka | roof |
| | |
| faa | be of use |
| fagia | sweep |
| fahamu | understand |
| fanana | resemble |
| fanya | make, do |
| fanya kazi | work |
| fasiri | translate |
| fariki | die |
| faulu | succeed |
| fika | arrive |
| fikiri | think |
| fua | beat, strike, work (on metal) |
| fua nguo | wash clothes |
| fuata | follow |
| fukuza | chase away |
| fuma | knit |
| fumania | come upon, discover someone doing what he should not do: e.g., surprise adulterers |
| fundisha | teach |
| funga | close |
| fungua | open |
| funika | cover |

| | | | |
|---|---|---|---|
| furahi | become happy | kariri | review |
| furahisha | make one happy | kasirika | become cross |
| fuzu | succeed | kata | cut |
| fyeka | clear and prepare land | kata shauri | decide |
| | | kata tamaa | despair |
| gawa | divide | kataa | refuse |
| gawanya | divide, distribute | kataza | forbid |
| goma | strike | katika | be broken, cut |
| gomba | rebuke | kawia | be late |
| gombana | argue | kejeli | scorn |
| gonga | hit | kimbia | run |
| gongana | collide | kodi | hire, rent |
| gusa | touch | kohoa | cough |
| | | kokota | drag |
| hadithia | tell, narrate | koma | end |
| hama | move from | komaa | fully grown |
| hamia | move to | konda | become thin |
| hakikisha | make certain | kopesha | lend (money) |
| haribika | damaged | kosa | miss, make a mistake |
| hemera | barter shopping on the outskirts of town | kubali | agree |
| | | kumbuka | remember |
| hesabu | count | kusanya | collect |
| heshimu | respect | kuta | find |
| hifadhi | guard, protect, preserve | kutana | meet |
| hiji | go on the pilgrimage | kwama | be stuck |
| hisi | feel | kwaruza | scratch |
| hitimisha | complete, end | kwea | climb a tree |
| hudhuria | attend | la | eat |
| husiana | related to each other, in relation to | lala | sleep |
| | | laumu | blame |
| hutubu | lecture | lazimu | be obliged |
| | | lea | bring up, rear |
| isha | finish, end | leta | bring |
| ishi | live | lima | cultivate |
| imba | sing | linga | compare, try on |
| inama | bend down | lingana | compare with |
| ingia | enter | linganisha | cause to compare |
| inua | raise up | lipa | pay |
| ita | call | logwa | bewitched |
| ja | come | maliza | end |
| jali | care | menya | peel |
| jaribu | try | miliki | own |
| jaza | fill | mudu | be able, be able to extend oneself |
| jenga | build | mulika | show light |
| jifunza | study, learn | | |
| jua | know | nenepa | become fat |
| julikana | known | ng'oa | extract |
| julisha | introduce | ngoja | wait |
| jumlisha | add | ng'arisha | polish, make shine |
| | | nunua | buy |
| kaa | stay, sit, live | nyang'anya | snatch, plunder |
| kaa kitako | sit down | nyesha | rain |
| kadirika | estimated | nyonya | suck, exploit |
| kagua | inspect | nyosha | stretch out |
| kama | squeeze, milk | nyosha mkono | put up (your) hand |
| kamata | hold, catch | nywa | drink |
| karibisha | welcome | | |

| | |
|---|---|
| oa | marry (used by a male) |
| oga | take a bath |
| ogelea | swim |
| ogopa | be afraid |
| okota | pick up from the ground |
| olewa | be married (woman) |
| omba | beg, appeal |
| ona | see |
| ona baridi | feel cold |
| onana | meet |
| ondoa | remove |
| ondoka | leave, get up |
| ondolewa | be abolished, be removed |
| onekana | be seen |
| ongea | converse |
| ongeza | increase |
| ongoa | guide to go right |
| | |
| pa | give |
| paka | smear |
| pakia | load |
| pakua | unload |
| palilia | weed |
| panda | ride, get on, raise, ascend |
| panga | arrange |
| pangusa | wipe |
| pasa | be proper, binding |
| pata | get |
| patanisha | reconcile |
| patikana | be obtainable |
| panuwa | widen |
| peleka | send |
| penda | like |
| pendeza | be pleasing, suit |
| piga | hit, strike, beat |
| piga bomba | spray |
| piga chapa | print |
| piga kengele | ring the bell |
| piga makofi | clap hands |
| piga msuwaki | brush teeth |
| piga pasi | iron |
| piga picha | take photograph |
| piga sindano | give injection |
| piga simu | make a phone call |
| piga vigelegele | ululate, wail, howl |
| pigana | fight |
| pigia simu | telephone someone |
| pima | measure |
| pita | pass |
| pona | cured or be cured |
| ponda | crush |
| potea | get lost |
| poteza | lose |
| pumbaza | comfort |
| pumzika | rest |
| pungua | get less |

| | |
|---|---|
| punja | cheat (in price or food) |
| pwa | ebb |
| | |
| remba, lemba | adorn (ritual marking) |
| rina asali | collect honey |
| rithi | inherit |
| rudi | return (self) |
| rudisha | return (something) |
| rudiwa | repeat or be repeated |
| ruhusu | permit |
| | |
| sabibisha | cause |
| safiri | travel |
| safisha | clean |
| sahau | forget |
| saidia | help |
| sahihisha | correct |
| sali | pray |
| sambaza | spread |
| sema | speak, say |
| shambulia | attack |
| shangaa | surprised, be surprised |
| shangilia | rejoice |
| shauri | consult |
| sherehekea | celebrate |
| shiba | be satiated/full |
| shika | hold |
| shinda | overcome, win |
| shindana | compete |
| shindika, sindika | processing, able to be processed |
| shirikiana | cooperate, share |
| shona | sew |
| shukuru | thank, be grateful |
| sifu | praise |
| sikiliza | listen |
| simama | stand up |
| simamia | supervise, stand over |
| simulia | narrate, tell |
| sikia | hear |
| sikiliza | listen |
| sisitiza | emphasize |
| sita | hesitate |
| sogea | move |
| sokota | twist |
| soma | read |
| staajabu | be surprised |
| staajabika | surprising, able to be surprised |
| stakiri | establish oneself |
| starehe | be comfortable |
| subiri | wait patiently |
| suka | plait, braid |
| sukuma | push |
| sumbua | bother |
| | |
| taka | want |
| tambua | recognize, realize |
| tamka | pronounce |

| | | | |
|---|---|---|---|
| tanda | overcast, spread out | zaa | produce |
| tangaza | announce | zaliwa | be born |
| tangulia | precede | ziba | fill in |
| tapika | vomit | zidisha | increase, multiply |
| taraji | expect | zima | extinguish, put out |
| tatiza | entangle, complicate, confuse | zingatia | examine, consider |
| tawala | govern | zuia | prevent |
| tawanya | spread | zunguka | turn around |
| tayarisha | make ready | zungumza | converse |
| tazama | watch, look | zuru | visit |
| tegemea | depend | | |
| teka | capture | | |
| tembea | take a stroll, go out for pleasure | | |
| tengeneza | prepare, repair, put in order | | |
| teremka | get off, alight | | |
| tetemeka | tremble | | |

## WORDS USED IN ADJECTIVAL PHRASES

| | | | |
|---|---|---|---|
| tetereka | sprain | adhimu | great, important |
| teua | appoint | | |
| tia | put in | bahili, bakhili | miser |
| tibu | treat (a patient) | bashashi | charming |
| tikisa | shake | -bivu | ripe |
| tilia mkazo | emphasize | -bichi | raw, unripe |
| tilia nguvu | reinforce | -baya | bad, ugly |
| timia | complete | | |
| towa, toa | take away, take out, subtract | -chache | few |
| toka | come from a place | -chafu | dirty |
| tokea | happen | -changamfu | lively |
| tosha | suffice | -chungu | bitter |
| toroka | run away | chungunzima | many, a whole lot |
| tukana | insult | | |
| tuma | send | -danganyifu | deceitful |
| tumai(ni) | hope | dhaifu | weak |
| tumia | use | -dogo | small |
| tunga | compose, put together, string | | |
| tunza | take care | -ekundu | red |
| | | -ema | good |
| | | -embamba | thin, narrow |
| uliza | ask | -enye | having |
| uma | hurt, bite | -epesi | light, quick |
| unda | build | -eupe | white, clear |
| unga, unganisha | unite | -eusi | black |
| ungua | burn | | |
| | | -fupi | short, low |
| | | | |
| vaa | put on, wear | -gani | what, which |
| vuna | harvest | ghali | expensive, dear |
| vunja | break | -gumu | hard |
| vua | take off, fish | | |
| vuta | pull, smoke, attract | haba | few |
| | | hai | alive |
| | | hafifu | light, flimsy, poor (in quality) |
| wa | be | hodari | clever, intelligent |
| wacha, acha | leave | | |
| waka | light up | -ingi | many |
| wasili | arrive | -ingine | other, another |
| weka | put | | |
| weza | able | -kaidi | obstinate |
| winda | hunt | kale | antique, ancient |
| winga | drive away birds | kamili | complete |

| | | | |
|---|---|---|---|
| **ki** + *noun stem* | *in the manner of* | rasmi | *official* |
| | | -refu | *tall, long, high* |
| -kukuu, kuukuu | *old, worn-out* | | |
| -kubwa | *large, big* | safi | *clean* |
| | | -shupavu | *tough, unyielding* |
| | | -sununu | *sulky* |
| maalumu | *special* | | |
| mashuhuri | *famous* | -tamu | *sweet* |
| muhimu | *important* | -tundu | *naughty, mischievous* |
| -nene | *fat, thick* | -vivu | *lazy* |
| -ngapi | *how many* | | |
| | | wazi | *open* |
| -pana | *wide* | | |
| -pya | *new* | -zima | *whole, well* |
| | | -zito | *heavy, slow* |
| rahisi | *inexpensive, easy* | -zuri | *good, beautiful* |

# Majibu ya Mtihani:
*Answers to Quizzes*

# Answers to Quizzes

## SOMO LA TANO: *UNIT 5*

A. 1. Jina langu _____. (Janet Lee, Ann Smith,
Fatuma Ali, Daudi Bakari)
2. Ninatoka (Natoka) _____. (California,
Tanzania, Amerika)
3. Nakaa _____(Manhattan, Bronx, Queens,
Kaloleni, Moshi)
4. Mimi ni mwanafunzi (Mimi ni mwalimu; Nafanya
kazi)
5. Tatu; Tano; Sita; Nane; Saba;

B. 1. Hodi. Karibu.
2. Hujambo bibi? Sijambo.
3. Habari za kutwa? Nzuri; Njema; Salama; Safi.
4. Jina lako Fatuma? Tafadhali kaa kitako.
5. Unasema Kiingereza? Nafahamu kidogo.
6. Unafanya kazi gani? Nafundisha.
7. Unafundisha wapi? Nafundisha chuo cha ualimu.
8. Unafundisha nini? Nafundisha Sanaa na
Kiingereza.
9. Unakwenda skuli sasa? Ndiyo, ninakwenda skuli
(Naam, nakwenda shule).

C. 1. Mtu huyu jina lake Daudi.
2. Anatoka Moshi na sasa anakaa New York.
3. Yeye ni mwanafunzi. Anakwenda chuo kikuu.
4. Hapana hafundishi. Anajifunza.

D. 1. Sitaki kitabu.
2. Sijifunzi Kifaransa.
3. Siendi nyumbani.
4. Sifahamu Kiswahili.
5. Bwana Daudi hakai hapa.
6. Hajui Kiswahili.

E. 1. tafadhali.
2. ahsante.
3. sema polepole.
4. Sifahamu.
5. Sipendi/Sikipendi.
6. Tafadhali sema tena.
7. Unasemaje/Wasemaje.
8. Sijui.
9. Unasema nini?/Wasema nini?
10. Kwaheri.

## SOMO LA KUMI: *UNIT 10*

A. 1. Janet ni <u>msichana</u>.
2. Bill ni <u>mvulana</u>.
3. Leo kuna upepo na <u>baridi</u>.
4. Nina kiu. Nataka <u>maji</u>.
5. Nina njaa lakini <u>sina</u> kiu.
6. Ana haraka lakini <u>hana</u> kazi leo.
7. Ninataka kutembea <u>sitaki</u> kufanya kazi.
8. Unataka kula lakini <u>hupendi</u> kufanya kazi.
9. Bwana Ali ana haraka <u>anataka</u> kwenda.
10. Yeye ni <u>Mwingereza</u>.

B. 1. Jina langu _____ Mimi ni Mwamerika.
(Mmarekani)
2. Ninajifunza hapa New York/Ninakwenda chuo
kikuu hapa New York/Ninafanya kazi hapa New
York.
3. Ninajifunza Kiswahili kwa sababu nitakwenda
Afrika ya Mashariki./Ninajifunza Kiswahili kwa
sababu napenda kujifunza lugha.
4. Kesho nitapenda kwenda kuogelea./Kesho
nitapenda kutembea.
5. New York kuna baridi, theluji na joto.

C. 1. Una kazi? Nataka kusema nawe?
Ndiyo, nina haraka kidogo.
2. Unakwenda wapi?
Nakwenda/Ninakwenda shule
3. Kuna shule leo?
La hapana/hakuna shule leo, lakini mimi nina kazi
kidogo.
4. Nina njaa. Nataka kwenda kula.
Utapenda kula pamoja nami?
5. Unakwenda kula wapi?
Nitakula nyumbani.
6. Una chakula gani?
Nina chakula kingi. Unataka kuja?
7. Naona una mwanvuli. Kuna mvua?
Hakuna mvua sasa lakini kuna mawingu.
8. Kuna baridi?
Hakuna baridi lakini hakuna joto. Kuna unyevun-
yevu.

## SOMO LA KUMI NA SITA: *UNIT 16*

A. 1. Utapenda kunywa chai au kahawa?
2. Ulikuja hapa lini?
3. Mgeni huyu ana kiu lakini hana njaa.
4. Kesho asubuhi nitakwenda kazini.
5. Jana wanafunzi walifanya karamu.
6. Kesho kutwa nitapenda kutembea.
7. Utapenda kwenda kutembea pamoja nami?
8. Unataka kula chakula gani?
9. Bwana Ali ana rafiki mwema.
10. Uliandika barua ngapi?
11. Mimi ni Mwamerika.
12. Alinunua nyumba kubwa.

B. 1. Jana nilikwenda mkutanoni.
Leo tuna mkutano shuleni.
2. Jana usiku nilikwenda karamuni.
3. "Una kazi?" "Naam, nina kazi." "Pole!" "Pole na kazi."
4. Rais Nixon anakaa Washington D.C.
5. Mtalii alisafiri Nairobi.
6. Nini bei ya kikapu hiki?
7. Anakaa katika nyumba safi.
8. Asha ni msichana mchangamfu. Anapenda kuzungumza na watu.
9. Wanakaa katika nyumba kubwa.
10. Broadway ni njia pana sana.

C. 1. Jina langu _____ Janet/Fatuma/Ali/Bill
Mimi ni _____ Mwamerika/Mwafrika/ Mwingereza/Mkanada
2. Nilizaliwa _____ New York/Georgia/ Tanzania/Uingereza/Kanada
3. Nilikuja New York _____ mwaka uliopita/ mwezi uliopita
4. Nilianza kujifunza Kiswahili mwezi wa Septemba.
5. Najifunza Kiswahili kwa sababu _____ (napenda kujifunza lugha/Nataka kwenda Afrika ya Mashariki/Nataka kujua lugha ya Kiafrika.)
6. Anwani yangu ni magharibi, nyumba mia nne na njia mia.
Nambari yangu ya simu ni nane, sita, nne, sita, sita, sufuri, tatu
7. Mwezi ujao nitapenda _____ kusafiri/ kufanya kazi/kupumzika
8. Hufanya kazi siku tano kwa wiki.
Huja shule siku tatu kwa wiki.
9. Hupumzika Jumamosi na Jumapili.
10. Hali ya hewa leo ni joto sana/baridi sana

D. 1. **Sisi ni wanafunzi. Tunatoka New York. Tunajifunza chuo kikuu cha Nairobi. Tunajifunza Sanaa, Uchumi na lugha ya Kiswahili. Tutakaa Nairobi mpaka mwakani/mwaka ujao.**
2. Sina njaa lakini nina kiu.
Utapenda kunywa nini?

Una kahawa?
Samahani, sina kahawa, lakini nina chai.
Tafadhali nataka chai/nipe chai.
3. Una haraka? Nataka kusema nawe.
Ndiyo, nina haraka kidogo.
Unakwenda wapi?
Nakwenda maktabani. Utapenda kwenda maktabani pamoja nami?
Nitapenda kwenda lakini si sasa, labda leo alasiri.

E. 1. Picha ya kwanza:
Bibi huyu amekwenda sokoni kununua matunda. Anauliza bei ya machungwa. Muuzaji anajibu kuwa bei yake ni kumi kwa shilingi sita. Mnunuzi anasema kuwa machungwa ni ghali sana. Muuzaji anajibu hawezi kupunguza bei kwa sababu machungwa yake ni mazuri na makubwa. Anasema bei yake ya mwisho ni shilingi tano na senti khamsini.
2. Picha ya pili:
Hawa ni wazazi na mtoto wao. Wamekaa kitini/ kochini wanatazama televisheni. Kwenye televisheni, kuna watu wawili wanacheza. Chumbani kuna meza, na mezani pana/kuna simu. Msichana amekaa karibu na simu. Kuna picha mbili ukutani.
3. Picha ya tatu:
Wanawake wawili watalii wanakunywa kahawa mkahawani. Wao wanatoka Amerika na sasa wanakaa Nairobi. Wanawake hawa wanapenda kuzungumza habari za nyumbani. Wao hawafanyi kazi sasa. Wanatembea Afrika ya Mashariki. Leo watakwenda madukani kununua nguo na zawadi kwa rafiki zao.

## SOMO LA 21: *UNIT 21, page 83.*

| | |
|---|---|
| 1. tafadhali | 1. I don't know |
| 2. ahsante/asante | 2. student |
| 3. kwaheri | 3. I want |
| 4. jina | 4. Good morning/Good afternoon/Good evening |
| 5. habari | 5. girl |
| 6. nani | 6. man |
| 7. jana | 7. visitor |
| 8. asubuhi | 8. I don't understand |
| 9. fahamu | 9. Miss, Mrs. lady |
| 10. kibiriti | 10. take |
| 11. kahawa | 11. large |
| 12. lini | 12. increase |
| 13. leo | 13. decrease |
| 14. Jumamosi | 14. toilet |
| 15. ngapi | 15. bird/airplane |
| 16. mwezi uliopita | 16. make ready |
| 17. duka | 17. watch/clock/time/hour |
| 18. -eusi | 18. period of time |
| 19. -eupe | 19. rest |

| | | | |
|---|---|---|---|
| 20. | ghali | 20. | wife |
| 21. | pesa/fedha | 21. | I'm tired |
| 22. | chakula cha mchana | 22. | do |
| 23. | gazeti | 23. | I'm late |
| 24. | jifunza | 24. | I don't want |
| 25. | chuo kikuu | 25. | where |

## SOMO LA ISHIRINI NA MOJA: *UNIT 21*

A. 1. Jina lako <u>nani</u>?
2. Habari za <u>kutwa</u>.
3. Bwana huyu jina <u>lake</u> Juma?
4. Bwana Juma <u>anatoka</u> Afrika?
5. Unakaa <u>hapa</u> New York sasa?
6. Je <u>wewe</u> unafanya kazi wapi?
7. Mwalimu huyu anafundisha Kiingereza <u>hafundishi</u> Kiswahili.
8. Nina kiu. Nataka chai lakini <u>sina</u>.
9. Kesho asubuhi <u>nitakwenda</u> kazini.
10. Jana watu <u>walifanya</u> karamu.

B. Elfu tano, mia mbili na hamsini/khamsini
Saa kumi na nusu/unusu za alasiri
Saa mbili na robo/urobo za asubuhi
Saa nane kasorobo za usiku.
Shilingi themanini na nane na senti ishirini na tano.
Novemba mosi, mwaka elfu mia tisa na sitini na tisa.

C. 1. Nina sigireti moja lakini nataka kibiriti.
2. Hali ya hewa si mbaya leo.
3. La, hakuna shule leo, lakini mimi nina kazi kidogo.
4. Ninakwenda maktabani. Utapenda kwenda maktabani pamoja na mimi?

D. 1. Nilitaka kitabu kama huna <u>haidhuru</u>.
2. Siku za <u>likizo</u> nitasafiri Mexico.
3. Watu humpenda <u>kiongozi</u> mwema.
4. Wanafunzi <u>walifuzu</u> mtihani.
5. Baadhi ya wanafunzi wanapata msaada wa <u>Serikali</u>.
6. Tanzania ilipata <u>uhuru</u> mwaka elfu, mia tisa na sitini na moja.
7. Alifanya bidii na <u>akashinda</u>.
8. Wanafunzi wale watapata <u>shahada</u> za kumaliza shule mwakani.
9. Juma alipata <u>msaada</u> wa ndugu yake katika kufanya kazi hii.
10. Wasichana wengi <u>huingia</u> shule siku hizi.

E. 1. Yeye <u>alisahau</u> kuleta kitabu jana.
2. Mimi <u>nilinunua</u>/nilikinunua chakula hiki kwa bei ghali.
3. Sisi <u>tutapenda</u> kwenda mkutanoni kesho.
4. Wao <u>huja</u> shuleni mapema.
5. Wewe <u>huwatembelea</u> wazazi wako lini?

F. 1. Nimejifunza Kiswahili miezi mitatu.
2. Kama nimepata bahati ya kwenda Afrika ya Mashariki nitapenda kuonana na wenyeji, kuona mbuga za wanyama na kusafiri mahali mbalimbali.
3. Anwani yangu upande wa magharibi, nyumba mia nne na njia tisini na sita. Nambari yangu ya simu ni 865-6003 (nane, sita, tano, sita, sufuri, sufuri tatu)
4. Ndiyo, nina kazi nyingi siku hizi. Kazi za mtihani/za shule/za nyumbani.
5. Maduka ya mji wa New York hufunguliwa saa tatu za asubuhi na hufungwa saa kumi na mbili za jioni.

G. 1. Alikawia kufika kwa hivyo aliniona ninaondoka nyumbani.
2. Wageni wetu hawafiki leo asubuhi. Labda watakuja kesho.
3. Nataka kukuuliza swali kama huna haraka.
4. Salamu bibi na watoto. Waambie nitapenda sana kuonana nao.
5. Jana nilikula nyumbani na leo nitakula chakula cha jioni nyumbani kwa rafiki yangu.
6. Mimi na dadangu/dada yangu tutakwenda New Jersey kwa motokaa. Tunataka kuondoka hapa leo alasiri.
7. Nimechoka basi nitakwenda sasa. Nitakuona/Tutaonana maktabani wiki ijayo saa kumi na mbili na dakika kumi. Tafadhali jaribu kutochelewa.
8. Bwana hayuko/hayumo ndani. Yuko kazini Umemngojea kwa muda gani?
9. Ahsante sana kwa msaada wako. Tutaonana tena tukijaaliwa./Mungu akitujaalia tutaonana tena
10. Nilipata kukuona? Wewe ni mwanafunzi wa mahali hapa?

H. Tazama mazungumzo yaliyotangulia.
*(See previous dialogue.)*

I. 1. Picha ya kwanza:
Sasa ni saa mbili za asubuhi.
Hawa ndugu wawili Ali na Juma wanakwenda shule kujifunza.
Ali aliamka mapema akaoga na sasa amekaa kitandani anavaa nguo. Juma amechelewa kuamka,
Yeye ni mvivu hataki kwenda shule leo. Kaka yake anapenda kwenda shule na yu tayari kutoka.
2. Picha ya pili:
Wanafunzi wako darasani wanajifunza hesabu.
Mwalimu anafundisha hesabu za kujumlisha.
Anamuuliza mvulana mmoja, "Mia tatu na ishirini na mia mbili na thelathini na tano ni ngapi?"
Mvulana anajaribu kufanya hesabu na anamjibu mwalimu," Jibu/jawabu ni mia tano na khamsini na tano."

## SOMO LA ISHIRINI NA TISA: *UNIT 29*

A. 1. Tafadhali <u>nionyeshe</u> ofisi ya watalii.
2. Tafadhali <u>tuelekeze</u> njia ya Posta.
3. Tafadhali <u>niazime</u> kalamu yako.
4. <u>Waambie</u> wazazi wako habari hizi.
5. Nenda <u>kamwite</u> Bwana Abdulla.
6. Njooni mle nyumbani kwangu.
7. Twende tukatembee mjini.
8. Njoo unisaidie kusukuma motokaa yangu.
9. Lazima wao wafanye kazi vizuri.
10. Aliniambia niende wapi?

B. 1. Lazima <u>uandike</u> jina lako.
2. Mwambie Ali <u>aje</u> kesho kutwa
3. <u>Utakwenda</u> pamoja na nani?
4. <u>Waulize</u> watu wale wanataka nini?
5. Alisema anataka <u>kuondoka</u>/aondoke sasa hivi.
6. Mwambie Asha kuwa yeye na Fatuma <u>wafike</u> mapema.
7. Muulize anataka <u>nimpe</u> kiasi gani?
8. Inanipasa <u>nipeleke</u> barua kwa afisi ya habari.
9. Alituambia <u>tusinywe</u> maji haya kwa sababu machafu.
10. Aliniambia <u>nifanye</u> kazi gani?

C. 1. Leo asubuhi <u>nilifua</u> nguo zangu nikazipiga pasi.
2. Mwanafunzi huyu anafanya <u>bidii</u> katika masomo yake.
3. Nilipata <u>ruhusa</u> kuingia shule.
4. Tafadhali <u>chemsha</u> mayai mawili.
5. Nitakwenda kwa fundi wa saa <u>kutengeneza</u> saa yangu.
6. <u>Ikiyumkinika</u> nitapenda kusafiri kwa gari moshi.
7. Mama <u>alimkataza</u> mwanawe kutoka/asitoke usiku.
8. Nilikwenda mkutanoni kusikiliza <u>hotuba</u> ya mbunge.
9. Baadhi ya wanafunzi wanaishi <u>bwenini</u> na wengine wanaishi makwao.
10. <u>Sharti</u> ufanye bidii ili ufuzu.

D. tayarisha      tayarisheni
rudi            rudini
nenda           nendeni
njoo            njooni
kula            kuleni

E. 1. a. Tafadhali fika mapema kesho kwa sababu natumai/natazamia wageni kutoka nje ya mji.
b. Nije wakati gani?/saa ngapi?
c. Jaribu ufike saa moja na nusu, lakini tafadhali usichelewe.
d. Nitajaribu nisichelewe.
e. Nyumbani kwangu/Kwangu ni mbali na hakuna mabasi wakati huo.

2. a. Twende tukatembee.
b. Unataka kwenda wapi?
c. Twende mjini kutazama/tukatazame jumba la taifa/makumbusho na tupite madukani.
d. Tuondoke sasa? U tayari?
e. Nina kazi kidogo kumaliza, lakini haidhuru. Itangoja.

3. a. Ulikuwa wapi? Sikukuona kwa muda mrefu sana.
b. Sikuwako mjini. Nilikwenda safari.
c. Nilikuandikia barua. Hukuipata?
d. La sikuipata. Uliondoka lini?
e. Nilikuwa na safari nzuri. Nilisafiri mahali pengi na nilionana/nikaonana na watu wengi.

4. Tazama mazungumzo yaliyotangulia (*See previous dialogues.*)

## SOMO LA 33: *UNIT 33*

A. 1. Ninataka kufanya mimi <u>mwenyewe</u>.
2. Ali na Fatuma walisafiri peke <u>yao</u>.
3. Nilizungumza na fundi <u>mwenye</u> duka hili.
4. Alimchagua mwalimu <u>aliye</u> na shahada.
5. Niliwaona kabla <u>hawajaondoka</u>.
6. Wanafunzi walikwenda safari <u>baada</u> ya likizo.
7. Tafadhali chemsha maji kabla ya <u>kuyanywa</u>.
8. Ninahitaji mkoba kama huu. <u>Unao</u>?
9. Huyu <u>ndiye</u> mwanawe Ali.
10. Sanduku langu <u>ndilo</u> hili.
11. Jana <u>tulikuwa</u> na karamu.
12. Mbunge huyu ni mara <u>yake</u> ya kwanza kutoa hotuba.

B. 1. Mtalii alitaka <u>kukodi</u> motokaa lakini hakuweza kwa sababu <u>kodi</u> ilikuwa kubwa.
2. Nilimuuliza fundi <u>gharama</u> ya kutengeneza motokaa yangu.
3. Leo hali ya hewa si mbaya sana kwa sababu joto <u>limepungua</u>.
4. Tafadhali <u>ijaze</u> chupa hii mafuta.
5. Mvua <u>ilinizuia</u> kwenda mchezoni.
6. <u>Inanipasa</u> niamke mapema kesho.
7. Mtalii ilimbidi alipe <u>ushuru</u> kwa vitu alivyonunua.
8. Ni <u>umbali</u> gani kutoka hapa Dar es salaam mpaka Bagamoyo?
9. <u>Kiongozi</u> alitutembeza mjini akatuonyesha vitu vingi.
10. Kila <u>mwanachama</u> lazima alipe ada ya chama na ahudhurie mikutano.

C. 1. Nilizungumza nao kabla hawajaondoka nyumbani.
2. Hii ilikuwa mara yangu ya kwanza kuonana nao.
3. Sijapata kuwaona.
4. Niliwangojea jana mbele ya duka lakini hawakuja.
5. Nilisikia baadaye kuwa walikuwa wakiningojea nyuma ya duka.
6. Wanakaa/wakaa karibu nasi.

7. Nyumba yao ni mkabala wa yetu.
8. Nyumba yao ni kubwa kuliko yetu.
9. Huenda/Inayumkinika wakakaa huko mpaka mwakani/mwaka ujao
10. Tutawaona mara nyingi zaidi.

D. -semwa, -liwa, -samehewa, -nyiwa/nyewa, -pewa, -ondolewa, -jibiwa, -nunuliwa

E. 1. Motokaa yangu iliharibiwa na kijana yule.
2. Mwizi alikamatwa na askari akapelekwa polisi.
3. Hotuba yake ilifahamiwa na sisi.
4. Mbwa alipondwa na gari la abiria.
5. Barua yangu ilijibiwa kwa haraka na mbunge.
6. Nilikaribishwa kwa wema na wenyeji kijijini mwao/Nilikaribishwa kijijini kwa wema na wenyeji.
7. Vitu vingi vilinunuliwa na watalii kwa zawadi./Vitu vingi vilinunuliwa kwa zawadi na watalii.
8. Daktari amekwenda kuitwa na Juma.
9. Chakula chote kililiwa na wageni.
10. Mama alipotoka alililiwa na mtoto wake.

F. Tazama mazungumzo yaliyotangulia.
*(See previous dialogues)*

## SOMO LA THELATHINI NA SABA: *UNIT 37*

A. -pitia, -fungia, -patia, -onea, -pigia, -karibia, -lia, -nywia/nywea, -sahaulia, -katalia, -pokelea, -lilia

B. -wezesha, -pendesha/-pendeza, -lisha, -lalisha/laza, -fundisha/-funza, -ogopesha/-ogofya, -katalisha/kataza, -starehesha, -fahamisha, -chemsha -onyesha/onya, -julisha/-juvya

C. m- *and* wa- *class with* amba.
Yule mtu ambaye alikuwa akikuuliza jana ni huyu.
Wale watu ambao walikuwa wakikuuliza jana ni hawa.

ji- *and* ma- *class with* amba.
Sanduku ambalo ni zito ni hili.
Masanduku ambayo ni mazito ni haya.

D. 1. Nimefurahi kuonana nawe.
2. Samahani, siwezi kula zaidi. Nimeshiba.
3. Nimechoka nataka kupumzika kidogo.
4. Kwa nini maziwa yamechelewa leo?
5. Gazeti limefika?
6. Niliwakuta/Niliwaona wamelala.
7. Mgeni wetu hajafika bado. Itatubidi tumngojee.
8. Aliniuzia vitu vibaya nikavirudisha.
9. Natafuta mtu anibebee/anichukulie masanduku yangu. Utaweza kunisaidia?
10. Ingawa tuliwangojea kwa muda mrefu hatukuweza kuwaona.
11. Mgeni aliyefika jana kutoka Nairobi aliondoka leo asubuhi.

12. Walikwenda madukani kuwanunulia rafiki zao zawadi.
13. Nikuletee nini kutoka dukani?
14. Unataka nikununulie kitu chochote?
15. Nitapenda unipatie vitabu vya Kiswahili.
16. Nivipeleke kwa ndege au kwa meli?
17. Yule ndiye mwalimu atakayetufundisha Kiswahili.
18. Sina vitabu alivyotutaka tuvipate.
19. Unalijua duka linakouzwa vitabu hivyo?
20. Nilijaribu kuvitafuta mahali pawili panapouzwa vitabu vya Kiswahili, lakini hawakuwa navyo.
21. Ulijaribu kuvitafuta katika duka la vitabu la chuo kikuu?
22. La sikuvitafuta. Duka li wazi wakati huu?
23. Nilipofika mahali pake alikuwa amekwisha ondoka/ameshaondoka.
24. Walipokuja kututembelea tulikuwa tumekwisha kula/tumeshakula.
25. Nilipokupigia simu ulikuwa umekwisha ondoka ofisini kwako.

## SOMO LA ARBAINI: *UNIT 40*

A. -vunjika, -katika, -haribika, -fungika, -lika, -nywika/-nyweka, -pitika, -nunulika, -someka, -semeka

B. -juana, -shindana, -fuatana, -husiana, -kutana, -pendana, -elezana, -onana, -oana, -sameheana, -fahamiana, -gombana

C. 1. dereva
2. mchukuzi
3. msafiri
4. mchaguzi
5. mchezaji/mchezi
6. mpishi/mpikaji
7. mtazamaji
8. mkulima/mlimaji
9. muuzaji
10. muandishi
11. mwizi/mwiibaji
12. mwimbaji

D. 1. Ningalijua/ningelijua ulitaka kwenda ningali-kupitia/ningelikupitia.
2. Ningalijua wanakokaa ningalikwenda kuwatazama.
3. Ungalikitafuta ungalikiona.
4. Ningalikuwa na wakati, ningalikuja kukutazama./kukutazameni/kuwatazameni
5. Ningejua ningekwambia.
6. Ungalikuja mapema zaidi, ungalimkuta hapa.
7. Wakikuuliza usiwaambie neno.
8. Wakianza shule mwaka huu, watamaliza mwakani.
9. Usingalimwita asingalikuja.
10. Ningekuwa hapa ningefuatana nawe.

289

1. Mikutano ya serikali huwako kwenye <u>bunge</u>.
2. <u>Ikulu</u> ni nyumba ya rais wa Tanzania.
3. <u>Mwanasiasa</u> anagombea uchaguzi
4. <u>Rais</u> Nixon ni kiongozi wa nchi ya Amerika.
5. Tanzania kuna <u>makamu wa rais</u> wawili, Karume na Kawawa.
6. Nimepata kazi katika <u>Wizara</u> ya Elimu.
7. <u>Waziri</u> wa Wizara ya Elimu atakagua shule mwezi ujao.
8. <u>Ziara</u> ya waziri wa Elimu katika shule iliwafurahisha walimu na wanafunzi.
9. Wafanyaji kazi wa Serikali walivaa nguo zao za <u>rasmi</u> siku ya kusherehekea uhuru wa nchi.

10. Waziri alifuatana na <u>madiwani</u> katika ziara yake ya mji.

F. 1. Nilifanya alivyoniambia.
2. Tulifanya alivyotaka.
3. Tutafanya atakavyotuambia tufanye.
4. Anafanya atakavyo.
5. Ngoja mpaka waje/wajapo.
6. Watangoja mpaka aseme/asemapo.
7. Asipokwenda hatakutana nao.
8. Wasipokuja leo watakuja kesho.
9. Nilikutana na Ali nilipokuwa nikienda sokoni.
10. Nilifuatana na rafiki yako alipokwenda maktabani.

Printer and Binder: Malloy Lithographing, Inc.